பாராட்டு மழையில்!

"பிரமாதம்."

– த டெய்லி பீஸ்ட்

"சுய கட்டுப்பாட்டின் தோல்வி குறித்தும், அதனால் விளையக்கூடிய பிரச்சனைகள் குறித்தும் ராய் எஃப். பாமைஸ்டரும் ஜான் டீர்னியும் இந்நூலில் விரிவாக விளக்கியுள்ளனர்."

– கிர்கஸ் ரிவ்யூஸ்

"மன உறுதி நம்முடைய வாழ்க்கையின் ஒவ்வோர் அம்சத்தின்மீதும் தாக்கம் ஏற்படுத்துகிறது. இந்த அருமையான நூலில், பாமைஸ்டரும் டீர்னியும், மன உறுதி தொடர்பான சுவாரசியமான ஆய்வுகளைப் பகிர்ந்து கொள்வதோடு, இந்த அற்புதமான ஆற்றலை மேம்படுத்திக் கொள்வதற்கு உதவுகின்ற எண்ணற்ற எளிய உத்திகளையும் கொடுத்துள்ளனர்."

– டேன் ஏரிலி,
பிரபல நூலாசிரியர்

"இந்தப் புத்தகத்தை நீங்கள் படிக்கத் துவங்கிவிட்டால், பிறகு இதைக் கீழே வைக்கவே மாட்டீர்கள். சுய கட்டுப்பாடு எனும் அறிவியலைச் சாத்தியமாக்கிய ஓர் அறிவியலறிஞரும், அதைப் பலரும் படிக்கின்ற செய்தியாக ஆக்கிய ஒரு பத்திரிகையாளரும் இணைந்து கொடுத்திருக்கின்ற ஓர் அருமையான நூல் இது."

– டேனியல் கில்பர்ட்,
பிரபல நூலாசிரியர்

“இப்படிப்பட்ட ஒரு தலைப்பை எடுத்துக் கொண்டு ஒருவரால் இவ்வளவு சுவாரசியமாக ஒரு புத்தகத்தை எழுத முடியும் என்று எவரும் கற்பனைகூடச் செய்திருக்க மாட்டார்கள். பாமைஸ்டர், டீர்னி ஆகிய இருவருக்கும் என் வாழ்த்துகள்.”

– **டேவிட் ஆலன்,**
பிரபல நூலாசிரியர்

“மன உறுதி என்பது அறிவியலும் மனித நடத்தையும் சந்தித்துக் கொள்கின்ற ஓரிடத்தில் இருக்கிறது. அறிவியல் தளத்தை அறிவியலறிஞரான பாமைஸ்டரும், நடத்தைசார் தளத்தை பிரபல எழுத்தாளரான டீர்னியும் எடுத்துக் கொண்டு இந்நூலை மிகச் சிறப்பாக உருவாக்கியுள்ளனர். இதைத் தவறவிட்டால் இழப்பு உங்களுக்குத்தான்.”

– **ஸ்டீபன் ஜே. டப்னர்,**
பிரபல நூலாசிரியர்

“தன்முனைப்பு, மன உறுதி, மன ஆற்றல் போன்றவற்றை நவீன உளவியலாளர்கள் நீண்டகாலமாக ஒதுக்கியே வைத்திருந்தனர். சர்வதேச அளவில் பெரிதும் மதிக்கப்படுகின்ற சமூக உளவியலாளரான ராய் பாமைஸ்டரும், கௌரவமிக்க எழுத்தாளரான ஜான் டீர்னியும் ஒன்றிணைந்து, மன உறுதியை அதன் சரியான இடத்தில் அமர வைத்துள்ளனர். சபலத்திற்கு ஆளாவதைத் தவிர்க்கவும், உடற்பயிற்சியில் ஈடுபடவும், நாக்கைக் கட்டுப்படுத்திக் கொள்ளவும், நேரத்தைச் செம்மையாக நிர்வகிக்கவும், சிக்கனத்தைக் கடைபிடிக்கவும் விரும்புகின்ற அனைவரும் கட்டாயம் படிக்க வேண்டிய ஒரு புத்தகம் இது.”

– **மார்ட்டின் செலிக்மேன்,**
பிரபல நூலாசிரியர்

“எடையைக் குறைக்கவும், புகைபிடிப்பதை நிறுத்தவும், குறைவாக மதுவருந்தவும், செயல்திறனுடன் வேலை பார்க்கவும் விரும்புபவர்களுக்கு சொர்க்கத்திலிருந்து அனுப்பி வைக்கப்பட்டுள்ள ஒரு வழிகாட்டி நூல் இது. மிகச் சிறப்பாகவும், அதே நேரம் மிக சுவாரசியமாகவும் எழுதப்பட்டுள்ள ஒரு நூல் இது.”

– **கிறிஸ்டபர் பக்லி,**
பிரபல நூலாசிரியர்

"சபலத்துடன் மக்கள் நடத்திக் கொண்டிருக்கின்ற இழுபறிப் போராட்டத்தை இந்நூல் ஆழமாகவும் சிந்தனையைத் தூண்டும் விதத்திலும் அலசுகிறது. நம்மிடம் மன உறுதி இருப்பதற்கும் இல்லாமலிருப்பதற்கும் என்ன காரணம் என்பதை ஆராய்கின்ற இந்நூல், அதை எப்படி உருவாக்கிக் கொள்வது என்பதைப் பற்றியும் விவரிக்கிறது. இது ஓர் அருமையான நூல்."

– ரவி டார்,

யேல் பல்கலைக்கழகப் பேராசிரியர்

மன உறுதி

சுய கட்டுப்பாடே வெற்றிக்கான
உத்தரவாதமான இரகசியம்

ராய் எஃப். பாமைஸ்டர்
& ஜான் டீர்னி

தமிழில்: PSV குமாரசாமி

MANJUL
மஞ்சுள் பப்ளிஷிங் ஹவுஸ்

First published in India by

MANJUL

Manjul Publishing House

Corporate and Editorial Office

•2 Floor, Usha Preet Complex, 42 Malviya Nagar, Bhopal 462 003 - India

Sales and Marketing Office

•C-16, Sector 3, Noida, Uttar Pradesh 201301, India

Website: www.manjulindia.com

Distribution Centres

Ahmedabad, Bengaluru, Bhopal, Kolkata, Chennai,
Hyderabad, Mumbai, New Delhi, Pune

Tamil translation of *Willpower: Rediscovering the Greatest Human Strength*
by *Roy F. Baumeister and John Tierney*

This edition published by arrangement with Penguin Press, an imprint of Penguin Publishing Group, a division of Penguin Random House LLC

This edition first published in 2024

ISBN 978-93-5543-455-5

Cover Design: Ben Wiseman

Translated by PSV Kumarasamy
Edited by Nagalakshmi Shanmugam
Layout by Manoranjan Kumar

Printed and bound in India by Repro India Limited.

எங்களுடைய குழந்தைகள்
அதீனாவுக்கும் லூக்கிற்கும்

உள்ளடக்கம்

முன்னுரை

உங்களுடைய கருத்துப்படி, வெற்றி என்பது மகிழ்ச்சியான குடும்பம், நல்ல நண்பர்கள், திருப்தியளிக்கின்ற தொழில்வாழ்க்கை, திடமான ஆரோக்கியம், பொருளாதாரப் பாதுகாப்பு, உங்களுக்குப் பிடித்த விஷயங்களைச் செய்வதற்கான சுதந்திரம் போன்ற எதுவாக இருந்தாலும் சரி, ஒரு சில பண்புநலன்கள் எப்போதும் அதனுடன் ஒட்டிக் கொண்டிருக்கும். ஒருவருடைய வாழ்க்கையில் 'நேர்மறையான விளைவுகள்' ஏற்படுவதற்குக் காரணமாக இருக்கின்ற பண்புநலன்களைக் கணிக்குமாறு உளவியலாளர்களிடம் கேட்டுக் கொள்ளப்படுகின்றபோது, அவர்கள் குறிப்பிடத் தவறாத இரண்டு பண்புநலன்கள், நுண்ணறிவும் மனக் கட்டுப்பாடும்தாம். நுண்ணறிவை ஒரு நிலையான விதத்தில் அதிகரித்துக் கொள்வதற்கான வழிமுறைகள் எதையும் இதுவரை அறிவியலறிஞர்கள் கண்டுபிடிக்கவில்லை. ஆனால், சுய கட்டுப்பாட்டை அதிகரித்துக் கொள்வது எப்படி என்பதை அவர்கள் கண்டுபிடித்துள்ளனர்.

நாங்கள் இப்புத்தகத்தை எழுதியுள்ளதற்கு அதுதான் காரணம். மன உறுதி மற்றும் சுய கட்டுப்பாட்டு தொடர்பான கண்டுபிடிப்புகள் மனிதகுலத்திற்கு உளவியல் அளித்துள்ள மிகப் பெரிய கொடை என்று நாங்கள் கருதுகிறோம். நம்மிடமும் சமுதாயத்திடமும் சிறிய மற்றும் பெரிய மாற்றங்கள் ஏற்படுவதை மன உறுதி சாத்தியமாக்குகிறது. 'த டிசென்ட் ஆஃப் மேன்' என்ற தன்னுடைய நூலில், சார்ல்ஸ் டார்வின் குறிப்பிட்டுள்ளதைப்போல, "நம்முடைய எண்ணங்களை நாம் கட்டுப்படுத்தியே ஆக வேண்டும் என்பதை நாம் புரிந்து கொள்கின்றபோதுதான், ஒழுக்கநெறிக் கலாச்சாரத்தின் உச்சகட்டத்தை நாம் அடைகிறோம்." மன உறுதி குறித்த இந்த விக்டோரியா காலத்திய கருத்து பின்னர் செல்வாக்கு இழந்துவிட்டது. அதற்குப் பிறகு வந்த இருபதாம்

நூற்றாண்டு உளவியலாளர்களும் தத்துவவியலாளர்களும், மன உறுதி என்ற ஒன்று இருக்கிறதா என்பதையே சந்தேகித்தனர். பாமைஸ்டரேகூட இந்த விஷயத்தில் தொடக்கத்தில் ஒரு சந்தேகப்பிராணியாகத்தான் இருந்தார். பின்னர் பரிசோதனைக்கூடத்தில் நடத்தப்பட்ட ஆய்வுகளில் அவர் மன உறுதியை நேருக்கு நேர் தரிசித்தபோது, விடாப்பிடியாக இருப்பதற்குத் தேவையான பலத்தை அது எவ்வாறு மக்களுக்கு வழங்குகிறது, மக்களுடைய மன உறுதி தீர்ந்து போகின்றபோது மக்கள் எப்படி சுய கட்டுப்பாட்டையும் இழக்கின்றனர், ஒருவருடைய இரத்த ஓட்டத்திலுள்ள குளுக்கோஸின் அளவு எப்படி இந்த மன ஆற்றலுக்கான எரிபொருளாகச் செயல்படுகிறது போன்றவற்றை அவர் அறிந்து கொண்டார். அவரும் அவருடைய சகாக்களும், மன உறுதி எப்படி ஒரு தசையைப்போலவே அதீதப் பயன்பாட்டால் களைப்படைகிறது என்பதையும், நீண்டகால நோக்கில் பயிற்சிகளின் மூலம் அதை வலுப்படுத்த முடியும் என்பதையும் கண்டறிந்தனர். பாமைஸ்டரின் பரிசோதனைகள், மன உறுதி என்ற ஒன்று இருப்பதைச் சந்தேகத்திற்கு இடமின்றி நிரூபித்தப் பிறகு, சமூக அறிவியல் துறையில் மிகவும் தீவிரமாக ஆராய்ச்சிக்கு உட்படுத்தப்பட்ட ஒன்றாக அது உருவெடுத்தது (உளவியல் துறையில் மிக அதிகமாக மேற்கோள் காட்டப்படுகின்ற பரிசோதனைகளில் அவருடைய பரிசோதனைகள் முக்கிய இடத்தைப் பிடித்துள்ளன). மன உறுதியை மேம்படுத்திக் கொள்வது ஒரு மேம்பட்ட வாழ்க்கைக்கான உத்தரவாதமான ஒரு வழி என்று அவரும், உலகெங்குமுள்ள அவருடைய சகாக்களும் கண்டுபிடித்துள்ளனர்.

தனிநபர் மற்றும் சமூகம் சார்ந்த முக்கியப் பிரச்சனைகளில் பெரும்பாலானவை, சுய கட்டுப்பாட்டில் ஏற்படுகின்ற தோல்வியையே மையமாகக் கொண்டுள்ளன என்பதை அவர்கள் கண்டறிந்தனர். தாறுமாறாகச் செலவு செய்வதற்கும் அளவுக்கதிகமாகக் கடன் வாங்குவதற்கும் ஒருவரிடம் ஏற்படுகின்ற தூண்டல் உணர்வு, வன்முறையில் இறங்குவதற்கு உந்தப்படுதல், பள்ளிகளில் தங்களுடைய திறமைக்குக் குறைவாகச் சாதித்தல், அலுவலகத்தில் வேலைகளைத் தள்ளிப்போடுதல், மதுவுக்கும் போதைப் பொருட்களுக்கும் அடிமையாதல், ஆரோக்கியமற்ற உணவுப் பழக்கங்களைக் கொண்டிருத்தல், உடற்பயிற்சியில் ஈடுபடாதிருத்தல், பதற்றத்தால் நீண்டகாலமாக அவதிப்பட்டுக் கொண்டிருத்தல், கட்டுப்படுத்தப்பட முடியாத கோபத்தைக் கொண்டிருத்தல்

போன்றவை அப்பிரச்சனைகளில் குறிப்பிடத்தக்கவை. நண்பர்களை இழத்தல், வேலையிலிருந்து நீக்கப்படுதல், விவாகரத்துப் பெறுதல், சிறையில் வாடுதல் போன்றவற்றால் ஒருவருக்கு ஏற்படுகின்ற மன அதிர்ச்சிக்கும் சுய கட்டுப்பாடு குறைவாக இருப்பதற்கும் இடையே ஒரு நேரடித் தொடர்பு இருக்கிறது. 2009இல் செரினா வில்லியம்ஸின் கோப வெளிப்பாடுகள் நிரூபித்திருந்ததைப்போல, சுய கட்டுப்பாட்டை இழத்தல், உங்களிடமிருந்து யூ.எஸ். ஓபன் டென்னிஸ் வெற்றிக் கோப்பையைத் தட்டிப் பறிக்கக்கூடும்; கள்ள உறவுகளில் மாட்டிக் கொண்டு தங்களுடைய அரசியல் வாழ்க்கைக்குத் தாங்களே முடிவுரை எழுதிக் கொள்கின்ற அரசியல்வாதிகளின் எண்ணற்றக் கதைகள் வெளிப்படுத்துவதுபோல, அது உங்களுடைய தொழில்வாழ்க்கைக்கு உலை வைக்கக்கூடும். நிதி நிறுவனங்களில் உயர் பதவிகளில் இருப்பவர்கள், மொத்த நிதி அமைப்பையுமே சாய்க்கின்ற ஆபத்தான தீர்மானங்களை மேற்கொள்வதற்குப் பின்னாலும் சுய கட்டுப்பாடின்மையின் பங்களிப்பு இருக்கிறது தங்களுடைய ஓய்வுக் காலத்தைக் கழிப்பதற்குத் தேவையான பணத்தை ஒதுக்கி வைக்காமல் இருக்கின்ற நபர்களையும் நாம் இந்தக் கணக்கில் சேர்த்துக் கொள்ளலாம்.

மக்களிடம், "உங்களுடைய தனிப்பட்ட வலிமை என்னவென்று நீங்கள் நினைக்கிறீர்கள்?" என்ற கேள்வியைக் கேட்டால், நேர்மை, இரக்கம், நகைச்சுவையுணர்வு, படைப்பாற்றல், துணிவு மற்றும் பிற நற்பண்புகளை, ஏன் அடக்கத்தைக்கூட அவர்கள் பட்டியலிடுவர். ஆனால், சுய கட்டுப்பாடு அந்தப் பட்டியலில் அரிதாகவே இடம்பெறும். உலகம் நெடுகிலும் பத்து இலட்சம் பேர்களிடம் இப்படிப்பட்டக் கணக்கெடுப்பு ஒன்றை நடத்திய ஆய்வாளர்கள், சுய கட்டுப்பாடு அந்தப் பட்டியலில் கடைசி இடத்தைப் பிடித்திருந்ததைக் கண்டறிந்தனர். இவ்வளவுக்கும், அதில் பங்கேற்றிருந்தவர்களிடம் கொடுக்கப்பட்டிருந்த வினாப் பட்டியலில் சுய கட்டுப்பாடும் இடம் பெற்றிருந்தது. அதாவது, அதில் பங்கேற்றிருந்தவர்களில் கிட்டத்தட்ட அனைவருமே சுய கட்டுப்பாட்டைத் தங்களிடம் பார்த்திருக்கவில்லை. அதே சமயம், அவர்களிடம் இருந்த பலவீனங்களைப் பட்டியலிடுமாறு அவர்களிடம் கேட்டுக் கொள்ளப்பட்டபோது, சுய கட்டுப்பாடின்மைதான் அந்தப் பட்டியலில் முதலிடத்தில் இருந்தது.

முன்னெப்போதையும்விட இப்போது மக்களிடம்

சபலத்தைத் தூண்டுவதற்கு ஏகப்பட்ட விஷயங்கள் இருப்பதால், அவர்கள் திக்குமுக்காடிப் போயுள்ளனர். உங்களுடைய உடல் வேண்டுமானால் கடமையுணர்வுடன் அலுவலகத்தில் ஆஜராகியிருக்கலாம். ஆனால், உங்களுடைய மனத்தால், 'மவுஸின்' ஒரு சொடுக்கில் அல்லது அலைபேசியில் ஒரு தேய்ப்பில் அடுத்தக் கணத்தில் அங்கிருந்து தப்பிச் சென்றுவிட முடியும். உங்களுடைய மின்னஞ்சலைப் பார்ப்பது, ஃபேஸ்புக் கணக்கிற்குள் நுழைவது, வம்புச் செய்திகளை வெளியிடுகின்ற ஒரு வலைத்தளத்திற்குச் செல்வது, ஒரு வீடியோ விளையாட்டை விளையாடுவது போன்றவற்றுக்குத் தாவுவதன் மூலம், உங்கள் கைவசமுள்ள வேலையை உங்களால் நிறுத்தி வைக்க முடியும். கணினியை வழமையாகப் பயன்படுத்துகின்ற ஒரு நபர் தினமும் சராசரியாக மூன்று டஜன் வலைத்தளங்களுக்கு விஜயம் செய்கிறார். ஓராண்டுக்கான மொத்தச் செலவையும், இணையத்தில் தாறுமாறாகப் பொருட்களை வாங்கிக் குவிப்பதன் மூலம் வெறும் பத்து நிமிடங்களில் உங்களால் செய்துவிட முடியும். சபலங்களைத் தூண்டுகின்ற விஷயங்கள் ஒருபோதும் முடிவுக்கு வரப் போவதில்லை. பொதுவாக, மன உறுதி என்பது அவசர காலங்களின்போது மட்டுமே துணைக்கு அழைக்கப்பட வேண்டிய ஓர் அசாதாரணமான ஆற்றல் என்று நாம் கருதுகிறோம். ஆனால், பாமைஸ்டரும் அவருடைய சகாக்களும் சமீபத்தில் ஜெர்மனியில் இருநூறு ஆண்கள் மற்றும் பெண்களிடம் நடத்திய ஓர் ஆய்வின் முடிவு அப்படிக் கூறவில்லை. அதில் பங்கேற்றவர்களிடம், காலையிலிருந்து நள்ளிரவுவரை, எதேச்சையாகத் தேர்ந்தெடுக்கப்படுகின்ற ஏழு வெவ்வேறு நேரங்களில் எச்சரிக்கை ஒலிகளை எழுப்புகின்ற ஒரு சிறு சாதனத்தை அவர்களுடைய உடலில் அணிந்து கொள்ளுமாறு கேட்டுக் கொள்ளப்பட்டது. அந்தச் சாதனம் எச்சரிக்கை ஒலி எழுப்புகின்ற கணத்தில் அல்லது அதற்குச் சற்று முன்பாக அவர்களுக்கு ஏதேனும் ஆசைகள் தோன்றியிருந்தனவா என்பதை அவர்கள் குறித்துக் கொள்ள வேண்டும். இந்த ஆய்வை வில்ஹெம் ஹாஃப்மேன் என்பவர் தலைமையேற்று நடத்தினார். பங்கேற்பாளர்கள் தெரிவித்திருந்த பத்தாயிரத்திற்கும் மேற்பட்டத் தரவுகளை அவர்கள் மிகவும் நுணுக்கமாக ஆராய்ந்தனர்.

ஆசைகள் எப்போதாவது தோன்றிக் கொண்டிருக்கவில்லை, அவை எப்போதும் தோன்றிக் கொண்டே இருந்தன என்பதைத்தான் அந்த ஆய்வின் முடிவு வெளிப்படுத்தியது. அவர்களில் பாதிப் பேர், துல்லியமாக அந்த எச்சரிக்கை ஒலி

ஒலித்தபோது ஏதாவது விருப்பங்களைக் கொண்டிருந்தனர். கால்வாசிப் பேர், அந்த எச்சரிக்கை ஒலி ஒலிப்பதற்கு ஒரு சில நிமிடங்களுக்கு முன்பாக ஏதாவது விருப்பங்களைக் கொண்டிருந்தனர். அவற்றில் பல ஆசைகள், அவர்கள் எதிர்த்துப் போராடிக் கொண்டிருந்த ஆசைகளாக இருந்தன. மக்கள் தாங்கள் விழித்திருக்கின்ற நேரத்தில் குறைந்தபட்சம் ஐந்தில் ஒரு பங்கு நேரத்தையாவது சபலங்களை எதிர்த்துப் போராடுவதற்காகச் செலவழித்துக் கொண்டிருக்கின்றனர் என்ற முடிவுக்கு அந்த ஆய்வாளர்கள் வந்தனர். அதாவது, தினமும் மூன்று முதல் நான்கு மணி நேரம்வரை மக்கள் தங்களுடைய நேரத்தைச் சபலங்களை எதிர்த்துப் போராடுவதற்காகச் செலவழித்துக் கொண்டிருக்கின்றனர். இதையே வேறு விதத்தில் கூறுவதென்றால், நீங்கள் ஒரு நாளின் ஏதாவது ஒரு கணத்தில் தெருவில் போகின்ற யாராவது ஐந்து பேரின் தோளில் தட்டி அவர்களிடம் கேட்டால், அவர்களில் ஒருவர், தான் அக்கணத்தில் ஏதோ ஓர் ஆசையை எதிர்ப்பதற்குத் தன் மன உறுதியைப் பயன்படுத்திக் கொண்டிருப்பதாகத் தெரிவிப்பார். ஆனால், மக்கள் இதைத் தவிர வேறு விஷயங்களுக்கும் மன உறுதியைப் பயன்படுத்திக் கொண்டிருக்கின்றனர். தீர்மானங்கள் எடுப்பது அதற்கான ஓர் எடுத்துக்காட்டு.

அந்த ஜெர்மானிய ஆய்வில் இடம்பெற்றிருந்தவர்கள் தங்களுடைய மன உறுதியை அதிகமாகப் பயன்படுத்தியிருந்தது, எதையாவது சாப்பிட வேண்டும் என்று தங்களுக்குள் எழுந்த தூண்டுதலை அடக்குவதற்குத்தான். அதற்கு அடுத்த இடத்தில், தூங்குவதற்கான ஆசை இடம்பெற்றிருந்தது. அதற்கு அடுத்த இடத்தில், தாங்கள் செய்து கொண்டிருந்த வேலைக்கு ஒரு சிறிய இடைவேளை கொடுக்க வேண்டும் என்ற ஆசை இருந்தது. அதை அடுத்து, பாலுணர்வு ஆசை இடம்பெற்றிருந்தது. அதற்குப் பிறகுதான், மின்னஞ்சல்களைப் பார்க்க வேண்டும், சமூக ஊடகங்களில் மேய வேண்டும், இணையத்தில் தேட வேண்டும், இசையைக் கேட்க வேண்டும், தொலைக்காட்சி நிகழ்ச்சிகளைப் பார்க்க வேண்டும் போன்ற தூண்டுதல் உணர்வுகள் இடம்பெற்றிருந்தன. தங்களுக்கு ஏற்பட்டிருந்த சபலங்களை முறியடிப்பதற்குத் தாங்கள் பல்வேறு உத்திகளைக் கடைபிடித்து வந்ததாக மக்கள் தெரிவித்திருந்தனர். அதில் அதிகமானவர்களால் கடைபிடிக்கப்பட்ட உத்தி, அவர்கள் தங்களுடைய கவனத்தைச் சிதறடிப்பதற்கு ஏதாவது ஒரு வழியைத் தேடினர் அல்லது ஏதாவது ஒரு புதிய நடவடிக்கையில்

இறங்கினர். சில நேரங்களில் அவர்கள் தங்களுக்குள் எழுந்த சபலத்தை அடக்கி வைக்க முயன்றனர் அல்லது அதைக் கடந்து செல்ல முயன்றனர். ஒட்டுமொத்தத்தில், அவர்கள் ஆறில் ஒரு பங்குச் சபலங்களுக்கு இரையாயினர். தூக்கம், பாலுணர்வுத் தூண்டல், பணத்தைச் செலவழித்தல் போன்ற சபலங்களுக்குப் பலியாகாமல் இருப்பதில் அவர்கள் குறிப்பிடத்தக்க வெற்றி கண்டனர். ஆனால், உணவுப் பொருட்கள் மற்றும் குளிர்பானங்களின் விஷயத்தில் அவர்கள் தோற்றுப் போயினர். தொலைக்காட்சி, சமூக ஊடகங்கள், வலைத்தளங்கள் போன்றவற்றின் ஈர்ப்புகளுக்கு அவர்கள் ஐம்பது சதவீத நேரம் பலியாயினர்.

இந்த முடிவுகள் ஊக்கமளிப்பவையாக இருக்கவில்லை. வரலாற்றுரீதியாகப் பார்த்தால், சபலங்களுக்குப் பலியாதல் இக்காலகட்டத்தில்தான் உச்சத்தில் இருந்திருக்க வேண்டும் என்று தோன்றுகிறது. ஆனால், நம்முடைய முன்னோர்கள் சுய கட்டுப்பாட்டு விஷயத்தில் எந்த அளவுக்குச் சிறப்பாகச் செயல்பட்டிருந்தார்கள் என்பதைக் கண்டுபிடிக்க நமக்கு வழியே இல்லை. ஆனால், இந்த விஷயத்தில் அவர்கள் குறைவான அழுத்தத்திற்கு ஆளாகியிருந்ததைப்போலத்தான் தெரிகிறது. மத்திய காலகட்டத்தில் பெரும்பாலான மக்கள் வேளாண்மையில் ஈடுபட்டிருந்தனர். அவர்கள் நாள் முழுவதும் முதுகொடிய வேலை செய்தனர். அப்போது மதுப் பழக்கமும் அதிகமாகவே இருந்தது. பதவி உயர்வு மோகம் அவர்களை ஆட்டுவித்துக் கொண்டிருக்கவில்லை. சமூகத்தில் ஓர் உயரிய அந்தஸ்தை அடையவும் அவர்கள் போராடிக் கொண்டிருக்கவில்லை. அதனால், அறிவாற்றல் தலையில் தூக்கி வைத்துக் கொண்டாடப்படவில்லை. போதையில்லாமல் இருக்க வேண்டும் என்ற நிர்ப்பந்தமும் அவர்களுக்கு இருக்கவில்லை. அவர்களுக்குக் கவனச்சிதறல்களை ஏற்படுத்துவதற்கு, அவர்களுடைய கிராமங்களில், மது, மாது, சோம்பேறித்தனம் ஆகியவற்றைத் தவிரக் குறிப்பிடத்தக்க வேறு எதுவும் இருக்கவில்லை. பொதுவெளியில் அவமானப்படுவதைத் தவிர்க்கின்ற விருப்பம்தான் அவர்களைப் பண்புநலன்களைக் கடைபிடிக்கத் தூண்டியதே தவிர, கச்சிதமான மனிதர்களாக ஆக வேண்டும் என்ற வேட்கை அல்ல. அக்காலகட்டத்திய கிறித்தவ மதமும், மனிதர்களுக்கு இரட்சிப்பு, ஒரு குழுவாக இருப்பதிலிருந்தும், சேர்ந்து சடங்குகளைக் கடைபிடிப்பதிலிருந்துமே கிடைக்கும் என்று போதித்தது. அங்கு மன உறுதிசார் வீரப்பிரதாப

நடவடிக்கைகளுக்கு இடமிருக்கவில்லை.

ஆனால், பத்தொன்பதாம் நூற்றாண்டில், வேளாண் குடிமக்கள், கிராமப்புறங்களிலிருந்து வெளியேறி நகர்ப்புறங்களுக்குக் குடிபெயர்ந்த பிறகு, கிராமப்புறங்களில் நிலவிய சமூக மற்றும் மத அழுத்தங்களிலிருந்து அவர்கள் விடுதலை பெற்றனர். புராட்டஸ்டன்ட் மதச் சீர்திருத்தம், மதத்தைத் தனிமனிதனுக்கு உரியதாக ஆக்கியது. அதைத் தொடர்ந்து வந்த மறுமலர்ச்சிக் காலம், அனைத்து விதமான சமய நம்பிக்கைகளையும் பலவீனப்படுத்தியது. மத்திய காலகட்டத்தைச் சேர்ந்த வறட்டுக் கட்டமைப்புகளும் ஒழுக்கநெறிகளும் இடிந்து நொறுங்கியதைத் தொடர்ந்து, விக்டோரியா காலகட்டத்தைச் சேர்ந்த மக்கள், மகத்தான மாற்றங்கள் நிகழ்ந்து கொண்டிருந்த ஒரு காலகட்டத்தில் தாங்கள் வாழ்ந்து கொண்டிருந்ததாகப் பெருமை கொண்டிருந்தனர். மதமில்லாமல் ஒழுக்கநெறியால் தாக்குப்பிடிக்க முடியுமா என்பது அப்போது ஒரு பெரும் விவாதப் பொருளாக ஆகியிருந்தது. அப்போதிருந்தவர்களில் பலர் சித்தாந்தரீதியாக மதக் கோட்பாடுகளின்மீது சந்தேகம் கொண்டிருந்தாலும், வெளியுலகிற்குத் தங்களை மத விசுவாசிகளாகக் காட்டிக் கொண்டனர். ஒழுக்கநெறிகளைப் பேணுவது தங்களுடைய சமூகக் கடமை என்று அவர்கள் கருதியதுதான் அதற்குக் காரணம். தங்களைச் சுற்றிப் புதிய சபலங்கள் முளைத்திருந்ததால், தங்களை வலிமைப்படுத்திக் கொள்ளப் புதிய மூலாதாரங்களை அவர்கள் தேடினர். அந்தக் காலகட்டத்தைச் சேர்ந்த மிகப் பெரிய இலக்கியவாதியான ஆஸ்கர் வைல்டின் கூற்றான, “என்னால் அனைத்தையும் எதிர்த்து நிற்க முடியும் – சபலத்தைத் தவிர!” என்பது ஏன் மிகவும் பிரபலமடைந்தது என்பதை உங்களால் எளிதாகப் புரிந்து கொள்ள முடியும். நகரங்களில் நிலவிய ஒழுக்கச் சீர்கேடுகளையும் சமூகச் சீரழிவுகளையும் குறித்து மனம் வெதும்பிய அந்த மக்கள், தங்களுடைய சபலங்களை எதிர்ப்பதற்கு, அரூபமான கடவுளின் அருளைத் தாண்டி, தங்களுடைய புலன்களால் உணரக்கூடிய ஒன்றை, கடவுள் நம்பிக்கையற்றவராலும் பின்பற்றத்தக்க ஒன்றைத் தேடினர்.

இறுதியில் அவர்கள் மன உறுதி என்ற சொல்லில் வந்து நின்றனர். அதை அவர்கள் மன ஆற்றலாக எண்ணினர். நீராவி எவ்வாறு தொழிற்புரட்சியை உள்ளேயிருந்து உந்தித் தள்ளிக் கொண்டிருந்ததோ, அதேபோல, உள்ளேயிருந்து இயங்குகின்ற ஓர் ஆற்றலை அவர்கள் அடையாளம் காண வேண்டியிருந்தது.

மக்கள் அந்த ஆற்றலின் அளவை அதிகரித்துக் கொள்ளத் துடித்தனர். பத்தொன்பதாம் நூற்றாண்டில் வெளிவந்திருந்த பிரபல நூல்களில் ஒன்றான 'சுய முன்னேற்றம்' (ஆமாம் அந்த நூலின் தலைப்பே அதுதான்!) என்ற நூலின் ஆசிரியர் சாமுவேல் ஸ்மைல்ஸின் 'உபதேசங்களைப்' பின்பற்ற இங்கிலாந்திலிருந்த மக்கள் மட்டுமல்லாமல் அமெரிக்காவிலிருந்த மக்களும் ஆர்வம் கொண்டனர். "மேதைமை என்பது பொறுமையாகும். ஐசக் நியூட்டனிலிருந்து ஸ்டோன்வால் ஜாக்சன்வரை (அமெரிக்கப் போர்த் தளபதி), பலரின் வெற்றிக்கு, சுய மறுப்பும் அயரா விடாமுயற்சியுமே காரணம்," என்று சாமுவேல் முழங்கினார். விக்டோரியா காலகட்டத்தைச் சேர்ந்த மற்றொரு பிரபலமான சுய முன்னேற்ற நூலாசிரியரான ஃபிராங்க் சேனிங் ஹேடாக், தன் நூலின் தலைப்பையே, 'மன உறுதியின் ஆற்றல்' என்று வைத்தார். "மன உறுதி என்பது ஓர் ஆற்றல். அதைத் தரரீதியாக உயர்த்திக் கொள்ளவும் அளவுரீதியாக அதிகரித்துக் கொள்ளவும் முடியும்," என்று கூறி அவர் அதற்கு ஓர் அறிவியல் முலாம் பூச முயன்றார். ஆனால், அதற்கு அவரிடம் ஆதாரம் எதுவும் இல்லை என்பது ஒருபுறம் இருந்தாலும், அது என்னவென்றே அவருக்குத் தெரியாது என்பதே உண்மை. அதே யோசனை இன்னொருவருக்கும் முளைத்தது. ஆனால், ஹேடாக்கைப்போலன்றி, அதைப் பற்றிப் பேச அவருக்கு முழுத் தகுதி இருந்தது. அவர்தான் சிக்மன்ட் ஃபிராய்டு. "சுயமானது ஆற்றல் பரிமாற்றத்தை உள்ளடக்கிய மனரீதியான செயல்பாடுகளைச் சார்ந்திருக்கிறது," என்று அவர் முழங்கினார்.

ஆனால், ஃபிராய்டுக்குப் பின்னால் வந்த உளவியலாளர்கள் அவருடைய 'ஆற்றல்சார் சுயம்' கோட்பாட்டைப் பொதுவாகப் புறந்தள்ளினர். சமீபத்தில்தான், பாமைஸ்டரின் பரிசோதனைச்சாலையில், அறிவியலறிஞர்கள் இந்த ஆற்றல் மூலாதாரத்தை ஒரு திட்டவட்டமான அறிவியல் முறையில் தேடத் தொடங்கினர். அதுவரை, கிட்டத்தட்டக் கடந்த நூற்றாண்டு முழுவதுமே, உளவியலாளர்களும் கல்வியாளர்களும் அறிவுஜீவிகளும், மன உறுதி என்ற ஒன்று இல்லவே இல்லை என்று நிரூபிப்பதற்கு ஏதோ ஒரு வழியில் தொடர்ந்து முயன்று கொண்டே இருந்தனர்.

மன உறுதியின் சரிவு

நீங்கள் சுய முன்னேற்றப் புத்தகத்தைப் புரட்டிப் பார்த்தாலும் சரி, அறிவியல் ஆய்வுக் கட்டுரைகளைப் படித்துப் பார்த்தாலும் சரி, ஒருவர் தன்னிடம் உயர்ந்த குணநலன்களை உருவாக்கிக் கொள்வதைத் தூக்கிப்பிடிக்கின்ற பத்தொன்பதாம் நூற்றாண்டுக் கருத்தியல் காலாவதியாகி வெகுகாலம் ஆகிவிட்டது என்பதை நீங்கள் புரிந்து கொள்வீர்கள். பத்தொன்பதாம் நூற்றாண்டில் மன உறுதிமீதான காதல் மறையத் தொடங்கியதற்கு, விக்டோரியா காலகட்டத்தின் அத்துமீறல்களுக்கான எதிர்வினை ஒரு காரணம். உலகப் போர்களும் உலகளாவிய விதத்தில் ஏற்பட்டப் பொருளாதார மாற்றங்களும் மற்றொரு காரணம். அர்த்தமற்ற மரணங்களுக்கு இட்டுச் சென்ற, பிடிவாதக் குணம் படைத்த எண்ணற்றக் கனவான்களின் 'கடமையுணர்வு,' முதலாம் உலகப் போரில் பெருக்கெடுத்து ஓடிய இரத்த வெள்ளத்திற்குக் காரணமாக அமைந்தது. அதைத் தொடர்ந்து, அமெரிக்காவிலும் மேற்கு ஐரோப்பாவிலும் இருந்த அறிவார்ந்தவர்கள், மக்கள் சிறிது ஆசுவாசமான வாழ்க்கைமுறையைப் பின்பற்ற வேண்டும் என்று உபதேசித்தனர். துரதிர்ஷ்டவசமாக, ஜெர்மனியில், முதலாம் உலகப் போரின் அழிவிலிருந்து தங்களுடைய நாட்டை மீட்பதற்கு 'மன உறுதியின் உளவியல்' என்ற கருத்தாக்கம் உருவாக்கப்பட்டது. அதை நாஜிக்கள் சுவீகரித்துக் கொண்டனர். ரெனி ரீஃபென்ஸ்டால் எடுத்த 'மன உறுதியின் மகத்தான வெற்றி' என்ற பிரச்சார ஆவணப்படத்தில், 1934இல் நாஜி கட்சியினர் நடத்திய மாபெரும் ஊர்வலம் இடம்பெற்றிருந்தது. ஒரு சமூக விரோதிக்கு ஓர் ஒட்டுமொத்தச் சமூகமும் மனமுவந்து மண்டியிடுகின்ற நாஜி கருத்தாக்கத்திற்கும் விக்டோரியா காலம் தூக்கிப்பிடித்தத் தனிமனித ஒழுக்கநெறிகளுக்கும் ஏணி வைத்தாலும் எட்டாது. ஆனால், நாஜிக்களின் பிரச்சாரப் பெருமுழக்கத்தில் இந்த வித்தியாசம் அடிபட்டுப் போனது. மன உறுதியின் மகத்தான வெற்றி நாயகர்களாக நாஜிக்களைச் சித்தரித்ததன் மூலம், ஹிட்லர், மன உறுதிக்குச் சாவுமணி அடித்துவிட்டார்.

அதன் காரணமாக, மன உறுதியின் வீழ்ச்சி ஒரு பெரிய விஷயமாக எடுத்துக் கொள்ளப்படவில்லை. இரண்டாம் உலகப் போருக்குப் பின்னால், வேறு பல சக்திகளும் மன உறுதியை மேலும் பலவீனப்படுத்தும் முயற்சியில் இறங்கின. தொழில்நுட்பம் பொருட்களின் விலைகளை மலிவாக்கி,

நகர்ப்புற மக்களின் வருமானத்தைப் பெருக்கிய பிறகு, உயர்ந்த பொருட்தேவை, பொருளாதாரத்தின் இன்றியமையாத அம்சமாக ஆனது. அதன் விளைவாகப் புதிதாகப் பிறந்த நவீன விளம்பரத் துறை, ஏராளமான பொருட்களை வாங்கிக் குவிக்க எல்லோரையும் தூண்டியது. தங்களுடைய சொந்த ஒழுக்கநெறி உறுதிப்பாட்டினால் வழிநடத்தப்படாமல், அண்டைவீட்டானின் அந்தஸ்தாலும் அபிப்பிராயத்தாலும் வழிநடத்தப்பட்ட ஒரு புதிய தலைமுறை உருவாகியிருந்ததைச் சமூகவியலாளர்கள் கண்டறிந்தனர். அவர்களை இலக்காகக் கொண்டு புதிய சுய முன்னேற்றப் புத்தகங்கள் சந்தையை நிரப்பின. அவற்றில், மக்களுக்கு உற்சாகக் கிச்சுகிச்சு மூட்டிய டேல் கார்னகியின் 'நண்பர்களை எளிதாகப் பெறுவதும் மக்களிடம் செல்வாக்குடன் விளங்குவதும் எப்படி' என்ற நூலும், நார்மன் வின்சென்ட் பீலின் 'நேர்மறைச் சிந்தனையின் வியத்தகு சக்தி' என்ற நூலும் இமாலய வெற்றி பெற்றன. எப்படிப் புன்னகைக்க வேண்டும் என்பதை வாசகர்களுக்கு அறிவுறுத்துவதற்கு டேல் கார்னகி எட்டுப் பக்கங்களை ஒதுக்கியிருந்தார் என்றால் பார்த்துக் கொள்ளுங்களேன்! "நீங்கள் சரியான புன்னகையை வெளிப்படுத்தினால் மக்களுக்கு உங்கள்மீது நல்ல அபிப்பிராயம் பிறக்கும். அவர்கள் உங்கள்மீது நம்பிக்கை வைத்தால் உங்களுக்கு வெற்றி நிச்சயம்," என்று அவர் உபதேசம் வழங்கியிருந்தார். நார்மன் வின்சென்ட் பீலும் இன்னும் சிலரும் இதைவிட எளிமையான வழிமுறையை வாசகர்களுக்குப் பரிந்துரைத்தனர்.

நார்மன் வின்சென்ட் பீல், "சாத்தியமாகக்கூடிய விருப்பங்களைக் கொண்டிருத்தல்தான் உளவியலின் அடிப்படை. ஏற்கனவே வெற்றிக் கனியைச் சுவைத்துவிட்டதாகப் பாவிக்கின்ற மனிதனுக்கு வெற்றி வசப்பட்டுவிடுகிறது," என்று வாசகர்களை ஊக்குவித்தார். பல கோடிப் பிரதிகள் விற்பனையாகியுள்ள 'சிந்தனையை ஒருமுகப்படுத்திச் செல்வத்தைக் குவியுங்கள்' என்ற நூலை எழுதிய நெப்போலியன் ஹில், வாசகர்கள் செல்வந்தர்களாக ஆவதற்குப் பின்வரும் வழியைக் கடைபிடிக்குமாறு கூறுகிறார்: "உங்களுக்கு எவ்வளவு பணம் வேண்டும் என்று தீர்மானித்துக் கொள்ளுங்கள்; அதை ஒரு காகிதத்தில் எழுதி வைத்துக் கொள்ளுங்கள்; அப்பணம் ஏற்கனவே உங்களுக்கு வந்து சேர்ந்துவிட்டதுபோல நம்புங்கள்." இதுபோன்ற சுய முன்னேற்ற ஆசான்களின் புத்தகங்கள் இருபதாம் நூற்றாண்டு முழுவதும் விற்பனையில் சக்கைபோடு போட்டன. மக்களை

நல்லவிதமாக உணரச் செய்கின்ற அந்தத் தத்துவத்தின் சாராம்சம், “நம்புங்கள்! பெறுங்கள்!” என்ற சுருக்கமான முழக்கமாக அரங்கேற்றப்பட்டது.

மக்களுடைய பண்புநலன்களில் ஏற்பட்டிருந்த மாற்றத்தை ஆலன் வீலிஸ் என்ற உளவியலாளர் கவனித்தார். அதைப் பற்றிய விரிவான ஆய்வுகளை மேற்கொண்ட அவர், 1950களின் பிற்பகுதியில், தன் துறை சார்ந்த ஒரு இரகசியத்தை வெளியிட்டார். ஃபிராய்டிய சிகிச்சைமுறைகள் இப்போது பலனளிப்பதில்லை என்பதுதான் அது. அவர் எழுதியுள்ள மிகப் பிரபலமான ‘த குவெஸ்ட் ஃபார் ஐடென்டிடி’ என்ற நூலில் அதைப் பற்றி அவர் விளக்குகிறார். சிக்மன்ட் ஃபிராய்டு உளவியல் சிகிச்சை அளித்துக் கொண்டிருந்த காலகட்டமான விக்டோரியா காலகட்டத்தில் அவரிடம் சிகிச்சை பெற வந்த நோயாளிகள் உறுதியான மன உறுதியைக் கொண்டிருந்தனர். எது சரி, எது தவறு என்பது குறித்துத் தீர்க்கமான கருத்துகளையும் அவர்கள் கொண்டிருந்தனர். அதனால், அவர்களுடைய ஆழ்மனத்திற்குள் புகுவது ஃபிராய்டுக்கும் அவருடைய சிகிச்சைமுறையைப் பின்பற்றிய பிற சிகிச்சையாளர்களுக்கும் எளிதாக இருக்கவில்லை. ஆனால், அதற்குப் பிறகு அவர்களுக்குச் சிகிச்சையளிப்பது சுலபமாக இருந்தது. தங்களுடைய பிரச்சனை என்னவென்பது குறித்த யோசனையை மக்கள் புரிந்து கொண்டபோது, தங்களுடைய தீர்க்கமான மன உறுதியைக் கொண்டே அவர்கள் தங்களுடைய பிரச்சனையை முறியடித்தனர். ஆனால், இருபதாம் நூற்றாண்டின் மத்தியில், அவர்களுடைய மன உறுதியின் பாங்கு மாறியிருந்தது. அதனால், அக்காலகட்டத்தில், சிகிச்சை பெற வந்தவர்களிடம் அவர்களுடைய பிரச்சனையைப் புரிய வைப்பது ஃபிராய்டின் காலத்தில் இருந்ததைப்போலச் சிரமமானதாக இருக்கவில்லை. ஆனால், அதற்குப் பிறகு சிகிச்சையில் அவர்களால் வெற்றி பெற முடியவில்லை. அவர்களுடைய மன உறுதி தீர்க்கமானதாக இல்லாமல் போய்விட்டதால், தங்களுடைய பிரச்சனை என்னவென்று புரிந்து கொண்ட பிறகும், அதன்மீது அவர்களால் நடவடிக்கை எடுக்க முடியவில்லை. இதன் காரணமாக, அவர்களுடைய சிகிச்சை தோல்வியிலேயே முடிந்தது.

1960களில் பல்கிப் பெருகிய சுயமுன்னேற்ற இயக்கம், “உங்களுக்கு ஒரு காரியம் நல்ல உணர்வைக் கொடுத்தால், அதைத் தாராளமாகச் செய்யுங்கள்,” என்ற முழக்கத்தை முன்வைத்தது. அதைத் தொடர்ந்து தன்னைப் பிரதானமாக

முன்னிருத்துகின்ற தலைமுறையின் ஆதிக்கம் அதிகரித்தது. இருபதாம் நூற்றாண்டின் பிற்பகுதியில் பெரிதாகப் பரவிய சமூக அறிவியலாளர்கள் மன உறுதிக்கு எதிராகப் புதிய வாதங்களை முன்வைத்தனர். அவர்கள் தனிநபர்களின் நடத்தைக் கோளாறுகளுக்கான காரணங்களைத் தனிநபர்களுக்கு வெளியே தேடத் தொடங்கினர். ஏழ்மை, உறவுப் பற்றாக்குறை, அடக்குமுறை, மற்றும், அரசியல், பொருளாதார, மற்றும் சுற்றுச்சூழல் அமைப்புமுறைகளின் தோல்வி ஆகியவற்றின்மீது அவர்கள் பழியைத் தூக்கிப் போட்டனர். தங்களுக்கு வெளியே புறக்காரணிகளைத் தேடுவது எல்லோருக்குமே சௌகரியமான ஏற்பாடாக விளங்கியது. குறிப்பாகக் கல்வியாளர்களுக்கு இது மிகவும் வசதியாக இருந்தது. ஏனெனில், ‘பிரச்சனை உனக்கு உள்ளேதான் இருக்கிறது’ என்ற உண்மையைப் போட்டுடைக்க வேண்டிய தேவை அவர்களுக்கு இல்லாமல் போய்விட்டது. தனிநபர்களின் பண்புநலன் சார்ந்த குறைபாடுகளைக் களைவதைவிடச் சமூகப் பிரச்சனைகளைத் தீர்ப்பது எளிதானது என்று சமூக அறிவியலாளர்கள் கருதினர். சமூகப் பிரச்சனைகளைத் தீர்ப்பதற்கு அவர்கள் புதிய கொள்கைகளையும் புதிய திட்டங்களையும் முன்மொழிந்தனர்.

மக்களால் பிரக்ஞையுடன் தங்களைக் கட்டுப்படுத்திக் கொள்ள முடியும் என்ற கருத்தைப் பாரம்பரியமாகவே உளவியலாளர்கள் சந்தேகக் கண்ணோடுதான் பார்த்து வந்தனர். வளர்ந்த மனிதர்களின் நடத்தைகளில் பெரும்பாலானவை, பிரக்ஞைபூர்வமற்ற சக்திகளாலும் செயல்முறைகளாலுமே தீர்மானிக்கப்படுகின்றன என்று ஃபிராய்டிய சிந்தனையாளர்கள் முழங்கினர். பின்னர் வந்த பி.எஃப். ஸ்கின்னர், பிரக்ஞை மற்றும் அதைச் சார்ந்த செயல்முறைகளின்மீது பெரிதாக நம்பிக்கை வைக்கவில்லை. மனித இயல்பைப் புரிந்து கொள்ள வேண்டுமென்றால், சுதந்திரம், கண்ணியம் போன்ற காலாவதியாகிப் போன யோசனைகளைத் தாண்டிச் செல்ல வேண்டும் என்று ஸ்கின்னர் கூறினார். அவருடைய கோட்பாடுகளில் பல இப்போது ஒதுக்கித் தள்ளப்பட்டுவிட்டபோதிலும், வெளிமனம் என்பது ஆழ்மனத்திற்குக் கீழ்ப்படிந்து செயல்படக்கூடியது என்ற அவருடைய யோசனைக்குப் புத்துயிர் அளிக்கின்ற முயற்சியில் சில உளவியலாளர்கள் இறங்கினர். மன உறுதி முக்கியத்துவமற்ற ஒன்றாகக் கருதப்பட்டது. நவீன ஆளுமைக் கோட்பாடுகளில் அது குறிப்பிடப்படுவதுகூட இல்லை. பல தத்துவவியலாளர்கள் மன உறுதி என்ற வார்த்தையைப்

பயன்படுத்தக்கூட மறுத்து வந்தனர். அதனால், பாரம்பரியமான தத்துவார்த்தமான கருத்தான 'மனத்தின் சுதந்திரத்தைப்' பற்றி விவாதிக்கக்கூட அவர்கள் தயாராக இல்லை. மாறாக, அவர்கள், செயல்நடவடிக்கையில் இறங்குவதற்கான சுதந்திரம் இருக்கிறதா என்பதைப் பற்றிப் பேசத் தயாராக இருந்தனர்.

பாமைஸ்டர் 1970களில் பிரின்ஸ்டன் பல்கலைக்கழகத்தில் ஒரு சமூக உளவியலாளராகத் தன்னுடைய பணியைத் தொடங்கியபோது, மன உறுதி குறித்து அப்போது நிலவிய இந்த அவநம்பிக்கைக் கண்ணோட்டத்தையே அவரும் கொண்டிருந்தார். தன்னுடைய சக உளவியலாளர்கள் சுய கட்டுப்பாட்டில் கவனத்தைக் குவிக்காமல் சுய மதிப்பில் கவனத்தைக் குவித்திருந்ததைக் கண்ட பாமைஸ்டர், அதில் குதித்து, அந்த ஆய்வுகளில் முன்னோடித் தலைவர்களில் ஒருவராக ஆனார். தங்களுடைய சுய மதிப்பிலும் திறமையிலும் அதிக நம்பிக்கை வைத்திருந்த மக்கள் அதிக மகிழ்ச்சியுடன் இருந்தனர், வெற்றியாளர்களாகத் திகழ்ந்தனர் என்பதை அந்த ஆய்வுகள் நிரூபித்தன. அப்படியிருக்கின்றபோது, மற்றவர்களின் தன்னம்பிக்கையை அதிகரிப்பதற்கான வழிகளைக் கண்டுபிடிப்பதன் மூலம் ஏன் அவர்களையும் வெற்றியாளர்களாக ஆக்க உதவக்கூடாது என்ற கேள்வியை உளவியலாளர்கள் கேட்டனர். இதை ஒரு நியாயமான இலக்காக உளவியலாளர்கள் கருதி அந்த ஆய்வுகளில் தீவிரமாக இறங்கினர். பொதுமக்களுக்கும் இந்தக் கருத்து ஏற்புடையதாகவே இருந்தது. அதனால், அவர்கள் சுய மதிப்பை மையமாக வைத்து எழுதப்பட்ட சுய முன்னேற்ற நூல்களுக்குத் தாவினர். அது தங்களுக்கு 'அதிகாரமளித்ததாக' அவர்கள் கருதினர். டாக்டர் தாமஸ் ஏ. ஹாரிஸின் 'ஐ அம் ஓகே, யூ ஆர் ஓகே', டோனி ராபின்ஸின் 'அவேக்கன் த ஜயன்ட் வித்தின் யூ' போன்ற நூல்கள் இலட்சக்கணக்கில் விற்பனையாயின. ஆனால், இது தொடர்பாக, பரிசோதனைக்கூடத்திலும் அதற்கு வெளியேயும் நடத்தப்பட்ட ஆய்வுகளின் முடிவுகள் ஏமாற்றமே அளித்தன. தங்களுடைய திறமையில் அசாதாரணமான நம்பிக்கை வைத்திருந்த, அமெரிக்காவின் எட்டாவது வகுப்புக் கணித மாணவர்கள், குறைவான சுய மதிப்பைக் கொண்டிருந்த கொரிய மற்றும் ஜப்பானிய மாணவர்களோடு ஒப்பிடுகையில் தேர்வுகளில் குறைவான மதிப்பெண்களையே பெற்றனர் என்று சர்வதேச அளவில் நடத்தப்பட்ட ஆய்வுகள் தெரிவித்தன.

இதற்கிடையே, 1980களில், ஒரு சில உளவியலாளர்கள்

மீண்டும் சுய கட்டுப்பாடு குறித்த ஆய்வுகளில் இறங்கினர். தத்துவவியலாளர்கள், மன உறுதி என்பது விக்டோரியா காலத்தில் உருவாக்கப்பட்டிருந்த ஒரு மாயை என்றே தொடர்ந்து நம்பி வந்தனர். ஆனால், பரிசோதனைக்கூடத்திற்கு உள்ளேயும் வெளியேயும் நடத்தப்பட்டப் புதிய ஆய்வுகள் மன உறுதி என்பது நிஜமான ஒன்று என்பதையே மீண்டும் மீண்டும் சுட்டிக்காட்டின.

மன உறுதியின் மறு உதயம்

உளவியலைப் பொறுத்தவரை பிரமாதமான கோட்பாடுகளுக்கு ஒருபோதும் பஞ்சமிருக்கவில்லை. புரட்சிகரமான புதிய யோசனைகள் அவ்வப்போது முன்வைக்கப்படுவதை வைத்து உளவியல் துறை வேகமாக முன்னேறிக் கொண்டிருக்கிறது என்று பொதுமக்கள் நினைத்துக் கொள்கிறார்கள். ஆனால், எதார்த்தம் அப்படி இருப்பதில்லை. புதிய யோசனைகளை முன்வைப்பது கடினமானதல்ல. நாம் செய்கின்ற காரியங்களை எதற்காகச் செய்கிறோம் என்பது குறித்து ஒவ்வொருவரும் தங்களுடைய இதயத்திற்கு நெருக்கமான கோட்பாடுகளைக் கொண்டிருக்கின்றனர். உளவியலாளர்கள் ஏதாவது ஒரு புதிய கருத்தை முன்வைக்கின்றபோது, யாராவது ஒருவர், "இதை என் தாத்தா எப்போதோ கூறிவிட்டார்," என்று கூறி அதை ஒதுக்கித் தள்ளும்போது அவர்கள் கடுப்பாவதற்கு இதுதான் காரணம். பெரும்பாலும் உளவியல் துறையில் முன்னேற்றம் என்பது கோட்பாடுகளிலிருந்து வருவதில்லை. மாறாக, ஒரு கோட்பாட்டைச் சோதிப்பதற்கு ஒரு புத்திசாலித்தனமான சோதனைமுறையை ஒருவர் கண்டுபிடிப்பதன் மூலமாகத்தான் நிகழ்கிறது. வால்ட்டர் மிஷேல் இதற்கு ஒரு நல்ல எடுத்துக்காட்டு. உண்மையைச் சொல்ல வேண்டுமென்றால், அவரும் அவருடைய சகாக்களும் சுய கட்டுப்பாடு தொடர்பான ஒரு கோட்பாட்டை உருவாக்குகின்ற முயற்சியில்கூட இறங்கவில்லை. பல ஆண்டுகளுக்குப் பிறகே, அவர்கள் தங்களுடைய ஆய்வுகளின் முடிவுகளை மன உறுதியோடு தொடர்புபடுத்தினர்.

ஒரு குழந்தை உடனடித் திருப்தி பெறுவதற்கு எதிராக எப்படிச் செயல்படுகிறது என்பது குறித்த ஓர் ஆய்வில்தான் அவர்கள் இறங்கியிருந்தனர். நான்கு வயதுக் குழந்தைகளின் நடத்தைகளை அவதானிப்பதற்கு அவர்கள் ஒரு நூதனமான பரிசோதனையை உருவாக்கினர். அதற்காக அவர்கள்

ஒவ்வொரு குழந்தையையும் தனித்தனியாக ஓர் அறைக்குள் அழைத்து வந்தனர். பின் அங்கிருந்த ஒரு மிட்டாயைக் காட்டி, ஒரு குறிப்பிட்டக் காரியத்தைச் செய்தால் அந்த மிட்டாய் அக்குழந்தைக்குக் கிடைக்கும் என்று கூறிவிட்டு அந்தக் குழந்தையைத் தனியாக அந்த அறையில் விட்டுவிட்டு வெளியேறினர். அந்தக் குழந்தை எப்போது வேண்டுமானாலும் அந்த மிட்டாயைச் சாப்பிட்டுக் கொள்ளலாம் என்றும், ஆனால் அந்தக் குழந்தையை அந்த அறையில் விட்டிருந்தவர் மீண்டும் வரும்வரை அந்தக் குழந்தை அந்த மிட்டாயைச் சாப்பிடாமல் இருந்தால் அதற்குக் கூடுதலாக ஒரு மிட்டாய் வழங்கப்படும் என்றும் அக்குழந்தையிடம் கூறப்பட்டது. அக்குழந்தைகளில் சிலர் உடனடியாக அந்த மிட்டாயை எடுத்துச் சாப்பிட்டுவிட்டனர். சில குழந்தைகள் அதை உடனடியாகச் சாப்பிட வேண்டும் என்று தங்களுக்குள் எழுந்த சபலத்தைத் தள்ளிப்போட முயன்று தோற்றனர். சில குழந்தைகள் அவர்களை அந்த அறையில் விட்டிருந்தவர் பதினைந்து நிமிடங்கள் கழித்து மீண்டும் திரும்பி வரும்வரை அந்த மிட்டாயைத் தொடாமல் இருந்தனர். சபலத்திற்கு ஆளாகாமல் தப்பித்திருந்த குழந்தைகள் தங்களுடைய கவனத்தை அந்த மிட்டாயிலிருந்து விலக்கிக் கொண்டதன் மூலம் அதைச் சாதித்திருந்தனர். இந்த ஆய்வு நடத்தப்பட்ட 1960களில் இது ஒரு சுவாரசியமான கண்டுபிடிப்பாகக் கருதப்பட்டது.

மிகவும் பின்னால்தான், அந்தப் பரிசோதனை தொடர்பான ஒரு முக்கியமான விஷயத்தை மிஷேல் அதிர்ஷ்டவசமாகக் கண்டுபிடித்தார். அந்தப் பரிசோதனையில் பங்கேற்றிருந்த குழந்தைகளில் பலர் படித்துக் கொண்டிருந்த அதே பள்ளியில்தான் மிஷேலின் மகள்களும் படித்து வந்தனர். அந்த மிட்டாய் ஆய்விற்குப் பிறகு மிஷேல் வேறு ஆய்வுகளுக்குத் தாவியிருந்தார். ஆனால், தொடர்ந்து தன் மகள்களின் மூலமாக, மிட்டாய்ப் பரிசோதனையில் ஈடுபட்டிருந்த அந்தக் குழந்தைகளைப் பற்றி அவர் கேள்விப்பட்டுக் கொண்டிருந்தார். மிட்டாயை உடனடியாக எடுத்துக் கொண்டிருந்த குழந்தைகள், பள்ளியிலும் சரி வெளியேயும் சரி, பிற குழந்தைகளோடு ஒப்பிடுகையில் அதிகமான பிரச்சனைகளில் மாட்டிக் கொண்டிருந்தனர் என்பதைத் தெரிந்து கொண்டவுடன், மிஷேலும் அவருடைய சகாக்களும் அதைப் போன்ற நடத்தைகள் பிற குழந்தைகளிடம் இருந்தனவா என்பதைக் கண்டறிய ஆவல் கொண்டனர்.

அதனால், அந்தப் பரிசோதனையில் ஈடுபடுத்தப்பட்டிருந்த நூற்றுக்கணக்கான குழந்தைகள் தற்போது என்ன செய்து கொண்டிருந்தார்கள் என்பதை அவர்கள் கண்டறிய முயன்றனர். நான்கு வயதில் அதிகமான மன உறுதியை வெளிப்படுத்தியிருந்த குழந்தைகள் நல்ல மதிப்பெண்களைப் பெற்றிருந்தனர். இரண்டாவது மிட்டாயைப் பெறுவதற்காக ஒரு நிமிடத்திற்கு மேல் தாக்குப்பிடிக்க முடியாமல் போன குழந்தைகளோடு ஒப்பிடுகையில், முழு பதினைந்து நிமிடங்கள் தாக்குப்பிடித்திருந்த குழந்தைகள், 'சாட்' என்ற கல்லூரி நுழைவுத் தேர்வில் கூடுதலாக 210 மதிப்பெண்களைப் பெற்றிருந்தனர். அதிகமான மன உறுதியைப் பெற்றிருந்த குழந்தைகள், சக மாணவர்கள் மத்தியிலும் ஆசிரியர்கள் மத்தியிலும் நல்ல பெயர் எடுத்து வந்தனர். அவர்கள் வேலைகளில் அதிகமான சம்பளத்தைப் பெற்றுக் கொண்டிருந்தனர். அவர்களுடைய உடல் எடை ஒரே சீராக இருந்து வந்தது. போதை மருந்துப் பழக்கத்தில் அவர்கள் சிக்கிக் கொண்டிருக்கவில்லை.

இந்த முடிவுகள் மிஷேலையும் அவருடைய சகாக்களையும் அதிர வைத்தன. ஏனெனில், குழந்தைப்பருவத்தில் மேற்கொள்ளப்பட்ட ஆய்வுகளின் முடிவுகள், அவர்கள் வருங்காலத்தில் எப்படிப்பட்டவர்களாக உருவாகக்கூடும் என்பதைக் கணிப்பதில் வெற்றி பெறுவது அபூர்வம். இந்த ஆய்வுகளின் விஷயத்தில் அது தரவுகளின் அடிப்படையில் நிரூபிக்கப்பட்டிருந்தது. குழந்தைப்பருவ அனுபவங்களுக்கும் பிற்காலத்தில் அவர்கள் எப்படி உருவாகின்றனர் என்பதற்கும் எந்தவிதமான தொடர்பும் இல்லை என்ற கருத்து வலுப் பெற்றிருந்த காரணத்தால்தான், குழந்தைப்பருவ அனுபவங்கள்தாம் ஒருவருடைய பிற்கால வாழ்க்கையைத் தீர்மானிக்கின்றன என்ற ஃபிராய்டிய கோட்பாடு குப்பையில் தூக்கிப் போடப்பட்டிருந்தது. 1990களில் இந்த ஆய்வுகளை அலசிய பிரபல உளவியலாளரும் நூலாசிரியருமான மார்ட்டின் செலிக்மேன், குழந்தைப்பருவ நிகழ்வுகளுக்கும் பிற்காலத்திய ஆளுமைக்கும் குறிப்பிடத்தக்கத் தொடர்புகள் இருந்ததாகத் தெரியவில்லை என்ற முடிவுக்கு வந்தார். குழந்தைப்பருவத்தில் ஏற்பட்டப் பேரதிர்ச்சிகள் போன்றவை வேண்டுமானால் இதற்கு விதிவிலக்காக இருக்கலாம் என்றும் அவர் கருதினார். குழந்தைப்பருவத்திலிருந்த சில போக்குகள் அவர்கள் வளர்ந்த பிறகும் தொடர்வதற்கு மரபியல்ரீதியான இயல்புகளே காரணமாக இருக்கலாம் என்று அவர் கூறினார். சில குழந்தைகள் மிட்டாய்களை உடனடியாக எடுத்துக்

கொள்வதை மன உறுதியுடன் எதிர்க்க முடிந்ததற்குக்கூட மரபியலே காரணமாக இருக்கலாம் என்றும் அவர் வாதிட்டார். ஆனால், மரபியல்ரீதியான அம்சங்கள்கூட, குழந்தைகள் வளர்க்கப்படுகின்றபோது பேணிப் பாதுகாக்கப்படுவதன் காரணத்தால், அவர்கள் தங்கள் வாழ்க்கை முழுவதும் அதன் பயன்களை அனுபவிக்கின்றனர் என்றும் அவர் கருத்துத் தெரிவித்தார். சுய கட்டுப்பாட்டின் நன்மைகளின் பின்னணியில் ஆராயப்படுகின்றபோது, இந்த நன்மைகள் இன்னும் குறிப்பிடத்தக்கவையாக இருப்பதாக, பாமைஸ்டர், பேராசிரியராக இருந்த தன் மனைவியுடனும் மற்றொரு பேராசிரியருடனும் சேர்ந்து 1994இல் எழுதிய 'லூசிங் கன்ட்ரோல்' என்ற நூலில் குறிப்பிட்டுள்ளார்.

"சுய கட்டுப்பாட்டின் தோல்விதான் நம்முடைய சமூகப் பிரச்சனைகளுக்கான முக்கியக் காரணம்," என்ற முடிவுக்கு அந்தப் புத்தகத்தின் ஆசிரியர்கள் வந்திருந்தனர். சமூகத்தில் நிலவிய மிக அதிகமான விவாகரத்து விகிதங்கள், குடும்ப வன்முறைகள், குற்றச் செயல்கள் மற்றும் பிற பிரச்சனைகளுக்கு சுய கட்டுப்பாடின்மை முக்கியப் பங்களித்திருந்ததையும் அந்நூல் சுட்டிக்காட்டுகிறது. அந்தப் புத்தகத்தின் காரணமாக இது தொடர்பான ஆராய்ச்சிகள் பெருகின; ஆளுமைப் பரிசோதனைகளில் சுய கட்டுப்பாட்டை அளவிடுவதும் சேர்த்துக் கொள்ளப்பட்டது. இத்தகைய ஆய்வுகளில் ஈடுபட்டிருந்த ஆய்வாளர்கள், மாணவர்களின் மதிப்பெண்களையும், மூன்று டஜன் ஆளுமைப் பண்புகளையும் ஒப்பிட்டபோது, சுய கட்டுப்பாடு மட்டுமே ஒரு மாணவனின் கல்லூரி மதிப்பெண்களைத் துல்லியமாகக் கணித்திருந்ததைக் கண்டுபிடித்தனர். மாணவர்களின் ஐ.கியூ எண்கள் மற்றும் அவர்கள் வாங்கிய நுழைவுத் தேர்வு மதிப்பெண்களைவிட, சுய கட்டுப்பாடு அவர்களுடைய கல்லூரி மதிப்பெண்களைக் கணிப்பதில் சிறந்து விளங்கியது. இயல்பான அறிவாற்றல் மாணவர்களுக்கு ஓர் அனுகூலத்தைக் கொடுத்தது உண்மைதான் என்றாலும், சுய கட்டுப்பாடு அதைவிட அதிக முக்கியமானதாக விளங்கியதாக அந்த ஆய்வுகளின் முடிவுகள் தெரிவித்தன. வகுப்பறைகளுக்கு ஒழுங்காகச் செல்வது, தங்களுடைய வீட்டுப் பாடங்களைச் சீக்கிரமாக முடிப்பது, தொலைக்காட்சி நிகழ்ச்சிகளைக் குறைவாகப் பார்ப்பது போன்றவற்றில் அந்த மாணவர்களுக்கு சுய கட்டுப்பாடு உதவியது.

பணியிடங்களில் சுய கட்டுப்பாட்டுடன் இருந்த

மேலாளர்களை அவர்களுக்குக் கீழ் வேலை பார்த்தவர்கள் மட்டுமல்லாமல் அவர்களுடைய சக மேலாளர்களும் அதிகமாக மதித்தனர். அதிகமான சுய கட்டுப்பாட்டைக் கொண்டிருந்தவர்கள் பிறருடன் திருப்திகரமான உறவுகளை வளர்த்துக் கொள்வதில் சிறந்து விளங்கினர். அவர்கள் பிறர்மீது அதிகப் பச்சாதாபம் கொண்டிருந்தனர், பிறருடைய கண்ணோட்டங்களிலிருந்து விஷயங்களை அணுகுவதிலும் நிகரற்று விளங்கினர். அவர்கள் உணர்ச்சிரீதியாக நிலையாக இருந்தனர். பதற்றம், மனச்சோர்வு, பிற மனக் கோளாறுகள், மோசமான உணவுப் பழக்கம், குடிப்பழக்கம் போன்றவற்றுக்கு ஆளாவதற்கான வாய்ப்புகள் அவர்களுக்குக் குறைவாகவே இருந்தன. பொதுவாகவே அவர்கள் அடிக்கடிக் கோபப்படுபவர்களாக இருக்கவில்லை. அப்படியே கோபப்படுகின்ற நேரங்களிலும், அவர்கள் தடித்த வார்த்தைகளைப் பயன்படுத்தவில்லை, வன்முறையில் இறங்கவில்லை. இதற்கு நேர்மாறாக, குறைவான சுய கட்டுப்பாட்டைக் கொண்டிருந்தவர்களிடம், தங்களுடைய வாழ்க்கைத்துணைவரை அடித்தல் மற்றும் பிற குற்றச் செயல்களில் ஈடுபடுதல் போன்றவற்றுக்கு அதிக வாய்ப்புகள் இருந்தன. ஆளுமைச் சோதனைகளில் சுய கட்டுப்பாட்டை அளவிடுவதற்கான வழிமுறைகளைக் கண்டுபிடித்தவரும், பாமைஸ்டருடன் இணைந்து பணியாற்றியவருமான ஜூன் டேக்னி, நீண்டகால அடிப்படையில் சிறைவாசிகளிடம் ஒரு பரிசோதனையை நடத்தினார். சிறையில் அடைக்கப்பட்டிருந்தவர்கள் வெளியே வந்த பிறகும், இந்த ஆய்வுக்காக அவர்களை அவர் கண்காணித்து வந்தார். அந்த ஆய்வின் முடிவின்படி, சுய கட்டுப்பாட்டுடன் இருந்த சிறைக் கைதிகளிடம், வெளியே வந்த பிறகு மேலும் குற்றச் செயல்களில் ஈடுபட்டு மீண்டும் சிறைக்குத் திரும்புவதற்கான வாய்ப்புகள் குறைவாக இருந்தன.

சுய கட்டுப்பாடு குறித்து இதுவரை கிடைத்துள்ளதிலேயே மிகவும் வலுவான நிரூபணம் 2010ஆம் ஆண்டு கிடைத்தது. பன்னாட்டு ஆய்வாளர்கள் அடங்கிய, நியூசிலாந்தைச் சேர்ந்த ஒரு குழு, ஓராயிரம் குழந்தைகளை அவர்கள் பிறந்ததிலிருந்து அவர்களுடைய முப்பத்திரண்டாவது வயதுவரை ஆராய்ச்சிக்கு உட்படுத்தியது. அதற்கு முன்பு ஒருபோதும் இவ்வளவு பெரிதாகவும் நுணுக்கமாகவும், நீண்டகாலம் தொடர்ந்த ஓர் ஆய்வு நிகழ்த்தப்பட்டிருக்கவில்லை. ஒவ்வொரு குழந்தையின் சுய கட்டுப்பாடும் பலவிதமான வழிகளில் மதிப்பிடப்பட்டது.

ஆய்வாளர்களின் அவதானிப்புகள், பெற்றோர், ஆசிரியர்கள் மற்றும் அந்தக் குழந்தைகளிடமிருந்தே பெறப்பட்டப் பின்னூட்டக்கருத்துகள் ஆகியவை அதில் அடங்கியிருந்தன. இது அந்த ஆய்வின் நம்பகத்தன்மையை அதிகரித்தது. அதிகமான சுய கட்டுப்பாட்டைக் கொண்டிருந்த குழந்தைகள் வளர்ந்து பெரியவர்களாக ஆனபோது, அவர்கள் உடல் ஆரோக்கியத்தை நன்றாகப் பேணினர்; உடல் பருமன் அதிகரிப்பு, பாலுறவு மூலமாகப் பரவுகின்ற நோய்கள் போன்றவை அவர்களிடம் குறைவாக இருந்தன. அவர்களின் பற்கள்கூட ஆரோக்கியமாக இருந்தன. (என்ன இருந்தாலும், தினமும் இரண்டு வேளை பல் துலக்குவதற்கும் சுய கட்டுப்பாடு தேவைதானே!) குறைவான சுய கட்டுப்பாட்டைக் கொண்டிருந்தவர்கள், குடிப்பழக்கம், போதைப் பழக்கம் போன்றவற்றுக்கு அடிமையாவதற்கு அதிக வாய்ப்பிருந்தது. குறைவான சுய கட்டுப்பாட்டைக் கொண்டிருந்த குழந்தைகள் வளர்ந்தபோது, பொருளாதாரரீதியாக மோசமான நிலையில் இருந்தனர். அவர்கள் ஒப்பீட்டுரீதியில் குறைவான சம்பளம் கொடுக்கப்பட்ட வேலைகளைச் செய்து கொண்டிருந்தனர், அவர்களுடைய வங்கிக் கணக்குகளில் குறைவான பணமே இருந்தது, அவர்கள் தங்களுடைய ஓய்வுக் காலத்திற்குப் பணத்தைச் சேமிக்காமல் இருந்தனர். அவர்களில் பலர், மணமுடித்துக் கொண்டாலும் குழந்தைகளை ஒற்றைப் பெற்றோராகவே வளர்த்து வந்தனர். இறுதியாக, குறைவான சுய கட்டுப்பாட்டைக் கொண்டிருந்த குழந்தைகளுக்குச் சிறைக்குச் செல்வதற்கான வாய்ப்புகள் அதிகம் இருந்தன. குறைவான சுய கட்டுப்பாட்டைக் கொண்டிருந்த குழந்தைகளில் 40 சதவீதத்தினர் தங்களுடைய முப்பத்திரண்டு வயதிற்குள் குற்றச் செயல்களுக்காகத் தண்டிக்கப்பட்டிருந்தனர். அதிகமான சுய கட்டுப்பாட்டைக் கொண்டிருந்த குழந்தைகளிடம் இது 12 சதவீதமாக இருந்தது.

இந்த இரண்டு விதமான குழுக்களுக்கு இடையே இருந்த வேறுபாடுகளுக்கும், அவர்களுடைய அறிவாற்றல், வர்க்கம், இனம் ஆகியவற்றுக்கு இடையே இருந்த வேறுபாடுகளுக்கும் ஒரு நேரடித் தொடர்பு இருந்தது. இவற்றைக் கணக்கில் எடுத்துக் கொண்ட பிறகும் சுய கட்டுப்பாட்டின் முக்கியத்துவம் அதிகமாகவே இருந்துள்ளது. அந்த ஆய்வாளர்கள், அதனோடு தொடர்புடைய மற்றோர் ஆய்வையும் நடத்தினர். அந்தக் குழந்தைகளின் உடன்பிறப்புகளைப் பற்றிய ஆய்வு அது. இங்கும் அதே முடிவுகள்தாம் எட்டப்பட்டன. குறைந்த

சுய கட்டுப்பாட்டைக் கொண்டிருந்த குழந்தைகளின் உடன்பிறப்புகள், ஆரோக்கியக் குறைவுடனும், ஏழைகளாகவும், குற்றச் செயல்களில் ஈடுபடுபவர்களாகவும் இருந்தனர். இந்த ஆய்வுகள் ஒரு விஷயத்தைத் தெள்ளத் தெளிவாகச் சுட்டிக்காட்டின: வாழ்க்கையில் வெற்றி பெறுவதற்குச் சுய கட்டுப்பாடு ஒரு வலுவான காரணியாகச் செயல்படுகிறது என்பதுதான் அது.

பரிணாம வளர்ச்சியும் சபை நாகரிகமும்

உளவியலாளர்கள் சுய கட்டுப்பாட்டின் நன்மைகளைக் கண்டுபிடித்துக் கொண்டிருந்த சமயத்தில், மானுடவியலாளர்களும் நரம்பியல் நிபுணர்களும், பரிணாமரீதியாகச் சுய கட்டுப்பாடு எப்படி உருவானது என்ற ஆராய்ச்சியில் இறங்கியிருந்தனர். மற்ற உயிரினங்களிலிருந்து வித்தியாசப்பட்டு, பெரிதாகவும் நுட்பமானதாகவும் இருந்த மனித முன்மூளை, பரிணாமரீதியாக நமக்குக் கொடுத்திருந்ததாக நீண்டகாலமாகவே நம்பப்பட்டு வந்த அனுகூலம் என்ன தெரியுமா? சுற்றுச்சூழலில் இருந்த பிரச்சனைகளைத் தீர்ப்பதற்கான நுண்ணறிவுதான் அது. என்ன இருந்தாலும், அசமந்தமாக இருக்கின்ற ஒரு விலங்கைவிட, புத்திசாலித்தனமாக இருக்கின்ற ஒரு விலங்கால் ஒரு மேம்பட்ட விதத்தில் உயிர்பிழைத்திருக்க முடியும், இனப்பெருக்கம் செய்ய முடியும் என்பது வெளிப்படை. அதே நேரத்தில், பெரிய மூளைக்கு அதிக ஆற்றல் தேவைப்படும். மனித உடலின் எடையில் வெறும் 2 சதவீதம் மட்டுமே இருக்கின்ற மூளை, உடலின் ஆற்றலில் 20 சதவீதத்தை எடுத்துக் கொள்கிறது. ஒரு பெரிய மூளை தனக்குத் தேவைப்படுகின்ற கூடுதல் ஆற்றலைக் கண்டுபிடிக்க, அது உறைந்திருக்கும் விலங்கிற்கு உதவ முடிந்தால்தானே அது பயனுள்ளதாக இருக்கும்?

இது தொடர்பாகத் தொடக்கக் காலத்தில் மேற்கொள்ளப்பட்ட ஓர் ஆய்வு, வாழைப்பழம் போன்ற சத்தான உணவுப் பொருட்களை உள்ளடக்கியதாக இருந்தது. புல்லைத் தின்கின்ற விலங்குகள், தமக்கு அடுத்த வேளை உணவு எங்கிருந்து கிடைக்கும் என்பது குறித்துப் பெரிதாக அலட்டிக் கொள்ள வேண்டியதில்லை. ஆனால், வாழைப்பழத்தைத் தின்கின்ற விலங்குகளின் கதை வேறு. போன வாரம் அது பார்த்து வைத்திருந்த வாழைப்பழங்கள் இப்போது அழுகிப் போயிருக்கலாம் அல்லது வேறு ஏதோ ஒரு விலங்கு அதைக்

காலி செய்திருக்கலாம். எனவே, வாழைப்பழத்தை உண்கின்ற விலங்கிற்கு வேறு எங்கே அந்தப் பழம் கிடைக்கும் என்பதை நினைவு வைத்திருக்க வேண்டிய கட்டாயம் இருக்கிறது. அதாவது, அதற்கு ஒரு பெரிய மூளை தேவைப்படுகிறது. அந்த மூளைக்குத் தேவையான ஆற்றலை அதே பழத்திலிருந்து அந்த மூளை பெற்றுக் கொள்ளும். அதனால், 'பழத்தைத் தேடுகின்ற மூளைக் கோட்பாடு' அர்த்தமுள்ளதாகத் தோன்றியது. பல்வேறுபட்ட விலங்குகளின் மூளைகளையும் அவற்றின் உணவுமுறைகளையும் ஒப்பிட்ட மானுடவியலாளர் ராபின் டன்பார், இந்தக் கோட்பாட்டிற்கு ஆதரவாக எதையும் கண்டுபிடிக்க முடியவில்லை என்று தெரிவித்தார். ஒரு விலங்கின் மூளையின் அளவுக்கும், அதன் உணவுப் பழக்கத்திற்கும் எந்தவிதமான தொடர்பும் கிடையாது. அதனால், பெரியதாக உருவான மூளையின் பரிணாம வளர்ச்சி, சுற்றுச்சூழல் பிரச்சனைகளைக் கையாள்வதற்காக ஏற்பட்டதில்லை; மாறாக, அதைவிட முக்கியமான ஒன்றைக் கையாள்வதற்காகவே ஏற்பட்டது என்ற முடிவுக்கு டன்பார் வந்தார். சமூக வாழ்க்கைதான் அது. பெரிய மூளையைக் கொண்டிருந்த விலங்குகள், பெரிய அளவிலான, சிக்கலான சமூகத் தொடர்புகளைக் கொண்டிருந்தன. ஹோமோ சேப்பியன்ஸைப் பற்றிய புதிய புரிதல்களுக்கு அது இட்டுச் சென்றது. மனிதர்கள்தாம் முதனிகளிலேயே மிகவும் பெரிய முன்மூளையைக் கொண்ட விலங்குகள். மிகப் பெரிய சமூக விலங்குகளும் நாம்தான். அதனாலேயே நமக்கு சுய கட்டுப்பாடு தேவைப்படுகிறது. பத்திய உணவைத் தொடர்வது, ஒரு வேலையை ஒரு குறிப்பிட்ட நேரத்தில் முடிப்பது, உடற்பயிற்சி செய்வது, புகைபிடிப்பதை நிறுத்துவது போன்ற, தனிநபர் சார்ந்த மேம்பாட்டிற்குப் பயன்படுத்தப்படுகின்ற ஒரு சக்திதான் மன உறுதி என்று நாம் பொதுவாக நினைத்துக் கொள்கிறோம். ஆனால், நம் முன்னோர்களிடம் அது பரிணாமரீதியாக உருவாகியிருந்ததற்குக் காரணம் அதுவல்ல. முதனிகள் சமூக விலங்குகளாக இருப்பதால், தம் குழுவிலுள்ள பிற உறுப்பினர்களோடு இணக்கமாக இருப்பதற்கு அவற்றுக்கு சுய கட்டுப்பாடு தேவை. உயிர்பிழைத்திருப்பதற்குத் தேவையான உணவுக்கு அவை பரஸ்பரம் ஒன்றையொன்று சார்ந்துள்ளன. பொதுவாக, உணவு பகிர்ந்து கொள்ளப்படுகின்றபோது, ஒரு விலங்குக் குழுவிலுள்ள பெரிய, பலம் வாய்ந்த ஆண் விலங்கிற்கு, எதை உண்ணுவது என்பது குறித்த முதல் தேர்ந்தெடுப்பு வழங்கப்படும். பின்னர் அந்தக் குழுவில் விலங்குகள்

கொண்டுள்ள அந்தஸ்தின்படி அவற்றுக்கு உணவு கிடைக்கும். இப்படிப்பட்டக் குழுவிலுள்ள விலங்குகள், பிற விலங்குகளால் அடித்துத் துவம்சம் செய்யப்படாமல் இருப்பதற்கு, முதலில் உண்ண வேண்டும் என்று தமக்குள் எழுகின்ற சபலத்தை அவை அடக்கி வைத்துக் கொள்ள வேண்டியது இன்றியமையாதது. சிம்பன்சிகளுக்கும் குரங்குகளுக்கும் அணில் அளவுக்கு மூளை இருந்திருந்தால் அவற்றால் உணவைப் பகிர்ந்துண்ண முடியாமல் போயிருக்கும். அவை உணவுக்காக எப்போதும் தமக்குள் அடித்துக் கொண்டிருந்திருக்கும், உணவிலிருந்து பெற்றிருந்த ஆற்றலைவிட அதிகமான ஆற்றல் அந்த மோதலில் அவற்றுக்குச் செலவாகியிருக்கும்.

இரவில் ஒன்றாகச் சேர்ந்து உண்ணுகின்றபோது மற்ற முதனிகளால் ஓரளவு சபை நாகரிகத்தைப் பின்பற்ற முடியும் என்றாலும், மனித அளவுகோல்களின்படி அது மிகவும் குறைவுதான். மனிதர்கள் அல்லாத பிற புத்திசாலி முதனிகளால் அதிகபட்சமாக இருபது நிமிடங்கள் வருங்காலத்திற்குள் கற்பனை செய்து பார்க்க முடியும் என்று வல்லுநர்கள் நம்புகின்றனர். பிற முதனி ஒன்றுக்கு, தன்னுடைய குழுவிலுள்ள வலிமையான தலைவனை முதலில் உண்ண அனுமதிக்காவிட்டால் என்ன நடக்கும் என்பதை உணர்ந்து கொள்ள அந்த நேரம் போதும் என்றாலும், இரவு உணவைத் தாண்டிய வருங்காலம் பற்றிச் சிந்திக்க அதனால் முடியாது. அணில் போன்ற சில விலங்குகளுக்கு, சில நேரங்களில், பின்னர் சாப்பிடுவதற்காக உணவைப் புதைத்து வைக்கின்ற பழக்கம் இருக்கிறது. ஆனால், அது மரபியல்ரீதியாக அவற்றிடம் இடம்பெற்றிருக்கின்ற ஒரு நடத்தையே அன்றி, பிரக்ஞைபூர்வமாக மேற்கொள்ளப்படுகின்ற ஒரு சேமிப்புத் திட்டமல்ல. ஒரு முறை, குரங்குகளை வைத்து ஒரு பரிசோதனை மேற்கொள்ளப்பட்டது. அதில் அவற்றுக்குத் தினமும் நண்பகலில் மட்டும் ஒரே ஒரு முறை உணவு கொடுக்கப்பட்டது. அவை அதிலிருந்து சிலவற்றை அடுத்த வேளைக்கு எடுத்து வைக்கின்ற பழக்கத்தை ஒருபோதும் கற்றுக் கொள்ளவேயில்லை. அந்தப் பரிசோதனையின்போது, அவற்றுக்கு மதியம் வழங்கப்பட்ட உணவுக்கு வரம்பு எதுவும் விதிக்கப்பட்டிருக்கவில்லை. அந்தக் குரங்குகள் விரும்பும் அளவுக்கு உணவை எடுத்துக் கொள்ள வசதி செய்யப்பட்டிருந்தது. ஆனாலும், அவை அந்த ஒரு நேரத்திற்கு வயிறு நிரம்பும் அளவுக்குத் தின்றன. பிறகு, மீதியிருந்த உணவை அவை கண்டுகொள்ளாமல் விட்டுவிட்டன அல்லது

சக குரங்குகளுடன் சேர்ந்து அந்த உணவை விசிறியடித்துச் சண்டையில் ஈடுபட்டு அந்த உணவை வீணாக்கின. அவை ஒவ்வொரு நாள் காலையிலும் கடும் பசியோடுதான் கண்விழித்தன. ஏனெனில், சிறிதளவு உணவை இரவு நேரத்திற்காக அல்லது மறுநாள் காலை நேரத்திற்காகப் பதுக்கி வைத்துக் கொள்ள வேண்டும் என்று அவற்றுக்கு ஒருபோதும் தோன்றியிருக்கவில்லை.

இருபது இலட்சம் ஆண்டுகளுக்கு முன், நம்முடைய ஹோமோ முன்னோர்கள் பெரிய மூளையைப் பெற்றபோது இதைக் கற்றுக் கொண்டனர். சுய கட்டுப்பாட்டின் பெரும்பகுதி தன்னிச்சையாக நிகழ்கிறது. உங்களுடைய அலுவலகச் சந்திப்புக்கூட்டம் ஒன்றில் நீங்கள் கலந்து கொள்கின்றபோது, மதிய உணவு இடைவேளையில் உங்களுடைய மேலதிகாரியின் தட்டில் இருக்கின்ற இறைச்சியை எடுத்துச் சாப்பிட்டுவிடாமல் இருப்பதற்கு நீங்கள் உங்களைப் பிரக்ஞைபூர்வமாகக் கட்டுப்படுத்திக் கொள்ள வேண்டியதில்லை. உங்களுடைய ஆழ்மனம், நீங்கள் சமூக அசம்பாவிதங்களில் மாட்டிக் கொண்டுவிடாமல் இருப்பதை உறுதி செய்து கொள்ளும். அதை அது மிகவும் ஆற்றல்மிக்க விதத்திலும், அதே நேரத்தில் மிகவும் நாசூக்காகவும் செய்வதை அவதானித்துள்ள உளவியலாளர்களில் சிலர், ஆழ்மனம் ஒருவருடைய உண்மையான எஜமான் என்ற முடிவுக்குக்கூட வந்துள்ளனர். ஆழ்மனச் செயல்பாடுகள் குறித்த இந்த மோகம், ஆய்வாளர்கள் மேற்கொண்ட ஓர் அடிப்படைத் தவற்றிலிருந்துதான் முளைத்திருந்தது. அவர்கள் மனித நடத்தைகளை மேன்மேலும் கூறுபோட்டு அவற்றை அலசிக் கொண்டிருந்தனர். சில நேரங்களில், எடுக்கப்படுகின்ற முடிவுகள் வெளிமனத்தால் கிரகித்துக் கொள்ளப்பட முடிவதைவிட அதிக வேகமாக இருந்ததால், அந்த முடிவுகள் ஆழ்மனத்திடமிருந்துதான் வந்திருக்க வேண்டும் என்ற முடிவுக்கு அவர்கள் வந்தனர். சில நேரங்களில், நம்முடைய செயல்பாடுகள் ஒரு நொடியில் ஆயிரத்தில் ஒரு பங்கு நேரத்திற்கும் குறைவான நேரத்தில் நடந்து முடிந்துவிடுகிறது. அது மூளைக்கும் உடலிலுள்ள சில தசைகளுக்கும் இடையேயுள்ள தொடர்பைத் தூண்டிவிடுகின்ற நரம்பணுக்களின் துடிப்பாகும். அங்குப் பிரக்ஞைபூர்வமான செயல்பாடுகளுக்கு நேரமே இல்லை. ஆனால், மனத்தால் நேரத்திற்கு அப்பாலுள்ள விஷயங்களைத் தொடர்புபடுத்திப் பார்க்க முடியும். தற்போதைய சூழல் ஒன்றை ஒரு பெரிய திட்டத்தின் ஒரு பகுதியாகப் பார்க்க மனத்தால் முடியும்.

எடுத்துக்காட்டாக, ஒரே ஒரு முறை புகைபிடிப்பது உங்களுடைய ஆரோக்கியத்திற்கு வேட்டு வைத்துவிடாதுதான். ஒரே ஒரு துண்டு கேக் உங்களைக் குண்டான ஒரு நபராக ஆக்கிவிடாதுதான். ஒரே ஒரு வேலைத்திட்டத்தைத் தள்ளிப்போடுவது உங்களுடைய வேலைக்கு உலை வைத்துவிடாதுதான். இப்படிச் சொல்லிக் கொண்டே போகலாம். ஆனால், ஆரோக்கியமாக இருப்பதற்கும் வேலையில் நிலைத்திருப்பதற்கும், அந்தச் சபலத்திற்கு நீங்கள் இரையாகிவிடக்கூடிய ஒவ்வொரு நிகழ்வையும் ஒரு பெரிய திட்டத்தின் ஒரு பகுதியாகப் பார்த்துத்தான் ஆக வேண்டும். அங்கேதான் பிரக்ஞைபூர்வமான சுய கட்டுப்பாட்டிற்கான தேவை எழுகிறது.

இப்புத்தகத்தை நீங்கள் எதற்காகப் படிக்க வேண்டும்?

சுய கட்டுப்பாட்டின் முதல் அம்சம் ஓர் இலக்கை நிர்ணயித்துக் கொள்வதாகும். அதற்கான எடுத்துக்காட்டை நாங்கள் எங்களிடமிருந்தே தொடங்குகிறோம். நாங்கள் இந்தப் புத்தகத்தை எழுதியதற்கான நோக்கத்தை உங்களிடம் பகிர்ந்து கொள்கிறோம். மன உறுதி தொடர்பான விக்டோரியா காலத்து நடைமுறை ஞானத்தை, நவீன சமூக அறிவியல் தொடர்பான சிறந்த கண்டுபிடிப்புகளோடு கலந்து உங்களுக்குக் கொடுக்க வேண்டும் என்பதே எங்களுடைய இலக்கு. இந்தப் புத்தகத்தின் வாயிலாக, நாங்கள் உங்களுடன் பகிர்ந்து கொள்ள விரும்புகின்ற விஷயங்களில் இவையெல்லாம் அடக்கம்: மன உறுதியோ அல்லது அதன் பற்றாக்குறையோ மேன்மையானவர்கள் மற்றும் சாதாரணமானவர்களின் வாழ்க்கையில் எப்படிப்பட்டப் பாதிப்புகளை ஏற்படுத்தியுள்ளது? ஒரு முன்னாள் கராத்தே பயிற்றுவிப்பாளரிடமிருந்து, செய்யப்பட வேண்டிய வேலைகளின் பட்டியலை உருவாக்குவதற்கான இரகசியத்தைத் தெரிந்து கொள்வதற்காகப் பெருநிறுவன உயரதிகாரிகள் ஏன் ஒரு நாளைக்கு 20,000 டாலர்களை அவருக்கு அள்ளிக் கொடுக்கின்றனர்? பத்தொன்பதாம் நூற்றாண்டு விழுமியங்களைத் தூக்கிப்பிடிப்பதற்காக, எதற்காக சிலிக்கான் வேல்லி தொழிலதிபர்கள் டிஜிட்டல் சாதனங்களை உருவாக்கிக் கொண்டிருக்கிறார்கள்? அமெரிக்காவில், ஒரே பிரசவத்தில் பிறந்த மூன்று குழந்தைகளை எப்படி ஒரு பிரித்தானிய குழந்தைப் பராமரிப்பாளர் இலாவகமாகக் கையாண்டார்? அமேன்டா பால்மர், எரிக் கிளாப்டன்,

ஓப்ரா வின்ஃபிரே போன்ற பிரபலங்கள் தங்களுடைய சொந்த வாழ்க்கையில் எப்படி மன உறுதியைப் பயன்படுத்தினர்? டேவிட் பிளையினால் எப்படி நாற்பத்து நான்கு நாட்கள் தொடர்ந்து உண்ணாவிரதம் இருக்க முடிந்தது? சாகச ஆய்வாளரான ஹென்ரி மார்ட்டன் ஸ்டேன்லி, ஆப்பிரிக்கக் காடுகளில் எப்படிப் பல ஆண்டுகள் உயிர்பிழைத்திருந்தார்?

உளவியலாளர்கள் சுய கட்டுப்பாட்டின் நன்மைகளைப் புரிந்து கொண்டவுடன், அவர்கள் மற்றொரு புதிரை விடுவிக்க வேண்டியிருந்தது. துல்லியமாக மன உறுதி என்றால் என்ன? ஒரு மிட்டாயை உடனடியாக எடுத்துச் சுவைப்பதை எதிர்ப்பதற்கு ஒரு சுயத்திற்கு என்ன தேவை? பாமைஸ்டர் இந்தக் கேள்விகளுக்கான விடைகளைக் கண்டறிவதில் இறங்கியபோது, சுயம் குறித்து அப்போது நடைமுறையில் இருந்த, 'சுயம் என்பது தகவலைக் கையாள்கின்ற ஓர் அமைப்புமுறை' என்ற கண்ணோட்டத்தையே அவரும் கொண்டிருந்தார். அவரும் அவருடைய சகாக்களும், மனம் என்பது ஏதோ ஒரு சிறிய கணினி என்பதைப்போல அதைப் பற்றிப் பேசிக் கொண்டிருந்தனர். மனித மனம் குறித்த இந்தக் கண்ணோட்டம் பொதுவாக ஆற்றல் போன்ற விஷயங்களை ஒதுக்கித் தள்ளியது. முதலில், பாமைஸ்டர், சுயம் குறித்தத் தன்னுடைய சொந்தக் கருத்துகளைத் தான் உடனடியாக மாற்றிக் கொள்வோம் என்று நம்பியிருக்கவில்லை. ஆனால், அவரும் அவருடைய சகாக்களும் மேலும் ஆராய்ச்சிகளில் இறங்கியபோது, சுயம் குறித்தப் பழைய கருத்துகள், துருப்பிடித்துப் போயிருந்த கருத்துகளாக அவருக்கு இனியும் தோன்றவில்லை.

இது குறித்து பாமைஸ்டரின் பரிசோதனைக்கூடத்தில் டஜன்கணக்கான பரிசோதனைகளும், பிற இடங்களில் மேலும் நூற்றுக்கணக்கான பரிசோதனைகளும் நடத்தப்பட்டன. அதன் விளைவாக, சுயம் குறித்தும் மன உறுதி குறித்தும் ஒரு புதிய புரிதல் உருவாயிற்று. அந்த ஆய்வுகளின் மூலமாக மனித நடத்தை குறித்துக் கற்றுக் கொள்ளப்பட்டிருந்த விஷயங்களைப் பற்றியும், உங்களைச் சிறப்பான விதத்தில் மாற்றிக் கொள்வதற்கு அவற்றை நீங்கள் எப்படிப் பயன்படுத்திக் கொள்ளலாம் என்பதைப் பற்றியும் நாங்கள் உங்களுக்குச் சொல்ல விரும்புகிறோம். சுய கட்டுப்பாட்டைப் பெறுவது என்பது, நவீன சுய முன்னேற்ற நூல்கள் முழங்குவதைப்போலன்றி, மாயாஜாலமாகக் கைவசப்படுத்திக் கொள்ள முடிகின்ற ஓர் எளிய விஷயமல்ல. அதே நேரத்தில், அது, விக்டோரியா

காலகட்டத்தில் வலியுறுத்தி வரப்பட்டிருந்ததைப்போல அணுகப்பட முடியாததும் அல்ல. எது எப்படியிருந்தாலும், சுய கட்டுப்பாடு உங்களை ஆசுவாசப்படுத்தும். ஏனெனில், அது உங்களுடைய பதற்றத்தைத் தணித்து, முக்கியமான சவால்களை எதிர்கொள்வதற்காக உங்களுடைய மன உறுதியைச் சேமித்து வைக்க உங்களுக்கு உதவும். இந்தப் புத்தகத்திலிருந்து நீங்கள் கற்றுக் கொள்கின்ற பாடங்கள் உங்களுடைய வாழ்க்கையை உற்பத்தித்திறன்மிக்கதாகவும் மன நிறைவளிப்பதாகவும் ஆக்குவதோடு, அதை எளிதானதாகவும் மகிழ்ச்சியானதாகவும் ஆக்கும் என்று நாங்கள் மனப்பூர்வமாக நம்புகிறோம்.

அத்தியாயம் ஒன்று

மன உறுதி ஓர் உருவகத்தையும் தாண்டிய ஒன்றா?

நம் ஆற்றலின் வீரியம் மாற்றப்படக்கூடியதென்ற அனுமானத்தில் நம்முடைய ஆற்றலின் பலவீனத்தைச் சீண்டி, சில நேரங்களில் நமக்கு நாமே சைத்தானாக ஆகிவிடுகிறோம்.

– டுராய்லஸ், ஷேக்ஸ்பியரின் 'டுராய்லஸ் அன்ட் கிரெசிடா' நாடகக் கதாநாயகன்

உங்களுக்கு அமேண்டா பால்மரின் இசையைப் பற்றியோ, பிரிட்டனில் தடை செய்யப்பட்டுள்ள அவருடைய கருக்கலைப்புப் பாடலைப் பற்றியோ, அல்லது அவருடைய வீடியோ இசை ஆல்பங்களைப் பற்றியோ இலேசாகப் பரிச்சயம் இருந்திருந்தால்கூட, நீங்கள் அவரை சுய கட்டுப்பாட்டிற்கான ஒரு கச்சிதமான எடுத்துக்காட்டாக நிச்சயமாகக் கருத மாட்டீர்கள்.

'பதற்றமான லேடி காகா,' 'வேடிக்கையான மடோனா,' 'சமூகம் கட்டமைத்துள்ள பால் பிரிவினைகளுக்குள் அடங்க மறுக்கின்ற சர்ச்சை நாயகி,' 'காபரே இளவரசி' என்று விதவிதமான பெயர்களில் அமேண்டா வர்ணிக்கப்படுகிறார். ஆனால், 'விக்டோரியா காலத்தியவர்' அல்லது 'ஒடுக்கப்பட்டவர்' போன்ற அடைமொழிகளால் அவர் ஒருபோதும் அழைக்கப்பட்டதில்லை. அடிப்படையில், பகுத்தறிவுக்கு முக்கியத்துவம் கொடுக்காமல் உணர்ச்சிகளுக்கு முக்கியத்துவம் கொடுக்கின்ற ஆளுமையைக் கொண்டவர் அவர். பிரித்தானிய மிகுபுனைவு எழுத்தாளரான நீல் கெய்மன் அவரைத் திருமணம் செய்து கொள்ள விருப்பம் தெரிவித்தபோது, அதை ஏற்றுக் கொண்ட அமேண்டா,

தன்னுடைய டுவிட்டர் கணக்கில், "நேற்று எனக்குத் திருமணம் நிச்சயமாகிவிட்டது. அது ஒருவேளை என்னுடைய குடிபோதையின் விளைவாக எழுந்த கற்பனையாகவும் இருக்கலாம்," என்று பதிவிட்டிருந்தார்.

ஆனால், சுய கட்டுப்பாடு இல்லாத ஒரு கலைஞரால் இவ்வளவு இசைப் பாடல்களை எழுதியிருக்க முடியாது, கூட்டம் நிரம்பி வழிந்த இசைக் கச்சேரிகளை உலகெங்கும் நடத்தியிருக்க முடியாது, உலகிலேயே மிகப் பெரிய அரங்கமான 'ரேடியோ மியூசிக் சிடி' அரங்கத்தில் முன்தயாரிப்பு எதுவுமின்றி ஒரு நிகழ்ச்சியை நடத்தியிருக்க முடியாது. அமேன்டா தன்னை ஒரு 'கட்டுப்பாடற்ற ஆளுமையாக' உருவாக்கிக் கொள்வதற்கு அவருக்கு ஏராளமான சுய கட்டுப்பாடு தேவைப்பட்டிருக்கும். தன்னுடைய வெற்றிக்கு, உலகின் பல நகரங்களில் தான் ஓர் 'உயிருள்ள சிலையாக' நின்ற அனுபவம் வெகுவாக உதவியிருந்ததாக அவர் தெரிவித்தார்.

அவர் முதலில் தயாரித்த இசை வீடியோக்கள் அவருக்குப் பெரிய அளவில் உதவாமல் போனதால், தன்னுடைய சொந்த ஊரான பாஸ்டன் நகரின் புறநகர்ப் பகுதியான கேம்பிரிட்ஜில் ஹார்வர்டு சதுக்கத்திற்குச் சென்று அவர் ஒரு புதுமையான முயற்சியில் இறங்கினார். அதை அவர் ஜெர்மனியில் பார்த்திருந்தார். ஹார்வர்டு சதுக்கத்தில் அவர் ஒரு சிறிய மேடை அமைத்து, திருமண நாளன்று பெண்கள் அணிகின்ற நீளமான வெள்ளை உடையும் வெள்ளைக் கையுறைகளும் அணிந்து அந்த மேடையின்மீது ஏறி ஆடாமல் அசையாமல் நிற்கத் தொடங்கினார். 'எட்டடி உயர மணப்பெண்' என்று அவர் தன்னை அழைத்துக் கொண்டார். அவர் தன் முகத்திற்கு வெள்ளைச் சாயம் பூசிக் கொண்டு தன் கைகளில் ஒரு பூங்கொத்தைத் தாங்கி நின்றார். தன் முன் வைத்திருந்த நன்கொடைப் பெட்டியில் யாராவது பணம் போட்டால், அவர்களுக்கு அவர் தன் கையில் வைத்திருந்த பூங்கொத்திலிருந்து ஒரு பூவை எடுத்துக் கொடுத்தார். மற்ற நேரங்களில் அவர் அசையாமல் அப்படியே நின்று கொண்டிருந்தார்.

அந்த வழியாகச் சென்ற சிலர் அவரைக் கேலி செய்தனர். சிலர் ஏதாவது ஒரு பொருளை அவர்மீது எடுத்து எறிந்தனர். சிலர் அவரைச் சிரிக்க வைக்க முனைந்தனர். சிலர் அவருடைய உடலைப் பிடித்து உலுக்கினர். சிலர், வேறு ஏதாவது உருப்படியான வேலையைப் பார்க்குமாறு அவரை நோக்கிக் கத்தினர். சிலர் அவருடைய நன்கொடைப் பெட்டியில்

சேர்ந்திருந்த காசைத் திருடப் போவதாக மிரட்டினர். குடிகாரர்கள் அவரைக் கீழே தள்ளிவிட முயன்றனர்.

அதைப் பற்றிப் பின்னர் அமேன்டா இவ்வாறு நினைவுகூர்ந்தார்: "அது ஒரு சுகமான அனுபவமல்ல. ஒரு முறை, மூக்கு முட்டக் குடித்திருந்த கல்லூரி மாணவன் ஒருவன் தன் முகத்தை என் உடலில் வைத்து உரசிக் கொண்டிருந்தான். வானத்தைப் பார்த்தவாறு அசையாமல் நின்று கொண்டிருந்த நான், 'என்ன கருமமடா இது? கடவுளே, நான் என்ன செய்தேன்? எனக்கு ஏன் இந்தக் கொடுமை?' என்று என் மனத்திற்குள் கேட்டுக் கொண்டேன். நான் அப்படி நின்று கொண்டிருந்த ஆறு ஆண்டுகளில் அதிகபட்சம் இரண்டு முறை மட்டுமே நான் அசைந்திருப்பேன். என்ன நடந்தாலும் அதற்கு எதிர்வினையாற்ற முடியாது. சிறிய தசைத்துடிப்புக்கூடச் செய்ய முடியாது. அது உங்களுடைய உடலின் ஊடாகக் கடந்து செல்ல நீங்கள் அனுமதிக்க வேண்டும்."

மக்கள் அமேன்டாவின் சகிப்புத்தன்மையைப் பெரிதும் சிலாகித்தனர். நீண்ட நேரத்திற்கு அசையாமல் நின்று கொண்டிருப்பது உடல்ரீதியாக வலியேற்படுத்துகின்ற ஒன்று என்று மக்கள் அனுமானித்தனர். ஆனால், அமேன்டா தன்னுடைய தசைகளில் எந்தவிதமான வலியையும் உணரவில்லை. அதில் உடல்ரீதியான ஓர் அம்சம் இருந்தது என்பதை அவர் உணர்ந்திருந்தார் எடுத்துக்காட்டாக, காபி அருந்தினால் அது தன் உடலில் கட்டுப்பாடற்றச் சிறு நடுக்கத்தை ஏற்படுத்தியதைக் கண்ட அவர், காபி அருந்துவதை முற்றிலுமாக நிறுத்தினார். ஆனால், மனம் சார்ந்த விஷயம்தான் அவருக்கு ஒரு பெரும் சவாலாக விளங்கியது.

அதைப் பற்றி அமேன்டா இவ்வாறு கூறினார்: "ஆடாமல் அசையாமல் நின்று கொண்டிருப்பது உண்மையில் கடினமானதல்ல. எதிர்வினையாற்றாமல் இருப்பதற்குத்தான் கட்டுப்பாடு தேவைப்பட்டது. ஒரு சிலையைப்போல நிற்பதிலுள்ள சிக்கல் என்னவென்றால், என்னால் என் கண்களை அசைக்க முடியாது. அதனால், நான் எப்போதும் ஒரே காட்சியைப் பார்த்தவாறே இருக்க வேண்டும். என்னைச் சுற்றிலும் சுவாரசியமான, ஆவலைத் தூண்டுகின்ற சம்பவங்கள் நிகழ்ந்து கொண்டிருந்தாலும் அவற்றை என்னால் பார்க்க முடியாது. என்னுடன் உரையாட அல்லது வேறு விதங்களில் தொடர்பு ஏற்படுத்திக் கொள்ள விரும்புபவர்களோடு என்னால் உரையாட முடியாது, எதிர்வினையாற்ற முடியாது. என்னால் சிரிக்க முடியாது. மூக்கிலிருந்து சளி ஒழுகிக்

கொண்டிருந்தால்கூட அதைத் துடைக்க முடியாது. காது மடல்களில் அரிப்பு ஏற்பட்டால் சொறிந்து கொள்ள முடியாது. என் கன்னத்தில் ஒரு கொசு வந்து உட்கார்ந்தால் அதை என்னால் அடிக்க முடியாது. இவைதாம் உண்மையான சவால்கள்.”

சவால் மனரீதியாக இருந்தபோதிலும், இறுதியில் அது அவருடைய உடலையும் பாதிக்கத் தொடங்கியது. அப்படி நின்றதன் மூலம் அவர் ஒரு மணி நேரத்திற்கு சுமார் ஐம்பது டாலர்கள் சம்பாதித்தார். அதை அவர் விரும்பியபோதிலும், நீண்ட நேரம் தன்னால் நிற்க முடியவில்லை என்பதை அவர் உணர்ந்தார். அதனால், முதலில் அவர் தொண்ணூறு நிமிடங்கள் நிற்பார். பின்னர் அவர் ஒரு மணி நேரம் இடைவேளை எடுத்துக் கொள்வார். அதற்குப் பிறகு மீண்டும் ஒரு முறை தொண்ணூறு நிமிடங்களுக்கு அவர் நிற்பார். அதற்குப் பிறகு அவர் தன் வீட்டுக்குக் கிளம்பிவிடுவார். அந்த நகருக்கு வரும் சுற்றுலாப் பயணிகளின் கூட்டம் உச்சத்தில் இருக்கின்ற பருவங்களில், கூடுதலாகச் சம்பாதிப்பதற்காக, அவர் சில சனிக்கிழமைகளில், அந்த ஊரில் நடக்கின்ற ஓவியத் திருவிழாவுக்குச் சென்று அங்கும் அசையாமல் சில மணி நேரம் நிற்பார். ஆனால், அது அவருக்கு மிகுந்த களைப்பு ஏற்படுத்தியது.

“நான் வீடு திரும்புகின்றபோது, என் மொத்த உடலுமே மரத்துப் போயிருக்கும். நான் என் உடலை ஒரு குளியல் தொட்டியில் கிடத்துவேன். என் மூளை முற்றிலும் வெறுமையாக இருக்கும்,” என்று அவர் அது குறித்து நினைவுகூர்கிறார்.

எதனால் அவர் அந்த அளவுக்குக் களைப்படைந்தார்? இவ்வளவுக்கும், அவர் அசையாமல் நின்று கொண்டிருந்தபோது, அவர் தன்னுடைய தசைகள் எதையும் இயக்கிக் கொண்டிருக்கவில்லை. அவர் அதிகமாக மூச்சு வாங்கிக் கொண்டிருக்கவும் இல்லை. அவருடைய இதயம் வேகமாகத் துடித்துக் கொண்டிருக்கவும் இல்லை. ஒன்றுமே செய்யாமல் இருப்பதில் என்ன சிரமம் இருக்க முடியும்? தன்னுடைய சபலங்களை எதிர்த்துப் போராடத் தான் தன்னுடைய மன உறுதியைச் செலவழித்துக் கொண்டிருந்ததாக அமேன்டா கூறியிருந்திருக்கலாம். ஆனால், அந்தப் பத்தொன்பதாம் நூற்றாண்டுக் கருத்தாக்கம் வழக்கொழிந்து போயிருந்தது. நவீன வல்லுநர்கள் அதைப் பயன்படுத்திக் கொண்டிருக்கவில்லை. ஒருவர் தன்னுடைய மன உறுதியைப் பயன்படுத்திக் கொண்டிருக்கிறார் என்று

சொல்வதற்கு உண்மையில் என்ன அர்த்தம்? அது வெறும் உருவகம் மட்டும்தானா அல்லது அதைத் தாண்டிய ஒன்றா?

இதற்கான பதில் சூடான பிஸ்கெட்டுகளிலிருந்து கிடைத்தது.

முள்ளங்கிப் பரிசோதனை

சில நேரங்களில், சமூக அறிவியலாளர்கள் பரிசோதனைகளில் ஈடுபடுகின்றபோது சிறிது குரூரமாக நடந்து கொள்ள வேண்டிய கட்டாயத்திற்கு ஆளாகின்றனர். அன்று, பரிசோதனைக்கு உட்படுத்தப்படவிருந்த கல்லூரி மாணவர்கள் பாமைஸ்டரின் பரிசோதனைக்கூடத்திற்குள் நுழைந்தபோது மிகுந்த பசியோடு இருந்தனர். ஏனெனில், சாப்பிடாமல் வரும்படி அவர்கள் கேட்டுக் கொள்ளப்பட்டிருந்தனர். அவர்கள் நுழைந்த அறையில், அந்தப் பரிசோதனைக்கூடத்தில் அப்போதுதான் தயாரிக்கப்பட்டிருந்த சாக்லெட் பிஸ்கெட்டுகளின் மணம் மூக்கைத் துளைத்தது. அந்த மாணவர்கள் ஒரு பெஞ்சில் உட்கார வைக்கப்பட்டனர். அவர்களுக்கு முன்னால் இருந்த மேசையில், சூடான சாக்லெட் பிஸ்கெட்டுகள், சாக்லெட்டுகள் மற்றும் பச்சை முள்ளங்கிகள் வைக்கப்பட்டிருந்தன. அந்த மாணவர்களில் சிலருக்கு, பிஸ்கெட்டுகள் மற்றும் சாக்லெட்டுகளை உண்பதற்கு அனுமதி வழங்கப்பட்டிருந்தது. வேறு சில மாணவர்கள் முள்ளங்கியை மட்டுமே உண்ண வேண்டும் என்று அறிவுறுத்தப்பட்டிருந்தனர்.

அந்த மாணவர்களுடைய சபலத்தை மேலும் தூண்டுவதற்காக, அந்த ஆய்வாளர்கள், அந்த மாணவர்களை அந்த அறையில் தனியாக விட்டுவிட்டுச் சென்றுவிட்டனர். ஆனால், மறைவாக இருந்த ஒரு சிறிய சன்னல் வழியாக அவர்கள் அந்த மாணவர்களைக் கண்காணித்துக் கொண்டிருந்தனர். 'முள்ளங்கி மாணவர்கள்' பிஸ்கெட்டுகள் மற்றும் சாக்லெட்டுகளைச் சாப்பிட வேண்டும் என்று தங்களுக்குள் எழுந்த ஆசையை அடக்கிக் கொள்ள மிகவும் சிரமப்பட்டனர். ஒரு சில மாணவர்கள் ஏக்கத்துடன் அந்த பிஸ்கெட்டுகளைச் சற்று நேரம் உற்றுப் பார்த்துவிட்டு முள்ளங்கிகளை எடுத்துச் சாப்பிட்டனர். வேறு சிலர், அந்த பிஸ்கெட்டுகளை எடுத்து முகர்ந்து அவற்றின் மணத்தை இரசித்துவிட்டு, பிறகு மனமே இல்லாமல் அவற்றைக் கீழே வைத்தனர். ஒரு சிலர் அப்படி அந்த பிஸ்கெட்டுகளைக் கையில் எடுத்தபோது, அவற்றைத் தவறுதலாகக் கீழே போட்டுவிட்டனர். பின் அவற்றைத்

தரையிலிருந்து பொறுக்கி, தங்களுடைய ‘பாவச் செயல்’ வேறு எவருக்கும் தெரிந்துவிடாமல் இருப்பதற்காக அவற்றை மீண்டும் மேசையிலிருந்த தட்டிலேயே வைத்துவிட்டனர். ஆனாலும், அந்த முள்ளங்கி மாணவர்களில் ஒருவர்கூட அந்த பிஸ்கெட்டுகளைச் சாப்பிடவில்லை. சிலர் மயிரிழையில்தான் வெற்றிக் கோட்டைத் தொட்டிருந்தனர் என்றாலும், அவர்கள் அனைவரும் வெற்றிகரமாகத் தங்களுடைய சபலத்தை வென்றிருந்தனர். அந்தப் பரிசோதனையைப் பொறுத்தமட்டில் அது நல்ல விஷயம்தான். ஏனெனில், அங்கு வைக்கப்பட்டிருந்த பிஸ்கெட்டுகள் சபலமூட்டுபவையாக இருந்தன என்பதையும், அந்தச் சபலத்தை மீறுவதற்கு அந்த மாணவர்கள் தங்களுடைய மன உறுதியைப் பயன்படுத்த வேண்டியிருந்தது என்பதையும் அந்தப் பரிசோதனை நிரூபித்தது.

ஆனால், அப்பரிசோதனை அத்துடன் முடியவில்லை. அடுத்து, மாணவர்கள் வேறோர் அறைக்கு அழைத்துச் செல்லப்பட்டனர். அங்கு அவர்களிடம் வடிவவியல் புதிர்கள் கொடுக்கப்பட்டு, அவற்றுக்கான தீர்வுகளைக் கண்டுபிடிக்குமாறு அவர்கள் கேட்டுக் கொள்ளப்பட்டனர். இப்போது, தங்களுடைய புத்திசாலித்தனம் சோதிக்கப்பட்டுக் கொண்டிருந்ததாக அம்மாணவர்கள் நினைத்தனர். ஆனால், உண்மையில் அவை தீர்வு காணப்பட முடியாத புதிர்கள். அவர்கள் தங்களுடைய முயற்சியைக் கைவிடுவதற்கு முன்பு எவ்வளவு நேரம் அதில் ஈடுபட்டனர் என்பதைக் கண்டுபிடிப்பதே அந்தப் பரிசோதனையின் நோக்கமாக இருந்தது. இது வழக்கமாக ஆய்வாளர்கள் கடைபிடித்து வருகின்ற ஒரு சோதனைதான். விடாமுயற்சியின் அளவை இது கிட்டத்தட்டத் துல்லியமாகக் கணித்ததால், இது பல பத்தாண்டுகளாக நடைமுறையில் இருந்து வந்தது. (தீர்க்கப்பட முடியாத புதிர்களைத் தீர்ப்பதற்கு நிறைய நேரம் முயற்சி செய்கின்ற ஒருவர், தீர்க்கப்பட முடிகின்ற வேலைகளில் நீண்ட நேரம் ஈடுபடத் தயங்க மாட்டார் என்று வேறு சில பரிசோதனைகள் நிரூபித்துள்ளன.)

பிஸ்கெட்டுகளையும் சாக்லெட்டுகளையும் சாப்பிட அனுமதிக்கப்பட்ட மாணவர்கள், அந்தப் புதிர்களைத் தீர்ப்பதற்கான முயற்சிகளை சுமார் இருபது நிமிடங்களுக்குப் பிறகு கைவிட்டனர். மூன்றாவதாக ஒரு மாணவர்கள் குழுவையும் பரிசோதனையாளர்கள் தயார் செய்து வைத்திருந்தனர். அவர்களும் எதுவும் சாப்பிடாமல் இருக்கும்படி கேட்டுக் கொள்ளப்பட்டிருந்தனர். ஆனால், அவர்கள் பிஸ்கெட்டுகள்

மற்றும் முள்ளங்கிகள் வைக்கப்பட்டிருந்த அறைக்குள் அழைத்துச் செல்லப்படாமல், புதிர்கள் வைக்கப்பட்டிருந்த அறைக்கு அழைத்து வரப்பட்டு, புதிர்களைத் தீர்க்கும்படி கேட்டுக் கொள்ளப்பட்டனர். அவர்களும் அந்தப் புதிர்களைத் தீர்ப்பதற்கான முயற்சிகளை சுமார் இருபது நிமிடங்களுக்குப் பிறகு கைவிட்டனர். ஆனால், முள்ளங்கிகளை உண்ணுமாறு கேட்டுக் கொள்ளப்பட்டிருந்த மாணவர்கள், தங்களுடைய முயற்சியை வெறும் எட்டு நிமிடங்களுக்குள் கைவிட்டனர். பரிசோதனைக்கூடச் சோதனைகளைப் பொறுத்தவரை இது ஒரு பெரிய வித்தியாசமாகும். இந்த முள்ளங்கி மாணவர்கள், பிஸ்கெட்டுகளையும் சாக்லெட்டுகளையும் சாப்பிட எழுந்த சபலத்தை வெற்றிகரமாக முறியடித்துவிட்டிருந்தபோதிலும், அந்த முயற்சியில் அவர்களுடைய ஆற்றல் பெருமளவு வடிந்துவிட்டிருந்த காரணத்தால், புதிர்களைத் தீர்ப்பதற்கு அவர்களிடம் போதுமான ஆற்றல் இருக்கவில்லை. இந்த ஆய்வின் முடிவு, மன உறுதி குறித்துப் பத்தொன்பதாம் நூற்றாண்டில் நிலவிய கருத்து சரிதான் என்பதை நிரூபிப்பதுபோல இருநதது. அதே சமயம், சுயம் குறித்து மேற்கொள்ளப்பட்ட நவீன உளவியல் பரிசோதனைகளை இது கேள்விக்கு உட்படுத்தியது.

அதோடு, இந்தப் பரிசோதனை, மன உறுதி வெறும் உருவகம் அல்ல என்பதையும் சுட்டிக்காட்டியது. பயன்படுத்துவதன் மூலம் களைப்படைந்துவிடுகின்ற தசையைப் போன்றதுதான் மன உறுதியும். இதை ஷேக்ஸ்பியர் புரிந்து வைத்திருந்ததைப்போலத் தெரிகிறது. அவருடைய 'டுராய்லஸ் மற்றும் கிரெசிடா' நாடகத்தில் வருகின்ற டுரோஜன் இளவரசனான டுராய்லஸ், தன்னுடைய காதலியான கிரெசிடாவிடம், அவள் தனக்கு விசுவாசமாக இருப்பாள் என்று தான் நம்பினாலும், கிரேக்க வீரர்களால் அவள் தந்திரமாக சபலத்திற்கு ஆளாக்கப்படக்கூடும் என்று தான் கவலைப்படுவதாக அவளிடம் தெரிவிக்கிறான். நம்முடைய மன உறுதி எப்போதும் ஒரே மாதிரியாக இருக்கும் என்று அனுமானிப்பது அபத்தம் என்றும், அது பலவீனப்படுகின்றபோது என்ன நிகழும் என்றும் அவன் அவளிடம் தெரிவிக்கிறான். "பொதுவாக நாம் எதைச் செய்ய மாட்டோமோ அதைச் செய்துவிடுவோம்." அவன் அஞ்சியபடியே அவள் ஒரு கிரேக்க வீரனின் வலையில் விழுகிறாள்.

மன உறுதியின் 'மாற்றப்படக்கூடிய வீரியம்' என்று

டுராய்லஸ் குறிப்பிடுவது, முள்ளங்கிப் பரிசோதனையில் ஈடுபடுத்தப்பட்டிருந்த மாணவர்களுடைய சபலத்தின் ஊசலாட்டத்தைத்தான். இந்தப் பரிசோதனை மற்றும் இதைத் தொடர்ந்து மேற்கொள்ளப்பட்ட வேறு சில பரிசோதனைகளின் மூலம் இந்தக் கருத்து கண்டுபிடிக்கப்பட்டவுடன், பல உளவியலாளர்களுக்கு அது அர்த்தமுள்ளதாகத் தோன்றியது. அவர்களில் குறிப்பிடத்தக்கவர் தம்பதிகளுக்கு ஆலோசனைகள் வழங்கி வந்த மூத்த உளவியலாளரான டான் பாகாம். “என்னுடைய ஆலோசனைத் தொழிலில் நான் பல ஆண்டுகளாக உணர்ந்து வந்திருந்த, ஆனால் ஒருபோதும் புரிந்து கொண்டிராத ஒன்றை பாமைஸ்டரின் ஆய்வு தெள்ளத் தெளிவாக்கியிருந்தது,” என்று டான் தெரிவித்தார். தம்பதிகள் ஒவ்வொரு நாளின் இறுதியிலும் அற்ப விஷயங்களுக்காகத் தங்களுக்குள் சண்டையிட்டுக் கொண்டதன் மூலம் தங்களுடைய மணவாழ்க்கைக்கு ஊறு விளைவித்துக் கொண்டிருந்ததை அவர் எண்ணற்ற முறை கண்டிருந்தார். அப்படிப்பட்டத் தம்பதிகளிடம் அவர் சில நேரங்களில், “விஷயங்களைப் பேசித் தீர்த்துக் கொள்வதற்கு, வேலையிலிருந்து சீக்கிரமாகக் கிளம்பி வீட்டுக்குச் செல்லுங்கள்,” என்ற அறிவுரையை வழங்கியுள்ளார். மேலோட்டமாகப் பார்க்கின்றபோது, இது என்ன மடத்தனமான யோசனை; தம்பதியர் தங்களுக்குள் சண்டையிட்டுக் கொள்வதற்குக் கூடுதல் நேரம் கிடைப்பதற்கு அல்லவா அது வழிவகுக்கும் என்று தோன்றக்கூடும். ஆனால், அவர்கள் வேலையில் நீண்ட நேரம் செலவழிப்பது அவர்களுடைய ஆற்றலை முழுமையாக உறிஞ்சிவிடுகிறது என்று அவர் சந்தேகித்தார். அவர்கள் இருவரும் தங்களுடைய அலுவலகங்களில் கடினமாகவும் நீண்ட நேரமும் உழைத்துவிட்டு வருகின்றபோது, தங்களுடைய துணைவரின் எரிச்சலூட்டும் பழக்கத்தைக் கண்டும் காணாததுபோல இருப்பதற்கோ அல்லது அத்தி பூத்தாற்போல அன்பாகவும் ஆறுதலாகவும் நடந்து கொள்வதற்கோ அல்லது தங்களுடைய துணைவரின் பேச்சுக்கு நக்கலாகவும் குத்தலாகவும் பதிலடி கொடுக்கத் துடிக்கும் நாக்கைக் கட்டுப்படுத்திக் கொள்வதற்கோ தேவையான ஆற்றல் அவர்களிடம் இருப்பதில்லை. அதனால்தான், அவர்களிடம் ஓரளவு ஆற்றல் மிச்சமிருக்கின்றபோதே அலுவலகத்திலிருந்து கிளம்பிவிடுமாறு அவர் தன்னிடம் ஆலோசனை பெற வந்திருந்த தம்பதிகளுக்குப் பரிந்துரைத்தார். அலுவலகத்தில் மன அழுத்தம் மிக அதிகமாக இருக்கின்றபோது திருமணங்கள்

அதிகமாகத் தடுமாறிக் கொண்டிருப்பது ஏன் என்பதை அவர் புரிந்து வைத்திருந்தார்: ஏனெனில், அவர்கள் தங்களுடைய மன உறுதியை அலுவலகத்திலேயே முழுவதுமாகச் செலவிட்டுத் தீர்த்துவிடுகின்றனர். அவர்கள் தங்களை அலுவலகத்திற்காக அர்ப்பணித்துக் கொள்வதன் மூலம், தங்களுடைய சொந்த மணவாழ்க்கைக்கு வேட்டு வைத்துக் கொள்கின்றனர்.

முள்ளங்கிப் பரிசோதனையைத் தொடர்ந்து, அதேபோன்ற பல பரிசோதனைகள், வெவ்வேறு விதமான நபர்களைக் கொண்டு மீண்டும் மீண்டும் நிகழ்த்தப்பட்டன. வேறு ஏதாவது உணர்ச்சிசார் விளைவுகள் ஏற்பட்டனவா என்பதைத் தெரிந்து கொள்ளவும், அவற்றை அளவிடுவதற்கான முறைகளை உருவாக்கவும் அந்த ஆய்வாளர்கள் முயன்றனர். எடுத்துக்காட்டாக, மராத்தான் போன்ற, நீண்ட நேரம் தொடர்ந்து நடைபெறுகின்ற உடற்பயிற்சிகளில் நீங்கள் ஈடுபடும்போது, நீங்கள் எவ்வளவுதான் அதற்காகப் பயிற்சி எடுத்திருந்தாலும் சரி, உங்களுடைய உடற்கட்டை எவ்வளவுதான் சிறப்பாக நிர்வகித்து வந்திருந்தாலும் சரி, ஒரு கட்டத்தில் உங்களுடைய உடல் ஓய்வெடுத்துக் கொள்ளவே விரும்பும். அப்போது, உங்களுடைய உடலை, ஓடு, ஓடு, ஓடு என்று சொல்ல வேண்டிய பொறுப்பை உங்களுடைய மனம் எடுத்துக் கொண்டாக வேண்டும். அதேபோல, ஸ்பிரிங்கை அழுத்துவதன் மூலம் கைகளை வலுப்படுத்துகின்ற உடற்பயிற்சிச் சாதனத்தைப் பயன்படுத்தி நீங்கள் பயிற்சி செய்கிறீர்கள் என்று வைத்துக் கொள்வோம். அதை நீங்கள் தொடர்ந்து அழுத்திக் கொண்டிருந்தால், சிறிது நேரத்திற்குப் பிறகு உங்களுடைய கைகள் களைப்படையும். அதற்குப் பிறகும் நீங்கள் அதைத் தொடர்ந்தால், உங்களுடைய கைகள் வலிக்கத் தொடங்கும். அப்போது, உங்களுக்கு ஏற்படுகின்ற இயல்பான உந்துதல் அதை நிறுத்திக் கொள்ள வேண்டும் என்பதாகத்தான் இருக்கும். ஆனால், உங்களுடைய மன உறுதியைப் பயன்படுத்தி உங்களால் அதை மேலும் தொடர முடியும். ஆனால், உங்களுடைய மனம் வேறு உணர்ச்சிகளை அழுத்தி வைத்துக் கொள்கின்ற வேலையில் ஏற்கனவே மும்முரமாக இருந்தால், அது உங்களுக்குச் சாத்தியப்படாது. இது குறித்தும் ஒரு பரிசோதனை நடத்தப்பட்டது. ஒரு சோகமான ஆவணப்படத்தைப் பார்ப்பது தொடர்பான ஒரு பரிசோதனை அது.

அந்தப் பரிசோதனையில் கலந்து கொண்டிருந்தவர்களிடம், அந்தப் படத்தைத் திரையிடுவதற்கு முன்பாக, அவர்கள்

படம் பார்த்துக் கொண்டிருக்கும்போது அவர்களுடைய முகபாவனைகள் ஒரு கேமராவின் மூலம் பதிவு செய்யப்படும் என்று கூறப்பட்டது. அவர்கள் மூன்று குழுக்களாகப் பிரிக்கப்பட்டனர். முதல் குழுவினரிடம், அவர்கள் தங்களுடைய உணர்ச்சிகளை மறைத்துக் கொள்ள வேண்டும் என்றும், முகத்தில் எந்த உணர்ச்சியையும் வெளிப்படுத்தக்கூடாது என்றும் கேட்டுக் கொள்ளப்பட்டது. இரண்டாவது குழுவினர், தங்களுடைய உணர்ச்சிகளைப் பெருக்கி அவற்றைத் தங்களுடைய முகத்தில் காட்ட வேண்டும் என்று கேட்டுக் கொள்ளப்பட்டனர். மூன்றாவது குழுவினர், அந்தப் படம் பார்த்துக் கொண்டிருக்கின்றபோது, அவர்களுக்கு எந்த உணர்ச்சி தோன்றுகின்றதோ அதை அப்படியே வெளிப்படுத்தும்படி கேட்டுக் கொள்ளப்பட்டனர்.

பின் அவர்கள் அனைவருக்கும் 'மோன்டோ கேன்' என்ற ஆவணப்படத்தின் ஒரு பகுதி திரையிடப்பட்டது. அணுக் கழிவுகள் விலங்குகளின்மீது ஏற்படுத்துகின்ற தாக்கத்தைப் பற்றிய படம் அது. அதில் காட்டப்பட்ட ஒரு காட்சியில், திசையை அறிகின்ற தங்களுடைய திறனை இழந்திருந்த பெரிய கடல் ஆமைகள், வழி தவறி ஒரு பாலைவனத்திற்குள் சென்று பரிதாபமாகச் செத்து மடியும். பார்ப்பவர்களின் கண்களைக் குளமாக்குகின்ற ஒரு காட்சிதான் அது. ஆனால், கண்ணீர் சிந்துவதற்கான உரிமை சிலருக்கு மறுக்கப்பட்டிருந்தது. அதில் சிலருடைய முகங்கள், ஏற்கனவே அறிவுறுத்தப்பட்டிருந்தபடி எந்தவிதமான உணர்ச்சிகளையும் வெளிக்காட்டாமல் பாறாங்கற்களைப்போலக் காட்சியளித்தன. சிலர், ஏற்கனவே அறிவுறுத்தப்பட்டிருந்தபடி, அளவுக்கதிகமான உணர்ச்சிகளை வெளிப்படுத்தினர். அவர்களுடைய கண்களிலிருந்து தாரைதாரையாக நீர் கொட்டிக் கொண்டிருந்தது. அதற்குப் பிறகு, ஸ்பிரிங்கை அழுத்துவதன் மூலம் கைகளை வலுப்படுத்துகின்ற உடற்பயிற்சிச் சாதனத்தைப் பயன்படுத்துமாறு அவர்கள் கேட்டுக் கொள்ளப்பட்டனர். அந்தப் படத்தைப் பார்ப்பதற்கு முன்பாகவும் அதே சோதனை அவர்களிடம் மேற்கொள்ளப்பட்டது. பின்னர் ஆய்வாளர்கள் முடிவுகளை ஒப்பு நோக்கினர்.

அந்தப் படத்தைப் பார்த்தபோது, இயல்பாக உணர்ச்சிகளை வெளிப்படுத்துமாறு கேட்டுக் கொள்ளப்பட்டவர்கள், முதலில் எவ்வளவு நேரம் அதைத் தொடர்ந்து அழுத்தினார்களோ, அதே அளவு நேரம் அதற்குப் பின்பும் அழுத்தினர். அவர்களிடம் எந்த வேறுபாடும் இருக்கவில்லை. ஆனால்,

மற்ற இரு குழுவினராலும், படம் பார்த்தப் பிறகு குறைவான நேரமே அதை அழுத்த முடிந்தது. இதில் உணர்ச்சிகளை அடக்கியிருந்தவர்களுக்கும் உணர்ச்சிகளை வெளிக்காட்டியவர்களுக்கும் இடையே எந்த வேறுபாடும் இருக்கவில்லை. உணர்ச்சிகளின் வெளிப்பாட்டைக் கட்டுப்படுத்துவதற்கு அவர்கள் மேற்கொண்ட முயற்சிகளால் அவர்களுடைய மன உறுதி காலியாகிவிட்டிருந்தது. நடித்தலுக்கு அவர்கள் ஒரு விலை கொடுக்க வேண்டியிருந்தது.

வெள்ளைக் கரடிக் கதை அல்லது அதன் திரிக்கப்பட்ட வேறு வடிவத்தை நீங்கள் கேள்விப்பட்டிருக்கலாம். இன்னும் சொல்லப் போனால், பலருக்கு அது பல முறை கேட்டுப் புளித்துப் போன கதையாக இருக்கவும் கூடும். இதை முதன்முதலில் உளவியலுக்கு அறிமுகப்படுத்தியவர் டான் வெக்னர். டால்ஸ்டாய் தன் தம்பியிடம் இப்படி ஒரு பந்தயம் கட்டினாராம். அவருடைய தம்பியால் ஐந்து நிமிடங்கள் தொடர்ந்து ஒரு வெள்ளைக் கரடியைப் பற்றி நினைக்காமல் இருக்க முடிந்தால், தான் பணம் தருவதாகவும், அப்படி முடியாவிட்டால், அவருடைய தம்பி தனக்குப் பணம் கொடுக்க வேண்டும் என்றும் டால்ஸ்டாய் கூறினார். இறுதியில் டால்ஸ்டாயின் தம்பிதான் அவருக்குப் பணம் கொடுத்தார் என்று கதை முடியும். நம்மால் நம்முடைய எண்ணங்களைக் கட்டுப்படுத்திக் கொள்ள முடியும் என்று நாம் எண்ணுகிறோம். ஆனால், அது உண்மையல்ல. முதன்முறையாக தியானத்தில் ஈடுபடுபவர்கள், தாங்கள் எவ்வளவுதான் முயன்றாலும் தங்களுடைய மனம் தங்களுக்குக் கட்டுப்படாமல் தறிகெட்டு அலைவதைக் கண்டு அதிர்ந்து போவர். அதிகபட்சம், நமக்கு நம்முடைய எண்ணங்கள்மீது ஒரு சிறு அளவு மட்டுமே கட்டுப்பாடு இருக்கிறது என்று வெக்னர் கூறுகிறார். அவர் இந்தப் பரிசோதனையை ஹார்வர்டு பல்கலைக்கழகத்தில் நடத்தினார். அதில் பங்கேற்றவர்களுக்கு ஒரு வெள்ளைக் கரடியைப் பற்றிய எண்ணம் தோன்றியபோதெல்லாம், அவர்கள் முன் வைக்கப்பட்டிருந்த ஒரு மணியை அவர்கள் அடிக்க வேண்டும் என்பது ஏற்பாடு. கவனச்சிதறல் ஏற்படுத்துகின்ற சில உத்திகளும் தந்திரங்களும், அந்தக் கரடியை மிகக் குறுகிய காலத்திற்கு மட்டுமே தடுத்து நிறுத்தி வைத்திருந்தன. இறுதியில், அதில் பங்கேற்றவர்கள் அனைவருமே மணியை அடிக்க வேண்டிய கட்டாயத்திற்கு ஆளாயினர்.

ஆனால், இதே பரிசோதனையின் வேறொரு வடிவத்தை ஒரு கல்லூரி மாணவன் சோதிக்க முயன்றபோது, அதில்

அவனுக்குத் தோல்வியே ஏற்பட்டது. அவன் தன்னுடைய சக கல்லூரி மாணவர்களிடம், தங்களுடைய அம்மாவைப் பற்றி நினைக்காமல் இருக்கும்படி கேட்டுக் கொண்டான். பல கல்லூரி மாணவர்கள் அதில் வெற்றி பெற்றனர்.

வெள்ளைக் கரடி வெற்றி பெற்றபோது, அம்மா ஏன் தோற்றுப் போனாள்? ஒருவேளை அந்த மாணவர்கள், உணர்ச்சிரீதியாகத் தங்களைத் தங்களுடைய பெற்றோரிடமிருந்து அப்புறப்படுத்தி வைத்திருக்கலாம். அல்லது, தங்களுடைய அம்மாக்களுக்குப் பிடிக்காத காரியங்களைச் செய்யத் துணிந்து அவர்கள் தங்களுடைய அம்மாக்களைத் தங்களுடைய நினைவிலிருந்து வெளியேற்றி இருக்கலாம். அல்லது, அம்மாக்கள் விரும்புகின்ற அளவுக்கு அவர்கள் தங்கள் அம்மாக்களைத் தொடர்பு கொள்ளாமல் இருந்திருந்ததால் அவர்களுக்கு ஏற்பட்டிருந்த குற்றவுணர்வைத் தவிர்க்க முனைந்திருக்கலாம். இவையெல்லாம் ஊகங்களே. ஆனால், இந்த விளக்கங்கள் அனைத்தும் அம்மாக்கள் தொடர்பானவையே என்பதை நீங்கள் இங்கு கவனிக்க வேண்டும். அம்மாக்கள் ஆய்வுகளுக்கு ஏற்ற ஒரு பொருள் அல்லர் என்று உளவியலாளர்கள் கருதுவதற்குக் காரணம், உணர்ச்சிகளோடும் மனத்தோடும் தொடர்புடைய நிறைய விஷயங்களோடு அது பின்னிப் பிணைந்துள்ளது என்பதுதான். ஒவ்வொருவரும் தங்களுடைய அம்மாவைப் பற்றி நினைப்பதற்கும் நினைக்காமல் இருப்பதற்கும் தனிப்பட்ட முறையில் ஓராயிரம் காரணங்கள் இருக்கலாம். அதனால், அதைப் பொதுமைப்படுத்த முடியாது. ஆனால், அன்றாட வாழ்வில் எந்தவிதமான பங்கும் எடுக்காத, வெள்ளைக் கரடி போன்ற ஒன்றைப் பற்றி நினைக்காமல் இருக்க முனைவது முற்றிலும் வேறான ஒரு விஷயம்.

ஆனால், சுய கட்டுப்பாடு குறித்த ஆய்வுகளில் ஈடுபட்டிருந்த உளவியலாளர்கள் இதை முக்கியமானதாகக் கருதினர். எடுத்துக்காட்டாக, அவர்கள் சிலரை இந்த வெள்ளைக் கரடிச் சோதனைக்கு ஆட்படுத்திவிட்டு, பின்னர் புதிர்களை விடுவிக்கின்ற சோதனைக்கு ஆட்படுத்தியபோது, அவர்கள் அதிலிருந்து மற்றவர்களைவிட மிகச் சீக்கிரமாகவே விலகிக் கொண்டனர். அதேபோல, இந்த வெள்ளைக் கரடிச் சோதனைக்கு ஆட்படுத்தியவர்களை, சிரிக்கக்கூடாது என்ற நிபந்தனையுடன் நகைச்சுவை மேடைப் பேச்சுகளைக் கேட்க வைத்தபோது, அவர்களால் வெகுநேரம் சிரிக்காமல் இருக்க முடியவில்லை.

முட்டாள்தனமான பரிந்துரைகளை வழங்குகின்ற ஒருவர் உங்களுடைய மேலதிகாரியாக இருக்கும் பட்சத்தில், மேற்கண்ட ஆய்வு முடிவுகளை உங்கள் மனத்தில் இருத்திக் கொள்வது நல்லது. அடுத்தக் கூட்டத்தில் அவருடைய பரிந்துரையைக் கேட்டு இடக்குமடக்காகச் சிரித்து வைக்காமல் இருப்பதற்கு, அதற்கு முன்பு மனத்திற்குத் தீவிரமான வேலை கொடுக்கின்ற காரியங்களில் ஈடுபடுவதைத் தவிர்த்துவிடுங்கள்.

அந்த உணர்ச்சியைத் துல்லியமாக வரையறை செய்யுங்கள்

மன உறுதி என்ற ஒன்று இருக்கிறது என்பதைப் பரிசோதனைகள் உறுதிப்படுத்திய பிறகு, உளவியலாளர்களும் நரம்பியல் நிபுணர்களும் புதிய கேள்விகள் சிலவற்றுக்கு பதிலளிக்க வேண்டிய கட்டாயத்திற்கு ஆளாயினர். துல்லியமாக மன உறுதி என்றால் என்ன? மூளையின் எந்தப் பகுதி அதன் செயல்பாட்டில் பங்கேற்கிறது? நரம்பணுத் தளத்தில் என்ன நிகழ்கிறது? உடல்ரீதியான வேறு என்ன மாற்றங்கள் நிகழ்கின்றன? மன உறுதி முழுவதுமாக வற்றிப் போகின்றபோது எந்த மாதிரியான உணர்வு தோன்றுகிறது?

எல்லாவற்றையும்விட முக்கியமாக, இந்தச் செயல்முறைக்கு என்ன பெயர் வைப்பது? இந்த விஷயத்தில், பாமைஸ்டருக்கு சமீபத்திய ஆய்வுக் கட்டுரைகள் பெரிதாக உதவவில்லை. அதனால், அவர் பின்னோக்கிச் சென்று ஃபிராய்டிடம் தஞ்சமடைந்தார். ஆற்றலும் சுயமும் கலந்த ஒரு கலவையைப் பற்றி ஃபிராய்டு பேசியுள்ளார். வழக்கம்போல, ஃபிராய்டின் இந்தக் கருத்தும் ஒரே நேரத்தில் தீர்க்கதரிசனத்துடனும் தவறாகவும் இருந்தது. மனிதர்கள் தங்களுடைய அடிப்படையான ஆற்றல்களை, சமூகத்தால் ஏற்றுக் கொள்ளப்படுகின்ற வேறு சில ஆற்றல்களாக மடைமாற்றுகின்றனர் என்று அவர் கருதினார். எடுத்துக்காட்டாக, படைப்பாளிகள் தங்களுடைய பாலுணர்வு ஆற்றலைத் தங்களுடைய படைப்பாற்றலாக மாற்றுகின்றனர் என்று அவர் வாதிட்டார். இது ஒரு புத்திசாலித்தனமான ஊகம். ஆனால், ஆற்றலின் அடிப்படையிலான சுயம் என்ற கருத்து இருபதாம் நூற்றாண்டு உளவியலாளர்களிடம் போணியாகவில்லை. அதேபோல, ஆற்றல் மடைமாற்றக் கருத்தும் ஏற்றுக் கொள்ளப்படவில்லை.

சுயம் தொடர்பான ஆற்றல் பற்றி ஃபிராய்டு கூறியிருந்ததில் ஏதோ உண்மை இருந்ததாக பாமைஸ்டர் எண்ணினார். ஆனால், இந்த ஆற்றல் எங்கிருந்து வருகிறது,

அது எப்படி வருகிறது என்பது பற்றி ஃபிராய்டு தெளிவாகக் கூறவில்லை என்றாலும், சுயத்தைப் பற்றிய விளக்கத்தில் அவர் ஆற்றலுக்கு ஒரு முக்கிய இடத்தை அளித்திருந்தார். அதனால், அவருக்கு அஞ்சலி செலுத்தும் விதமாக, சுயத்தை விவரிப்பதற்கு, ஃபிராய்டு பயன்படுத்தியிருந்த 'தன்முனைப்பு' என்ற சொல்லைப் பயன்படுத்த பாமைஸ்டர் முடிவு செய்தார். அதிலிருந்து பாமைஸ்டர் உருவாக்கிய வார்த்தைதான் 'தன்முனைப்பு இழப்பு.' தங்களுடைய எண்ணங்கள், உணர்வுகள் மற்றும் செயல்பாடுகளைக் கட்டுப்படுத்துவதற்கு மக்களுக்கு இருக்கின்ற திறன் குறைந்து வருவதை விவரிக்க அவர் தன்முனைப்பு இழப்பு என்பதைப் பயன்படுத்தினார். மக்களால் சில நேரங்களில் மனக் களைப்பை மீறிச் செயல்பட முடியும். ஆனால், தங்களுடைய மன உறுதியைப் பயன்படுத்துவதற்கு (தீர்மானங்கள் எடுக்கின்றபோதும் தன்முனைப்பு இழப்பு ஏற்படும் – அதைப் பற்றி நாம் பின்னர் பார்க்கவிருக்கிறோம்) அவர்கள் தங்களுடைய ஆற்றல் முழுவதையும் செலவழித்துவிட்டிருந்தால், அவர்கள் எப்படியும் தங்களுடைய முயற்சியில் தோற்றுத்தான் போவர். தன்முனைப்பு இழப்பு என்ற இந்த வார்த்தைப் பிரயோகம் பின்னர் உளவியல் துறையில் சகஜமாகப் பயன்படுத்தப்படலாயிற்று. பலதரப்பட்ட நடத்தைகளை விவரிப்பதற்கு இது உளவியலாளர்களுக்கு வெகுவாகக் கைகொடுத்தது.

நம்முடைய மூளைக்குள் தன்முனைப்பு இழப்பு எப்படி நடைபெறுகிறது என்பது முதலில் ஒரு புதிராகவே இருந்தது. ஆனால், டொரான்டோ பல்கலைக்கழகத்தைச் சேர்ந்த ஆய்வாளர்கள் மைக்கேல் இன்ஸ்லிக்டும் ஜென்னிஃபர் குட்செலும் நடத்திய ஓர் ஆய்வு அப்புதிரை விடுவித்தது. இதில் பங்கேற்க முன்வந்தவர்களின் தலையில் ஒரு விஷேசத் தொப்பி அணிவிக்கப்பட்டது. அந்தத் தொப்பியின் அடிப்பகுதியில் இடம்பெற்றிருந்த ஏராளமான எலெக்ட்ரோடுகளும் ஒயர்களும் அவர்களுடைய மண்டையோட்டைத் தொட்டபடி இருக்கும். ஈஈஜி என்று அழைக்கப்பட்ட அந்த முறையில், அந்தத் தொப்பியை அணிந்திருப்பவரின் மூளைக்குள் நடைபெறும் மின் நடவடிக்கைகளை ஆய்வாளர்களால் கண்காணிக்க முடியும். ஆனால், ஒருவரின் மனத்திற்குள் என்ன இருக்கிறது என்பதை அந்தக் கருவியால் படிக்க முடியாது என்பது வெளிப்படை. ஆனால், வெவ்வேறு பிரச்சனைகளை மூளை எவ்வாறு கையாள்கிறது என்பதைக் கண்டறிவதற்கு அது

நன்றாகவே உதவும். நீங்கள் செய்ய நினைத்துள்ளதற்கும் நீங்கள் செய்து கொண்டிருப்பதற்கும் இடையேயுள்ள பொருந்தாத்தன்மையைக் கண்காணிக்கின்ற, மூளையிலுள்ள 'முன்புற சிங்குலேட் கார்டெக்ஸ்' என்ற ஒரு குறிப்பிட்டப் பகுதியில் அவ்விரு ஆய்வாளர்களும் கூடுதல் கவனம் செலுத்தினர். அது தவறுகளைக் கண்டுபிடிக்கின்ற அல்லது முரண்பாடுகளைக் கண்காணிக்கின்ற பகுதி என்று பொதுவாக அறியப்படுகிறது. எடுத்துக்காட்டாக, நீங்கள் ஒரு கையில் ஒரு ரொட்டியையும் மறு கையில் உங்களுடைய அலைபேசியையும் வைத்திருக்கிறீர்கள் என்று வைத்துக் கொள்வோம். நீங்கள் ரொட்டிக்குப் பதிலாக உங்களுடைய அலைபேசியைக் கடிக்க முனைந்தால், உங்களுடைய மூளையின் இந்தப் பகுதிதான் உங்களுக்கு எச்சரிக்கை மணியை அடிக்கும். அதாவது, உங்களுடைய மூளைக்குள் மின் நடவடிக்கைகள் தூண்டப்படும்.

தலையில் இந்த விஷேசத் தொப்பியை அணிந்திருந்த டொரான்டோ ஆய்வுப் பங்கேற்பாளர்களுக்கு, வேதனைப்பட்டுக் கொண்டிருந்த அல்லது இறந்து கொண்டிருந்த விலங்குகளைச் சித்தரித்த ஆவணப் படத் துண்டுகள் போட்டுக் காட்டப்பட்டன. அந்த ஆய்வில் பங்கேற்றவர்களில் பாதிப் பேரிடம் உணர்ச்சிகளை அடக்கிக் கொள்ளுமாறு கேட்டுக் கொள்ளப்பட்டது. அவர்களிடம் தன்முனைப்பு இழப்பு ஏற்படுவதற்காக இந்த ஏற்பாடு. மற்றவர்கள் அந்த வீடியோக்களைக் கவனமாகப் பார்க்குமாறு கேட்டுக் கொள்ளப்பட்டனர். பின் அவர்கள் அனைவரும், தொடர்பில்லாததுபோலத் தோன்றிய வேறொரு நடவடிக்கையில் பங்கேற்க வைக்கப்பட்டனர். அப்படிப்பட்ட நடவடிக்கைகளுக்கு 'ஸ்ட்ரூப் நடவடிக்கைகள்' என்று பெயர் (அதைக் கண்டுபிடித்திருந்த ஜேம்ஸ் ஸ்ட்ரூப்பின் பெயரால் அது அழைக்கப்படுகிறது). அவர்கள் முன் காட்டப்படுகின்ற வார்த்தைகள் என்ன நிறத்தில் எழுதப்பட்டுள்ளன என்று அவர்கள் கூற வேண்டும். எடுத்துக்காட்டாக, '*XXX*' என்ற வார்த்தையிலுள்ள எழுத்துகளின் நிறம் சிவப்பாக இருந்தால், அதைக் காட்டியவுடன் அவர்கள் 'சிவப்பு' என்று கூற வேண்டும். இது நேரடியானது, சுலபமானது. ஆனால், 'பச்சை' என்ற வார்த்தை திரையில் தோன்றி, அதன் எழுத்துகளின் நிறம் சிவப்பு நிறத்தில் இருந்தால், அதைச் சரியாகச் சொல்வதற்குச் சிறிது கூடுதல் முயற்சி தேவைப்படும். பச்சை என்ற வார்த்தையைப் படித்தவுடன் உங்கள் மனத்தில்

தோன்றுகின்ற முதல் எண்ணமான 'பச்சை' என்பதை அடக்கிவிட்டு, அதன் எழுத்துகளின் நிறமான 'சிவப்பு' நிறத்தில் நீங்கள் உங்களுடைய கவனத்தைக் குவிக்க வேண்டும். இதுபோன்ற சூழல்களில் பொதுவாக மக்கள் மெதுவாகவே அதைச் சொல்கின்றனர் என்று பல ஆய்வுகள் நிரூபித்துள்ளன. அமெரிக்காவுக்கும் ரஷ்யாவுக்கும் இடையே பனிப்போர் நடைபெற்றுக் கொண்டிருந்த காலத்தில், அமெரிக்க உளவுத் துறை அதிகாரிகள் இதைப் பயன்படுத்தினர். ஓர் உளவாளி தனக்கு ரஷ்ய மொழி தெரியாது என்று பொய் சொல்லக்கூடும். ஆனால், நிறத்திற்கான ரஷ்ய வார்த்தைகள் போட்டுக் காட்டப்படும்போது, சரியான விடையை அளிப்பதற்கு அவர்கள் சற்றுக் கூடுதல் நேரத்தை எடுத்துக் கொள்ளக்கூடும். அதை வைத்து அவர்களுக்கு அந்த மொழி தெரியும் என்பதைக் கண்டுபிடித்துவிட முடியும்.

டொரான்டோ பரிசோதனையில் தங்களுடைய உணர்ச்சிகளை மறைப்பதற்காகத் தங்களுடைய மன உறுதியைக் காலி செய்திருந்தவர்கள் சரியான நிறத்தை அடையாளம் காணச் சிரமப்பட்டனர். அவர்கள் அதிக நேரம் எடுத்துக் கொண்டதோடு, அதிகமான தவறுகளையும் செய்தனர். அவர்களுடைய மண்டையோட்டில் பொருத்தப்பட்டிருந்த ஒயர்கள், முரண்பாடுகளைக் கண்காணிக்கின்ற மூளைப் பகுதியில் நடைபெற்றுக் கொண்டிருந்த நடவடிக்கைகள் மந்தமாக இருந்ததைத் தெரிவித்தன. பொருந்தாத்தன்மை இருப்பதைத் தெரிவிக்கின்ற எச்சரிக்கைச் சமிக்கைகள் பலவீனமாக இருந்தன. தன்முனைப்பு இழப்பு, சுய கட்டுப்பாட்டிற்கு இன்றியமையாததாக விளங்குகின்ற மூளையின் முன்புற சிங்குலேட் கார்டெக்ஸ் பகுதியில் நடவடிக்கைகள் மெதுவாக நடைபெறுவதற்கு வழிவகுத்தது என்பதையே அந்த ஆய்வுகளின் முடிவுகள் வெளிப்படுத்தின. மூளையின் இயக்கம் மெதுவாக நடைபெறத் தொடங்கி, தவறுகளைக் கண்காணிக்கின்ற அதன் திறன் மங்குகின்றபோது, மக்கள் தங்களுடைய எதிர்வினையாற்றுகின்ற உணர்ச்சிகளைக் கட்டுப்படுத்த மிகவும் சிரமப்படுவர்.

தன்முனைப்பு இழப்பானது மூளையின் மின் நடவடிக்கைகளை மெதுவாக இயங்க வைப்பது நரம்பியல் நிபுணர்களுக்கு வியப்பு ஏற்படுத்தியிருந்தாலும், சாதாரண மக்களுக்கு, மண்டையோட்டை ஒயர்களால் மூடாமலேயே தன்முனைப்பு இழப்பைக் கண்டுபிடிக்க முடிவதுதான் பயனுள்ளதாக இருக்கும். நீங்கள் உங்களுடைய

வாழ்க்கைத்துணைவருடன் சண்டையிடுவதற்கு ‘முன்பாகவே’ உங்களுடைய மூளை சரியான நிலையில் இல்லை என்ற எச்சரிக்கையை உணர்ந்து கொள்ளக்கூடிய வெளிப்படையான சமிக்கைகள் ஏதாவது இருக்கின்றனவா? சமீப காலம்வரை இந்த விஷயத்தில் உங்களுக்கு உதவக்கூடிய உருப்படியான எதையும் வழங்கக்கூடிய நிலையில் ஆய்வாளர்கள் இருக்கவில்லை. இதைக் கண்டுபிடிக்க அவர்கள் மேற்கொண்ட ஆய்வுகளில் எதுவும் வெற்றி பெறவில்லை. தன்முனைப்பு இழப்பு ஏற்படுவதால் மக்கள் கோபமடைகின்றனர், மனச்சோர்வடைகின்றனர் அல்லது அதிருப்தியடைகின்றனர் என்று அவர்களால் உறுதியாகக் கூற முடியவில்லை. 2010ல் சர்வதேச ஆய்வாளர்கள் அடங்கிய குழு ஒன்று, எண்பதுக்கும் மேற்பட்ட ஆய்வுகளை அலசியதைத் தொடர்ந்து, தன்முனைப்பு இழப்பு மனித நடத்தைமீது ஏற்படுத்துகின்ற தாக்கம் வலுவானதாகவும் உறுதியானதாகவும் இருந்தாலும், உள்ளார்ந்த உணர்ச்சிகளின்மீது அது ஏற்படுத்துகின்ற தாக்கம் பலவீனமாகவே இருக்கிறது என்ற முடிவுக்கு வந்தது. தன்முனைப்பு இழந்த நிலையிலிருந்த மக்கள், கூடுதல் களைப்பு, சோர்வு மற்றும் எதிர்மறை உணர்ச்சிகளைக் கொண்டிருந்தபோதிலும், அவையும் பெரிதாக இருக்கவில்லை. தன்முனைப்பு இழப்பு என்பது அறிகுறிகள் இல்லாத காய்ச்சலைப் போன்று இருந்ததாக அந்த ஆய்வின் முடிவுகள் தெரிவித்தன.

ஆனால், பாமைஸ்டரும் அவருடன் நீண்டகாலமாக ஆய்வுகளில் ஈடுபட்டு வந்திருந்த உளவியலாளருமான கேத்தலின் வோஸும் மேற்கொண்ட புதிய பரிசோதனைகள், தன்முனைப்பு இழப்பு குறித்தச் சில அறிகுறிகள் இருப்பதை வெளிப்படுத்தின. அந்த ஆய்வுகளின் முடிவுகளின்படி, தன்முனைப்பு இழப்புக்கு ஆளானவர்கள், அந்த இழப்பு அவர்களுக்கு ஏற்பட்டிருந்ததை வெளிப்படுத்துகின்ற தனித்துவமான அறிகுறிகள் எதையும் வெளிப்படுத்தவில்லை என்றாலும், அனைத்து விஷயங்களிலும் அவர்களுடைய எதிர்வினையாற்றல் அதிகமானதாக இருந்தது. ஒப்பீட்டு நோக்கில், ஒரு வருத்தமான திரைப்படம் அவர்களைக் கூடுதலாக வருத்தப்பட வைத்தது. மகிழ்ச்சியான படங்கள் அவர்களுக்குக் கூடுதல் மகிழ்ச்சியை அளித்தன, பயங்கரமான படங்கள் அவர்களுக்குக் கூடுதல் கிலியேற்படுத்தின. மிகக் குளிரான நீர், தன்முனைப்பு இழப்பு ஏற்பட்டிராத மற்றவர்களோடு ஒப்பிடுகையில் அவர்களுக்குக் கூடுதல் வலியை ஏற்படுத்தியது.

உணர்ச்சிகளோடு சேர்த்து, அவர்களுடைய ஆசைகளும் தீவிரமடைந்தன. ஒரு பிஸ்கெட் சாப்பிட்டதும், மேலும் ஒரு பிஸ்கெட் சாப்பிட வேண்டும் என்ற தீவிர வேட்கை அவர்களிடம் தோன்றியது. அனுமதிக்கப்பட்ட பட்சத்தில் அவர்கள் கூடுதலான பிஸ்கெட்டுகளைச் சாப்பிடவும் செய்தனர். ஓர் அழகான காகிதத்தில் சுற்றப்பட்ட ஏதேனும் ஒரு பரிசுப் பொருள் அவர்களிடம் கொடுக்கப்பட்டால், அதை உடனே பிரித்துப் பார்க்க வேண்டும் என்ற தீவிரமான ஆசை அவர்களிடம் உருவானது.

அதனால், நீங்கள் ஒரு பிரச்சனையை எதிர்கொள்வதற்கு முன்பு எச்சரிக்கைச் சமிக்கை எதையாவது பெற விரும்பினால், ஒரு குறிப்பிட்ட அறிகுறி இருக்கிறதா என்று தேடிக் கொண்டிருக்காதீர்கள். மாறாக, உங்களுடைய உணர்ச்சிகள் தீவிரமடைந்து கொண்டிருக்கின்றனவா என்று பாருங்கள். விரக்தி ஏற்படுத்துகின்ற நிகழ்ச்சிகள் உங்களை அதிகமாகத் தொந்தரவு செய்தாலோ, இனிமையற்ற நினைவுகள் உங்களை அதிகமாக வருத்தமடையச் செய்தாலோ, நல்ல செய்திகள் உங்களை அளவுக்கதிகமாகக் குதூகலிக்கச் செய்தாலோ, உங்களுடைய மூளையிலுள்ள மின்சுற்றுகள் உங்களுடைய உணர்ச்சிகளை வழக்கம்போலக் கட்டுப்படுத்திக் கொண்டிராமல் இருப்பது அதற்குக் காரணமாக இருக்கலாம். சில தீவிரமான உணர்ச்சிகள் இன்பம் அளிப்பவையாகவும் இருக்கலாம். அவை இயல்பு வாழ்க்கையின் ஓர் அம்சம். அதனால், நீங்கள் புத்தரைப்போல ஆக வேண்டும் என்று சொல்லவில்லை. ஆனால், உங்களுக்கு ஏற்படுகின்ற தீவிர உணர்ச்சிகள் எதை வெளிப்படுத்திக் கொண்டிருக்கின்றன என்பது குறித்த விழிப்புணர்வு உங்களிடம் இருப்பது நல்லது. நீங்கள் ஏதோ ஒரு சபலத்திற்கு ஆளாகாமல் இருப்பதற்காகக் கடுமையாக முயற்சிக்கின்றபோது, அதை எதிர்ப்பதற்கான உங்களுடைய திறன் குறைவாக இருக்கின்றபோது, அது குறித்த உங்களுடைய ஆசை அதிகரிப்பதை நீங்கள் காண்பீர்கள். தன்முனைப்பு இழப்பு உங்கள்மீது இரட்டைத் தாக்குதல் தொடுக்கும். ஒரு புறம் உங்களுடைய மன உறுதி குறைந்திருக்கும். மறுபுறம் உங்களுடைய ஆசை தீவிரமடைந்திருக்கும்.

ஏதாவது ஒரு பழக்கத்திற்கு அடிமையாகி அதற்கு எதிராகப் போராடிக் கொண்டிருப்பவர்களிடம் இந்தப் பிரச்சனை இன்னும் தீவிரமாக இருக்கும். ஏதாவது ஒரு போதைப் பழக்கத்திற்கு அடிமையாகி இருப்பவர்கள் அதிலிருந்து விடுபட முயல்கின்றபோது, அவர்கள் எதற்கு அடிமையாகி

இருந்தார்களோ, அந்தக் குறிப்பிட்டப் பொருள்மீதான ஆசை தீவிரமடைவதை ஆய்வாளர்கள் வெகுகாலமாகவே அவதானித்து வந்துள்ளனர். அதுபோன்ற நேரங்களில், மற்ற உணர்ச்சிகளும் தீவிரமடைவதை சமீபத்தில்தான் ஆய்வாளர்கள் கண்டறிந்தனர். ஒரு பழக்கத்திலிருந்து விடுபட முயற்சிக்கின்ற போதை அடிமைகள், அதற்காகத் தங்களுடைய மன உறுதியை மிக அதிகமாகப் பயன்படுத்த வேண்டிய கட்டாயத்திற்கு ஆளாகியிருப்பார்கள் என்பதால், அக்கட்டத்தில் அவர்களுடைய தன்முனைப்பு இழப்பும் உச்சத்தில் இருக்கும். அதன் காரணமாக, அவர்கள் எதிலிருந்து விடுபட முயற்சிக்கிறார்களோ, அதன்மீதான அவர்களுடைய நாட்டம் மிகத் தீவிரமாக இருக்கும். அதோடு, அப்போது அவர்களுடைய வாழ்க்கையில் நிகழ்கின்ற பிற நிகழ்வுகள் அசாதாரணமான தாக்கம் ஏற்படுத்தும். அது அவர்களிடம் கூடுதல் வேதனையை ஏற்படுத்தும், அவர்கள் மீள விரும்புகின்ற போதைப் பொருளின்மீது கூடுதல் நாட்டத்தைத் தோற்றுவிக்கும். இதைப் புரிந்து கொள்கின்றபோது, போதைப் பழக்கங்களிலிருந்து விடுபட்டவர்கள் மீண்டும் ஏன் அதனிடம் தஞ்சமடைகின்றனர் என்பதும், ஒரு போதைப் பழக்கத்தை நிறுத்துகின்றபோது அவர்கள் ஏன் விநோதமாக உணர்கின்றனர் என்பதும் உங்களுக்குத் தெளிவாகும். உளவியலாளர்கள் தன்முனைப்பு இழப்பைப் பற்றி அறிந்து கொள்வதற்கு வெகுகாலம் முன்பாகவே, ஒன்றுக்கொன்று முரண்படுகின்ற அறிகுறிகளைப் பற்றி பிரித்தானிய நகைச்சுவையாளர் சர்.ஏ.பி. ஹெர்பர்ட் இவ்வாறு தெரிவித்துள்ளார்:

> *"நல்லவேளையாக நான் புகைபிடிப்பதை மீண்டும் விட்டுவிட்டேன்!" என்று அவர் அறிவித்தார். "கடவுளே! நான் ஆரோக்கியமாக இருப்பதை என்னால் உணர முடிகிறது. என்னுள் கொலை வெறி இருக்கிறது என்றாலும், நான் ஆரோக்கியமாக உணர்கிறேன். நான் வித்தியாசமானவனாக இருக்கிறேன். நான் எரிச்சலடைந்துள்ளேன்; என் மனநிலை ஒரே சீராக இல்லை; எனக்கு மனச்சோர்வு இருக்கிறது; பிறரிடம் நான் அநாகரிகமாக நடந்து கொள்கிறேன்; பதற்றம் என்னைத் தொற்றிக் கொண்டிருக்கலாம்; ஆனால், என் நுரையீரல் நன்றாகச் செயல்பட்டுக் கொண்டிருக்கிறது."*

அழுக்குக் காலுறைகளின் மர்மம்

1970களில், உளவியலாளர் டெரில் பெம், மனசாட்சிப்படி நடப்பவர்களுக்கும் பிறருக்கும் நடத்தையில் ஏதாவது வேறுபாடுகள் இருக்கின்றனவா என்பதைக் கண்டறிய விரும்பினார். அதற்கான பரிசோதனைகளை, தான் வேலை பார்த்துக் கொண்டிருந்த ஸ்டேன்ஃபோர்டு பல்கலைக்கழகத்தில் பயின்ற மாணவர்களிடமே நடத்த அவர் முடிவு செய்தார். அவருடைய அனுமானம் இப்படி அமைந்திருந்தது: "நேரந்தவறாமையைக் கடைபிடிக்கின்ற மாணவர்கள் மனசாட்சிப்படி நடப்பவர்கள்; அவர்களுடைய இந்தப் பண்புநலன், வாழ்க்கையின் பிற அம்சங்களிலும் வெளிப்படும்; எடுத்துக்காட்டு: தினந்தோறும் சுத்தமான காலுறைகளை அணிதல். அதனால், நேரந்தவறாமையைக் கடைபிடிக்கின்ற மாணவர்கள் சுத்தமான காலுறைகளை அணிவர்." ஆனால், அவர் இதைத் தன் மாணவர்களிடம் பரிசோதித்தபோது, அவருடைய அனுமானம் தவிடுபொடியானது. நேரந்தவறாமையைக் கடைபிடித்த மாணவர்கள் சுத்தமான காலுறைகளை அணிவதில் குறியாக இருக்கவில்லை.

அதனால், அவர், "மாணவர்களால், ஒன்று, ஒரு குறிப்பிட்டக் காலக்கெடுவுக்குள் வீட்டுப்பாடங்களைச் செய்து முடிக்க முடியும் அல்லது தங்களுடைய காலுறைகளைத் தினசரி மாற்றிக் கொள்ள முடியும்; ஆனால் இரண்டையும் சேர்த்துச் செய்ய அவர்களால் முடியாது என்பது எனக்குத் தெளிவாகியுள்ளது," என்று நகைச்சுவையாகத் தெரிவித்தார்.

ஆனால், அதற்குப் பிறகு அவர் அதைப் பற்றிப் பெரிதாக யோசித்துக் கொண்டிருக்கவில்லை. ஆனால், பல பத்தாண்டுகளுக்குப் பிறகு, டெரிலின் கூற்றில் நகைச்சுவையைத் தாண்டி ஏதாவது இருக்கக்கூடும் என்று சில ஆய்வாளர்கள் சந்தேகித்தனர். மெகன் ஓட்டென், கென் செங் ஆகிய ஆஸ்திரேலிய உளவியலாளர்கள் இருவர், டெரிலின் மாணவர்கள் தங்களுடைய வீட்டுப்பாடங்களை அவற்றின் காலக்கெடுவுக்குள் சமர்ப்பிப்பதற்கு மேற்கொண்ட முயற்சிகளின் காரணமாகத் தன்முனைப்பு இழப்புக்கு ஆளாகியிருந்திருக்க வேண்டும் என்றும், அதனால்தான் அவர்களால் சுத்தமான காலுறைகளை அணிதல் போன்ற விஷயங்களில் கவனம் செலுத்த முடியாமல் போயிருந்திருக்கும் என்றும் கருதினர். அதைப் பரிசோதித்துப் பார்க்கவும் அவர்கள்

முடிவு செய்தனர். அவர்கள் தங்களுடைய மாணவர்களுக்கு ஒரு செமஸ்டரில் பல்வேறு சமயங்களில் பரிசோதனைக்கூடத்தில் சுய கட்டுப்பாடு குறித்தச் சோதனையை நடத்தினர். அவர்கள் கணித்திருந்தபடி, தேர்வுக்கு நெருக்கமான காலகட்டங்களில், ஒப்பீட்டளவில் அம்மாணவர்களின் சுய கட்டுப்பாடு குறைவாக இருந்தது. அம்மாணவர்கள் தேர்வுக்குத் தங்களைத் தயார் செய்து கொண்டிருந்தபோது அவர்களுடைய மன உறுதி கிட்டத்தட்டக் காலியான நிலையில் இருந்ததே அதற்குக் காரணம். ஆனால், அந்த ஆய்வாளர்கள் மேலும் துருவி விசாரித்தபோது, இது அந்த மாணவர்களின் வாழ்க்கையின் வேறு சில அம்சங்களுக்குள்ளும் ஊடுருவியிருந்ததை அவர்கள் தெரிந்து கொண்டனர். அதாவது, டெரிலின் 'அழுக்குக் காலுறைக் கோட்பாடு' உண்மைதான் என்பது நிரூபணமாயிற்று. தேர்வுக்கு நெருக்கமான சமயங்களில் மாணவர்களின் சுய கட்டுப்பாடு தேய்ந்து கொண்டே இருந்ததால், அவர்கள் தங்களுடைய நல்ல பழக்கங்களையும் காற்றில் பறக்கவிட்டுக் கொண்டிருந்தனர்.

தேர்வு நெருங்கியபோது, அந்த மாணவர்கள் உடற்பயிற்சி செய்வதை நிறுத்தினர். அவர்கள் புகைத்த சிகரெட்டுகளின் எண்ணிக்கை அதிகமாயிற்று. அவர்கள் ஏராளமாகக் காபி மற்றும் தேநீரைக் குடித்தனர். படிப்பில் கவனம் செலுத்துவதற்காகத் தங்களுடைய உடலில் 'கேஃபினின்' அளவை அவர்கள் அதிகரித்துக் கொண்டனர் என்ற நியாயப்படுத்தலை ஏற்றுக் கொண்டாலும், அவர்கள் உண்மையிலேயே படிப்பில் கவனம் செலுத்தியிருந்தால், மதுவருந்துவதை அவர்கள் குறைத்துக் கொண்டிருந்திருக்க வேண்டும். ஆனால், அப்படி எதுவும் நடைபெறவில்லை. தேர்வுக் காலகட்டங்களில் மாணவர்கள் ஏற்பாடு செய்திருந்த 'பார்ட்டிகளின்' எண்ணிக்கை குறைவாக இருந்தாலும், அவர்கள் அருந்திய மதுவின் மொத்த அளவு முன்பு இருந்த அதே அளவிலேயே இருந்தது. அவர்கள் ஆரோக்கியமான உணவை உண்பதைக் கைவிட்டனர். சத்துக் குறைவான துரித உணவுகளின் நுகர்வு ஐம்பது சதவீதம் அதிகரித்தது. உருளைக்கிழங்கு சிப்ஸ் தங்கள் மூளைக்கு ஏற்ற உணவு என்று திடீரென்று அவர்கள் ஞானோதயமெல்லாம் பெற்றுவிடவில்லை. அவர்கள் தங்களுடைய தேர்வில் கவனம் செலுத்தியபோது, ஆரோக்கியமற்ற, உடல் பருமனை அதிகரிக்கின்ற உணவு வகைகளைப் பற்றிக் கவலைப்படுவதை அவர்கள் நிறுத்திவிட்டிருந்தனர், அவ்வளவுதான். அதேபோல, தொலைபேசி அழைப்புகளுக்குப் பதிலளிப்பது,

பாத்திரங்களைக் கழுவுவது, தரையைச் சுத்தம் செய்வது போன்றவை குறித்து அக்கறை கொள்வதையும் அவர்கள் நிறுத்திக் கொண்டனர். இறுதித் தேர்வுக் காலகட்டத்தில், உடல் தூய்மை தொடர்பான அனைத்து அம்சங்களிலும் அவர்கள் சறுக்கினர். பல் துலக்குவதில்கூடச் சுணக்கம் ஏற்பட்டது. குளிப்பது, முகச்சவரம் செய்து கொள்வது போன்றவற்றையும் அவர்கள் அலட்சியப்படுத்தினர். ஆமாம், அவர்கள் அழுக்கான காலுறைகளை மட்டுமல்லாமல், சலவை செய்யப்படாத உடைகளையும் அணிந்தனர்.

இவை அனைத்தும் அவர்கள் தங்களுடைய முன்னுரிமைகளைத் தேர்வுக் காலத்திற்கு ஏற்றவாறு மாற்றிக் கொண்டதைப் பிரதிபலிப்பதாக எடுத்துக் கொள்ள முடியுமா? படிப்பதற்குக் கூடுதல் நேரத்தை உருவாக்கிக் கொள்வதற்காக அவர்கள் இத்தகைய புத்திசாலித்தனமான நேரச் சேமிப்பு நடவடிக்கைகளில் ஈடுபட்டிருக்கலாம் என்று எடுத்துக் கொள்ள முடியாதா? அப்படி எடுத்துக் கொள்ள முடியாது. ஏனெனில், நடைமுறையில், தேர்வுக் காலகட்டங்களின்போதுதான் மாணவர்கள் தங்களுடைய நண்பர்களோடு முன்னைவிடக் கூடுதல் நேரம் செலவிட்டுக் கொண்டிருந்தனர். தேர்வுக் காலகட்டங்களில் தங்களுடைய படிப்புப் பழக்கங்கள் மோசமடைந்திருந்ததாகப் பல மாணவர்கள் தெரிவித்தனர். அது கண்டிப்பாக அவர்களுடைய நோக்கமாக இருந்திருக்க முடியாது. கடினமாகப் படிப்பதற்காக அவர்கள் தங்களுடைய மன உறுதியின் பெரும்பகுதியைச் செலவழித்துக் கொண்டிருந்திருக்கவேண்டும். ஆனாலும், இறுதியில் குறைவான நேரத்தையே அவர்கள் படிப்பில் செலவழித்திருந்தனர். அதோடு, தாங்கள் அடிக்கடி, திட்டமிட்டிருந்த நேரத்திற்கும் அதிகமாகத் தூங்கியதாகவும் பணத்தைத் தாறுமாறாகச் செலவழித்ததாகவும் அவர்கள் தெரிவித்தனர். அவர்களுடைய சுய கட்டுப்பாட்டுக் குறைவே அதற்குக் காரணமாக இருந்திருக்க வேண்டும். அதோடு, அச்சமயங்களில் அவர்கள் அதிகமாகச் சிடுசிடுப்பவர்களாகவும், கோபப்படுபவர்களாகவும், எளிதில் விரக்திக்கு ஆளாகின்றவர்களாகவும் மாறியிருந்தனர். இதற்கு அவர்கள், தேர்வுக் காலகட்டத்தின்போது தங்களுக்கு ஏற்பட்டிருந்த மன அழுத்தம் காரணமாக இருந்திருக்கலாம் என்று கருதியிருந்திருக்கலாம். ஏனெனில், மன அழுத்தம் அவர்கள் அனுபவித்திருந்ததைப் போன்ற உணர்ச்சிகளைத் தூண்டுவதாக ஒரு தவறான நம்பிக்கை பொதுவாக மக்களிடையே நிலவுகிறது. ஆனால், உண்மையில் மன

அழுத்தம் உங்களுடைய மன உறுதியைக் காலி செய்துவிடுகிறது. உங்களிடம் மன உறுதி காலியாகின்றபோது, இப்படிப்பட்ட உணர்ச்சிகளைக் கட்டுப்படுத்துகின்ற உங்களுடைய திறனும் குறைந்துவிடுகிறது.

தன்முனைப்பு இழப்பின் தாக்கம் குறித்து, நாம் ஏற்கனவே பார்த்திருந்த, எச்சரிக்கை ஒலி எழுப்புகின்ற சாதனங்களை அணிந்திருந்த ஜெர்மானியர்களிடம் நடத்தப்பட்ட ஆய்வு இதை இன்னும் துல்லியமாக எடுத்துரைத்திருந்தது. அந்த ஆய்வில், ஒரு நாளின் ஊடாக எவ்வளவு மன உறுதி பயன்படுத்தப்பட்டுக் கொண்டிருந்தது என்பதைப் பாமைஸ்டரால் கண்டறிய முடிந்தது. ஒரு குறிப்பிட்ட விஷயத்திற்கு அவர்கள் அதிகமான மன உறுதியைச் செலவிட வேண்டியிருந்தால், அதற்கு அடுத்தச் சபலத்திற்கு அவர்கள் பலியாக நேர்ந்தது.

இறுதியில் இந்த ஜெர்மானியர்களும் சரி, நாம் சற்று முன்பு பார்த்தக் கல்லூரி மாணவர்களும் சரி, சபலத்திற்கு இரையான பிறகு, அதற்குத் தங்களுடைய பண்புநலனில் இருந்த குறைபாடே காரணம் என்று தங்களையே குறை கூறியிருந்திருக்கக்கூடும்: “என்னிடம் போதிய மன உறுதி இல்லை.” ஆனால், அந்த நாளின் துவக்கத்தில் அல்லது அந்த செமஸ்டரின் துவக்கத்தில் அவர்கள் அதே சபலத்தை எதிர்கொண்டபோது, அதை முழுவதுமாக எதிர்ப்பதற்குத் தேவையான மன உறுதி அவர்களிடம் இருந்திருந்தது. அப்படியானால், அதற்கு என்ன நேர்ந்தது? அது உண்மையிலேயே முழுவதுமாகத் தீர்ந்து போயிருந்ததா? இருக்கலாம். ஆனால், இதற்கு வேறு ஒரு விளக்கமும் இருக்கலாம். ஒருவேளை மக்களிடம் மன உறுதி முழுமையாகக் காலியாகாமல் இருந்திருக்கலாம். அதை அவர்கள் பிரக்ஞையுடனோ அல்லது பிரக்ஞை இல்லாமலோ பதுக்கி வைத்திருந்திருக்கலாம். இதைக் கண்டுபிடிக்கும் முயற்சியில், பாமைஸ்டரின் மாணவரான மார்க் முராவென் இறங்கினார். அவர் ஒரு முழுநேரக் கல்லூரிப் பேராசிரியராக ஆகின்றவரை இந்த ஆய்வைத் தொடர்ந்தார். அவர் வழக்கம்போல, தன்னுடைய ஆய்வில் பங்கேற்றிருந்தவர்களின் மன உறுதியை முழுவதுமாகக் காலி செய்கின்ற சில பயிற்சிகளை அவர்களுக்குக் கொடுத்தார். அதைத் தொடர்ந்து, அவர் இரண்டாவது சுற்று ஒன்றையும் அவர்களிடம் நடத்தினார். ஆனால், அந்த இரண்டாவது சுற்றுக்கு முன்பாகவே, மூன்றாவதாக ஒரு சுற்று இருக்கின்ற விபரத்தையும் அவர் அவர்களிடம் தெரிவித்துவிட்டார். அந்த

இரண்டாவது சுற்றில் பங்கேற்றவர்களின் செயல்பாடுகள் சொல்லிக் கொள்ளும்படியாக இருக்கவில்லை. அவர்கள் பிரக்ஞையுடனோ அல்லது பிரக்ஞை இல்லாமலோ, மூன்றாவது சுற்றுக்காகத் தங்களுடைய மன உறுதியைப் பதுக்கிக் கொண்டிருந்தனர்.

பின் அவர் இரண்டாவது சுற்றில் ஒரு சிறு மாற்றம் செய்தார். அந்த இரண்டாவது சுற்றில் அவர்கள் சிறப்பாகச் செயல்பட்டால், அவர்கள் பணத்தைப் பரிசாக வெல்வதற்கு வாய்ப்பு இருந்ததாக மார்க் தெரிவித்தார். பணம் என்ற வார்த்தை மாயாஜாலங்களைச் செய்தது. இரண்டாவது சுற்றில் சிறப்பாகச் செயல்படுவதற்குத் தேவையான ஆற்றலை அம்மாணவர்கள் அதிலிருந்து பெற்றனர். அப்போது அவர்களைப் பார்த்தால், முதல் சுற்றிலேயே தங்களுடைய மன உறுதி முழுவதையுமே காலியாக்கியிருந்தவர்களைப்போல அவர்கள் செயல்படவில்லை. வெற்றிக் கோட்டில் தங்களுக்குக் காத்திருக்கின்ற பரிசுத் தொகையைக் கண்ணால் பார்த்தவுடன் அதை அடைவதற்குத் தேவையான இரண்டாவது பெரும் உத்வேகத்தைப் பெறுகின்ற நெடுந்தூர ஓட்டப் பந்தய வீரர்களைப்போல அவர்கள் நடந்து கொண்டனர்.

அந்த ஓட்டப் பந்தயக்காரர்கள் வெற்றிக் கோட்டை நெருங்கியவுடன், உண்மையில் வெற்றிக் கோடு இன்னும் ஒரு மைல் தூரம் தள்ளி வைக்கப்பட்டுள்ளது என்று அவர்களிடம் கூறப்பட்டால் எப்படி இருக்கும் என்று யோசித்துப் பாருங்கள். இதைத்தான் முராவெனும் தன் பரிசோதனையில் பங்கேற்றவர்களிடம் தெரிவித்தார். இரண்டாவது சுற்று நிறைவடைய இருந்த நிலையில், மூன்றாவதாக ஒரு சுற்று இருந்ததாக அவர் தெரிவித்தார். அவர்களுக்கு இது பற்றி முதலிலேயே சொல்லப்பட்டிராததால், அவர்கள் தங்களுடைய மன உறுதியில் ஒரு பங்கைப் பதுக்கி வைத்திருக்கவில்லை. மூன்றாவது சுற்றில் அவர்கள் மிகவும் மோசமாகச் செயல்பட்டதிலிருந்து அது துல்லியமாக வெளிப்பட்டது.

பரிசோதனைக்கூடத்திற்கு உள்ளேயிருந்தும் வெளியேயிருந்தும் கிடைத்தப் பாடங்கள்

அமேன்டா பால்மரிடம் அவருடைய சுய கட்டுப்பாட்டைப் பற்றிக் கேட்கப்பட்டபோது, அதற்கு அவர் இவ்வாறு பதிலளித்தார். "ஒரு கலைஞராக இருப்பது என்றால், நிகழ்கணக் கம்பத்தில் உங்களைக் கட்டிப் போட்டுக் கொண்டு, அதிலேயே

கவனத்தைக் குவித்திருப்பதாகும். ஆறு ஆண்டுகள், தெருவில் ஆடாமல் அசையாமல் நின்று நான் மேற்கொண்ட பயிற்சி, இந்த விஷயத்தில் என்னை ஓர் இரும்புப் பெண்மணியாக மாற்றியிருந்தது. அதே நேரத்தில், நீண்டகாலத் திட்டமிடுதலில் நான் மிகவும் மோசம். ஆனால், ஒரே ஒரு காரியத்தில் கவனத்தைக் குவிப்பது என்று வரும்போது, என்னால் அதில் மணிக்கணக்காக ஈடுபட முடியும்."

உளவியலாளர்கள் பரிசோதனைக்கூடத்திற்கு உள்ளேயும் வெளியேயும் என்ன கண்டுபிடித்திருந்தார்களோ, கிட்டத்தட்ட அதையேதான் அமேன்டாவும் கூறியிருந்தார். பரிசோதனைகளில் தொடர்ந்து வெளிப்பட்டுக் கொண்டிருந்த இரண்டு முக்கியமான பாடங்கள் இவை:

1. உங்களிடம் இருக்கின்ற மன உறுதிக்கு ஒரு வரம்பெல்லை உண்டு. பயன்படுத்தப் பயன்படுத்த, அது குறைந்து கொண்டே வரும்.
2. அனைத்து விதமான வேலைகளுக்கும் நீங்கள் பயன்படுத்துகின்ற மன உறுதி ஒரே இருப்பிலிருந்துதான் வருகிறது.

மன உறுதியைப் பொறுத்தவரை, உங்களுடைய வேலைக்கென்று தனியாக ஒரு தொகுதியையும், உணவுக் கட்டுப்பாட்டிற்கென்று ஒரு தொகுதியையும், உடற்பயிற்சி செய்வதற்கென்று ஒரு தொகுதியையும், குடும்பத்தாரிடம் நல்லபடியாக நடந்து கொள்வதற்கென்று ஒரு தொகுதியையும் நீங்கள் வைத்திருப்பதாக நீங்கள் நினைத்திருக்கலாம். முள்ளங்கிப் பரிசோதனையானது, பிஸ்கெட்டுகளைச் சாப்பிட வேண்டும் என்ற சபலத்தை எதிர்த்தல், புதிர்களை விடுவித்தல் ஆகிய, ஒன்றுக்கொன்று தொடர்பில்லாத இரண்டு நடவடிக்கைகளும் ஒரே மூலத்திலிருந்துதான் ஆற்றலைப் பெற்றன என்பதைச் சந்தேகத்திற்கு இடமில்லாத விதத்தில் நிரூபித்தது. அதற்குப் பிறகு மேற்கொள்ளப்பட்டப் பல பரிசோதனைகள் அதை உறுதி செய்தன. ஒரு நாளில் நீங்கள் செய்கின்ற பல்வேறு விதமான நடவடிக்கைகளுக்கு இடையே ஒரு மறைவான தொடர்பு இருக்கிறது. உங்களுடைய பொறுமையைச் சோதிக்கின்ற போக்குவரத்து, உங்களைச் சபலத்திற்கு ஆளாக்குகின்ற உணவு, உங்களுக்கு எரிச்சலூட்டுகின்ற சக ஊழியர்கள், உங்களிடமிருந்து அளவுக்கதிகமாக வேலை வாங்குகின்ற உங்களுடைய மேலதிகாரி, உங்களிடம் பிணக்கத்தைக்

காட்டுகின்ற உங்களுடைய குழந்தைகள் ஆகிய அனைவரையும் சமாளிப்பதற்கு நீங்கள் ஒரே மூலாதாரத்திலிருக்கின்ற மன உறுதியைத்தான் பயன்படுத்துகிறீர்கள். வேலையிலிருந்து களைப்போடு வீடு திரும்புகின்ற நபர் தன் வீட்டு நாயை ஓங்கி மிதிப்பது போன்ற பழங்காலக் கேலிச்சித்திரம், தன்முனைப்பு இழப்புப் பரிசோதனை முடிவுகளை உறுதி செய்வதாகவே அமைந்திருந்தது. நவீன ஊழியர்கள் தங்களுடைய நாயைக் காலால் எட்டி உதைக்கின்ற வேலைகளிலெல்லாம் ஈடுபடுவதில்லை. மாறாக, அவர்கள் தங்கள் குடும்ப உறுப்பினர்களிடம் அநாகரிகமாக நடந்து கொள்கின்றனர், சுடுசொற்களை உதிர்க்கின்றனர்!

தன்முனைப்பு இழப்பு உங்களுடைய இதயத்துடிப்பின்மீதுகூடத் தாக்கம் ஏற்படுத்துகிறது. பரிசோதனைக்கூடத்தில், ஆய்வில் பங்கேற்பவர்கள் சுய கட்டுப்பாட்டைப் பயன்படுத்தும்போது, அவர்களுடைய நாடித்துடிப்பு தாறுமாறாகிறது. அதேபோல, உடல்ரீதியான வலியைத் தொடர்ச்சியாக அனுபவித்துக்கொண்டிருப்பவர்கள், எப்போதுமே வலியை அலட்சியப்படுத்துகின்ற போராட்டத்தில் ஈடுபட்டிருப்பதால், அவர்களிடம் மன உறுதி எப்போதும் பற்றாக்குறையாகவே இருக்கும்.

நாம் மன உறுதியை நான்கு முக்கியமான வழிகளில் பயன்படுத்துகிறோம். முதலாவதாக, எண்ணங்களைக் கட்டுப்படுத்துவதற்கு நாம் மன உறுதியைப் பயன்படுத்துகிறோம். சில நேரங்களில், அதில் நாம் வெற்றி பெறுவதில்லை. சில நேரங்களில், சில எண்ணங்களை அலட்சியப்படுத்த முயன்று நாம் தோற்கிறோம். சில நேரங்களில், நம்முடைய மனத்தில் தங்கி மீண்டும் மீண்டும் ஓடிக் கொண்டிருக்கின்ற ஒரு பாடலை நிறுத்த முடியாமல் நாம் தவிக்கிறோம். உங்களுடைய ஊக்குவிப்பு சிறப்பாக இருக்கும்பட்சத்தில், ஒரு விஷயத்தில் கவனத்தைக் குவிப்பதற்கு உங்களுடைய எண்ணங்களை உங்களால் பயன்படுத்திக் கொள்ள முடியும். பெரும்பாலும் மக்கள் ஒரு முழுமையான அல்லது சிறப்பான தீர்வைப் பெறுவதற்கு அல்லாமல், ஏற்கனவே தீர்மானிக்கப்பட்டுள்ள ஒரு முடிவை அடைவதற்கு மட்டும் மன உறுதியைப் பயன்படுத்துவதன் மூலம் அதைச் சேமிக்க முயல்கின்றனர்.

இரண்டாவதாக, உணர்ச்சிகளைக் கட்டுப்படுத்துவதற்கு நாம் மன உறுதியைப் பயன்படுத்துகிறோம். பெரும்பாலும் மோசமான மனநிலைகளிலிருந்து விடுபடுவதற்கு நாம் மன உறுதியைப்பயன்படுத்துகிறோம். சிலநேரங்களில், மகிழ்ச்சியான

மனநிலையிலிருந்து விடுபடுவதற்கும் (எடுத்துக்காட்டுகள்: ஒரு துக்க வீட்டுக்குச் செல்கின்றபோது அல்லது ஒரு மோசமான செய்தியை ஒருவருக்குத் தெரிவிக்கின்றபோது) நாம் மன உறுதியைப் பயன்படுத்துகிறோம்; சில நேரங்களில், கோப உணர்வைத் தக்கவைத்துக் கொள்வதற்கு நாம் மன உறுதியைப் பயன்படுத்துகிறோம் (ஏனெனில், அப்போதுதான் குறை கூறக்கூடிய மனநிலையில் நம்மால் இருக்க முடியும்). உணர்ச்சிகளைக் கட்டுப்படுத்துவது பொதுவாகக் கடினமானது. ஏனெனில், பொதுவாக மன உறுதியின் மூலம் உங்களால் உங்களுடைய மனநிலையை மாற்றிக் கொள்ள முடியாது. நீங்கள் ஒரு விஷயத்தைப் பற்றிச் சிந்தித்துக் கொண்டிருந்தால், அந்தச் சிந்தனையை உங்களால் மாற்றிக் கொள்ள முடியும்; உங்களுடைய நடத்தையை மாற்றிக் கொள்ள முடியும். ஆனால், மகிழ்ச்சியாக இருப்பதை உங்களால் உங்கள்மீது திணிக்க முடியாது. உங்களுடைய வாழ்க்கைத்துணைவரின் குடும்பத்தாரை உங்களால் நாகரிகமாக நடத்த முடியும். ஆனால், அவர்கள் ஒரு மாத காலம் உங்களுடைய வீட்டில் தங்கினால், அது உங்களைக் குஷிப்படுத்த வைக்க முடியாது. வருத்தம் மற்றும் கோபத்தைக் களைவதற்கு, மக்கள், வேறு எண்ணங்களின்மீது கவனத்தைக் குவிப்பது, உடற்பயிற்சி செய்வது, தியானத்தில் ஈடுபடுவது போன்ற மறைமுகமான உத்திகளைக் கையாள்கின்றனர். அவர்கள் தங்களைத் தொலைக்காட்சி நிகழ்ச்சிகளில் தொலைக்கின்றனர், சாக்லெட்டுகளைத் தின்கின்றனர், அல்லது பொருட்களை வாங்கிக் குவிக்கின்றனர். அல்லது மதுவுக்குள் தங்களை மூழ்கடித்துக் கொள்கின்றனர்.

மூன்றாவதாக, திடீர் தூண்டுதல்களைக் கட்டுப்படுத்துவதற்கு நாம் மன உறுதியைப் பயன்படுத்துகிறோம். பெரும்பாலான மக்கள் மன உறுதியை இதனோடுதான் தொடர்புபடுத்துகின்றனர். மதுவகைகள், புகையிலைப் பொருட்கள் போன்றவற்றைப் பயன்படுத்துவதற்கு எழும் சபலத்திற்கு ஆளாகாமல் இருக்க முடிவதற்கான திறன் இது. 'திடீர்த் தூண்டுதல்களைக் கட்டுப்படுத்துதல்' என்பதே அர்த்தமற்றது. ஏனெனில், உங்களால் தூண்டுதல்களைக் கட்டுப்படுத்தவே முடியாது. அசாதாரணமான சுய கட்டுப்பாட்டிற்குப் பெயர்போன பராக் ஒபாமாவுக்குக்கூட எப்போதாவது ஒரு சிகரெட் பிடிக்க வேண்டும் என்ற 'திடீர் தூண்டுதலைக்' கட்டுப்படுத்திக் கொள்வது இயலாத காரியமாகவே இருக்கிறது. ஆனால், அதற்கு எப்படி

எதிர்வினையாற்றுவது என்பது அவருடைய கட்டுப்பாட்டில் இருக்கிறது. அவர் என்ன செய்கிறார்? அந்தத் திடீர் தூண்டுதலை அலட்சியப்படுத்துகிறாரா? அல்லது ஒரு சூயிங்கம்மை மெல்கிறாரா? அல்லது யாருக்கும் தெரியாமல் 'ஒரு திருட்டு தம்' அடிக்கச் சென்றுவிடுகிறாரா? வெள்ளை மாளிகையின் தகவல்களின்படி, அவர் சிகரெட்டை வாயில் வைத்துக் கொண்டு, அதைப் பற்ற வைக்காமல் இருந்துவிடுகிறார். சில வேளைகளில் அவர் சறுக்குவதும் உண்டாம்!

நான்காவதாக, செயல்திறனைக் கட்டுப்படுத்துவதற்கு நாம் மன உறுதியைப் பயன்படுத்துகிறோம். தற்போது நீங்கள் ஈடுபட்டிருக்கின்ற வேலையில் முழுக் கவனத்தைக் குவிப்பதற்கும், அந்த வேலையைச் செம்மையாகச் செய்வதற்குத் தேவையான துல்லியம், வேகம் ஆகிய இரண்டும் கலந்த சரியான கலவையைக் கண்டுபிடிப்பதற்கும், நேரத்தை நிர்வகிப்பதற்கும், விலகிவிடலாம் என்ற உணர்வு ஏற்பட்டாலும் விடாப்பிடியாகத் தொடர்வதற்கும் நீங்கள் மன உறுதியின் உதவியை நாடுகிறீர்கள். வேலையிலும் வீட்டிலும் செயல்திறனை மேம்படுத்திக் கொள்வதற்குத் தேவையான உத்திகளைப் பற்றியும், எண்ணங்கள், உணர்ச்சிகள், திடீர் தூண்டுதல்கள் போன்றவற்றைக் கட்டுப்படுத்துவதற்குத் தேவையான உத்திகளைப் பற்றியும் நாம் பின்னர் விரிவாகப் பார்க்கலாம்.

இப்போதைக்கு, தன்முனைப்பு இழப்பு தொடர்பான ஆய்வுகளின் அடிப்படையில் அமைந்த ஒரு பொதுவான அறிவுரையை மட்டும் நாங்கள் இங்கே கொடுக்க விரும்புகிறோம். அது அமேன்டா பால்மர் பின்பற்றிய அதே அணுகுமுறைதான்: ஒரு நேரத்தில் ஒரே ஒரு வேலையில் மட்டும் முழுக் கவனத்தையும் குவிப்பது. உங்களை மேம்படுத்திக் கொள்வதற்கு நீங்கள் ஒன்றுக்கு மேற்பட்ட இலக்குகளை நிர்ணயித்துக் கொண்டால், சேமிப்பில் இருக்கின்ற மன உறுதியைப் பயன்படுத்தி, நீங்கள் சிறிது காலத்திற்கு வேண்டுமானால் அவற்றைச் சமாளித்துக் கொள்ளலாம். ஆனால், அது உங்களுடைய தன்முனைப்பு இழப்பு அதிகரிக்கவும், பின்னர் நீங்கள் மோசமான தவறுகளைச் செய்யவுமே வழிவகுக்கும்.

மக்கள் தங்களுடைய வாழ்க்கையில் மிகப் பெரிய மாற்றம் ஒன்றை மேற்கொள்ள வேண்டியிருக்கின்றபோது, வேறு சில மாற்றங்களையும் செய்ய முனைந்தால், அது அந்தப் பெரிய மாற்றத்திற்கான முயற்சியை பலவீனப்படுத்தும்.

எடுத்துக்காட்டாக, புகைபிடிப்பதை நிறுத்த முயற்சிக்கின்ற ஒரு நபர், அதே நேரத்தில் வேறு நடத்தைசார் மாற்றங்களை மேற்கொள்ளாமல் இருந்தால், அதில் வெற்றி பெறுவதற்கான வாய்ப்புகளை அதிகரித்துக் கொள்ள முடியும். ஆனால், அவர் அதே நேரத்தில் மது அருந்துவதைக் குறைத்துக் கொள்ளவும் உணவுப் பழக்கத்தை மாற்றவும் முயற்சி செய்தால், அவர் மூன்றிலும் தோற்றுப் போவார். ஒரே நேரத்தில் அவருடைய மன உறுதிக்கான தேவை பல இடங்களிலிருந்து கிளம்புவதுதான் இந்தச் சிக்கலுக்குக் காரணம். மது அருந்துவதைக் குறைக்கும் முயற்சியில் ஈடுபட்டிருக்கும் ஒருவர், எந்த நாட்களிலெல்லாம் அவருடைய சுய கட்டுப்பாடு வேறு காரியங்களில் செலவிடப்படுகிறதோ, அந்த நாட்களிலெல்லாம் குடிப்பதைக் குறைத்துக் கொள்ளத் தடுமாறுவார்.

எல்லாவற்றுக்கும் மேலாக, புத்தாண்டுத் தீர்மானங்கள் என்ற ஒரு பட்டியலை ஒருபோதும் உருவாக்காதீர்கள். ஒவ்வோர் ஆண்டும் ஜனவரி 1 அன்று அதீத நம்பிக்கையுடனோ அல்லது முந்தைய இரவில் மூக்கு முட்டக் குடித்ததால் ஏற்பட்டத் தலைவலியுடனோ படுக்கையிலிருந்து எழுந்து, அந்த ஆண்டு குறைவாகச் சாப்பிட வேண்டும், அதிகமாக உடற்பயிற்சி செய்ய வேண்டும், செலவுகளைச் சுருக்கிக் கொள்ள வேண்டும், அலுவலகத்தில் கடினமாக உழைக்க வேண்டும், வீட்டைச் சுத்தமாக வைத்துக் கொள்ள வேண்டும் என்றும், இவை அனைத்தையும் செய்து முடித்தப் பிறகும் கடற்கரையில் நீண்ட தூரம் நடப்பதற்கும், காதலருடனோ அல்லது வாழ்க்கைத்துணைவருடனோ இரவு விருந்துண்ணச் செல்வதற்கும் மாயாஜாலமாக நேரத்தை உருவாக்கிக் கொள்ள வேண்டும் என்றும் மக்கள் உறுதி பூணுகின்றனர்.

அதே ஆண்டு பிப்ரவரி 1 அன்று அந்தப் பட்டியலைப் பார்ப்பதற்குக்கூட அவர்களுக்குச் சங்கடமாக இருக்கிறது. அவர்கள் தங்களுடைய மன உறுதிக் குறைவின்மீது பழி போடுவதற்குப் பதிலாக, அதற்கான உண்மையான காரணமாகத் திகழ்கின்ற அந்தப் பட்டியலின்மீதுதான் பழி போட வேண்டும். ஒரு பெரிய பட்டியலில் இருக்கின்ற அனைத்துக் காரியங்களையும் செய்வதற்கான மன உறுதி எவரிடமும் இருக்காது. நீங்கள் புதிதாக உடற்பயிற்சித் திட்டம் ஒன்றைத் தொடக்க விரும்பினால், அதே நேரத்தில், உங்களுடைய வாழ்க்கையில் ஒரு பொருளாதாரச் சீர்திருத்தத்தை மேற்கொள்ள முயற்சிக்காதீர்கள். உங்களுடைய புதிய வேலையில் (எடுத்துக்காட்டு: அமெரிக்க அதிபர் வேலை)

உங்களுக்கு ஏகப்பட்ட ஆற்றல் தேவைப்பட்டால், அதே நேரத்தில், சிகரெட் குடிப்பதை நிறுத்த முயற்சிக்காதீர்கள். ஏனெனில், உங்களிடம் இருப்பது ஒரே ஒரு மன உறுதிக் கிட்டங்கிதான். உங்களுடைய புத்தாண்டுத் தீர்மானப் பட்டியலிலுள்ள பல விஷயங்கள் அதைப் பிடுங்கிக் கொள்ளத் தமக்கிடையே சண்டையிட்டுக் கொள்ளும். அதில் ஒரு காரியத்தில் இறங்குவதற்கு நீங்கள் முயல்கின்றபோது, மற்றவை அனைத்திற்கும் கிடைக்கின்ற மன உறுதியின் அளவு குறையும்.

புத்தாண்டு அன்று ஒரே ஒரு தீர்மானத்தை மட்டும் போட்டுவிட்டு அதைக் கச்சிதமாகக் கடைபிடிப்பதுதான் புத்திசாலித்தனமான செயலாக இருக்கும். சில சமயங்களில் அதுவே சவால்மிக்கதாகத் தோன்றும். அதுபோன்ற சவால்மிக்கக் கணங்களில் நீங்கள் அமேன்டா பால்மரை நினைத்துக் கொள்வது உங்களுக்கு ஊக்கமளிக்கலாம். அவர் தன்னைக் கட்டுப்பாடுடையவர் என்று கூறிக் கொள்ளவில்லை என்றாலும், அவர் அசையாமல் நின்றதிலிருந்து கிடைத்த அனுபவங்களிலிருந்து மனித இனம் குறித்த ஒரு முக்கியமான பாடத்தை அவர் கற்றுக் கொண்டிருந்தார். அதை அவர் இவ்வாறு விவரிக்கிறார்:

“மனிதர்கள் அபாரமான காரியங்களைச் செய்யக்கூடிய திறன் படைத்தவர்கள். நீங்கள் துளிகூட அசையப் போவதில்லை என்று நீங்கள் தீர்மானித்துவிட்டால் போதும், நீங்கள் அசையாமல் அப்படியே இருப்பீர்கள்.”

அத்தியாயம் இரண்டு

மன உறுதிக்கான ஆற்றல் எங்கிருந்து வருகிறது?

உணவுப் பொருட்களில் கலக்கப்படும் அளவுக்கதிகமான சர்க்கரை மற்றும் பதனப் பொருட்கள் உங்களுடைய ஆளுமையைத் திரிக்கின்றனவா அல்லது உங்களை முரட்டுத்தனமாக நடந்து கொள்ள வைக்கின்றனவா என்பது எனக்குத் தெரியாது. ஆனால், அவ்விரண்டுக்கும் இடையே ஒரு தொடர்பு இருப்பதாகச் சில உளவியலாளர்களிடையே ஒரு கருத்து நிலவுகிறது.

– துரித உணவு விரும்பியாக இருந்த டான் ஒயிட் என்ற கொலைகாரனுக்காக வாதாடிய வழக்கறிஞர் முன்வைத்த வாதம்

மன உறுதியை ஏதாவது ஓர் ஆற்றல் உந்தித் தள்ளிக் கொண்டிருக்கிறது என்றால், அது எங்கிருந்து வருகிறது? இதற்கான பதில் தோல்வியில் முடிந்த ஒரு பரிசோதனையிலிருந்து கிடைத்தது. கிறித்தவ சமயத்தில், ‘சாம்பல் புதன்கிழமையிலிருந்து’ ‘புனித வெள்ளிவரை’ சில வாரங்கள் உண்ணா நோன்பு கடைபிடிக்கப்பட்டு வருகிறது. அந்தச் சமயத்தில் அவர்கள் குறைவான உணவை உண்பர். சாம்பல் புதனுக்கு முந்தைய நாளான ‘மார்டி கிராஸ்’ செவ்வாய்க்கிழமையன்று ஒரு பெரும் விருந்துக் கொண்டாட்டம் அனுமதிக்கப்படுகிறது. அன்று முழுவதும் மக்கள் கேக்குகள் மற்றும் பிற பேக்கரிப் பொருட்களை இஷ்டத்திற்குச் சாப்பிடுவர். அது வெறும் தொடக்கம் மட்டும்தான்.

உலகெங்கிலுமுள்ள பல்வேறு நகரங்களில் அதைத் தாண்டியும் சில ‘பாவங்கள்’ அனுமதிக்கப்படுகின்றன.

சில நகரங்களில், மக்கள் அரை நிர்வாணக் கோலங்களில் அலைவதையும் 'பிறன் மனை நோக்குவதையும்' மதமே ஊக்குவிக்கிறது.

இறையியல் கண்ணோட்டத்தில் பார்க்கின்றபோது இவை அனைத்தும் குழப்பமூட்டக்கூடும். எதற்காக ஒரு மதம் ஒரு குறிப்பிட்ட நாளில் மக்களைத் தாறுமாறாகப் பாவங்களைச் செய்ய அனுமதித்துவிட்டு, அதற்குப் பாவமன்னிப்பும் வழங்க முன்வர வேண்டும்? அன்பே உருவான ஒரு கடவுள், ஏற்கனவே பெருத்துப் போயிருக்கின்ற தன் பக்த கோடிகள் எண்ணெயில் பொறித்தப் பலகாரங்களையும், இனிப்பும் கொழுப்பும் கொட்டிக் கிடக்கின்ற பண்டங்களையும் இஷ்டத்திற்குத் தின்று தீர்க்க எதற்காக அவர்களை ஊக்குவிக்க வேண்டும்?

ஆனால், உளவியலாளர்களின் கண்ணோட்டத்தில் பார்க்கின்றபோது, அதற்குப் பின்னால் ஒரு தர்க்கரீதியான விளக்கம் இருப்பது புலப்படும். உண்ணா நோன்புக்கு முந்தைய நாளன்று தங்களுக்குத் தாங்களே விருந்தளித்துக் கொண்டு, தங்களை ஆசுவாசப்படுத்திக் கொள்வதன் மூலம், மக்கள், அடுத்து வரவிருக்கின்ற சில வாரகால நோன்பு நாட்களை எதிர்கொள்வதற்குத் தேவையான மன உறுதியின் இருப்பை அதிகரித்துக் கொள்கிறார்கள். மார்டி கிராஸ் கோட்பாடு என்று அழைக்கப்படுகின்ற இதை பேக்கரி முதலாளிகளும் அலங்கார ஆடை உற்பத்தியாளர்களும் ஊக்குவித்தாலும், அறிவியலறிஞர்களிடையே இக்கோட்பாடு பிரபலமானதாக இருக்கவில்லை. ஆனால், அது தொடர்பான ஒரு பரிசோதனையை மேற்கொள்ள பாமைஸ்டர் திட்டமிட்டார். அதில் கலந்து கொள்ள முன்வந்தவர்கள் இரண்டு குழுக்களாகப் பிரிக்கப்பட்டனர். மன உறுதி தேவைப்பட்ட இரண்டு தனித்தனிப் பரிசோதனைகளுக்கு நடுவில், அவர்களுக்கு பேக்கரிப் பொருட்களுக்குப் பதிலாக, குடிப்பதற்கு ஒரு பானம் வழங்கப்பட்டது. முதல் குழுவினருக்கு, இனிப்புமிக்க, கொழுகொழுவென்றிருந்த ஐஸ்கிரீம் மில்க்ஷேக் கொடுக்கப்பட்டது. இரண்டாவது குழுவினருக்கு, இரண்டு தேர்ந்தெடுப்புகள் வழங்கப்பட்டன. அவற்றில் ஒன்றைத் தேர்ந்தெடுத்துக் கொள்ளும்படி அவர்கள் கேட்டுக் கொள்ளப்பட்டனர். இரண்டு சோதனைகளுக்கும் இடைப்பட்ட நேரத்தில், அவர்கள் அங்கு வைக்கப்பட்டிருந்த சுவாரசியமற்றப் பழைய பத்திரிகைகளைப் படிக்கலாம் அல்லது கொழுப்பு குறைவான பாலிலிருந்து செய்யப்பட்ட, ருசியற்ற, குறைவான இனிப்புடைய ஒரு பானத்தைப் பருகலாம்.

மார்டி கிராஸ் கோட்பாடு முன்மொழிந்தபடியே, ஐஸ்கிரீம், அதில் கலந்து கொண்டிருந்தவர்களின் மன உறுதி வலுப் பெறுவதற்கு உதவியது. அதனால், இரண்டாவது சோதனையில், எதிர்பார்க்கப்பட்டதைவிட அதிகச் சிறப்பாக அவர்கள் செயல்பட்டனர். பத்திரிகைகளைப் படிப்பதைத் தேர்ந்தெடுத்திருந்த துரதிர்ஷ்டசாலிகளைவிட அவர்களுடைய செயல்பாடு மேம்பட்டதாக இருந்தது. இதுவரை அனைத்தும் எதிர்பார்த்திருந்தபடியே சென்றது. ஆனால், ருசியற்ற பானத்தைக் குடிப்பதைத் தேர்ந்தெடுத்திருந்தவர்களும் ஐஸ்கிரீம் மில்க்ஷேக்கைக் குடித்திருந்தவர்கள் அளவுக்குச் சிறப்பாகச் செயல்பட்டிருந்தனர். அப்படியெனில், மன உறுதியை பலப்படுத்திக் கொள்வதற்கு அந்த மில்க்ஷேக் உதவவில்லை. அதாவது, மார்டி கிராஸ் கோட்பாடு தோற்றுவிட்டிருந்ததைப்போல இருந்தது.

ஆனால், பாமைஸ்டர் அதை அப்படியே விடுவதாக இல்லை. அவர் இவ்வாறு யோசித்தார்: அவருடைய பரிசோதனையில் பங்கேற்றிருந்தவர்கள் தன்முனைப்பு இழப்பு விளைவை முறியடித்திருந்தனர். ருசியற்ற பானத்தைப் பருகியிருந்தவர்களும் அதை எப்படிச் சாதித்தனர் என்பதுதான் அவருக்குப் புதிராக இருந்தது. பின்னர், பங்கேற்பாளர்களுடைய மன உறுதி வலுவடைந்ததற்கு வேறு ஏதேனும் காரணம் இருக்க முடியுமா என்ற கோணத்தில் அவர் யோசித்தார். ஒருவேளை அவர்கள் தங்களுடைய பானங்களிலிருந்து பெற்றிருந்த கலோரிகளாக இருக்குமோ?

முதலில் அந்த யோசனை சிறுபிள்ளைத்தனமானதாகத் தோன்றியது. கொழுப்பு குறைவான பாலிலிருந்து செய்யப்பட்ட ஒரு பானத்தைக் குடிப்பது எப்படிச் செயல்திறனை அதிகரிக்கும்? பல பத்தாண்டுகளாக, உளவியலாளர்கள், மனத் திறன் பரிசோதனைகளை, ஒரு டம்ளர் பாலைக் குடிப்பது அதன்மீது ஏற்படுத்தக்கூடிய தாக்கத்தைக் கண்டுகொள்ளாமல் நடத்தி வந்தனர். மனத்தை ஒரு கணினியைப்போல அவர்கள் பாவித்தனர். மனம் எப்படித் தகவல்களைக் கையாள்கிறது என்பதிலேயே அவர்கள் தங்கள் கவனத்தைக் குவித்தனர். ஒரு கணினியிலுள்ள 'சிப்' மற்றும் மின்சுற்று போன்றவற்றுக்கு ஈடானவற்றை மனத்தில் கண்டுபிடிக்க வேண்டும் என்ற அதீத ஆர்வத்தில் இருந்த அவர்கள், இன்றியமையாத ஒரு விஷயத்தைக் கோட்டை விட்டுவிட்டனர். கணினி இயங்குவதற்குத் தேவைப்பட்ட மின் சக்திதான் அது.

சக்தி இல்லையெனில், சிப்கள் மற்றும் மின்சுற்றுகளால்

எந்தப் பயனும் இல்லை. அது மூளைக்கும் பொருந்தும். இந்த அடிப்படை விஷயத்தைக் கண்டுபிடிப்பதற்கு உளவியலாளர்களுக்கு நீண்டகாலம் ஆயிற்று. அந்தப் புரிதல்கூட அவர்களுக்குக் கணினியிலிருந்து கிடைக்கவில்லை, மாறாக, உயிரியலிலிருந்துதான் கிடைத்தது. உயிரியலின் அடிப்படையில் உளவியலில் ஏற்பட்டப் பெருமாற்றங்கள், இருபதாம் நூற்றாண்டின் இறுதியில் ஏற்பட்ட முக்கியமான வளர்ச்சிகளில் குறிப்பிடத்தக்கவையாகும். ஒருவருடைய ஆளுமை மற்றும் நுண்ணறிவில் மரபணுக்கள் பெரும் தாக்கம் விளைவிக்கின்றன என்று சில ஆய்வாளர்கள் கண்டுபிடித்தனர். மனிதர்களுடைய காதல் நடத்தையும் பாலுணர்வு நடத்தையும் பரிணாம வளர்ச்சிக் கோட்பாட்டின் கணிப்புகளுக்கு ஏற்ப இருப்பதையும், அவை பிற விலங்கினங்களின் நடத்தைகளோடு ஒத்திசைவாக இருப்பதையும் வேறு சில ஆய்வாளர்கள் கண்டறிந்தனர். சில நரம்பியலாளர்கள், மூளை இயங்குகின்ற விதத்தைப் புட்டுப்புட்டு வைக்கத் தொடங்கினர். வேறு சில அறிவியலறிஞர்கள், ஹார்மோன்கள் எப்படி நடத்தையைத் திரித்தன என்று கண்டுபிடித்தனர். மனித மனம் உயிரியல்ரீதியான ஓர் உடம்பில் உறைந்துள்ளது என்பது உளவியலாளர்களுக்கு மீண்டும் மீண்டும் நினைவுபடுத்தப்பட்டு வந்தது.

உயிரியலின் முக்கியத்துவம் அதிகரித்துக் கொண்டிருந்த இந்தப் புதிய சூழலின் காரணமாக, தங்களுக்குக் கிடைத்திருந்த ஆய்வு முடிவுகளை உளவியல் ஆய்வாளர்களால் அவ்வளவு சுலபமாக ஒதுக்கித் தள்ள முடியவில்லை. குறைவான கொழுப்புடைய பாலிலிருந்து தயாரிக்கப்பட்ட பானத்தை ஒதுக்கித் தள்ளுவதற்கு முன்பாக, அதன் இடுபொருட்களைப் பற்றிய ஆய்வில் தாங்கள் இறங்க வேண்டும் என்றும், ஜிம் டர்னர் போன்றவர்களிடமிருந்து வந்து கொண்டிருந்த கதைகளை இன்னும் கவனமாகக் காது கொடுத்துக் கேட்க வேண்டும் என்றும் அவர்கள் முடிவு செய்தனர்.

மூளைக்கான எரிபொருள்

பிரபல நகைச்சுவை நடிகரான ஜிம் டர்னர், பல திரைப்படங்களிலும் தொலைக்காட்சித் தொடர்களிலும் நடித்துள்ளார். ஒரு நாள் அவர் ஒரு கனவு கண்டார். அதில், உலகிலுள்ள அனைத்துத் தவறுகளையும் சரி செய்ய வேண்டிய பொறுப்பு அவர்மீது விழுந்திருந்தது. அது வெறும்

கனவாக இருந்தால்கூட, அது ஒரு கடினமான பணிதான். ஆனால், அவருக்கு ஒரு மாயாஜால சக்தி கிடைத்திருந்தது. நினைத்த உடனே ஓரிடத்திலிருந்து இன்னோர் இடத்திற்குச் செல்வதற்கான சக்தி அது. அவர் தன் கனவில் தன்னுடைய சொந்த ஊருக்குச் சென்றார், உலகிலுள்ள பல நகரங்களுக்குச் சென்றார். அவர் நிலவிற்குக்கூடச் சென்றார். பின் அவர் அக்கனவிலிருந்து விழித்தெழுந்தார். கண் விழித்தப் பிறகும், நினைத்த உடனே ஓரிடத்திலிருந்து இன்னோர் இடத்திற்குச் செல்கின்ற சக்தி தன்னிடம் இருந்ததாக அவர் நம்பினார். பின் அந்த சக்தியைத் தன் மனைவிக்குக் கற்றுக் கொடுக்க அவர் முயன்றார். அவர் தன் மனைவியிடம், மீண்டும் மீண்டும், "நீ ஓரிடத்திற்குப் போக வேண்டும் என்று நினைத்துக் கொள். அடுத்தக் கணம் நீ அங்கு இருப்பாய்!" என்று கூறினார்.

ஜிம்மை சாந்தப்படுத்த அவருடைய மனைவி ஒரு நல்ல திட்டம் வைத்திருந்தார். ஜிம் ஒரு நீரிழிவு நோயாளி என்பதால், அவரை பழரசம் பருகுமாறு செய்தார். அதைக் குடித்து முடித்ததும் ஜிம்மின் பித்துக்குளித்தனம் இன்னும் அதிகரித்தது. தன் அபார சக்தியை வெளிப்படுத்தும் விதமாக, அவர் தன் படுக்கையிலேயே குட்டிக்கரணம் போட்டார். இறுதியில் தன்னுடைய மனைவிக்கு ஆசுவாசம் ஏற்படுத்தும் விதமாக அவர் அமைதியடைந்தார். ஜிம் அருந்தியிருந்த பழரசம் அவருடைய இரத்தத்தில் கலந்ததன் காரணமாகத்தான் அவருடைய பைத்தியக்காரத்தனமான நடவடிக்கைகள் நின்றதாக அவருடைய மனைவி எண்ணிக் கொண்டார். ஆனால், உண்மையில் நடந்தது அதற்கு நேர்மாறானது. பழரசம் அவரை அமைதியாக்கவில்லை. மாறாக, பழரசத்திலிருந்த ஆற்றல் அவருக்குக் கூடுதல் சக்தியைக் கொடுத்து அவரைக் குட்டிக்கரணம் போட வைத்திருந்தது.

அதை இன்னும் துல்லியமாக விளக்க வேண்டுமென்றால், பழரசத்திலிருந்த ஆற்றல், உடலால் குளூக்கோஸாக மாற்றப்பட்டிருந்தது. குளூக்கோஸ் என்பது ஓர் எளிய சர்க்கரை. இனிப்புப் பொருட்கள் மட்டுமல்லாமல், நாம் சாப்பிடுகின்ற அனைத்து உணவுப் பொருட்களையும் நம்முடைய உடல் குளூக்கோஸாகத்தான் மாற்றுகிறது. செரிமானத்தின் மூலமாக உற்பத்தி செய்யப்படுகின்ற குளூக்கோஸ், இரத்த ஓட்டத்தில் கலந்து உடலெங்கும் கொண்டு செல்லப்படுகிறது. நம்முடைய தசைகள், இதயம், கல்லீரல் ஆகியவை ஏராளமான குளூக்கோஸைப் பயன்படுத்திக் கொள்கின்றன. நம் உடலிலுள்ள நோயெதிர்ப்பு அமைப்பும் ஏராளமான குளூக்கோஸைப்

பயன்படுத்திக் கொள்ளக்கூடிய ஒன்றுதான் என்றாலும், அது எப்போதாவதுதான் அப்படிச் செய்கிறது. உங்களுடைய உடல் ஓரளவு ஆரோக்கியமாக இருக்கும்போது, உங்களுடைய நோயெதிர்ப்பு அமைப்பு குறைவான குளூக்கோஸையே பயன்படுத்துகிறது. ஆனால், அது சளியை எதிர்த்துப் போராடுகின்றபோது, அது ஏராளமான குளூக்கோஸைப் பயன்படுத்திக் கொள்கிறது. நோயுற்றிருப்பவர்கள் அதிகமாகத் தூங்குவதற்கு இதுதான் காரணம். அது நோயை எதிர்ப்பதற்கு ஏராளமான ஆற்றலைப் பயன்படுத்திக் கொள்வதால், உடற்பயிற்சி செய்வது, தாம்பத்திய உறவில் ஈடுபடுவது, விவாதம் செய்வது போன்றவற்றுக்குச் செலவழிப்பதற்கு அதனிடம் ஆற்றல் இருக்காது. அதனால் பெரிதாகச் சிந்திக்கக்கூட முடியாது. ஏனெனில், சிந்திப்பதற்கு ஏராளமான ஆற்றல் தேவை. குளூக்கோஸ் நேரடியாக மூளைக்குள் நுழையாமல் நரம்பியக்கடத்திகள் மூலமாகச் செல்லும். நரம்பியக்கடத்திகள் என்பவை உங்களுடைய மூளையிலுள்ள நரம்பணுக்கள் சமிக்கைகளை அனுப்புவதற்குப் பயன்படுத்துகின்ற வேதிப் பொருட்களாகும். நரம்பியக்கடத்திகள் தீர்ந்து போனால் உங்களால் சிந்திக்கக்கூட முடியாது.

இரத்தத்தில் சர்க்கரையின் அளவு குறைவாக இருக்கின்ற மக்களிடம் நடத்தப்பட்ட ஆய்வுகள், குளூக்கோஸுக்கும் சுய கட்டுப்பாட்டுக்கும் இடையே இருக்கின்ற தொடர்பை வெளிப்படுத்தியுள்ளன. இரத்தச் சர்க்கரை அளவு குறைவாக இருக்கின்ற நபர்கள், சராசரியான நபர்களோடு ஒப்பிடுகையில், கவனத்தைக் குவிக்கவும், பிறரால் தூண்டப்படுகின்றபோது தங்களுடைய எதிர்மறை உணர்ச்சிகளைக் கட்டுப்படுத்திக் கொள்ளவும் சிரமப்படுவர் என்பதை ஆய்வாளர்கள் கண்டறிந்துள்ளனர். பொதுவாக, ஒப்பீட்டளவில் அவர்கள் பதற்றமிக்கவர்களாகவும் மகிழ்ச்சியற்றவர்களாகவும் இருப்பர். குற்றவாளிகளிடமும் வன்முறையாளர்களிடமும் இரத்தச் சர்க்கரை அளவு குறைவாக இருக்கின்ற போக்கு அதிகமாகக் காணப்படுவதாகக் கண்டறியப்பட்டுள்ளது. இரத்தத்தில் சர்க்கரையின் அளவு குறைவாக இருப்பது தொடர்பாக நடத்தப்படுகின்ற ஆய்வுகளைச் சில புத்திசாலி வழக்கறிஞர்கள் நீதிமன்றங்களுக்குள் கொண்டு வந்துள்ளனர்.

இந்தப் பிரச்சனை 1979 இல் நடைபெற்ற ஒரு கொலை வழக்கில் மக்கள் மத்தியில் பிரபலமடைந்தது. சான்ஃபிரான்சிஸ்கோ நகரின் மேயரான ஜார்ஜ் மோஸ்கோனையும், அந்தக் காலத்திலேயே தான்

ஒரு நேர்பாலீர்ப்பாளர் என்பதை வெளிப்படையாக அறிவித்திருந்த மற்றொரு மாநகராட்சி நிர்வாகியான ஹார்வே மில்க்கையும் டான் ஒயிட் என்பவன் கொலை செய்திருந்தான். கொலைகாரனுக்காக வாதாடிய வழக்கறிஞர் அழைத்து வந்திருந்த உளவியலாளர்கள், கொலைகாரன் கொலைக்கு முன்பாகத் துரித உணவுகளை உட்கொண்டதைத் தனியாகக் குறிப்பிட்டது பத்திரிகையாளர்கள் மத்தியில் பரபரப்பை ஏற்படுத்தியது. தன் கொலைக்கான பழியைக் கொலைகாரன் துரித உணவின்மீது போட்டுவிட்டுத் தப்பிக்கப் பார்த்ததாக அவர்கள் டானை எள்ளி நகையாடினர். டான் உட்கொண்டிருந்த துரித உணவு, அவனுடைய இரத்தத்திலிருந்த சர்க்கரையின் அளவைக் கிடுகிடுவென்று அதிகரித்து, பிறகு அதை விரைவாகக் குறைத்து அவனுக்குக் கொலை வெறியைத் தூண்டியது என்ற வாதத்தை அவனுடைய வழக்கறிஞர்கள் முன்வைக்கவில்லை. அவனுக்கு இருந்த மனச்சோர்வின் காரணமாக அவன் இந்தச் செயலைச் செய்திருந்ததால் அவனுக்குக் கருணை காட்ட வேண்டும் என்றுதான் அவர்கள் வாதாடினர். மனச்சோர்வுக்கான ஒரு காரணமாகத் துரித உணவை அவர்கள் முன்மொழிந்தனர். இறுதியில் அவனுக்கு மிதமான தண்டனை அளிக்கப்பட்டபோது, அவனுக்காக வாதிட்ட வழக்கறிஞர்களின் வாதம் எடுபட்டிருந்ததாகவே மக்கள் நம்பினர். அது அவர்களைக் கொதித்தெழச் செய்தது.

ஆனால், வேறு சில வழக்குகளில், குற்றம் சாட்டப்பட்டிருந்தவர்களுக்காக வாதிட்டவர்கள் தங்களுடைய கட்சிக்காரர்களின் இரத்தச் சர்க்கரை அளவைக் கணக்கில் எடுத்துக் கொள்ள வேண்டும் என்று உண்மையிலேயே வாதிட்டனர். ஆனால், அந்த வாதம் அவர்களுக்குப் பெரிய வெற்றிகளைக் கொடுக்கவில்லை. அந்த வாதங்களிலுள்ள சட்டரீதியான மற்றும் தார்மிகரீதியான நியாயங்கள் எப்படி வேண்டுமானாலும் இருந்துவிட்டுப் போகட்டும். ஆனால், இரத்தச் சர்க்கரை அளவுக்கும் குற்ற நடத்தைக்கும் இடையே ஒரு தொடர்பு இருப்பதை அறிவியல் தரவுகள் நிரூபிக்கின்றன. இளம் குற்றவாளிகளில் 90 சதவீதத்தினரின் இரத்தச் சர்க்கரை அளவு சராசரிக்கும் கீழே இருந்ததை ஓர் ஆய்வு கண்டுபிடித்தது. இரத்தச் சர்க்கரை அளவு குறைவாக இருப்பவர்கள், போக்குவரத்து விதிமீறல்கள், பொது இடங்களில் தகாத வார்த்தைகளைப் பயன்படுத்துதல், கடைகளில் சிறு பொருட்களைத் திருடுதல், சொத்துகளுக்குச் சேதம் விளைவித்தல், பணத்தைச் கையாடுதல், வேண்டுமென்றே

தீ வைத்தல், வாழ்க்கைத்துணைவரையும் குழந்தைகளையும் தகாத முறையில் நடத்துதல் போன்ற குற்றச் செயல்களுக்காகத் தண்டிக்கப்படுவதற்கு அதிக வாய்ப்பு இருப்பதாக இன்னோர் ஆய்வு தெரிவிக்கிறது.

சில ஆய்வாளர்கள் ஃபின்லாந்திலுள்ள ஒரு சிறைக்குச் சென்று, விரைவில் விடுதலை செய்யப்படவிருந்த குற்றவாளிகளிடம் குளூக்கோஸ் ஏற்புத்திறன் பரிசோதனையை (உணவுச் செரிமானத்தின் மூலம் இரத்தத்தில் கலக்கின்ற குளூக்கோஸை உடல் கிரகித்துக் கொள்கின்ற திறனை அளவிடுகின்ற சோதனை) நடத்தினர். அக்கைதிகள் விடுதலையான பிறகு, அவர்களில் எத்தனை பேர் மீண்டும் மறு குற்றங்களில் ஈடுபட்டனர் என்பதை அந்த ஆய்வாளர்கள் கண்காணித்தனர். ஒரு குற்றவாளி மீண்டும் குற்றச் செயல்களில் ஈடுபடுகிறாரா இல்லையா என்பதைத் தீர்மானிப்பதில், சகாக்களிடமிருந்து வருகின்ற அழுத்தம், திருமணம், வேலை கிடைப்பதற்கான வாய்ப்பு, போதைப் பழக்கம் போன்ற பல காரணிகளின் தாக்கம் இருக்கும் என்பது வெளிப்படை. ஆனால், விடுதலைக்கு முன்பாக எடுக்கப்பட்ட குளூக்கோஸ் பரிசோதனையின் முடிவை வைத்து, எந்தக் குற்றவாளிகள் மறுபடியும் குற்றச் செயல்களில் ஈடுபடுவர் என்று அந்த ஆய்வாளர்கள் கணித்தனர். அந்தக் கணிப்பு பின்னர் 80 சதவீதம் உறுதியாயிற்று. அக்குற்றவாளிகளிடம் சுய கட்டுப்பாடு குறைவாக இருந்ததற்கு, குளூக்கோஸைக் கிரகித்துக் கொள்வதற்கான அவர்களுடைய உடலின் திறன் சேதமடைந்திருந்ததுதான் காரணம். அப்படிச் சேதமடைகின்றபோது, இரத்தத்தில் அளவுக்கதிகமான குளூக்கோஸ் சுற்றிக் கொண்டிருக்கும். அது நல்லதுதானே என்ற கேள்வி எழலாம். ஆனால், உடலின் ஆரோக்கியத்தைப் பொறுத்தவரை அது நல்லதல்ல. இரத்தத்தில் இருக்கின்ற குளூக்கோஸின் அளவு மிகவும் அதிகமாகின்றபோது, அந்த நிலை நீரிழிவு நோய் என்று அழைக்கப்படுகிறது.

நீரிழிவு நோயுள்ள அனைவரும் குற்றவாளிகள் அல்லர் என்பது வெளிப்படை. அவர்களில் பெரும்பாலானோர், தங்களுடைய இரத்தச் சர்க்கரை அளவைத் தொடர்ந்து கண்காணித்து அதைக் கட்டுக்குள் வைத்துக் கொள்கின்றனர். தேவையெனில், அவர்கள் அதற்கு மருந்து மாத்திரைகளை எடுத்துக் கொள்கின்றனர். நீரிழிவு நோயுள்ளவர்கள், அவர்களை ஒத்த வயதுடையவர்களோடு ஒப்பிடுகையில், அதிகமாக உணர்ச்சிவசப்படுபவர்களாக இருக்கின்றனர்

என்று ஆய்வாளர்கள் கண்டுபிடித்துள்ளனர். ஏராளமான நேரம் தேவைப்படுகின்ற வேலையில் ஈடுபடுகின்றபோது, அவர்கள் அதிகமான கவனச்சிதறலுக்கு ஆளாகின்றனர். மதுவுக்கு அடிமையாதல், பதற்றமடைதல், மனச்சோர்வுக்கு ஆளாதல் போன்ற பிரச்சனைகள் அவர்களிடம் அதிகமாகக் காணப்படுகின்றன. மருத்துவமனைகளில் சிகிச்சை எடுத்துக் கொள்கின்ற நீரிழிவு நோயாளிகள், பிற நோயாளிகளோடு ஒப்பிடுகையில், அவர்களுக்குச் சிகிச்சை அளிப்பவர்களுக்கு அதிகமான தொந்தரவுகளைக் கொடுக்கின்றனர். அன்றாட வாழ்வில் ஏற்படுகின்ற மன அழுத்தங்களை எதிர்கொள்கின்ற நீரிழிவு நோயாளிகள் அதைக் கையாள்வதற்குக் கூடுதலாகச் சிரமப்படுகின்றனர். மன அழுத்தத்தைக் கையாள்வதற்கு மனக் கட்டுப்பாடு தேவை. ஆனால், உங்கள் உடல், உங்கள் மூளைக்குப் போதுமான அளவு எரிபொருளைக் கொடுக்காமல் இருந்தால், மனத்தைக் கட்டுப்படுத்துவது கடினமாகிவிடும்.

ஜிம் டர்னர் தன்னுடைய சுய கட்டுப்பாட்டுப் பிரச்சனையை ஒரு நகைச்சுவை நாடகமாகவே அரங்கேற்றினார். அதில் அவர் மட்டுமே ஒரே பாத்திரம். அதன் தலைப்பு: “நீரிழிவு நோய்: ஜிம் டர்னருடனான என் பிரச்சனைகள்!” அதில் அவர் தன் சிறு வயது மகனுடனான வாக்குவாதத்தைப் பற்றி விவரிக்கிறார். வாக்குவாதம் முற்றுகின்றபோது, அவர் வெளியே சென்று தன்னுடைய காரின்மீது ஓங்கி உதைத்து, அதில் நெளிசலை ஏற்படுத்துகிறார். அதில் அவர் இவ்வாறு கூறுகிறார்: “பல நேரங்களில் நான் கட்டுப்பாடு இழந்து தவிப்பதை உணர்ந்து என் மகன் எனக்குப் பழரசத்தைக் கொடுத்துக் குடிக்கச் செய்வான்.”

ஜிம் தன் காரின் நெளிசலுக்குத் தன்னுடைய இரத்தச் சர்க்கரை அளவு குறைபாட்டின்மீது பழி போடுவதில்லை. தன்னுடைய நிலைமை குறித்து அவர் தன்மீது பச்சாதாபமும் கொள்வதில்லை. தன்னுடைய நீரிழிவு நோயை அவர் பெரும்பாலும் கட்டுப்பாட்டிற்குள் வைத்துக் கொள்கிறார். தான் மகிழ்ச்சியாக இருப்பதற்கும், தன் கனவுகளை அடைவதற்கும் தன் நோய் குறுக்கே நிற்கவில்லை என்று அவர் கூறுகிறார். அதே நேரத்தில், அதற்குத் தான் உணர்ச்சிசார் விலை ஒன்றைக் கொடுக்க வேண்டியிருக்கிறது என்பதையும் அவர் ஒப்புக் கொள்கிறார். நோயின் காரணமாக, தான் விரும்புகின்ற அளவுக்குத் தன் மகனுக்குத் தன்னை முழுமையாக அர்ப்பணித்துக் கொள்ள முடியவில்லை என்ற மனக் குறை அவருக்கு இருக்கிறது.

இதுபோன்ற நேரங்களில் ஜிம்முக்குத் துல்லியமாக என்ன நேர்கிறது? பெரிய அளவில் நிகழ்த்தப்படுகின்ற பரிசோதனைகளின் மூலமாகக்கூட உங்களால் உறுதியான முடிவுகளுக்கு வர முடியாது. ஆய்வுகளின் மூலமாகச் சில விஷயங்களைத் தொடர்புபடுத்தலாம். ஆனால், தொடர்புபடுத்துதலும், ஒரு விஷயத்தின் தூண்டு காரணியாக இருப்பதும் வெவ்வேறு விஷயங்களாகும். சமூக அறிவியலைப் பொறுத்தவரை, எதேச்சையாகத் தேர்ந்தெடுக்கப்படுகின்ற நபர்களைக் கொண்டு வெவ்வேறுபட்டச் சூழல்களில் மேற்கொள்ளப்படுகின்ற பரிசோதனைகளின் முடிவுகள் மட்டுமே ஏற்றுக் கொள்ளப்படும். ஆனால், நடைமுறையில் இது சிக்கலானது.

ஊட்டச்சத்து நிபுணர்கள் பள்ளிக் குழந்தைகளிடம் ஒரு பரிசோதனையை நடத்தினர். அன்று பள்ளிக்கு வரும்போது, காலை உணவு எதையும் உண்ணாமல் வரும்படி அக்குழந்தைகள் அறிவுறுத்தப்பட்டிருந்தனர். அக்குழந்தைகள் இரண்டு பிரிவுகளாகப் பிரிக்கப்பட்டனர். ஒரு பிரிவினருக்குப் பள்ளியிலேயே சத்தான காலை உணவு அளிக்கப்பட்டது. மற்றொரு பிரிவினருக்குக் காலை உணவு எதுவும் அளிக்கப்படவில்லை. காலை உணவை உண்டிருந்த குழந்தைகள், பாடங்களைக் கவனத்தோடு கற்றுக் கொண்டனர், குறைவான அளவு தவறாக நடந்து கொண்டனர் (எந்தக் குழந்தைகள் காலை உணவை உண்டிருந்தனர், எவர் உண்ணவில்லை என்பதை அறிந்திராதவர்களால் அவர்கள் கண்காணிக்கப்பட்டனர்). சற்று நேரம் கழித்து அனைத்துக் குழந்தைகளுக்கும் சத்தான நொறுக்குத் தீனி கொடுக்கப்பட்டப் பிறகு, அந்தக் குழந்தைகளுக்கு இடையே இருந்த வேறுபாடுகள் மாயாஜாலம்போல மறைந்துவிட்டன.

மாயாஜாலத்தை ஏற்படுத்தியிருந்த அந்தக் காரணி என்ன என்பதைக் கண்டுபிடிப்பதற்காகச் சில ஆய்வாளர்கள் ஒரு பரிசோதனையில் ஈடுபட்டனர். அதில் கலந்து கொண்டிருந்தவர்கள் சில எளிய காரியங்களைச் செய்யுமாறு கேட்டுக் கொள்ளப்பட்டனர். அவர்கள் அவற்றைச் செய்வதற்கு முன்பும் பின்பும் அவர்களுடைய இரத்தத்திலிருந்த குளூக்கோஸ் அளவிடப்பட்டது. வழக்கம்போல, பங்கேற்பாளர்கள் இரண்டு குழுக்களாகப் பிரிக்கப்பட்டனர். அவர்கள் அனைவருக்கும் ஒரு வீடியோ திரையிடப்பட்டது. அந்தப் படத்தில் அவ்வப்போது சில வார்த்தைகள் திரையின் அடியில் தோன்றி மறைந்தன. ஒரு குழுவினர் சாதாரணமாக அந்தப் படத்தைப்

பார்க்கும்படி கேட்டுக் கொள்ளப்பட்டனர். மற்றொரு குழுவினர், அந்த வார்த்தைகளை அலட்சியப்படுத்தும்படி கேட்டுக் கொள்ளப்பட்டனர். வார்த்தைகளைப் பார்ப்பதைத் தவிர்க்கும்படி கேட்டுக் கொள்ளப்பட்டவர்களின் குளூக்கோஸ் அளவு கணிசமாகக் குறைந்திருந்தது. இன்னொரு குழுவினரின் குளூக்கோஸ் அளவு மாறாமல் அப்படியே இருந்தது. இந்தப் பரிசோதனைக்காகச் சிறிய அளவில் சுய கட்டுப்பாடு பிரயோகிக்கப்பட்டிருந்தபோதிலும், மூளைக்குக் கிடைத்துக் கொண்டிருந்த குளூக்கோஸின் அளவை அது கணிசமாகக் குறைத்திருந்ததைத்தான் அது வெளிப்படுத்தியது.

இதை மேலும் உறுதி செய்வதற்கு வேறு பல பரிசோதனைகள் மேற்கொள்ளப்பட்டன. அவற்றில் ஒன்றில் கலந்து கொண்டவர்கள் வழக்கம்போல இரண்டு பிரிவுகளாகப் பிரிக்கப்பட்டனர். இரு பிரிவினருக்கும் எலுமிச்சம் பழச்சாறு கொடுக்கப்பட்டது. ஒரு குழுவினருக்கு அதில் சர்க்கரையும், இன்னொரு பிரிவினருக்குச் செயற்கை இனிப்பும் கலந்து கொடுக்கப்பட்டது. எலுமிச்சம் பழத்தின் வலுவான வாசனை காரணமாக, அதில் கலந்திருந்தது என்ன என்பதைப் பங்கேற்பாளர்களால் கண்டுபிடிக்க முடியவில்லை. சர்க்கரை கலந்த பானத்தைக் குடித்திருந்தவர்களின் குளூக்கோஸ் அளவு உடனடியாக உயர்ந்தது. ஆனால், செயற்கை இனிப்பு கலந்த பானத்தை அருந்தியவர்களுக்கு அதிலிருந்து குளூக்கோஸ் எதுவும் கிடைக்கவில்லை. இன்னும் சொல்லப் போனால், அவர்களுக்கு அதிலிருந்து எந்தவிதமான ஊட்டச்சத்தும் கிடைக்கவில்லை.

எலுமிச்சம் பழச்சாறு அருந்தியவர்களின் மூர்க்கத்தனத்தைச் சோதிப்பதற்காக ஒரு பரிசோதனை நடத்தப்பட்டது. ஒரு கணினி விளையாட்டை விளையாடும்படி அவர்கள் கேட்டுக் கொள்ளப்பட்டார்கள். வேண்டுமென்றே, முதலில் இலகுவாகவும் போகப் போகக் கடினமாகவும் இருக்கும்படி அந்த விளையாட்டு வடிவமைக்கப்பட்டிருந்தது. அதில் கலந்து கொண்டிருந்தவர்கள் அனைவருமே போகப் போக விரக்தி அடைந்தாலும், சர்க்கரை கலந்த பானத்தை அருந்தியிருந்தவர்கள், விளையாட்டைப் பற்றி முணுமுணுத்துவிட்டு விளையாட்டைத் தொடர்ந்து கொண்டிருந்தனர். செயற்கை இனிப்பு கலந்த பானத்தை அருந்தியவர்கள் சத்தமாகத் திட்டினர், கணினியின்மீது ஓங்கிக் குத்தினர். ஆய்வாளர்கள் அவர்களுடைய செயல்பாடுகளைக் குறை கூறும் விதமாகப் பேசியபோது, அது அவர்களுக்கு

ஆத்திரமூட்டியது.

அதாவது, குளூக்கோஸ் இல்லையென்றால் மன உறுதி இல்லை. ஆய்வாளர்கள் பல்வேறு சூழல்களில் மேன்மேலும் அதிகமான நபர்களைப் பரிசோதித்தபோது, 'குளூக்கோஸ் இல்லையென்றால் மன உறுதி இல்லை' என்ற போக்கு மீண்டும் மீண்டும் தலைதூக்கிக் கொண்டே இருந்தது. சில ஆய்வாளர்கள் இதே போன்ற பரிசோதனைகளை நாய்களிடம் நடத்தியபோதும் இதே விளைவுகளையே பெற்றனர்.

இந்தக் கண்டுபிடிப்புகள் ஒரு புறம் இருந்தாலும், மூளை தொடர்பான ஆய்வுகளில் ஈடுபட்டுள்ளவர்கள் குளூக்கோஸுக்கும் மன உறுதிக்கும் இடையேயான தொடர்பு குறித்துச் சந்தேகம் கொண்டுள்ளனர். ஒருவர் எந்த வேலையில் ஈடுபட்டிருந்தாலும் சரி, அவருடைய மூளை எப்போதும் ஒரே அளவு ஆற்றலையே பயன்படுத்திக் கொண்டிருப்பதை இதற்கு ஆதரவாக அவர்கள் சுட்டிக்காட்டுகின்றனர். அதாவது, ஆற்றல் இழப்புக் கோட்பாட்டோடு அது பொருந்திப் போவதில்லை. அந்தச் சந்தேகப்பிராணிகளில் டாட் ஹெதர்டனும் ஒருவர். தொடக்கத்தில் பாமைஸ்டரோடு இணைந்து வேலை பார்த்துக் கொண்டிருந்த அவர், பின்னர் சமூக நரம்பறிவியலில் ஒரு முன்னோடியாக ஆனார். ஒருவருடைய மூளையின் செயல்பாட்டிற்கும் அவருடைய சமூக நடத்தைக்கும் இடையேயுள்ள தொடர்பைப் பற்றிய துறை அது. தன்முனைப்பு இழப்பை அவர் நம்பினார். ஆனால், குளூக்கோஸ் தொடர்பான கண்டுபிடிப்புகளை அவர் ஏற்றுக் கொள்ளவில்லை.

அதனால், தன் சந்தேகம் சரியானதுதானா என்று சோதித்துப் பார்க்க ஹெதர்டன் முடிவெடுத்தார். அவரும் அவருடைய சகாக்களும், முதலில் உணவுக் கட்டுப்பாட்டில் இருந்தவர்களைத் தங்களுடைய பரிசோதனைக்குத் தேர்ந்தெடுத்தனர். பின்னர், அவர்களிடம் உணவுப் பொருட்களின் படங்களைப் போட்டுக் காட்டி, அதற்கு அவர்கள் எவ்வாறு எதிர்வினையாற்றினர் என்பதை அந்த ஆய்வாளர்கள் கணக்கிட்டனர். அடுத்து, பங்கேற்பாளர்களின் தன்முனைப்பு இழப்பைச் சோதிப்பதற்காக, அவர்கள் அவர்களுக்கு ஒரு நகைச்சுவைப் படத்தைப் போட்டுக் காட்டி, அதைப் பார்த்துக் கொண்டிருக்கும்போது அவர்கள் சிரிக்கக்கூடாது என்ற நிபந்தனையை விதித்தனர். பங்கேற்பாளர்கள் அதைப் பார்த்து முடிந்ததும், மீண்டும் உணவுப் பொருட்களின் படத்தைப் போட்டுக் காட்டி,

அவர்கள் அதற்கு எவ்வாறு எதிர்வினையாற்றினர் என்று அந்த ஆய்வாளர்கள் மறுபடியும் சோதித்தனர். இதற்கு முன்பு ஹெதர்டன் நடத்தியிருந்த இதே போன்ற ஒரு சோதனையில், அந்தப் படங்கள், பங்கேற்பாளர்களின் மூளைகளில் 'அமிக்டாலா', 'நியூக்ளியஸ் அக்கும்பென்ஸ்' ஆகிய இரண்டு பகுதிகளில் சில நடவடிக்கைகளைத் தோற்றுவித்திருந்தன. இம்முறையும் அதுதான் நிகழ்ந்தது. உணவுக் கட்டுப்பாட்டில் இருந்தவர்களிடம் தன்முனைப்பு இழப்பு ஏற்பட்டபோது, நியூக்ளியஸ் அக்கும்பென்ஸ் பகுதியில் நடவடிக்கை அதிகரித்தது, அமிக்டாலா பகுதியில் நடவடிக்கை குறைந்தது. அதையடுத்து, ஹெதர்டன் அவர்களிடம் குளூக்கோஸ் பரிசோதனையை மேற்கொண்டார். அவர்களில் சிலருக்கு எலுமிச்சம் பழச்சாற்றுடன் சர்க்கரை கலந்து கொடுக்கப்பட்டது. அதன் விளைவாக, அவர்களுடைய இரத்தச் சர்க்கரையின் அளவு எகிறியது.

அந்தப் பரிசோதனையின் முடிவை ஹெதர்டன் ஒரு முக்கியமான கருத்தரங்கில் அறிவித்தார். மூளையில் தன்முனைப்பு இழப்பு ஏறபடுத்தியிருந்த விளைவுகளைக் குளூக்கோஸ் தலைகீழாக மாற்றியிருந்தது. அது தனக்கே வியப்பு ஏற்படுத்தியதாக அவர் தெரிவித்தார். ஹெதர்டனின் பரிசோதனை முடிவுகள் மன உறுதியில் குளூக்கோஸ் ஒரு முக்கியப் பங்கு வகிப்பதை உறுதி செய்தன. அதோடு, மற்றொரு முக்கியமான விஷயமும் அதிலிருந்து தெளிவாயிற்று. ஒருவர் என்ன செய்து கொண்டிருந்தாலும் மூளையின் ஒட்டுமொத்த ஆற்றல் பயன்பாடு ஒரே சீராக இருப்பதால், குளூக்கோஸின் அதிகரிப்பு அதன்மீது எத்தகைய தாக்கம் ஏற்படுத்துகிறது என்ற புதிருக்கு விடை கிடைத்திருந்தது. தன்முனைப்பு இழப்பானது மூளையின் நடவடிக்கைகளை மூளைக்கு உள்ளாகவே ஓரிடத்திலிருந்து மற்றோர் இடத்திற்கு மாற்றியிருந்தது. குளூக்கோஸ் குறைவாக இருக்கின்றபோது மூளை தன் வேலையை நிறுத்திக் கொள்வதில்லை. அது ஒரு சில நடவடிக்கைகளை நிறுத்தி வைத்துவிட்டு வேறு சில நடவடிக்கைகளைத் தொடங்கிவிடுகிறது. தன்முனைப்பு இழப்பு ஏற்படுகின்ற மக்களுக்கு ஏன் சில உணர்வுகள் தீவிரமடைகின்றன என்பதற்கு மூளையின் சில நடவடிக்கைகள் தீவிரமடைவதுதான் காரணம் என்பது தெளிவாயிற்று.

நாம் சுய கட்டுப்பாட்டைக் கடைபிடிக்கும்போது நம் உடல் குளூக்கோஸை அதிகம் பயன்படுத்துவதால், இனிப்பைச் சாப்பிட வேண்டும் என்ற அடக்க முடியாத ஆசை நம்மிடம்

துடித்தெழுகிறது. இனிப்பு சாப்பிடுவதை நிறுத்த வேண்டும் என்ற தங்களுடைய தீர்மானத்திற்கு சுய கட்டுப்பாட்டை நம்பியிருப்பவர்களுக்கு இது ஒரு மோசமான செய்தியாகும். தங்களுடைய அன்றாட வாழ்வில் சுய கட்டுப்பாட்டின் தேவையை அதிகம் நம்பியிருப்பவர்களிடம் இனிப்புக்கான ஏக்கம் அதிகமாகவே இருக்கும். அதிக உணவு உட்கொள்ள வேண்டும் என்பதற்கான வேட்கை அல்ல அது. மாறாக, அது இனிப்பு சாப்பிட வேண்டும் என்பதற்கான ஏக்கம் மட்டுமே. பரிசோதனைக்கூடங்களில் சுய கட்டுப்பாடு தேவைப்படுகின்ற சோதனைகளில் பங்கேற்றப் பின், மாணவர்கள் இனிப்பை மட்டுமே நாடினர், பிற நொறுக்குத் தீனிகளை நாடவில்லை.

மன உறுதியைப் பெற உணவைப் பயன்படுத்துங்கள்

குளூக்கோஸ் பற்றாக்குறையால் ஏற்படுகின்ற பிரச்சனைகளைப் பற்றி நாம் நிறையவே பார்த்துவிட்டதால், அடுத்து இதற்கான தீர்வுகள் குறித்தும், இனிமையான விஷயங்கள் குறித்தும் நாம் பார்க்கலாம். குளூக்கோஸை உங்களுக்காக வேலை செய்ய வைப்பதற்கான சில உத்திகள் இதோ:

உங்களுக்குள் இருக்கும் அரக்கனுக்குத் தீனி போடுங்கள். குளூக்கோஸ் பற்றாக்குறையாக இருந்தால், மிகவும் இங்கிதமாக நடந்து கொள்பவர்கள்கூட அரக்கர்களாக மாறிவிடுவர். பொதுவாக நல்ல காலை உணவை உட்கொள்ள வேண்டும் என்ற அறிவுரை வழங்கப்படுவதை நீங்கள் கேள்விப்பட்டிருக்கலாம். அது மற்ற வேளைச் சாப்பாட்டுக்கும் பொருந்தும். குறிப்பாக, மனரீதியாகவோ அல்லது உடல்ரீதியாகவோ நீங்கள் அழுத்தத்திற்கு ஆளாகியிருக்கின்ற நாட்களில் இதை நீங்கள் கவனத்தில் எடுத்துக் கொள்ள வேண்டும். உங்களுக்கு ஒரு தேர்வு, ஒரு முக்கியமான சந்திப்புக்கூட்டம் அல்லது ஒரு முக்கியமான பணித்திட்டம் இருந்தால், குளூக்கோஸின் துணையின்றி அதை ஒருபோதும் எதிர்கொள்ளாதீர்கள். சாப்பிட்டு நான்கு மணி நேரம் கழித்து உங்களுடைய மேலதிகாரியுடன் வாக்குவாதத்தில் ஈடுபடாதீர்கள். இரவு உணவு உண்பதற்குச் சற்று முன்பாக உங்களுடைய வாழ்க்கைத்துணைவருடன் தீவிரமான விஷயங்கள் குறித்த வாக்குவாதங்களில் ஈடுபடாதீர்கள்.

எல்லாவற்றுக்கும் மேலாக, நீங்கள் தீவிரமான பிரச்சனை எதையாவது கையாண்டு கொண்டிருக்கின்றபோது, உட்கொள்கின்ற கலோரிகளைக் குறைக்கின்ற வேலைகளில்

ஈடுபடாதீர்கள். நீங்கள் புகைபிடிப்பவராக இருந்தால், நீங்கள் உணவுக்கட்டுப்பாட்டைப்பின்பற்றிக்கொண்டிருக்கின்றபோது புகைபிடிப்பதை நிறுத்த முயலாதீர்கள். இன்னும் சொல்லப் போனால், நீங்கள் புகைபிடிப்பதை நிறுத்த முயற்சிக்கின்றபோது, கலோரிகளை அதிகரிக்கத்தான் நீங்கள் முயற்சி செய்ய வேண்டும். ஏனெனில், பொதுவாக, நிகோட்டின் பசியை அடக்கி வைத்துவிடும். அதை நீங்கள் நிறுத்துகின்றபோது, உங்களுக்கு அதிகமாகப் பசிக்கும். அதை சிகரெட்டுக்கான ஏக்கமாக நீங்கள் எடுத்துக் கொள்ளக்கூடும். புகைபிடிப்பதை நிறுத்த முயன்றவர்களுக்கு ஆய்வாளர்கள் சர்க்கரைக் கட்டிகளைக் கொடுத்தபோது, அவர்களுடைய வெற்றி விகிதம் அதிகமாக இருந்தது.

சர்க்கரையானது பரிசோதனைக்கூடங்களில் வேலை செய்கின்ற அளவுக்கு உணவுக் கட்டுப்பாட்டில் வேலை செய்வதில்லை. சுய கட்டுப்பாட்டு ஆய்வுகளில் ஈடுபடுகின்ற ஆய்வாளர்கள், அந்த ஆய்வுகளில் கலந்து கொள்ள வருபவர்களுக்குச் சர்க்கரையைக் கொடுப்பது நகைமுரண்தான். ஆனால், அதை அந்த ஆய்வாளரகள் குறுகிய காலச் சௌகரியத்திற்காகத்தான் பயன்படுத்துகின்றனர். தங்களுடைய ஆய்வில் பங்கேற்பவர்களுக்குச் சர்க்கரை கலந்த ஒரு பானத்தை ஆய்வாளர்கள் கொடுக்கின்றபோது அவர்களுடைய ஆற்றல் உடனடியாக அதிகரிப்பதால், குளுககோஸின் விளைவைக் கண்காணிப்பதற்கு அது அந்த ஆய்வாளர்களுக்கு உதவுகிறது. ஆய்வாளர்களும் சரி, பங்கேற்பவர்களும் சரி, புரோட்டீன் போன்ற, மெதுவாகச் செரிக்கின்ற உணவை உண்டுவிட்டு, அதற்காக சுமார் ஒரு மணி நேரம் காத்திருக்கத் தயாராக இல்லை.

உடனடியாக நீங்கள் சந்திக்கவிருக்கின்ற ஒரு கணிதத் தேர்வு அல்லது ஒரு தடகளப் போட்டி போன்றவற்றுக்குச் சற்று முன்பாகச் சர்க்கரையை உண்பதன் மூலம் உங்களால் உங்களுடைய சுய கட்டுப்பாட்டை அதிகரித்துக் கொள்ள முடியும். நீங்கள் அப்போதுதான் புகைபிடிப்பதைக் கைவிட்டிருந்தீர்கள் என்றால், கைவசம் எப்போதும் ஓர் இனிப்பு மிட்டாயை வைத்திருப்பது நல்லது. உங்களுக்குத் திடீரென்று சிகரெட் பிடிக்க வேண்டும் என்ற வேட்கை தோன்றுகின்றபோது, அந்த மிட்டாயைச் சாப்பிட்டுத் தற்காலிகமாக அந்த ஆசையை அடக்கிக் கொள்ளலாம். இனிப்பு உங்களுக்கு உடனடியாக ஆற்றலைக் கொடுத்தாலும், சற்று நேரத்தில் உங்களுடைய ஆற்றல் முழுவதும்

உறிஞ்சப்பட்டுவிட்டது போன்ற உணர்வு உங்களுக்கு ஏற்படும். அதனால், இதை ஒரு நீண்டகால உத்தியாகக் கையாள முடியாது. ஆய்வாளர்களாகிய நாங்கள் கண்டிப்பாக அதைப் பரிந்துரைக்க மாட்டோம்.

உண்ணும்போது, மெதுவாகச் செரிக்கின்ற உணவுக்கு முன்னுரிமை கொடுங்கள். நாம் எதை உண்டாலும், நம்முடைய உடல் அதைக் குளூக்கோஸாகத்தான் மாற்றிக் கொள்ளும். ஆனால், அதை அது வெவ்வேறு விகிதங்களில் மாற்றும். விரைவாக குளூக்கோஸாக மாற்றப்படுகின்ற உணவுகள், உயர்ந்த 'சர்க்கரை உயர்த்தல் குறியீட்டைக்' கொண்டுள்ளதாகக் கூறப்படும். வெள்ளை ரொட்டி, உருளைக்கிழங்கு, வெள்ளை அரிசி, பெரும்பாலான நொறுக்குத் தீனிகள், துரித உணவுகள் போன்ற, அதிகமான மாவுச்சத்து கொண்ட கார்போஹைட்ரேட்டுகள் இதில் அடங்கும். இவற்றை உண்கின்றபோது, சர்க்கரை அளவு உடனடியாக அதிகரித்து விரைவில் காலியாகிவிடும். அது உங்களுடைய சுய கட்டுப்பாட்டையும் பாதிக்கும். மறுபடியும் மாவுச்சத்து மற்றும் சர்க்கரை அடங்கிய உணவுகளை உங்களுடைய நாக்கு கேட்கும்.

உங்களுடைய சுய கட்டுப்பாட்டை எப்போதும் ஒரே அளவில் வைத்திருப்பதற்கு நீங்கள் குறைவான 'சர்க்கரை உயர்த்தல் குறியீட்டைக்' கொண்டிருக்கின்ற உணவுகளை உண்ண வேண்டும். பெரும்பாலான காய்கறிகள், வேர்க்கடலை, முந்திரிப்பருப்பு போன்ற கொட்டைகள், ஆப்பிள், பெர்ரி பழங்கள், பேரிக்காய் போன்ற பழங்கள், சீஸ் வகைகள், மீன், இறைச்சி, ஆலிவ் எண்ணெய் போன்றவை இவற்றுக்கான எடுத்துக்காட்டுகள். இந்த உணவு வகைகளை நீங்கள் உண்டு வந்தால் நீங்கள் ஒல்லியாகவும் இருப்பீர்கள். சிறுவர் சீர்திருத்தப் பள்ளிகளில் அடைக்கப்பட்டுள்ள ஆயிரக்கணக்கானவர்களிடம் இந்த வகை உணவுகள் பரிசோதனை செய்யப்பட்டபோது, அவை நல்ல விளைவுகளைக் கொடுத்திருந்தன. அங்கு நடைபெற்றுக் கொண்டிருந்த வன்முறைகள், தப்பித்துச் செல்வதற்கு மேற்கொள்ளப்பட்ட முயற்சிகள் மற்றும் சில பிரச்சனைகள் குறைந்தன.

நீங்கள் நோய்வாய்ப்பட்டிருக்கின்றபோது, உங்களுடைய சர்க்கரையை நோயெதிர்ப்பு சக்திக்காகச் சேமித்து வைத்துக் கொள்ளுங்கள். உடல்நிலை சரியில்லாமல் இருக்கும்போது, நீங்கள் கஷ்டப்பட்டு அலுவலகத்திற்குச் செல்ல முயன்றால்,

இதை நினைவில் வைத்துக் கொள்ளுங்கள்: மோசமான சளித் தொந்தரவுக்கு ஆளாகியிருக்கும்போது காரோட்டிச் செல்வது, மிதமான குடிபோதையில் காரோட்டுவதைவிட அதிக ஆபத்தானது. அதற்குக் காரணம், உங்கள் உடலிலுள்ள குளூக்கோஸின் பெரும் பகுதியை, உங்கள் உடல், சளியை எதிர்ப்பதற்குப் பயன்படுத்திக் கொண்டிருக்கும். அப்போது மூளைக்குக் கிடைத்துக் கொண்டிருக்கின்ற குளூக்கோஸின் அளவு குறைவாக இருக்கும்.

உங்களுடைய காரை ஓட்டிச் செல்வதற்குக்கூட உங்களுக்குத் திராணி இல்லாதிருக்கும்போது, உங்களால் உங்களுடைய அலுவலகத்திற்குச் சென்று என்ன வேலையைச் செய்துவிட முடியும்? அதோடு, உங்களுடைய பாதுகாப்பும் முக்கியம், இல்லையா? சில நேரங்களில் உங்களுடைய வேலைப் பளு உங்களுடைய கண்களை மறைக்கலாம். ஆனால், உங்களுடைய மூளை குளூக்கோஸ் பற்றாக்குறையோடு இருக்கின்றபோது, முக்கியமான தீர்மானங்களை எடுக்கின்ற பொறுப்பை அதனிடம் ஒப்படைக்காதீர்கள். அலுவலகம் தொடர்பான சந்திப்புக்கூட்டம் ஒன்றில் கலந்து கொள்வதை உங்களால் தவிர்க்க முடியவில்லை என்றால், உங்களுடைய சுய கட்டுப்பாட்டை அழுத்தத்திற்கு உள்ளாக்கும் எந்த விஷயத்தைப் பற்றியும் அங்கு விவாதிக்காதீர்கள். உங்களுடைய மேற்பார்வையின் கீழ் ஏதாவது முக்கியமான பணித்திட்டங்கள் நடைபெற்றுக் கொண்டிருந்தால், பின்னர் மாற்றிக் கொள்ளப்பட முடியாத எந்தவொரு தீர்மானத்தையும் அப்போது எடுக்காதீர்கள். அதுபோன்ற நிலையில் பிறர் இருந்தால், அவர்களிடமிருந்து உச்சகட்டச் செயல்திறனை எதிர்பார்க்காதீர்கள். உங்களுடைய மகனோ அல்லது மகளோ ஒரு தகுதித் தேர்வு எழுதவிருக்கின்ற நாளன்று சளித் தொந்தரவால் பாதிக்கப்பட்டிருந்தால், வேறொரு நாளில் தேர்வு எழுதுவதற்கு ஏற்பாடு செய்யுங்கள்.

நீங்கள் களைப்பாக இருக்கும்போது தூங்கிவிடுங்கள். இதைப் போய் ஒருவர் நமக்குச் சொல்ல வேண்டுமா என்று நினைக்காதீர்கள். சரியான தூக்கமில்லாத குழந்தைகள் மட்டும்தான் இடக்குமடக்காக நடந்து கொள்வார்கள் என்றில்லை. தூக்கத்தைக் காவு கொடுக்கின்ற வளர்ந்த நபர்களும்கூட, குட்டித் தூக்கம் போட எழுகின்ற உந்துதலை அடக்கி வைத்துக் கொள்கின்றனர். அதன் விளைவாக அவர்களுடைய சுய கட்டுப்பாடு குறைகிறது. ஓய்வெடுத்துக் கொள்வதன் மூலம் நாம் நம்முடைய உடலில் குளூக்கோஸ்

தேவையைக் குறைத்துக் கொள்கிறோம். அதோடு, உடல், இரத்தத்திலுள்ள குளூக்கோஸைத் திறம்படப் பயன்படுத்திக் கொள்வதற்கும் தூக்கம் உதவுகிறது. அதற்கு நேர்மாறாக, தூக்கப் பற்றாக்குறை, உடல் குளூக்கோஸைப் பயன்படுத்திக் கொள்கின்ற செயல்முறையின்மீது பாதிப்பு ஏற்படுத்துகிறது என்பது கண்டுபிடிக்கப்பட்டுள்ளது. அது நீண்டகாலம் தொடர்கின்றபோது, நீரிழிவு நோய் வருவதற்கான ஆபத்து அதிகரிக்கிறது.

சமீபத்தில் அலுவலக ஊழியர்களிடையே ஓர் ஆய்வு நடத்தப்பட்டது. போதுமான அளவு தூங்காமல் இருக்கின்ற நபர்கள் வேலையில் ஒழுக்கமற்று நடந்து கொள்கின்றனர் என்பது அதில் கண்டுபிடிக்கப்பட்டது. எடுத்துக்காட்டாக, தாங்கள் செய்யாத வேலைக்கு அவர்கள் சொந்தம் கொண்டாட முயல்வர். பரிசோதனைக்கூடத்தில் மாணவர்களிடையே ஓர் ஆய்வு நடத்தப்பட்டது. போதுமான அளவு தூங்காமல் இருந்த மாணவர்கள், வாய்ப்புக் கிடைத்தால் ஏமாற்ற முயன்றது அதில் கண்டுபிடிக்கப்பட்டது. போதுமான அளவு தூங்காமல் இருப்பது உடல் மற்றும் மனத்தின்மீது மோசமான விளைவுகளை ஏற்படுத்தும். அது மறைமுகமாக சுய கட்டுப்பாட்டை பலவீனப்படுத்தும். அது தீர்மானங்கள் எடுக்கின்ற உங்களுடைய திறனின்மீதும் தாக்கம் ஏற்படுத்தும். உங்களுடைய மன உறுதியை முழுமையாகப் பயன்படுத்திக் கொள்வதற்கு, நீங்கள் போதுமான அளவு தூங்குவதற்கு நேரம் ஒதுக்கிக் கொள்ள வேண்டும். அதன் மூலம் உங்களால் அடுத்த நாள் செம்மையாகச் செயல்பட முடியும், மறுநாள் இரவு சுலபமாகத் தூங்கவும் முடியும்.

அத்தியாயம் மூன்று

செய்யப்பட வேண்டிய வேலைகளின் பட்டியலின் ஒரு சுருக்கமான வரலாறு

தேவன் வானத்தையும் பூமியையும் படைத்தார்.
பூமி உருவமற்றும் வெறுமையாகவும் இருந்தது;
ஆழ்கடலின்மீது இருள் படர்ந்திருந்தது;
தேவ ஆவியானது அந்த ஆழ்கடல் நீரின்மீது நகர்ந்து கொண்டிருந்தது.

— **பைபிள், ஆதியாகமம் 1:1,2**

எல்லாமே ஒரு பட்டியலிருந்துதான் தொடங்கியது.

கடவுளுக்கேகூட இந்த உலகின் படைப்பு ஓர் எளிமையான காரியமாக இருக்கவில்லை என்று பைபிளே கூறுகிறது. அதற்கு ஒரு தேவ ஆழ்சிந்தனை தேவைப்பட்டது. அத்திட்டம் தொடர்பாகச் செய்யப்பட வேண்டிய காரியங்கள் என்னென்ன என்ற பட்டியல் ஒன்று தயாரிக்கப்பட வேண்டியிருந்தது. அந்த வேலைப் பட்டியல், தினசரி செய்யப்பட வேண்டிய வேலைகளாகப் பிரிக்கப்பட்டது. திங்கட்கிழமைக்கான வேலைப் பட்டியல் இவ்வாறு இருந்தது.

1. முதலில் வெளிச்சத்தை உருவாக்க வேண்டும்.
2. அடுத்து வெளிச்சத்தை அவதானிக்க வேண்டும்.
3. வெளிச்சம் நல்லதுதான் என்பதை உறுதி செய்ய வேண்டும்.
4. வெளிச்சத்தை இருளிலிருந்து பிரிக்க வேண்டும்.
5. வெளிச்சத்திற்குப் பெயரிட வேண்டும் ('பகல்').
6. இருளுக்கும் பெயரிட வேண்டும் ('இரவு').

அதையடுத்து அந்த முழு வாரத்திற்கான கால அட்டவணை. அது படைப்பு வாரம்: செவ்வாய்க்கிழமையன்று வானம்; புதன்கிழமையன்று நிலமும் மரங்களும்; வியாழக்கிழமையன்று நட்சத்திரங்கள்; வெள்ளிக்கிழமையன்று மீன்களும் பறவையினங்களும்; சனிக்கிழமையன்று ஆண்களும் பெண்களும்; ஓய்வெடுத்துப் புத்துணர்வு பெறுவதற்காக ஞாயிற்றுக்கிழமை. செய்யப்பட வேண்டிய வேலைகள் அடங்கிய பட்டியலில் இருந்த அனைத்து வேலைகளும் திட்டமிடப்பட்டபடி ஒரு நேரத்தில் ஒன்று என்ற கணக்கில் ஒவ்வொன்றாகச் செய்து முடிக்கப்பட்டன. அந்த வாரத்தின் முடிவில், செய்து முடிக்கப்பட்ட வேலைகள் மதிப்பாய்வு செய்யப்பட்டன. "தேவன் தான் படைத்திருந்த அனைத்தையும் நோக்கினார். அவை செம்மையாகச் செய்யப்பட்டிருந்தன."

அந்த ஏழாவது ஓய்வு நாள்தான் உங்களை ஏக்கம் கொள்ளச் செய்கிறதா? மேலோட்டமாகப் பார்த்தால், இந்த 'ஆதியாகம உத்தியில்' என்ன விஷேசம் இருக்கிறது என்று நினைக்கத் தோன்றும். அது அநியாயத்திற்கு மிகச் சாதாரணமாக இருப்பதாக எண்ணத் தோன்றும். உங்கள் இலக்கை நிர்ணயித்துக் கொள்ளுங்கள்; அதை அடைவதற்குத் தேவையான வழிமுறைகளைப் பட்டியலிடுங்கள்; அவற்றைச் செய்து முடியுங்கள்; ஆசுவாசமாக ஓய்வெடுங்கள். அவ்வளவுதான்! ஆனால், எந்தவொரு மனிதனால் தன்னுடைய வாராந்திர வேலைப் பட்டியலில் இடம்பெற்றுள்ள அனைத்தையும் செய்து முடிக்க முடிகிறது? பட்டியல் வளர்ந்து கொண்டே இருக்க இருக்க, நம்முடைய தோல்வி விகிதமும் அதிகரித்துக் கொண்டே இருக்கிறது. எந்தவொரு நேரத்திலும், ஒரு நபரிடம், அவர் செய்ய வேண்டிய வேலைகள் குறைந்தபட்சம் 150 ஆவது இருக்கும். நம்முடைய திரைகளில் தொடர்ந்து புதிய வேலைகள் வந்து விழுந்து கொண்டேயிருக்கும். அவற்றில் எவற்றைப் பட்டியலில் சேர்த்துக் கொள்ள வேண்டும், எந்த வேலையை அடுத்துச் செய்ய வேண்டும் போன்றவற்றை எப்படித் தீர்மானிப்பது? ஒருவழியாக இதற்கு நடைமுறைச் சாத்தியமிக்கத் தீர்வுகள் கண்டுபிடிக்கப்பட்டுள்ளன என்பது நல்ல செய்தி. ஆனால், இத்தீர்வு நேரடியாக வந்தடையப்பட்டிருக்கவில்லை. பல பத்தாண்டுகளாக உளவியலாளர்களும் நரம்பியலாளர்களும் ஆய்வுகள் மேற்கொண்ட பிறகு, பல நூற்றாண்டுகளாக சுய முன்னேற்றப் புத்தகங்கள் எழுதிக் குவிக்கப்பட்டப் பிறகு, பல ஆயிரம் ஆண்டுகளாக மேற்கொள்ளப்பட்டு வந்தப்

பரீட்சார்த்த முறைக்குப் பிறகுதான் 'ஆதியாகமச் செய்யப்பட வேண்டிய வேலைப் பட்டியலின்' மகத்துவத்தை நம்மால் புரிந்து கொள்ள முடிந்தது.

சுய கட்டுப்பாட்டைக் கைவசப்படுத்துவதற்கான முதல் படி, ஒரு தெளிவான இலக்கை நிர்ணயித்துக் கொள்வதாகும். ஓர் இலக்கு இல்லாத சுய கட்டுப்பாடு என்பது நோக்கமற்ற ஒரு மாற்றத்தைப் போன்றது. எந்த உணவு உடலைப் பருக்க வைக்கும் என்பதை அறியாமலேயே உணவுக் கட்டுப்பாட்டில் இறங்குவதைப் போன்றது அது.

நம்மில் பெரும்பாலானோருக்குப் பிரச்சனை இலக்குகளின் பற்றாக்குறை அல்ல; மாறாக, நாம் அளவுக்கதிகமான இலக்குகளை வைத்துள்ளதுதான் பிரச்சனையே. நாம் அன்றாடம் உருவாக்குகின்ற வேலைப் பட்டியலில் இடம்பெற்றுள்ள வேலைகளை, நமக்கு எந்தவிதமான குறுக்கீடுகளும் இல்லையென்றால்கூட நம்மால் செய்து முடிக்க முடியாது. அப்படித்தான் நாம் அவற்றை உருவாக்குகிறோம். அதோடு, குறுக்கீடுகள் இல்லாத ஒரு நிலை என்பது சாத்தியமே இல்லை. வார இறுதி வருகின்றபோது, நம்மிடம் மேலும் வேலைகள் குவிந்துதான் இருக்குமே தவிர குறைந்திருக்காது. நாம் தள்ளிப் போட்டுக் கொண்டிருக்கின்ற வேலைகளைப் பின்னர் நாம் ஒரு மாயாஜாலமான வேகத்தில் செய்து முடித்துவிடுவோம் என்று நாம் நம்புகிறோம். ஒரு நிர்வாகியின் தினசரி வேலைப் பட்டியலில் இடம்பெற்றிருக்கும் வேலைகள், திங்கட்கிழமையன்று, ஒரு முழு வாரத்தில் செய்து முடிக்கப்பட வேண்டிய வேலைகளைவிட மிக அதிகமாக இருப்பதற்கு இதுதான் காரணம் என்று உற்பத்தித்திறன் வல்லுநர்கள் கூறுகின்றனர்.

நீண்டகால இலக்குகளை நிர்ணயிக்கின்றபோது, நாம் கூடுதலாக எதார்த்தத்திலிருந்து விலகி இருக்கிறோம். பெஞ்சமின் பிராங்க்ளின் தன் முதிய வயதில் எழுதிய சுயசரிதையில், தன்னுடைய இருபதுகளில் தான் தனக்காக நிர்ணயித்துக் கொண்டிருந்த இலக்குகளைப் பற்றிக் குறிப்பிட்டபோது, "தனிமனித நல்லொழுக்கத்தில் கச்சிதத்தை அடைவதை நான் என் வாழ்நாள் இலக்காக வைத்துக் கொண்டேன். அந்த இலக்கை அடைந்தே தீர்வது என்ற கடினமான, துணிச்சலான முடிவை நான் மேற்கொண்டேன். நான் தேர்ந்தெடுத்துக் கொண்டிருந்த பண்புநலன்களில் வழுவாமல் இருப்பதற்கு நான் கடும் முயற்சி செய்தேன்," என்று கூறியுள்ளார். ஆனால், அவை அனைத்தையும் ஒன்றாகச் செய்வது இயலாத காரியம்

என்பதை அவர் புரிந்து கொண்டார்.

அதனால், அவர் தன் அணுகுமுறையை மாற்றிக் கொண்டு, தான் வளர்த்துக் கொள்ள விரும்பிய ஒவ்வொரு பண்புநலனுக்கும் ஓர் இலக்கை நிர்ணயித்தார். அவர் தேர்ந்தெடுத்திருந்த, 'மிதம், மௌனம், ஒழுங்கு, தீர்மானம், சிக்கனம், சூட்டிகை, நேர்மை, நீதி, நிதானம், தூய்மை, அமைதி, கற்பு, பணிவு' ஆகிய பதின்மூன்று பண்புநலன்கள் ஒவ்வொன்றுக்கும் அவர் தனித்தனியாக இலக்குகளை நிர்ணயித்துக் கொண்டார். பிறகு, அவற்றை ஒவ்வொன்றாக வென்றெடுக்கும் முயற்சியில் அவர் இறங்கினார். ஸ்டீபன் கவியின் 'அதிக ஆற்றல்வாய்ந்த மனிதர்களின் 7 பழக்கங்கள்', சுய முன்னேற்ற முன்னோடிகள் பிரபலப்படுத்திய தினசரி சுயபிரகடனங்கள், வருடாந்திரத் திட்டமிடல் குறிப்பேடுகள் போன்றவையெல்லாம் வருவதற்கு வெகுகாலத்திற்கு முன்பே பெஞ்சமின் தனக்கென்று ஒரு திட்டத்தை வடிவமைத்துக் கொண்டார். அவர் இன்று இருந்திருந்தால், பதிப்பு நிறுவனங்கள் அவருடைய திட்டத்தை அவரிடமிருந்து வாங்கி, '13 வாரங்களில் 13 நற்பண்புகளை வெற்றி கொள்வது எப்படி?' என்ற தலைப்பில் ஒரு நூலாக வெளியிட்டிருந்திருப்பார்கள். அவர் அவற்றைப் பின்வரும் ஒரு பிரார்த்தனையோடு துவக்கியிருந்தார்:

அனைத்தும் அறிந்த என் ஆண்டவனே!
எனக்கு நல்லவற்றைக் கற்றுக் கொடு. அதை நீயே செய்.
தவறுகள், தற்பெருமை, ஒழுக்கக்கேடு மற்றும்
கீழான நாட்டங்களிலிருந்து என்னைக் காப்பாற்று.
அறிவு, அமைதி, நல்லொழுக்கம் மற்றும்
புனிதமான பேரானந்தத்தால் என் ஆன்மாவை நிரப்பு!

பின் பிராங்க்ளின் ஒரு குறிப்பேட்டை எடுத்து, அதில் ஓர் அட்டவணையை உருவாக்கினார். அதில் ஒரு தாளில் மேலே முதல் பண்புநலனை அவர் எழுதிக் கொண்டார். பின் அந்தப் பக்கத்தில் ஒரு சிவப்புப் பேனாவால் குறுக்கும் நெடுக்கும் கோடுகள் போட்டு, 112 கட்டங்களாக அதைப் பிரித்துக் கொண்டார். தலைப்பு வரிசையில் முதல் கட்டத்தில் எதுவும் எழுதாமல் விட்டுவிட்டார். அடுத்தடுத்தக் கட்டங்களில், இடமிருந்து வலமாக, ஞாயிற்றுக்கிழமையிலிருந்து தொடங்கி வாரத்தின் ஏழு நாட்களையும் அவர் எழுதிக் கொண்டார். பின் இரண்டாவது வரிசையிலிருந்த முதல் கட்டத்தில் 'மிதம்' என்ற பண்புநலனை எழுதிக் கொண்டார். பின்

அதற்குக் கீழேயுள்ள மீதிப் பன்னிரண்டு பண்புநலன்களையும் முதல் கட்டத்தில் ஒவ்வொன்றாகக் குறித்துக் கொண்டார். இதேபோல, பதின்மூன்று பண்புநலன்களுக்கும் பதின்மூன்று அட்டவணைகளை அவர் உருவாக்கிக் கொண்டார்.

முதல் வாரத்தில் அவர் முதல் பண்புநலனான 'மிதம்' என்ற பண்புநலனில் கவனத்தைக் குவித்தார். அனைத்திலும் மிதமாக இருப்பதை அவர் உறுதி செய்து கொண்டார் (எடுத்துக்காட்டு: கிறக்கம் வரும் அளவுக்குச் சாப்பிடாதிருத்தல்; போதை ஏறும் அளவுக்குக் குடிக்காதிருத்தல்). அந்த வாரத்தில் ஏதாவது ஒரு நாளில் அவர் அதில் தவறினால் ஒரு பென்சிலால் அதில் ஒரு கருப்புப் புள்ளியை வரைந்து கொண்டார். அவருடைய நோக்கம் கரும்புள்ளி ஏதும் இடம்பெறாமல் பார்த்துக் கொள்வதாக இருந்தது. அதே வாரத்தில் அவர் தன்னுடைய பிற பண்புநலன்களையும் கவனித்தார். அவற்றில் எதிலேனும் அவர் சறுக்கியிருந்தால் அதற்கு எதிரே இருந்த கட்டத்தில் அவர் ஒரு கரும்புள்ளி இட்டுக் கொண்டார். ஆனாலும் அவருடைய கவனம் முழுவதும் 'மிதம்' என்ற பண்புநலனின்மீதுதான் குவிந்திருந்தது. அதற்கு அடுத்த வாரம் இரண்டாவது பண்புநலனில் அவர் கவனம் செலுத்தினார். இப்படியே பதின்மூன்று வாரங்கள் அவர் அவற்றைத் தொடர்ச்சியாக அதில் எழுதி வந்தார். பதின்மூன்று வாரங்கள் முடிந்தவுடன் அவர் மீண்டும் முதலிலிருந்து துவக்கினார். பென்சிலால் இட்டிருந்த கரும்புள்ளிகளை அழித்துவிட்டு, அதே பக்கங்களை அவர் இதற்காகப் பயன்படுத்திக் கொண்டார்.

ஆனால், அது அவருக்கு எளிதாக இருக்கவில்லை. அந்தக் குறிப்பேட்டில் கரும்புள்ளிகள் குறிக்கப்பட்டுக் கொண்டே இருந்தன. அதனால், சில காலத்திற்குப் பின்பு அவர் ஒரு புதிய குறிப்பேட்டை உருவாக்கிக் கொண்டார். அதுவும் சரிப்பட்டு வராதபோது, தந்தத்தால் செய்யப்பட்ட மெல்லிய தாள்களைக் கொண்ட ஒரு குறிப்பேட்டைத் தயார் செய்து கொண்டு அதைத் தன் வாழ்நாள் முழுவதும் அவர் பயன்படுத்தினார். இதைப் பற்றி அவர் தன்னுடைய 'புவர் ரிச்சர்ட்ஸ் அல்மனாக்' என்ற நூலில் இவ்வாறு குறிப்பிட்டுள்ளார்:

> "ஒரு துணிச்சலான தீர்மானத்தை வரையறுத்துக் கொள்வது எளிது. ஆனால், அதை நிறைவேற்றுவது மிகவும் கடினம்."

பிராங்க்ளின் எவ்வளவு முயன்றபோதிலும், அவரால் அந்தக் குறிப்பேட்டின் பக்கங்களைக் கரும்புள்ளிகள்

இல்லாமல் வைத்திருக்க முடியவில்லை. ஏனெனில், சில பண்புநலன்கள் வேறு சில பண்புநலன்களோடு முரண்பட்டன. எடுத்துக்காட்டாக, அவர் தன்னுடைய இளம் வயதில் ஓர் அச்சகராக வேலை பார்த்து வந்தார். அப்போது, அன்று செய்து முடிக்கப்பட வேண்டிய பணிகளை 'ஒழுங்கு' என்ற தலைப்பின் கீழ் அவர் எழுதிக் கொள்வார். ஆனால், அவரைச் சந்திக்க வருபவர்கள் அவருக்குத் தொடர்ந்து இடையூறு செய்து கொண்டிருப்பார்கள். அவர்களை ஒதுக்கித் தள்ளவும் முடியாது. ஏனெனில், அப்படி ஒதுக்கித் தள்ளுவது அவருடைய 'சூட்டிகை' என்ற பண்புநலனோடு முரண்படும். அதனால், அவர் அன்றைய தினத்திற்காக ஒதுக்கியிருந்த வேலைகளைச் செய்ய முடியாமல் போய்விடும். அதன் காரணமாக, அவர் தனக்குத் தானே ஒரு கரும்புள்ளியை இட்டுக் கொள்ள நேரிடும். அதேபோல, 'சிக்கனம்' என்ற பண்புநலனைக் கடைபிடிப்பதன் பொருட்டு, தன் உணவைத் தானே தயாரித்துக் கொள்வது, தன் ஆடைகள் கிழிந்து போனால் தானே தைத்துக் கொள்வது போன்றவற்றில் அவர் ஈடுபடுவார். ஆனால், அதன் காரணமாக, அவரால் வேலைக்குப் போதிய நேரம் செலவிட முடியாமல் போய்விடும். அதோடு, அவர் ஆர்வம் கொண்டிருந்த 'பட்டம் பறக்க விடுதல்', 'அமெரிக்க சுதந்திரப் பிரகடனத்தை மெய்திருத்தம் செய்தல்' போன்ற, அவருக்குப் பிடித்தமான சில வேலைகளில் ஈடுபடுவதற்கு நேரம் இல்லாமல் போய்விடும்.

ஆனாலும், பிராங்க்ளினின் இலக்குகள், நவீன காலத்தோடு ஒப்பிடுகையில், கூடியமட்டிலும் சீராக இருந்து வந்திருந்தன. அவர் தன் காலகட்டத்தில் நடைமுறையில் இருந்த ஒழுக்கம்சார் பண்புநலன்களைத்தான் சுவீகரித்துக் கொண்டிருந்தார். கடின உழைப்புக்கு அவர் அதிக முக்கியத்துவம் கொடுத்தார். பொழுதுபோக்கு நடவடிக்கைகளில் அவர் பெரிதாக இறங்கவில்லை. கடற்கரையோரமாக நீண்டநேரம் நடப்பதற்கோ, ஒரு தொண்டு நிறுவனத்தில் ஒரு தன்னார்வலராகப் பணியாற்றுவதற்கோ, அல்லது தன் குழந்தைகளுடன் அதிக நேரம் செலவழிப்பதற்கோ அவர் முயற்சிக்கவில்லை. தான் இறப்பதற்கு முன் பார்க்க வேண்டிய இடங்கள் குறித்தப் பட்டியல் எதையும் அவர் உருவாக்கவில்லை. அவர் பாரீஸ் நகரில் இருந்தபோது கோல்ஃப் விளையாடக் கற்றுக் கொள்ள முயற்சிக்கவில்லை. இன்று நமக்குச் சபலத்தைத் தூண்டுவதற்கு ஏராளமான விஷயங்கள் இருக்கின்றன. அவை அனைத்தையும்

ருசி பார்த்துவிட வேண்டும் என்ற வேட்கையும் நம்மிடம் இருக்கிறது.

தங்களுடைய சொந்த இலக்குகளைப் பட்டியலிடும்படி ஆய்வாளர்கள் கேட்கும்போது, பெரும்பாலான மக்களால் மிகவும் எளிதாகப் பதினைந்து இலக்குகளைக் கூற முடிகிறது. அவற்றில் சில இலக்குகள் ஒன்றுக்கொன்று ஆதரவாக இருக்கக்கூடும். எடுத்துக்காட்டாக, நீங்கள் புகைபிடிப்பதை நிறுத்துவதை ஓர் இலக்காக வைத்திருக்கிறீர்கள் என்று வைத்துக் கொள்வோம். செலவுகளைக் குறைத்துக் கொள்ள வேண்டும் என்ற உங்களுடைய இன்னோர் இலக்கோடு அது எளிதாக ஒத்துப் போய்விடும். நீங்கள் பல இலக்குகளை வைத்திருக்கின்றபோது, கண்டிப்பாக அவற்றில் சில ஒன்றுக்கொன்று முரண்படத்தான் செய்யும். எடுத்துக்காட்டாக, நீங்கள் உங்களுடைய குழந்தைகளோடு நிறைய நேரம் செலவிட வேண்டும் என்ற ஓர் இலக்கைக் கொண்டிருந்தால், உங்களுடைய வாழ்க்கைத்துணைவரோடும் நிறைய நேரம் செலவிட வேண்டும் என்ற இலக்கை உங்களால் நிறைவேற்ற முடியாமல் போகலாம். வாழ்க்கையில் மிதமான போக்கைக் கடைபிடிக்க வேண்டும் என்ற இலக்கை வைத்திருப்பவர்கள், தேவையில்லாமல் கோபப்படக்கூடாது என்ற உறுதியைக் கடைபிடிக்க முயல்வர். அதனால், தங்களுக்கு அநீதி இழைக்கப்பட்டாலும் அவர்கள் மௌனமாக இருந்துவிடுவர். பின்னர அதைப் பற்றி அவர்கள் நினைத்துப் பார்க்கின்றபோது, தாங்கள் நடந்து கொண்டுள்ள விதம், நீதியைத் தூக்கிப் பிடிக்க விரும்புகின்ற தங்களுடைய மற்றோர் இலக்கோடு முரண்படுவதைக் கண்டு அவர்கள் மனம் வெதும்புவர்.

இலக்குகளில் இருக்கின்ற முரண்பாடுகள் உங்களுக்கு மகிழ்ச்சியின்மையைக் கொண்டுவரும் என்பதை ராபர்ட் எம்மன்ஸ், லாரா கிங்ஸ் ஆகிய இரண்டு ஆய்வாளர்கள் கண்டறிந்துள்ளனர். அவர்கள் சிலரைத் தேர்ந்தெடுத்து, அவர்களுடைய பதினைந்து முதன்மையான இலக்குகளைப் பட்டியலிடும்படியும், அவற்றில் எவை எவற்றோடு முரண்பட்டன என்பதைக் கண்டுபிடிக்கும்படியும் அந்தப் பங்கேற்பாளர்களிடம் கேட்டுக் கொண்டனர். மூன்று வாரங்களுக்கு, அந்த இலக்குகளின் முரண்பாடுகள் குறித்து அவர்களுக்குள் எழுந்த உணர்ச்சிகளை ஒரு நாளேட்டில் குறித்துக் கொள்ளும்படி அந்த ஆய்வாளர்கள் கேட்டுக் கொண்டனர். அந்த ஆய்வுக்கு முன்பும் பின்பும் அவர்களுடைய ஆரோக்கியக் குறியீடுகள் குறித்துக் கொள்ளப்பட்டன.

முரண்பாடான இலக்குகளைக் கொண்டிருப்பது மூன்று முக்கியப் பின்விளைவுகளை ஏற்படுத்துவதாக அந்த ஆய்வுகளின் முடிவுகள் தெரிவித்தன.

முதலாவது, நீங்கள் அதிகமாகக் கவலைப்படுவீர்கள். உங்களுடைய இலக்குகள் எவ்வளவு அதிகமான முரண்பாடுகளோடு இருக்கின்றனவோ, அவ்வளவு அதிகமாக நீங்கள் அவற்றைக் குறித்து யோசித்துக் கொண்டிருப்பீர்கள். நீங்கள் அவற்றைக் குறித்து அசைபோட்டு அதிகமாகக் கவலைப்படத் தொடங்குவீர்கள். அந்த எண்ணங்கள் மீண்டும் மீண்டும் தோன்றி உங்களுக்கு எரிச்சல் ஏற்படுத்தும்.

இரண்டாவது, உங்களுடைய உற்பத்தித்திறன் குறையும். மக்கள் தங்களுடைய இலக்குகளைப் பற்றி எவ்வளவு அதிகமாக நினைத்துக் கொண்டிருக்கிறார்களோ, அவற்றை நெருங்குவதற்கான நடவடிக்கைகளில் அவர்கள் அவ்வளவு அதிகமாக ஈடுபடுவர் என்ற ஒரு நம்பிக்கை நிலவுகிறது. ஆனால், இலக்குகளுக்கு இடையே முரண்பாடுகள் நிலவும்போது, அது அவர்களுடைய செயல்நடவடிக்கைகளைக் குறைத்துவிடுகிறது. ஒன்றுக்கொன்று முரண்படாத, தெளிவான இலக்குகளைக் கொண்டிருப்பவர்கள் தங்களை வெகுவாக மேம்படுத்திக் கொண்டிருப்பர்.

மூன்றாவது, உங்களுடைய ஆரோக்கியம் உடல்ரீதியாகவும் மனரீதியாகவும் சீர்கேடு அடைகிறது. முரண்பாடுகளுடன்கூடிய இலக்குகளைக் கொண்டிருப்பவர்களிடம் நேர்மறையான உணர்ச்சிகள் குறைவாகவும் எதிர்மறையான உணர்ச்சிகள் அதிகமாகவும் இருப்பது கண்டுபிடிக்கப்பட்டுள்ளது. பதற்றம், மனச்சோர்வு ஆகியவற்றால் அதிகமாக பாதிக்கப்படுவதற்கு அவர்களுக்கு அதிக வாய்ப்பு இருக்கிறது. அதோடு, உடல்ரீதியான உபாதைகளும் அவர்களை அதிகமாக வாட்டக்கூடும். அவர்கள் ஆரோக்கியமற்றவர்களாகவும் மகிழ்ச்சியற்றவர்களாகவும் ஆகிவிடுகின்றனர். தங்களுக்கு எத்தகைய இலக்குகள் நல்லது செய்யும் என்பதைக் கண்டுபிடிக்காதவரை, அவர்களால் முரண்பாடுகளைக் களைய முடியாது.

எந்த இலக்குகள்?

ஜோ ஓர் உணவகத்தில் அமர்ந்து காபி குடித்துக் கொண்டிருக்கிறான். அடுத்து என்ன செய்வது என்பது குறித்த எண்ணங்கள் அவனுடைய மனத்தில் வட்டமிட்டுக் கொண்டிருக்கின்றன. அவன் . . .

இந்தக் கதையின் மீதியை நீங்கள் உங்களுக்குப் பிடித்த விதத்தில் எழுதிக் கொள்ளுங்கள் என்று நான் கூறினால், நீங்கள் எப்படி அதைத் தொடர்வீர்கள்? ஜோவின் மனத்தில் எத்தகைய எண்ணங்கள் ஓடிக் கொண்டிருக்கும் என்று யோசியுங்கள்.

இப்போது அதைப் போன்ற மற்றொரு பயிற்சி. கீழ்க்கண்ட கதையை முடித்து வையுங்கள்.

கண்விழித்தப் பிறகு, பில் தன்னுடைய வருங்காலம் குறித்து யோசிக்கத் தொடங்கினான். அவனுடைய எதிர்பார்ப்புகள்...

இங்கும் உங்களுக்கு முழு சுதந்திரம் உண்டு. இக்கதையை நிறைவு செய்யுங்கள். கதை மிகச் சிறப்பாக இருக்க வேண்டும் என்றெல்லாம் முயற்சி செய்யத் தேவையில்லை. உங்களுடைய எண்ணங்கள் தோராயமாக இருந்தாலே போதும்.

நிறைவு செய்துவிட்டீர்களா?

மேற்கண்ட இரண்டு கதைகளிலும் நீங்கள் என்னென்ன நடவடிக்கைகளைப் பரிந்துரைத்திருந்தீர்கள்? அந்த நடவடிக்கைகளின் காலகட்டம் என்னவாக இருந்தது?

இது உளவியலாளர்கள் மேற்கொண்ட ஒரு பரிசோதனை. அவர்கள் முதலில் சாதாரண நபர்களிடம் இச்சோதனையை மேற்கொண்டனர். அடுத்து, போதை மருந்துப் பழக்கத்திலிருந்து விடுபட முயன்றவர்களிடம் அவர்கள் இதே சோதனையை மேற்கொண்டனர். முதல் கதையைப் பொறுத்தவரை, சாதாரணமான நபர்கள் கற்பனை செய்திருந்த காலம் சுமார் ஒரு வார காலமாக இருந்தது. போதைப் பழக்கத்திலிருந்து விடுபட முயன்றவர்களிடம் அதே கால அளவு ஒரே ஒரு மணி நேரத்திற்கு மட்டுமே இருந்தது. இரண்டாவது கதையைப் பொறுத்தவரை, சாதாரணமான நபர்கள் கற்பனை செய்திருந்த காலம் நீண்டகால நோக்கில் இருந்தது (எடுத்துக்காட்டு: பதவி உயர்வு, மணமுடித்தல் போன்றவை). போதைப் பழக்கத்திலிருந்து விடுபட முயன்றவர்களிடம் அதே கால அளவு அடுத்து உடனடியாக வரவிருந்த

நிகழ்வுகளின்மீது படிந்திருந்தது (எடுத்துக்காட்டு: வரவிருந்த மருத்துவப் பரிசோதனை, உறவினர் வீட்டுக்குச் செல்வதற்கான திட்டம் போன்றவை). அதாவது, இரண்டாவது கதையைப் பொறுத்தவரை, சாதாரண மக்களின் கற்பனை சுமார் நான்கரை ஆண்டுகள் வருங்காலத்திற்குள் பயணித்திருந்தது. போதைப் பழக்கத்திலிருந்து விடுபட முயன்றவர்களின் கற்பனை ஒன்பது நாட்கள் மட்டுமே வருங்காலத்திற்குள் பயணித்திருந்தது.

இந்தக் குறுகியகாலக் கண்ணோட்டம், போதை மருந்துகளுக்கு மட்டுமல்லாமல், மது, சிகரெட் போன்றவற்றுக்கு அடிமையாகி இருப்பவர்களுக்கும் பொருந்தும். இப்படிப்பட்டவர்களை சீட்டுக்கட்டு விளையாட்டில் ஈடுபட வைத்தபோது, ஆபத்தானதாக இருந்தாலும் உடனடியாகப் பலனளிக்கின்ற முறைகளையே அவர்கள் தேர்ந்தெடுத்து விளையாடினர். அதேபோல, இன்று 375 டாலர்கள் வேண்டுமா, ஓராண்டுக்குப் பிறகு 1,000 டாலர்கள் வேண்டுமா என்பதில் ஒன்றைத் தேர்ந்தெடுக்குமாறு அவர்களிடம் கேட்கப்பட்டபோது, அவர்கள் இன்று கிடைக்கின்ற 375 டாலர்களையே தேர்ந்தெடுத்தனர். அந்த ஆய்வுகளின்படி, மிகக் குறுகியகாலக் கண்ணோட்டங்களைக் கொண்டிருப்பதன் மூலம் நீங்கள் இதுபோன்ற விஷயங்களுக்கு அடிமையாவதற்கான வாய்ப்பு இருக்கிறது. நீங்கள் அப்பழக்கங்களுக்கு அடிமையாகின்றபோது, உங்களுடைய கண்ணோட்டம் இன்னும் குறுகிவிடும். நீங்கள் உங்களுடைய பழக்கங்களைக் குறைத்துக் கொண்டால், உங்களுடைய கண்ணோட்டம் சற்றே விரிவடையும்.

பரிசோதனைக்கூடத்திலும் சரி, வாழ்க்கையிலும் சரி, போதை, மது மற்றும் புகைத்தலுக்கு அடிமைப்பட்டிருப்பவர்கள், குறுகியகால இலக்குகளிலுள்ள ஆபத்துகளை விளக்குவதற்கான கச்சிதமான எடுத்துக்காட்டுகளாக விளங்குகின்றனர். உங்களுடைய நீண்டகால இலக்குகளை அலட்சியம் செய்வது உங்களுடைய ஆரோக்கியத்திற்குக் கேடு விளைவிக்கின்ற ஒரு செயலாக இருக்கும். இதே போன்ற ஆய்வுகளில் ஒன்றில், கூடுதல் வருவாய் ஈட்டுபவர்கள், குறைந்த வருவாய் ஈட்டுபவர்களைவிட அதிகமான தொலைநோக்குப் பார்வையைக் கொண்டிருக்கின்றனர் என்பது தெரிய வந்துள்ளது. தேவைதான் அதற்கான காரணம் என்பது வெளிப்படை. வீட்டு வாடகையைக் கொடுப்பதே தடுமாற்றமாக இருக்கும்போது, உங்களால் எப்படி ஓய்வூதியத்

திட்டத்தில் பணத்தைப் போட முடியும்? ஆனால், வீட்டு வாடகையைச் செலுத்துவது சிக்கலாக ஆனதற்கே குறுகியகாலக் கண்ணோட்டம்தான் காரணமாக இருந்திருக்கும். அன்றாட உணவில் மட்டும் குறியாக இருக்கின்ற வெட்டுக்கிளியைவிட, உணவுச் சேமிப்பில் ஈடுபடுகின்ற எறும்பு குளிர்காலத்தில் நிம்மதியாக இருக்கும் என்ற நீதியை வெளிப்படுத்துகின்ற ஈசாப் கதைகளை நீங்கள் கேட்டிருப்பீர்கள்.

ஆனால், இலக்குகளை நிர்ணயிப்பதற்கு நாம் ஈசாப்பின் வார்த்தைகளை வேத வாக்காக எடுத்துக் கொள்ளத் தேவையில்லை. குறுகியகால இலக்குகளுக்கும் நீண்டகால இலக்குகளுக்கும் இடையேயுள்ள நன்மை தீமைகளைப் பற்றி அறிய உளவியலாளர்கள் எண்ணற்ற ஆய்வுகளை நடத்தியுள்ளனர். உளவியல் துறையின் ஜாம்பவான்களில் ஒருவராகத் திகழ்ந்த ஆல்பர்ட் பான்டுரா, மற்றொரு பிரபலமான உளவியலாளரான டேல் ஷங்குடன் இணைந்து, கணிதம் கற்றுக் கொள்ளச் சிரமப்பட்ட, ஏழு வயதுக்கும் பத்து வயதுக்கும் இடைப்பட்டக் குழந்தைகளிடம் ஓர் ஆய்வு நடத்தினார். அந்தக் குழந்தைகள் நான்கு குழுக்களாகப் பிரிக்கப்பட்டனர். தாங்களாகவே போட்டுக் கொள்கின்ற கணக்குகள் அடங்கிய பயிற்சிப் புத்தகம் அவர்கள் அனைவருக்கும் வழங்கப்பட்டது. அதில் மொத்தம் 42 பக்கங்கள் இடம்பெற்றிருந்தன. முதல் குழுவினரிடம், தினமும் குறைந்தபட்சம் ஆறு பக்கங்களையாவது அவர்கள் கண்டிப்பாக முடித்தாக வேண்டும் (அதாவது, குறுகியகால இலக்கு) என்று அறிவுறுத்தப்பட்டது. இரண்டாவது குழுவினரிடம், மொத்த 42 பக்கங்களையும் ஏழு நாட்களுக்குள் முடிக்க வேண்டும் (அதாவது, நீண்டகால இலக்கு), அதை அவர்கள் எப்படி வேண்டுமானாலும் செய்து கொள்ளலாம் என்று கூறப்பட்டது. அதாவது, இந்த இரண்டு குழுக்களின் செயல்வேகம் கிட்டத்தட்ட ஒன்றுதான். மூன்றாவது குழுவினருக்கு எந்தவிதமான இலக்குகளும் நிர்ணயிக்கப்படவில்லை. நான்காவது குழுவிற்குப் பயிற்சிகள் எதுவும் வழங்கப்படவில்லை.

குறுகியகால இலக்கைக் கொண்டிருந்த குழந்தைகள், மற்ற அனைவரையும் பின்னுக்குத் தள்ளவிட்டு அந்தப் பரிசோதனையில் சிறப்பாகத் தேறினர். தினந்தோறும் தங்களுடைய இலக்குகளை அடைந்தது, அவர்களுடைய தன்னம்பிக்கையையும் சுயதிறனையும் அதிகரித்திருந்ததுதான் அதற்குக்காரணம். அதனால், அவர்கள் மற்றவர்களைவிட அதிக

விரைவாகவும் அதிகமேம்பட்ட விதத்திலும் கற்றுக்கொண்டனர். அந்தப் பயிற்சியின் இறுதியில் கொடுக்கப்பட்டிருந்த கணக்குகள் கடினமாக இருந்தபோதிலும், அவர்களால் நீண்டநேரம் தாக்குப்பிடித்து அவற்றைத் தீர்க்க முடிந்தது. நீண்டகால இலக்குகள் கொடுக்கப்பட்டிருந்தவர்களுக்கும் இலக்குகளே கொடுக்கப்பட்டிராதவர்களுக்கும் இடையே எந்த வித்தியாசமும் இருக்கவில்லை. குறுகியகால இலக்குகளைக் கொண்டிருந்த குழந்தைகளிடம் மட்டுமே செயல்திறன் மேம்பாடு ஏற்பட்டிருந்தது.

உளவியல் துறையில் பெரிதும் மதிக்கப்படுகின்ற ஓர் ஆய்விதழில் இக்கட்டுரை வெளியாகியிருந்தது. அதே இதழில், டச்சு ஆய்வாளர்கள் நடத்திய ஓர் ஆய்வுக்கட்டுரையும் வெளியாகியிருந்தது. உயர்நிலைப் பள்ளி மாணவர்களிடையே நடத்தப்பட்ட இந்த ஆய்வு நீண்டகால இலக்குகளின் மேன்மையைத் தூக்கிப் பிடித்தது. ஒரு நல்ல வேலை, நல்ல வருவாய், நல்ல குடும்ப வாழ்க்கை, உயர்ந்த சமூக அந்தஸ்து போன்ற நீண்டகால இலக்குகளைக் கொண்டிருந்த மாணவர்கள் பள்ளிகளில் சிறந்து விளங்கினர். அவற்றைக் குறித்து அக்கறை கொண்டிராதவர்கள் பள்ளிகளில் மோசமாகச் செயல்பட்டுக் கொண்டிருந்தனர். இறுதித் தேர்வில் நல்ல மதிப்பெண்களைப் பெறுதல், கோடை விடுமுறையில் உல்லாசப் பயணங்களுக்குச் செல்லுதல், ஒரு பட்டயச் சான்றிதழைப் பெறுதல் போன்ற இடைக்கால இலக்குகளையும், அறிவைப் பெறுதல், பிறருக்கு உதவுதல் போன்ற குறுகியகால இலக்குகளையும் கொண்டிருப்பதைவிட, நீண்டகால இலக்குகளைக் கொண்டிருத்தல் அவர்களுக்கு நல்ல முறையில் பலனளித்தது. நீண்டகால இலக்குகள் இவர்களுக்குப் பலனளித்த அளவுக்குச் சிறு குழந்தைகளுக்குப் பலனளிக்காமல் போனதற்கு என்ன காரணம்? அதற்கு இரண்டு காரணங்கள் இருந்ததாகக் கண்டுபிடிக்கப்பட்டது. உயர்நிலைப் பள்ளி மாணவர்களால் தங்களுடைய நீண்டகால இலக்கிற்கும் தங்களுடைய அன்றாட வேலைகளுக்கும் இடையே இருந்த தொடர்பை நன்றாகப் புரிந்து கொள்ள முடிந்திருந்தது. தற்போது தாங்கள் நன்றாகப் படிப்பது எப்படித் தங்களைத் தங்களுடைய நீண்டகால இலக்கிற்கு அழைத்துச் செல்லும் என்பதை அவர்கள் அறிந்திருந்தனர். இரண்டாவது, வருங்காலம் குறித்து ஒரு மேம்பட்ட விதத்தில் சிந்திக்கக்கூடிய திறன் அந்தப் பெரிய மாணவர்களுக்கு இருந்தது.

அந்த மாணவர்கள் உண்மையிலேயே தங்களுடைய

நீண்டகால இலக்கை அடைந்தார்களா இல்லையா என்பது ஒருபுறம் இருக்கட்டும். ஆனால், நீண்டகால இலக்குகளை நிர்ணயித்துக் கொள்வதற்கும் அன்றாட வாழ்வின் கடின உழைப்புக்கும் இடையேயுள்ள தொடர்பை அவர்களால் புரிந்து கொள்ள முடிந்தது. அவர்கள் பெஞ்சமின் பிராங்க்ளின் அறுவடை செய்திருந்த அதே பலன்களை அறுவடை செய்வதற்கு வாய்ப்புகள் அதிகம். பிராங்க்ளின் தன் வாழ்வின் இறுதிக் காலத்தில், பண்புநலன்கள் தொடர்பாகக் கரும்புள்ளிகளே இல்லாத ஓர் அட்டவணையைக் கொண்டிருக்க வேண்டும் என்ற தன்னுடைய நீண்டகால இலக்கைத் தான் ஒருபோதும் அடைந்திருக்கவில்லை என்பதை வெளிப்படையாகவே ஒத்துக் கொண்டிருந்தார். அவர் நினைத்திருந்த தனிமனித நல்லொழுக்கத்தில் கச்சிதத்தை அடைகின்ற இலக்கை அவர் கோட்டைவிட்டிருந்தார். ஆனால், அவருடைய இந்த இரண்டு இலக்குகளுக்கும் இடையே இருந்த தொடர்பு அவருக்கு உத்வேகம் அளித்திருந்ததோடு, அவற்றின் ஒட்டுமொத்த விளைவுகள் அவருக்கு நல்ல திருப்தியையே அளித்திருந்தன. "நான் நினைத்திருந்த கச்சிதத்தை நான் ஒருபோதும் எட்டியிருக்கவில்லை என்றாலும், அந்த முயற்சியின் ஊடாக நான் ஒரு மேம்பட்ட மனிதனாகவும் மகிழ்ச்சியானவனாகவும் ஆனேன். நான் அந்த முயற்சியில் ஈடுபட்டிருக்கவில்லை என்றால் அது எனக்குச் சாத்தியப்பட்டிருக்காது," என்று அவர் கூறினார்.

திட்டமிடுவதற்கும் திட்டமிடாதிருப்பதற்கும் இடையேயுள்ள வேறுபாடு

ஓர் இலக்கை நெருங்குவதற்கு உங்களுடைய திட்டங்கள் எந்த அளவுக்குத் திட்டவட்டமானவையாக இருக்க வேண்டும்? திட்டமிடுதல் படிப்பிற்கு உதவுகிறதா என்பதைத் தெரிந்து கொள்வதற்கு ஆய்வாளர்கள் கல்லூரி மாணவர்களிடம் ஓர் ஆய்வு நடத்தினர். அம்மாணவர்கள் மூன்று பிரிவுகளாகப் பிரிக்கப்பட்டனர். அவர்கள் அனைவருக்கும், நேரத்தை எப்படி உருப்படியாகப் பயன்படுத்திக் கொள்ள வேண்டும் என்ற வழமையான அறிவுரை வழங்கப்பட்டது. முதல் குழுவினர், தினசரி எதைப் படிக்க வேண்டும், எப்படிப் படிக்க வேண்டும் போன்ற விபரங்களைத் திட்டமிட்டுக் கொண்டு அதைக் கடைபிடிக்கும்படி கேட்டுக் கொள்ளப்பட்டனர். இரண்டாவது குழுவினர், அதே போன்ற ஒரு திட்டத்தை

மாதாந்திர அடிப்படையில் மேற்கொள்ளுமாறு கேட்டுக் கொள்ளப்பட்டனர். மூன்றாவது குழுவினருக்கு இலக்குகள் எதுவும் நிர்ணயிக்கப்படவில்லை.

தினசரி அடிப்படையில் திட்டம் தீட்டுகின்ற மாணவர்கள்தாம் ஒப்பீட்டளவில் சிறப்பாகச் செயல்படுவர் என்று ஆய்வாளர்கள் உறுதியாக நம்பினர். ஆனால், அப்படி நடைபெறவில்லை. மாதாந்திரத் திட்டத்தில் ஈடுபட்டிருந்த மாணவர்கள்தாம் சிறப்பாகச் செயல்பட்டிருந்தனர். படிக்கின்ற பழக்கம், மனப்போக்கு ஆகியவற்றில் அவர்கள் வெகுவாக மேம்பட்டிருந்தனர். குறிப்பாக, பலவீனமான மாணவர்களின் மதிப்பெண்கள் கணிசமாக அதிகரித்திருந்தன. அதோடு, அந்த மாணவர்கள், அத்திட்டக் காலம் முடிவடைந்த பிறகும் அதைத் தொடர்ந்து கொண்டிருந்தனர். அதற்கு அடுத்த ஆண்டு, தினசரி அளவில் திட்டமிட்டிருந்த மாணவர்கள் அதைக் கைவிட்டிருந்தனர்.

இதற்கு என்ன காரணம்? தினசரித் திட்டமிடுதலில், அதைப் பின்பற்றுகின்ற நபர் துல்லியமாக ஒவ்வொரு கணத்திலும் தான் என்ன செய்து கொண்டிருக்க வேண்டும் என்பதை அறிந்திருப்பார். ஆனால், அதற்கான முன்தயாரிப்புக்கு நிறைய நேரம் தேவைப்படும். என்ன இருந்தாலும், மாதாந்திரத் திட்டத்தில் மொத்த மாதத்திற்குமான திட்டம் போட்டால் போதும். ஆனால், தினசரித் திட்டத்தில் நீங்கள் முப்பது சிறு சிறு திட்டங்களைப் போட வேண்டியிருக்கும். தினசரித் திட்டத்தில் நெகிழ்வுத்தன்மை குறைவாக இருப்பது அதிலுள்ள மற்றொரு பின்னடைவு. ஆனால், வாழ்க்கை எப்போதும் திட்டமிட்டபடி செல்வதில்லை என்பதால், உங்களுடைய அன்றாடத் திட்டத்தில் குளறுபடி ஏற்பட்டால் அது உங்களை நிலைகுலைய வைத்துவிடும். ஆனால், மாதாந்திரத் திட்டத்தில் ஒரு நாள் சறுக்கினாலும் அதை மற்றொரு நாளில் ஈடு செய்துவிடலாம்.

திட்டமிடுவதற்கும் திட்டமிடாமல் இருப்பதற்கும் இடையேயுள்ள வேறுபாடுகளைப் பற்றி அறிவது தொடர்பான பரிசோதனைகள் இராணுவத் தளபதிகளால் ஐரோப்பியப் போர்க்களங்களில் நிகழ்த்தப்பட்டன. திட்டமிடாமல் தாக்குவதற்குப் பெயர் போனவர் நெப்போலியன் போனபார்ட். "முதலில் மோதித் தாக்கு. பின்னர் சூழ்நிலைக்கு ஏற்ப மாற்றிக் கொள்ளலாம்," என்பதுதான் அவருடைய தாரக மந்திரமாக இருந்தது. இந்த உத்தியைக் கொண்டு அவர் ஐரோப்பாவையே நடுங்க வைத்துக் கொண்டிருந்தார். இதை முறியடிக்கத்

துணிந்த பிரஷ்ய நாட்டுப் படையினர் ஒவ்வொன்றையும் திட்டமிட்டனர். “எந்தவொரு படையும் காலாட்படை வீரர்களின் கைகளில் ஒரு பேனாவையும் காகிதத்தையும் கொடுத்து, திட்டமிடுவதில் அவர்களை ஈடுபடுத்தாது,” என்று கிண்டலுக்கு ஆளாகும் அளவுக்கு அவர்களுடைய திட்டமிடுதல் இருந்தது. ஆனால், கேலி பேசியவர்களின் முகத்தில் கரியைப் பூசும் விதமாகப் பிரஷ்யப் படையினர் நெப்போலியனை எதிர்த்து வென்றனர்.

முதலாம் உலகப் போர் வெடித்தபோது, எல்லோருமே திட்டமிடுதலில் இறங்கியிருந்தனர். இரண்டாம் உலகப் போரின்போது மேற்கொள்ளப்பட்ட நார்மன்டி படையெடுப்பு தொடர்பான திட்டமிடுதல்தான் அதுவரை இராணுவ வரலாற்றில் ஒருபோதும் நடைபெற்றிராத பிரம்மாண்டமான திட்டமிடுதலாக விளங்கியது. பிரான்சிலுள்ள நார்மன்டி கடற்கரையில் நேச நாடுகளின் 1,60,000 பேர் அடங்கிய ஒரு பெரும் படை தரையிறங்கியது. அதற்காகப் பதினான்கு நாட்கள்வரை அந்தப் போர் தொடர்பான அனைத்து விஷயங்களும் நுணுக்கமாகத் திட்டமிடப்பட்டன. அப்போரில் கிடைத்த வெற்றி, திட்டமிடுதலுக்கு உரமளித்தது.

இரண்டாம் உலகப் போரில் பங்கு பெற்றிருந்த பல இராணுவத் தலைவர்கள், அதற்குப் பின்னர் அமெரிக்கப் பெருநிறுவனங்களில் தலைமைப் பதவிகளில் சேர்ந்தனர். அவர்களில் ராபர்ட் மெக்நமாராவும் ஒருவர். போருக்கு முன்னதாக அவர் ஹார்வர்டு வணிகப் பள்ளியில் ஒரு கணிதவியல் பேராசிரியராகப் பணியாற்றிக் கொண்டிருந்தார். விமானப் படையினர் துல்லியமாகக் குண்டுவீசுவதற்கு அவருடைய கணிதத் திறமையை அமெரிக்க இராணுவம் பயன்படுத்திக்கொண்டது. போருக்குப் பின்னர் அவர் ஃபோர்டு நிறுவனத்தில் வேலைக்குச் சேர்ந்தார். பின்னர் அவர் மீண்டும் இராணுவத்திற்குத் திரும்பி, அமெரிக்க அரசின் பாதுகாப்புத் துறைச் செயலராக ஆனார். தரவுகளின் அடிப்படையில் திட்டமிடுதலை அவர் அமெரிக்க இராணுவத்திற்குள் புகுத்தினார். வியட்நாம் போருக்கு முன்புவரை அவர் மிகச் சிறந்ததொரு நவீன இராஜதந்திரியாகப் புகழப்பட்டார். தரவுகளின் அடிப்படையில் அமைந்திருந்த அவருடைய திட்டங்கள் வியட்நாம் போரில் செல்லுபடியாகவில்லை. அதேபோல, அதற்குப் பிறகு அமெரிக்கா ஈடுபட்ட, ஈராக் மற்றும் ஆப்கானிஸ்தான் போர்களிலும் அவருடைய திட்டங்கள் பெரிய அளவில் வெற்றியைக் கொடுக்கவில்லை.

அப்படியெனில், நவீன இராணுவத் தளபதிகள் எப்படித் திட்டமிடுகின்றனர்? அமெரிக்க இராணுவத் தலைமையகத்திற்கு நேர நிர்வாகம் குறித்துப் பேச அழைக்கப்பட்டிருந்த ஓர் உளவியலாளர் இந்தக் கேள்வியை அங்கிருந்த தளபதிகளிடம் கேட்டார். அந்தக் கூட்டத்தில் பங்கெடுக்க வந்திருந்த உயர் இராணுவ அதிகாரிகளிடம், அவர்களுடைய அணுகுமுறையைப் பற்றி இருபத்தைந்து வார்த்தைகளுக்கு மேற்படாமல் எழுதிக் கொடுக்குமாறு அவர் கேட்டுக் கொண்டார். அப்படி எதையும் எழுதிக் கொடுக்க முடியாமல் அவர்கள் திணறினர்.

அந்தக் கேள்விக்கு ஒரே ஓர் அதிகாரி மட்டுமே பதிலளித்தார். அவர் அங்கிருந்த ஒரே பெண்மணியும்கூட. அவர் அமெரிக்க இராணுவத்தில் மிக வேகமாக மேலே உயர்ந்து, ஈராக் போரிலும் பங்கேற்றிருந்தார். அவருடைய பதில் இவ்வாறு அமைந்திருந்தது: "நான் என்னுடைய முன்னுரிமைகளை ஒன்று, இரண்டு, மூன்று, நான்கு என்று எழுதிக் கொள்வேன். பிறகு, மூன்றுக்கு மேற்பட்ட அனைத்தையும் புறந்தள்ளிவிடுவேன்."

அங்கிருந்த மற்ற அதிகாரிகள் அவரோடு ஒத்துப் போகாமல் இருந்திருக்கலாம். ஆனால், அந்தப் பெண்மணி முக்கியமான ஒன்றைக் குறிப்பிட்டிருந்தார். நீண்டகாலத் திட்டத்தையும் குறுகியகாலத் திட்டத்தையும் கலந்த ஒரு புதிய உத்திக்கு அவர் வழி வகுத்திருந்தார். அதைப் பற்றி அடுத்துப் பார்க்கலாம்.

டுரூ கேரியின் காலியாக இருக்கின்ற மின்னஞ்சல் வருகைப் பெட்டி

ஒரு நாள், ஹாலிவுட்டின் மிகப் பிரபலமான நடிகரும் தயாரிப்பாளருமான டுரூ கேரி, வழக்கம்போல ஒழுங்கற்றுக் கிடந்த தன்னுடைய மேசையைப் பார்த்தபோது, அவருக்கு ஒரு கனவு யோசனை வந்தது: "டேவிட் ஆலன் இந்தச் சூழலில் இருந்திருந்தால் என்ன செய்திருப்பார்?" அதை மேலும் மேம்படுத்திக் கொண்டு, "என்னால் ஆலனை இங்குக் கூட்டிக் கொண்டு வந்து இவற்றைக் கையாள வைக்க முடிந்தால் எப்படி இருக்கும்?" என்று அவர் யோசித்தார்.

அக்கட்டம்வரை, கேரி, கொட்டிக் கிடந்த தகவல்களால் திக்குமுக்காடிக் கொண்டிருந்த ஒருவராக மட்டுமே இருந்தார். அவர் தன்னுடைய சொந்த நகைச்சுவை நிகழ்ச்சி

ஒன்றைத் தொலைக்காட்சியில் நடத்திக் கொண்டிருந்தார், நன்றாக விற்பனையான சுயசரிதை ஒன்றை எழுதியிருந்தார், அறப்பணிகள் பல செய்து கொண்டிருந்தார், ஒரு கால்பந்தாட்டக் குழுவின் உரிமையாளராக இருந்தார். ஆனால், இவை எதுவுமே அவருடைய மின்னஞ்சல் அளவுக்கு அவரைத் திணற வைக்கவில்லை. அவர் ஒரு தனிப்பட்ட உதவியாளரை வைத்திருந்தும், தனக்கு வந்து கொண்டிருந்த தொலைபேசி அழைப்புகளுக்கு அவரால் பதிலளிக்க முடியவில்லை, தனக்கு அனுப்பி வைக்கப்பட்டிருந்த திரைக்கதைகளைப் படிக்க முடியவில்லை, விருந்து நிகழ்ச்சிகளுக்குத் தலைமை தாங்குமாறு கேட்டுக் கொண்ட அழைப்புகளைக் கையாள முடியவில்லை. அன்றாடம் அவருடைய உடனடி பதில் தேவைப்பட்ட முக்கியமான சில டஜன் மின்னஞ்சல்களைக்கூட அவரால் கையாள முடியவில்லை. அவருடைய அலுவலக மேசை, கட்டப்படாத பில்களாலும், பதிலளிக்கப்படாத கடிதங்களாலும், முடிக்கப்படாத வேலைகளாலும், நிறைவேற்றப்படாத வாக்குறுதிகளாலும் நிரம்பி வழிந்தது.

“சில விஷயங்களில் என்னிடம் சுய கட்டுப்பாடு இருந்தது, சிலவற்றில் இருக்கவில்லை. ஒரு விஷயத்தின் பின்விளைவுகள் எப்படி இருக்கும் என்பதைப் பொறுத்து அது இருந்தது. செய்து முடிக்கப்படாமல் இருந்த வேலைகள் என்னை நிலைகுலைய வைத்தன. நான் செய்ய வேண்டிய வேலைகள் மலைபோலக் குவிந்துள்ளன என்ற எண்ணம் எப்போதுமே என்னை வாட்டிக் கொண்டிருந்தது. நிலைமை என் கட்டுப்பாட்டில் இருக்கவில்லை என்ற உணர்வு எப்போதும் என்னிடம் இருந்தது. ஒரு நல்ல புத்தகத்தை இரசித்துப் படிக்கக்கூட முடியாத நிலையில் நான் இருந்தேன். நான் ஒருபோதும் ஆசுவாசமாக இருக்கவில்லை,” என்று அவர் கூறினார்.

இதற்கு ஒரு தீர்வு காணும் பொருட்டு, கேரி, டேவிட் ஆலன் எழுதியுள்ள ‘கெட்டிங் திங்ஸ் டன்’ என்ற புத்தகத்தை வாங்கினார். ஆனால், அதைப் படித்தப் பிறகும், அந்தப் புத்தகத்தின் நம்பிக்கையூட்டும் துணைத் தலைப்பான ‘மன அழுத்தம் இல்லா உற்பத்திக் கலை’ அவருக்குக் கைகூடி வரவில்லை. அவர் அந்தப் புத்தகத்தைப் படித்து அதிலிருந்த சிலவற்றை நடைமுறைப்படுத்தினார். அதில் இடம்பெற்றிருந்த அனைத்தையும் அவரால் பின்பற்ற முடியவில்லை. அவர் மேலும் தவித்துப் போனார். மிகவும் நொந்து போன அவர், இறுதியில், “நான் ஒரு பெரும் பணக்காரன்! எனக்குத் தனிப்பட்ட முறையில் உதவுவதற்கு நான் ஏன் ஆலனையே

நியமித்துக் கொள்ளக்கூடாது?" என்று யோசித்தார். அவர் உடனடியாக ஆலனைத் தொடர்பு கொண்டார். ஆலன் கேரியிடம், "ஒரு குறிப்பிட்டத் தொகையை எனக்குத் தர நீங்கள் தயாராக இருந்தால், நான் ஓராண்டுக்கு உங்களுக்குத் தனிப்பட்ட முறையில் ஆலோசனை வழங்குகிறேன்," என்று கூறினார். அதற்கு கேரி உடனடியாக ஒப்புக் கொண்டார். "அது ஒரு பெரும் தொகை. ஆனால், அதைப் பற்றி நான் கவலைப்படவில்லை," என்று கேரி கூறினார்.

அந்தத் தொகை எவ்வளவு பெரிதாக வேண்டுமானாலும் இருந்துவிட்டுப் போகட்டும். ஆனால், ஆலனையும் அவருடைய உத்தியையும் பயன்படுத்திக் கொள்வதென்று கேரி எடுத்த முடிவு மிகச் சரியானது என்று ஆலனின் இரசிகர் பட்டாளம் கொண்டாடியது. ஆனால், அந்த இரசிகர் கூட்டம், தன்னை முன்னிருத்திக் கொள்கின்ற பிற ஊக்குவிப்புப் பேச்சாளர்களின் பக்த கோடிகளைப் போன்றது அல்ல. ஒரு மேம்பட்ட வாழ்க்கைக்கான ஏழு எளிய வழிகள் எதையும் ஆலன் போதிப்பதில்லை; தான் நடத்துகின்ற கூட்டத்தில் பங்கேற்பவர்களின் உணர்ச்சிகளை உச்சத்திற்குத் தூண்டிவிடுகின்ற முழக்கங்கள் எதையும் அவர் வெளிப்படுத்துவதில்லை; 'முடிவை மனத்தில் வைத்துக் துவக்குங்கள்' என்பது போன்ற பொத்தம்பொதுவான 'ஞானம்' எதையும் அவர் வழங்குவதில்லை; 'உங்களுக்குள் உறங்கிக் கிடக்கும் ஜாம்பவானை உசுப்பி எழுப்புங்கள்' என்பது போன்ற உபதேச முத்துகள் எதையும் அவர் உதிர்ப்பதில்லை. செய்யப்பட வேண்டிய வேலைகள், மின்னஞ்சல்கள் போன்றவற்றை எப்படிக் கையாள்வது என்பதை ஆலன் நுணுக்கமாகக் கற்றுக் கொடுக்கிறார்.

உளவியலாளர்கள் இதை 'அக நச்சரிப்பு' என்று அழைக்கின்றனர். அந்த உட்குரலை எப்படி அடக்கி வைப்பது என்பது குறித்த ஆய்வுகளில் சமீபத்தில் பாமைஸ்டர் ஈடுபடுவதுவரை அது என்ன என்பது உளவியலாளர்களுக்கே பிடிபடாமல்தான் இருந்தது. ஆலனும் இதே முடிவுக்குத்தான் வந்திருந்தார் என்றாலும், அதை அவர் உளவியலின் அடிப்படையில் வந்தடைந்திருக்கவில்லை. மாறாக, அதை அவர் ஒரு சுற்றுவழியில் அடைந்திருந்தார். அவர் பல தப்புகளையும் தவறுகளையும் செய்தே அதை வந்தடைந்திருந்தார். அவர் முதலில் தன்னுடைய வாழ்க்கையில் அப்பரிசோதனையைத் தொடங்கியிருந்தார். 1960களில் ஜென் மற்றும் ஸூஃபி தத்துவங்களை அவர்

படித்தார்; ஒரு கல்லூரியில் சேர்ந்துவிட்டு, பிறகு பாதியில் அதிலிருந்து வெளியேறினார்; போதை மருந்துகளைப் பயன்படுத்தினார்; அதனால் சில காலம் மனநிலை பாதிக்கப்பட்டிருந்தார்; ஒரு கராத்தே பயிற்றுவிப்பாளராக ஆனார்; சுய முன்னேற்றக் கருத்தரங்குகளை வழங்குகின்ற ஒரு நிறுவனத்தில் வேலை பார்த்தார். அது மட்டுமல்லாமல், ஒரு மொபெட் விற்பனையாளராகவும், மந்திரவாதியாகவும், பயண ஏற்பாட்டு முகவராகவும், வாடகைக்கார் ஓட்டுநராகவும், ஓட்டல் சிப்பந்தியாகவும், வைட்டமின் விநியோகிப்பாளராகவும், பெட்ரோல் பங்க் மேலாளராகவும், கட்டடத் தொழிலாளியாகவும் அவர் பணியாற்றினார். அவர் ஒரு சமையற்காரராகவும் வேலை செய்தார்.

"பிற்காலத்தில் ஒரு நாள் நான் உற்பத்தித்திறன் அதிகரிப்பு ஆலோசகராக ஆவேன் என்று 1968 இல் நீங்கள் என்னிடம் கூறியிருந்தால், நீங்கள் மனநிலை சரியில்லாத ஒருவர் என்றே நான் நினைத்திருந்திருப்பேன்," என்று ஆலன் தெரிவிக்கிறார். அவர் வேலைக்கு வேலை தாவிக் கொண்டே இருந்தார். தன்னுடைய முப்பத்தைந்தாவது வயதிற்குள் அவர் முப்பத்தைந்து வேலைகளில் ஈடுபட்டிருந்தார். பின் ஒரு நாள், கருத்தரங்குகளை நடத்துவதற்கான அவருடைய திறமையைக் கண்ட லாக்ஹீட் என்ற பெருநிறுவனம், தங்களுக்காக ஒரு கருத்தரங்கை நடத்திக் கொடுக்குமாறு அவருக்கு அழைப்பு விடுத்தபோது, அனைத்தும் மாறிப் போயின. அதைத் தொடர்ந்து வேறு பல பெருநிறுவனங்கள், கருத்தரங்குகளை நடத்துகின்ற வாய்ப்புகளை அவருக்கு வழங்கின. அவருடைய வாழ்க்கைப் பாதை விநோதமாக இருந்தாலும், அதில் ஓர் இசைவுத்தன்மை இருப்பதாக ஆலன் கருதுகிறார். தான் பார்த்திருந்த பல வேலைகளின் ஊடாக, மன அமைதிக்கான ஒரு தேடலில் தான் ஈடுபட்டிருப்பதாக ஆலன் தெரிவிக்கிறார். கராத்தே பாடங்களில் குறிப்பிடப்படுகின்ற 'நீரைப் போன்ற ஒரு மனத்தைப்' பெறுவதற்குத் தான் முயன்று கொண்டிருப்பதாகவும் அவர் கூறுகிறார். அதை அவர் இவ்வாறு விவரிக்கிறார்: "சலனமின்றி இருக்கின்ற ஒரு குட்டையில் நீங்கள் ஒரு கூழாங்கல்லை எறிவதாகக் கற்பனை செய்து கொள்ளுங்கள். அதை அந்த நீர் எப்படி எதிர்கொள்ளும்? அந்தக் கல்லின் நிறை மற்றும் அதன் எறிவேகத்திற்கு ஏற்ப ஒரு பொருத்தமான விதத்தில் அந்த நீர் அதை எதிர்கொள்ளும். அது அதன் மேற்பரப்பில் சிற்றலைகளாக வெளிப்படும். சிறிது நேரத்திற்குப் பின்னர் அது

மீண்டும் தன்னுடைய சலனமில்லா நிலைக்குத் திரும்பிவிடும். நீர் அதீதமாகவும் எதிர்வினையாற்றுவதில்லை, குறைவாகவும் எதிர்வினையாற்றுவதில்லை.”

நீங்கள் அவருடைய அலுவலகத்திற்குச் சென்றால், அவர் பின்பற்றுகின்ற இந்தத் தத்துவத்தை நேரடியாகக் காணும் வாய்ப்பு உங்களுக்குக் கிடைக்கும். அதைப் பார்க்கின்றபோது உங்களுக்குள் எழுகின்ற பொறாமையை உங்களால் கட்டுப்படுத்திக் கொள்ள முடியாது. கலிஃபோர்னியாவிலுள்ள, மலையடிவாரச் சிறு நகரம் ஒன்றில் அவருடைய அலுவலகம் இருக்கிறது. அவருடைய அலுவலக மேசையின்மீது காகிதங்களையோ அல்லது வேறு பொருட்களையோ உங்களால் காண முடியாது. ‘ட’ வடிவில் அமைந்திருக்கும் அவருடைய மேசையின் ஓர் ஓரமாக, மூன்று அடுக்குகளைக் கொண்ட ஒரு டிரே இருக்கும். அவர் நடவடிக்கை எடுப்பதற்காகக் காத்திருக்கின்ற ஆவணங்களுக்கு உரியவை அவை. ஆனால், அவை அனைத்தும் காலியாகவே இருக்கும். மற்றொரு புறம் இருக்கின்ற ஓர் இரண்டடுக்கு டிரேயில் சில புத்தகங்களும் இதழ்களும் இருக்கும். அவற்றை அவர் தன்னுடைய விமானப் பயணங்களின்போது படிப்பதற்காக வைத்திருப்பார். மற்றபடி அவருடைய மேசை மிகவும் சுத்தமாக இருக்கும். அவர் பரிந்துரைக்கின்ற நான்கு அம்சத் திட்டமான, “செய்து முடிக்கப்பட்டவை, பகிர்ந்தளிக்கப்பட வேண்டியவை, தாமதப்படுத்தப்பட வேண்டியவை மற்றும் நீக்கப்பட வேண்டியவை” என்ற திட்டத்தை அவரும் பயன்படுத்துகிறார். அவர் தன் ஆவணங்களை அந்தந்தக் கோப்புகளில் போட்டு, அந்த அறையில் இருக்கின்ற அரை டஜன் இரட்டை அடுக்குக் கோப்புச் சேமிப்பு அலமாரிகளில் அவற்றை ஓர் ஒழுங்குமுறையுடன் வைத்திருப்பார். அவை முறையான லேபிள்களுடன் அகர வரிசைப்படி நேர்த்தியாக வைக்கப்பட்டிருக்கும். அதோடு, அந்த அறையில் அவருடைய கணினிக்கு அருகே ஓர் அச்சு இயந்திரமும் வைக்கப்பட்டிருக்கும். ஆனால், இந்த அளவு சுத்தமாக வைத்திருப்பதற்கு ஆலன் பெரும் முயற்சி செய்திருப்பார் என்று நீங்கள் எண்ணலாம். ஆனால், அது உண்மையல்ல.

ஓர் ஆலோசகர் என்ற முறையில் அவர் பெருநிறுவன நிர்வாக அதிகாரிகளுடன் பணியாற்றியபோது, நிறுவனத்தின் குறிக்கோள் வாசகங்களை உருவாக்குதல், நீண்டகால இலக்குகளை வடிவமைத்து அவற்றை முன்னுரிமைப்படுத்துதல் போன்றவற்றை உள்ளடக்கிய பாரம்பரியமான நிர்வாக

அமைப்புமுறையிலுள்ள பிரச்சனைகளை அவர் நேரடியாகக் கண்டார். உயர்ந்த இலட்சியங்களைக் கொண்டிருத்தலை அவர் மெச்சினாலும், அந்த நிர்வாகிகள், அந்தக் கணத்தில் தங்களுக்கு முன்னால் இருந்த எளிய வேலைகளைக்கூடச் செய்ய முடியாத நிலையில் இருந்தது அவரை உறுத்தியது. அவர்களுடைய நிலையை விவரிக்க அவர் மீண்டும் ஒரு புத்த மத வார்த்தையையே பயன்படுத்துகிறார்: ‘குரங்கு மனம்.’ கொப்புக்குக் கொப்பு தாவுகின்ற ஒரு குரங்கைப்போல நம் மனம் இருப்பதைச் சுட்டிக்காட்டுகின்ற சொல் அது. இதைச் சற்று மாறுபட்ட விதத்திலும் ஆலன் கற்பனை செய்வதுண்டு. உங்களுடைய தோளில் தொற்றிக் கொண்டிருக்கின்ற ஒரு குரங்கு, நீங்கள் செய்து கொண்டிருக்கின்ற காரியங்களை விமர்சித்து எப்போதும் உங்களுடைய காதில் எதையாவது கூறிக் கொண்டிருப்பதுபோல அவர் நினைத்துக் கொள்வார். ஒரு கட்டத்தில், “யாராவது இந்தக் குரங்கின் பேச்சை நிறுத்துங்களேன்!” என்று கூச்சலிட வேண்டும் என்ற நிலைக்கு நீங்கள் தள்ளப்படுவீர்கள்.

“நீங்கள் செய்து கொண்டிருப்பதைத் தவிர வேறு எதுவும் உங்களுடைய மனத்தில் இல்லாத நிலையைப் பெரும்பாலான மக்கள் ஒருபோதும் அனுபவித்ததில்லை. மாறாக, அவர்கள் எப்போதும் தொடர்ந்து பதற்றத்தையும் மன அழுத்தத்தையும் அனுபவிக்கின்றனர்,” என்று ஆலன் கூறுகிறார்.

ஆலன் தன்னுடைய வாடிக்கையாளர்களுக்கு, எடுத்த எடுப்பில் இலக்குகளை நிர்ணயித்து அவற்றை எப்படி அடைவது என்பதைச் சொல்லிக் கொடுப்பதில்லை. மாறாக, அவர்களுடைய மேசையின் (அல்லது கணினியின் அல்லது வாழ்க்கையின்) அலங்கோலத்தை எப்படிச் சரி செய்வது என்பதிலிருந்துதான் அவர் தொடங்குகிறார். ஓர் ஆவணத்தை ஒரே ஒரு முறைக்கு மேல் கையாளக்கூடாது என்ற பாரம்பரிய அறிவுரையை அவர் சந்தேகிக்கிறார். ஏனெனில், அது கோட்பாட்டு அளவில் வேண்டுமானால் சரியாக இருக்கலாம், ஆனால் நடைமுறையில் அது சாத்தியமே இல்லை. அடுத்த வாரம் நடைபெறவிருக்கின்ற ஒரு சந்திப்புக்கூட்டம் பற்றிய ஓர் அறிவிப்பைக் கொண்டிருக்கின்ற ஒரு கடிதத்தை என்ன செய்வது? அதற்கு, அவர் பயண ஏற்பாட்டு முகவராக இருந்தபோது விமானப் பயணச்சீட்டுகளை ஆவணப்படுத்துவதற்குப் பயன்படுத்தியிருந்த ஒரு முறையைப் பின்பற்றினார். ஒரு நாளுக்கு ஒரு ஃபோல்டர் என்ற கணக்கில் 31 ஃபோல்டர்கள் இருக்கின்ற ஒரு கோப்பை இதற்காக அவர்

பயன்படுத்திக் கொண்டார். மாதத்திற்கு ஒன்று என்ற கணக்கில் அதே மாதிரியான 12 கோப்புகள் அவரிடம் இருந்தன. பின்னர் அவர் கவனிக்க வேண்டிய வேலைகள் அவருக்கு வந்தால், அவற்றை அவர் அந்த மாதத்திற்குரிய கோப்பில், அந்த நாளுக்குரிய ஃபோல்டரில் போட்டு வைத்துவிடுவார்.

இப்படிச் செய்வதால், உங்களுடைய மேசை எப்போதும் சுத்தமாக இருக்கும். அது தேவையில்லாமல் உங்கள் முன் உட்கார்ந்து கொண்டு உங்களுடைய கண்களை உறுத்திக் கொண்டிருக்காது. ஒரு விஷயத்தை நீங்கள் மறந்துவிடக்கூடும் அல்லது தொலைத்துவிடக்கூடும் என்ற பயம் இப்போது உங்களுக்கு இருக்காது. தன் மனத்தில் இருக்கின்ற இதுபோன்ற 'முடிவுறா வட்டங்கள்' ஏற்படுத்துகின்ற நச்சரிப்புகளைச் சமாளிப்பதற்கு என்ன வழி என்று அவர் எப்போதும் பார்த்துக் கொண்டே இருப்பார். "சுய முன்னேற்ற உலகிலிருந்து நான் எடுத்துக் கொண்ட ஒரு விஷயம், 'உங்களுக்கு நீங்களே உருவாக்கிக் கொள்கின்ற உடன்படிக்கைகள்' என்பதாகும். உங்களுக்கு நீங்களே ஓர் உடன்படிக்கை செய்து கொண்டுவிட்டப் பிறகு நீங்கள் அதை மீறினால், அது உங்கள்மீது நீங்கள் வைத்திருக்கின்ற சுய நம்பிக்கையை பாதிக்கும். நீங்கள் மற்றவர்களை வேண்டுமானால் சாமர்த்தியமாக ஏமாற்றிவிடலாம். ஆனால், உங்களால் உங்களையே அவ்வளவு சுலபமாக ஏமாற்ற முடியாது. அதற்கான விலையை நீங்கள் கொடுத்தாக வேண்டும். அதனால், நீங்கள் உங்களுடன் ஓர் உடன்படிக்கை ஏற்படுத்திக் கொள்வதற்கு முன்பு மிகவும் எச்சரிக்கையாக இருக்க வேண்டும். அப்படிப்பட்ட உடன்படிக்கைகளை எப்படி உருவாக்குவது என்பதைக் கற்றுக் கொடுப்பதற்காகவே நாங்கள் ஒரு கருத்தரங்கை நடத்துகிறோம்," என்று ஆலன் கூறுகிறார்.

உடன்படிக்கைகள் அல்லது இலக்குகளை நிர்ணயிப்பது ஒன்றும் ஒரு புரட்சிகரமான காரியமல்ல. அவை, மனித நாகரிகம் தோன்றிய காலத்திலிருந்தே இருந்து வருகின்ற சுய உதவித் திட்டங்கள் அனைத்திலும் இடம்பெற்று வந்துள்ள விஷயங்கள்தாம். ஆனால், ஆலன், பிரபல நிர்வாக ஆலோசகரான டீன் ஆக்சனுடன் சேர்ந்து அதை மெருகேற்றியிருந்தார். தன்னுடைய வாடிக்கையாளர்கள் கவனச்சிதறலுக்கு ஆளாகாமல் இருப்பதை உறுதி செய்வதற்காக டீன் ஓர் உத்தியைப் பயன்படுத்தினார். அவர்களுடைய சொந்த வாழ்க்கையிலும் தொழில்வாழ்க்கையிலும், குறுகியகால

நோக்கிலும் நீண்டகால நோக்கிலும், அவர்களுடைய கவனத்தைக் கவர்ந்துள்ள அனைத்து விஷயங்களையும் ஒரு காகிதத்தில் எழுதுமாறு டீன் அவர்களைக் கேட்டுக் கொள்வார். அவர்கள் அவற்றை அலசவோ அல்லது ஒழுங்குபடுத்தவோ வேண்டியதில்லை. ஆனால், அவை ஒவ்வொன்றுக்கும் அடுத்து, எடுக்கப்பட வேண்டிய ஒரு திட்டவட்டமான நடவடிக்கையை மட்டும் அவர்கள் கட்டாயம் குறிப்பிட்டாக வேண்டும்.

அதைப் பற்றி ஆலன் இவ்வாறு நினைவுகூர்கிறார்: “டீன் என்னை அமர்த்தி வைத்து, என் தலையிலிருந்த அனைத்தையும் வெளியேற்றிவிட்டார். நான் ஏகப்பட்ட தியானங்களைச் செய்கின்றவன். செய்நேர்த்தியுடனும் ஒழுங்குடனும் அனைத்து வேலைகளையும் செய்பவன் என்ற பெருமை எனக்கு உண்டு. ஆனால், டீன் அதைத் தகர்த்தெறிந்துவிட்டார். அவருடைய உத்தி என்னை மலைக்கச் செய்துவிட்டது.” பின்னர் ஆலன் தன்னுடைய சொந்த ஆலோசனைத் தொழிலைத் தொடங்கியபோது, அந்த உத்தியைத் தன்னுடைய சொந்த வாடிக்கையாளர்களுக்கும் கற்றுக் கொடுக்கத் தொடங்கினார். ‘அடுத்தச் செயல்நடவடிக்கை’ என்று அவர் அதற்குப் பெயரிட்டார். எடுத்துக்காட்டாக, அவர் பரிந்துரைக்கின்ற வேலைப் பட்டியலில் இடம்பெறுகின்ற வேலைகள், “அம்மாவுக்குப் பிறந்தநாள் பரிசு வாங்க வேண்டும்,” அல்லது, “வருமான வரியைக் கணக்கிட வேண்டும்,” என்று குறிப்பிடப்பட்டிருக்கக்கூடாது. மாறாக, “நகைக் கடைக்குச் செல்ல வேண்டும்,” அல்லது “ஆடிட்டருக்குத் தொலைபேசி அழைப்பு விடுக்க வேண்டும்,” என்றுதான் குறிப்பிடப்பட்டிருக்க வேண்டும்.

“உங்களுடைய பட்டியலில் ‘நன்றிக் கடிதம் எழுத வேண்டும்,’ என்பது இடம்பெற்றிருந்தால், அதை ஓர் ‘அடுத்தச் செயல்நடவடிக்கையாக’ எடுத்துக் கொள்ளலாம். ஆனால், அப்போது உங்களுக்கு முன்பு ஒரு பேனாவும் ஒரு கார்டும் இருத்தல் அவசியம். அப்படி இல்லை என்றால், அதை நீங்கள் தள்ளிப்போடுவீர்கள்,” என்று ஆலன் கூறுகிறார். மேலே கூறிய எடுத்துக்காட்டைப் பார்க்கும்போது, அதிலுள்ள வேறுபாடுதான் வெட்ட வெளிச்சமாகத் தெரிகிறதே, இதிலென்ன சிறப்பு இருக்கிறது என்று நீங்கள் யோசிக்கலாம். ஆனால், அவற்றை நடைமுறைப்படுத்துவது எளிதல்ல. எடுத்துக்காட்டாக, ஜான் டீர்னி, இப்புத்தகத்திற்காக ஆலனின் அடுத்தச் செயல்நடவடிக்கை உத்தியைப் பயன்படுத்திப்

பார்க்கப் போவதாக தெரிவித்தபோது, ஆலன் அவரிடம், டீர்னி உருவாக்கவிருந்த அடுத்தச் செயல்நடவடிக்கைப் பட்டியலில் இடம்பெறுகின்ற நடவடிக்கைகளில் பெரும்பாலானவை உடனடியாகச் செயல்படுத்தப்பட முடியாத நிலையில்தான் இருக்கும் என்று தான் பந்தயம் கட்டத் தயாராக இருந்ததாகத் தெரிவித்தார்.

எடுத்துக்காட்டாக, டீர்னி அதில், "மின்ட் டாட் காம் ஆய்வாளர்களைத் தொடர்பு கொள்ள வேண்டும்," "எஸ்தர் டைசனிடமிருந்து ஆலோசனை பெற வேண்டும்," என்று எழுதியிருந்தார். அவை ஆலன் பரிந்துரைக்கின்ற தர அளவுகளின்படி இருக்கவில்லை என்று அவர் சுட்டிக்காட்டினார். ஆலன் இவ்வாறு கேட்டார்: "அவர்களைத் தொடர்பு கொள்வதற்கு உங்களிடம் ஏற்கனவே தொலைபேசி எண் இருக்கிறதா? அவர்களை எப்படித் தொடர்பு கொள்வது என்று நீங்கள் தீர்மானித்துவிட்டீர்களா? தொலைபேசி மூலமாகவா அல்லது மின்னஞ்சல் மூலமாகவா? இந்த நுணுக்கமான வேறுபாடுகள் மிகவும் முக்கியமானவை. எடுத்துக்காட்டாக, நீங்கள் எஸ்தருடன் என்ன பேச வேண்டும் என்பதைச் சரியாகத் தீர்மானித்திருக்காதபோது, வெறுமனே, 'எஸ்தர் டைசனிடமிருந்து ஆலோசனை பெற வேண்டும்,' என்று எழுதுவதால் உங்களுடைய பதற்றம் குறையப் போவதில்லை. மாறாக, நீங்கள் 'எஸ்தர் டைசனுக்கு ஒரு மின்னஞ்சல் அனுப்ப வேண்டும்,' என்று எழுதிக் கொண்டால், 'என்னால் அதைச் செய்ய முடியும்' என்ற எண்ணம் உங்களிடம் தோன்றுவதால், அது குறித்து ஏதோ செய்துவிட்ட உணர்வு உங்களுக்கு ஏற்படும்."

சில ஆண்டுகளுக்கு முன், தொழில்நுட்பங்கள் குறித்து எழுதுகின்ற டேனி ஓ பிரையன், தங்களுடைய வேலைகளை ஒழுங்குமுறையுடன் செய்வதற்குப் பெயர் பெற்றிருந்த எழுபது பேரைத் தொடர்பு கொண்டு, தான் அவர்களுடைய 'இரகசியத்தைத்' தெரிந்து கொள்ள விரும்பியதாகத் தெரிவித்தார். அவர்களில் பெரும்பாலானோர், தாங்கள் சிறப்பான செயலி, மென்பொருள் அல்லது பிற சாதனங்கள் எதையும் பயன்படுத்துவதில்லை என்று தெரிவித்தனர். ஆனால், அவர்களில் கணிசமானவர்கள், தாங்கள் டேவிட் ஆலனின் உத்திகளைப் பயன்படுத்துவதைக் குறிப்பிட்டனர். ஆலனின் உத்திகளைப் பயன்படுத்துவதற்கு ஒரு காகிதம், ஒரு பேனா மற்றும் ஃபோல்டர்கள் அடங்கிய கோப்புகளைத் தவிரப் பெரிதாக எதுவும் தேவையில்லை என்பதுதான் அதற்கு

முக்கியக் காரணம். ஆனால், ஆலனின் உத்திகள் இதுவரை எந்தவிதமான ஆய்வுகளுக்கும் உட்படுத்தப்பட்டிருக்கவில்லை. ஆலன் குறிப்பிட்டிருந்த 'குரங்கு மனத்தை' அப்புறப்படுத்த உளவியலாளர்களும் முயற்சிகளை மேற்கொண்டிருந்தனர். அவர்கள் அதற்கு வேறு சொல்லைப் பயன்படுத்தினர், அவ்வளவுதான்.

ஜீகார்னிக் விளைவு

அந்தக் கண்டுபிடிப்பின் தொடக்கம் 1920களின் மத்தியில் நிகழ்ந்ததாக உளவியலாளர்கள் கருதுகின்றனர். பெர்லின் பல்கலைக்கழகத்தைச் சேர்ந்த ஒரு பெரிய குழு ஓர் உணவகத்திற்குச் சென்றது. அவர்கள் அனைவரின் உணவு ஆர்டரை ஒரே ஒரு வெயிட்டரே எடுத்தார். அவர்கள் கூறிய எதையும் அவர் தன் குறிப்பேட்டில் குறித்துக் கொள்ளவில்லை. அவர் வெறுமனே தன் தலையை ஆட்டிக் கேட்டுக் கொண்டார். ஆனாலும், அவர் அவர்களின் ஆர்டரைக் கச்சிதமாகக் கொண்டு வந்து கொடுத்தார். அவருடைய நினைவாற்றல் அந்தக் குழுவினரைக் கவர்ந்தது. அவர்கள் உண்டு முடித்துவிட்டு அங்கிருந்து கிளம்பினர். வெளியே வந்தவுடன் அவர்களில் ஒருவர் தான் கொண்டு வந்திருந்த பொருள் ஒன்றை உள்ளே மறந்து வைத்துவிட்டிருந்ததால் அதை எடுத்து வர மீண்டும் அந்த உணவகத்திற்குள் சென்றார். அங்கே அவர்களுக்கு உணவு பரிமாறிய அதே வெயிட்டர் இருந்ததைக் கண்ட அவர் நேராக அந்த வெயிட்டரிடம் சென்றார்.

ஆனால், அந்த வெயிட்டருக்கு அவர் யார் என்பதே நினைவிருக்கவில்லை. அப்படி இருக்கும்போது, அவர் எங்கே உட்கார்ந்திருந்தார் என்பதை அவர் எப்படி நினைவு வைத்திருப்பார்? தாங்கள் அப்போதுதான் சாப்பிட்டுவிட்டு வெளியே வந்திருந்ததை அந்த நபர் அந்த வெயிட்டருக்குச் சுட்டிக்காட்டி, "எப்படி உங்களால் இவ்வளவு விரைவாக மறக்க முடியும்?" என்று அவரிடம் கேட்டார். அதற்கு அந்த வெயிட்டர், "நான் பெறுகின்ற ஆர்டர்களை, அவற்றைக் கொடுத்தவர்களிடம் கொண்டு சேர்க்கின்றவரை மட்டுமே நான் அவற்றை நினைவில் வைத்திருப்பேன்," என்று கூறினார்.

இது, அந்தக் குழுவில் இடம்பெற்றிருந்த ரஷ்ய நாட்டைச் சேர்ந்த இளம் உளவியலாளர் புளூமா ஜீகார்னிக்கும் அவருடைய வழிகாட்டியான கர்ட் லீவினுக்கும் ஆர்வத்தை

உண்டாக்கியது. மனித மூளை, நிறைவடைந்துள்ள வேலைக்கும் நிறைவடையாத வேலைக்கும் இடையே பெரும் வேறுபாட்டை உணர்ந்து கொள்கிறதா? புதிர்களை விடுவிக்கும் காரியத்தில் இறங்கியிருப்பவர்களுக்கு இடையூறு ஏற்படுத்தும்போது அவர்கள் எப்படி எதிர்வினையாற்றுகின்றனர் என்று அந்த உளவியலாளர்கள் அவதானிக்கத் தொடங்கினர். அந்த ஆய்வும், அதைத் தொடர்ந்து பல பத்தாண்டுகளாக நடைபெற்ற அதுபோன்ற எண்ணற்ற ஆய்வுகளும், ஒரு விஷயத்தை உறுதி செய்தன. முடிக்கப்படாத வேலைகளும் அடையப்படாத இலக்குகளும் ஒருவருடைய மனத்தில் அவ்வப்போது பீறிட்டு எழும் என்பதுதான் அது. அது ஜீகார்னிக் விளைவு என்றே அழைக்கப்பட்டது. அந்த வேலைகள் செய்து முடிக்கப்பட்டவுடன் அல்லது அந்த இலக்குகள் அடையப்பட்டவுடன், அந்த எண்ணங்கள் தோன்றுவது நின்றுவிடும்.

ஜீகார்னிக் விளைவை நீங்களே சோதித்துக் கொள்ளலாம். நீங்கள் ஒரு பாட்டைக் கேட்டுக் கொண்டிருக்கிறீர்கள் என்று வைத்துக் கொள்வோம். ஏதோ ஒரு காரணத்தால் அது பாதியில் தடைபட்டுவிடுகிறது. அப்போது அதன் மீதிப் பகுதி உங்களுடைய மனத்தில் ஓடிக் கொண்டிருக்கும். அதுவே நீங்கள் முழுப் பாடலையும் கேட்டுவிட்டால், அது உங்களுடைய மனத்திலிருந்து அகன்றுவிடும். பாதியில் நிறுத்தப்படுகின்ற பாடலை முடிக்கப்படாத ஒரு வேலையாக மனம் கருதிக் கொள்கிறது. அதனால், அதை நீங்கள் செய்து முடிக்க வேண்டும் என்று தூண்டுவதுபோல அதைப் பற்றிய எண்ணங்கள் உங்கள் மனத்தில் தோன்றிக் கொண்டே இருக்கின்றன. பெரும்பாலான சமயங்களில், ஒரு பாடல் நன்றாக இல்லை என்ற காரணத்தினாலேயே அதை நாம் பாதியில் நிறுத்திவிடுவோம். ஆனால், நம் மனம் என்னவோ நமக்கு நல்லது செய்வதாக நினைத்துக் கொண்டு நமக்கு இப்படிப்பட்டக் காது குடைச்சலைக் கொடுக்கிறது.

மனம் ஏன் இப்படி நமக்குக் காது குடைச்சலைக் கொடுக்க வேண்டும்? அது ஒரு நல்ல பயன்பாட்டின் துரதிர்ஷ்டவசமான துணை விளைவாக இருக்கலாம் என்று உளவியலாளர்கள் கருதுகின்றனர். ஜீகார்னிக் விளைவு எப்படி வேலை செய்கிறது என்பது குறித்து, கடந்த பல ஆண்டுகளின் ஊடாக, பல விதமான விளக்கங்கள் அளிக்கப்பட்டுவிட்டன. எதிரும் புதிருமான இரண்டு கோட்பாடுகளும் அவற்றில் அடங்கும். அவற்றில் ஒரு கோட்பாடு, உங்களுடைய ஆழ்மனம்

உங்களுடைய இலக்குகளைத் தீவிரமாகக் கண்காணித்துக் கொண்டிருக்கிறது என்றும், நிறைவேறாத இலக்குகள் குறித்து உங்களுடைய மனத்தில் அவ்வப்போது தோன்றிக் கொண்டிருக்கும் எண்ணங்கள் உங்களுடைய ஆழ்மனம் அந்த இலக்குகளை இன்னும் மறக்கவில்லை என்பதற்கான உத்தரவாதம் என்றும் தெரிவிக்கிறது. இதற்கு நேர் எதிரான கோட்பாடு, உங்களுடைய ஆழ்மனம் உங்களுடைய வெளிமனத்தின் உதவியை நாடிக் கொண்டிருக்கிறது என்று பொருள் என்று அதற்கு விளக்கமளிக்கிறது. ஒரு குழந்தை எப்படி வளர்ந்தவர்களின் கவனத்தைப் பெறுவதற்காக அவர்களுடைய ஆடையைப் பிடித்து இழுக்குமோ, அதைப் போன்றது இது. நிறைவேற்றப்படாமல் இருக்கின்ற வேலையைச் செய்து முடிக்கும்படி வெளிமனத்தை ஆழ்மனம் நச்சரிப்பதன் அடையாளம் இது.

ஆனால், இப்போது இன்னும் மேம்பட்ட விளக்கங்கள் கிடைத்துள்ளன. பாமைஸ்டரிடம் படித்த மாணவரான இ.ஜே. மசிகாம்போ, ஜீகார்னிக் விளைவை உறுதி செய்வதற்காகச் சமீபத்தில் ஒரு பரிசோதனையில் இறங்கினார். இதற்காக அவர் சில கல்லூரி மாணவர்களைத் தன் ஆய்வில் பங்கேற்க வைத்தார். அவர் அந்த மாணவர்களை மூன்று குழுக்களாகப் பிரித்தார். முதல் குழுவினர், அவர்களுடைய முக்கியமான இறுதித் தேர்வு குறித்து வெறுமனே சிந்திக்கும்படி மட்டும் கேட்டுக் கொள்ளப்பட்டனர். இரண்டாவது குழுவினர், இறுதித் தேர்வு குறித்துச் சிந்திப்பதோடு, அதற்கு எப்படிப் படிக்க வேண்டும் என்று விலாவாரியாகத் திட்டமிடும்படியும் கேட்டுக் கொள்ளப்பட்டனர். மூன்றாவது குழுவினர், அடுத்து அவர்கள் கலந்து கொள்ளவிருந்த கேளிக்கை விருந்து குறித்து யோசிக்கும்படி கேட்டுக் கொள்ளப்பட்டனர்.

பின் அவர்கள் அனைவரும் ஜீகார்னிக் விளைவை மதிப்பிடுவதற்கு ஏற்ற விதத்தில் ஒரு பரிசோதனையில் ஈடுபடுத்தப்பட்டனர். அவர்கள் அனைவருக்கும் சில சொற்களின் முதல் இரண்டு எழுத்துகள் மட்டும் கொடுக்கப்பட்டு அவற்றைப் பூர்த்தி செய்யும்படி கேட்டுக் கொள்ளப்பட்டனர். பல்வேறு வழிகளில் பூர்த்தி செய்ய முடிகின்ற விதத்தில் அந்தச் சொற்கள் அமைக்கப்பட்டிருந்தன. இறுதித் தேர்வு குறித்து வெறுமனே சிந்திக்கும்படி மட்டும் கேட்டுக் கொள்ளப்பட்டிருந்த மாணவர்கள் பூர்த்தி செய்திருந்த சொற்களில் பெரும்பாலானவை தேர்வுகள் மற்றும் படிப்பு தொடர்பானவையாகவே இருந்தன. மற்ற இரண்டு குழுக்கள்

பூர்த்தி செய்திருந்த சொற்கள் சாதாரணமானவையாக இருந்தன. இறுதித் தேர்வு குறித்துச் சிந்திப்பதோடு, அதற்கு எப்படிப் படிக்க வேண்டும் என்று விலாவாரியாகத் திட்டமிடும்படியும் கேட்டுக் கொள்ளப்பட்டிருந்த மாணவர்கள் அதற்கான திட்டங்களை தீட்டிவிட்டிருந்ததால், அவர்களுடைய மனம், அந்த இலக்கை அவர்கள் அடைந்துவிட்டிருந்ததாகக் கணக்கில் எடுத்துக் கொண்டிருந்தது. அதனால்தான், தேர்வு அல்லது பாடம் தொடர்பான வார்த்தைகளை அது அவர்களுக்கு நினைவுபடுத்தவில்லை.

இதே போன்ற மற்றொரு சோதனையிலும் பங்கேற்பாளர்கள் மூன்று குழுக்களாகப் பிரிக்கப்பட்டனர். முதல் குழுவினர், அவர்கள் சமீபத்தில் செய்து முடித்திருந்த சில வேலைகளைப் பற்றி எழுதுமாறு கேட்டுக் கொள்ளப்பட்டனர். இரண்டாவது குழுவினர், செய்து முடிக்கப்படாத சில வேலைகளைப் பற்றி எழுதுமாறு கேட்டுக் கொள்ளப்பட்டனர். மூன்றாவது குழுவினர், செய்து முடிக்கப்படாத சில வேலைகளைப் பற்றி எழுதுமாறு கேட்டுக் கொள்ளப்பட்டதோடு, அவற்றை எப்படி நிறைவேற்றுவது என்பது குறித்து ஒரு திட்டத்தை வகுக்குமாறும் கேட்டுக் கொள்ளப்பட்டனர். பின்னர் அவர்கள், ஒரு புதினத்தின் முதல் பத்துப் பக்கங்களைப் படிக்கும் சோதனை ஒன்றில் ஈடுபடுத்தப்பட்டனர். அது முந்தைய சோதனைக்கு முற்றிலும் தொடர்பில்லாத ஒன்று என்று அவர்களிடம் கூறப்பட்டது. அவர்கள் படித்துக் கொண்டிருந்தபோது, அவர்களுடைய மனத்தில் கவனச்சிதறல் ஏற்பட்டுக் கொண்டிருந்ததா என்பது சோதிக்கப்பட்டது. இறுதியில், கவனச்சிதறல் குறித்து அவர்களிடமும் கேட்கப்பட்டது. அந்தப் புதினத்தின் அடிப்படையில் அவர்களிடம் ஒரு தேர்வும் நடத்தப்பட்டது.

திட்டமிடுதல் ஒரு முக்கியமான வேறுபாட்டை நிகழ்த்தியிருந்தது மீண்டும் கண்டுபிடிக்கப்பட்டது. செய்து முடிக்கப்படாத சில வேலைகளைப் பற்றி எழுதுமாறு கேட்டுக் கொள்ளப்பட்டிருந்த நபர்களின் மனம்தான் அதிகமான கவனச்சிதறலுக்கு உள்ளாகியிருந்தது. செய்து முடிக்கப்படாத சில வேலைகளைப் பற்றி எழுதுமாறு கேட்டுக் கொள்ளப்பட்டதோடு, அவற்றை எப்படி நிறைவேற்றுவது என்பது குறித்தத் திட்டம் ஒன்றை வகுக்குமாறும் கேட்டுக் கொள்ளப்பட்டிருந்த நபர்களின் மனம் பெரிதான கவனச்சிதறலுக்கு ஆளாகி இருக்கவில்லை. அதோடு, இறுதியில் நடத்தப்பட்டத் தேர்விலும் அவர்கள் சிறப்பாகவே

செயல்பட்டனர்.

இந்த ஆய்வுகள் அனைத்தின்படி, ஜீகார்னிக் விளைவு என்பது அவர்கள் பல பத்தாண்டுகளாக எண்ணிக் கொண்டிருந்ததைப் போன்ற ஒன்றல்ல என்பது தெளிவாயிற்று. மனத்தில் தொடர்ந்து தோன்றிக் கொண்டிருந்த எண்ணங்கள், செய்து முடிக்கப்படாத வேலைகளுக்கான நினைவூட்டல்கள் அல்ல என்பது உறுதியாயிற்று. அதாவது, அந்த எண்ணங்கள், ஆழ்மனம் அந்த வேலையில் தொடர்ந்து ஈடுபட்டுக் கொண்டிருப்பதற்கான அறிகுறிகள் அல்ல. அதேபோல, வெளிமனத்தை அந்த வேலையைச் செய்து முடிக்கும்படி ஆழ்மனம் மேற்கொண்டிருந்த நச்சரிப்பும் அல்ல அவை. மாறாக, ஆழ்மனம் அது தொடர்பாக ஒரு திட்டத்தை வகுக்கும்படி வெளிமனத்தைக் கேட்டுக் கொண்டிருப்பதற்கான அறிகுறியே அது. திட்டமிடுதலை ஆழ்மனத்தால் செய்ய முடியாது என்பதால், அது வெளிமனத்தை நச்சரித்துக் கொண்டிருந்துள்ளது. திட்டம் வகுக்கப்பட்ட உடனேயே ஆழ்மனம் தன் நச்சரிப்பை நிறுத்திக் கொண்டது.

குரங்கு மனப் பிரச்சனையை ஆலன் இப்படித்தான் சமாளித்தார். அவருடைய வழமையான வாடிக்கையாளர்களைப்போல உங்களிடமும், செய்யப்பட வேண்டிய *150* காரியங்கள் இருப்பதாக வைத்துக் கொள்வோம். ஜீகார்னிக் விளைவின்படி, உங்களுடைய மனம் அந்த வேலைகளில் ஒன்றிலிருந்து மற்றொன்றுக்குத் தாவிக் கொண்டே இருக்கும் என்பதால், எல்லா நேரங்களிலும் நீங்கள் நச்சரிப்புக்கு ஆளாகி இருப்பீர்கள். அதில் ஒரு வேலை அடுத்த வியாழனன்று நீங்கள் கலந்து கொள்ள வேண்டிய ஒரு சந்திப்புக்கூட்டம் என்று வைத்துக் கொள்வோம். அது குறித்து நீங்கள் என்ன திட்டமிட்டுள்ளீர்கள் என்பதைத் தெரிந்து கொள்ள உங்கள் ஆழ்மனம் ஆர்வமாக இருக்கும். அதை நீங்கள் செய்கின்றவரை அது உங்களை நச்சரித்துக் கொண்டிருக்கும். ஆலனின் திட்டப்படி நீங்கள் அதை அந்த நாளுக்கான ஃபோல்டரில் போட்டு வைத்துவிட்டால், அதாவது, அடுத்தச் செயல்நடவடிக்கையை நீங்கள் தீர்மானித்து அதை நிறைவேற்றிவிட்டால், ஆழ்மனம் அமைதியாகிவிடும். அந்த விஷயத்தைப் பொறுத்தவரை நீங்கள் ஆசுவாசம் கொள்ளலாம்.

பூஜ்ஜிய உற்சாகம்

டேவிட் ஆலன், டுரூ கேரியின் அலுவலகத்தை அடைந்தவுடன், அவர் வழக்கமாக எந்த வேலையிலிருந்து தொடங்குவாரோ அதிலிருந்து தொடங்கினார்: கேரி சேகரித்து வைத்திருந்த பொருட்கள் அவை. இங்கு அவர் 'பொருட்கள்' என்று அழைப்பது தேவையற்றப் பொருட்களைத்தான்.

இரண்டாவது கட்டம், அந்தப் பொருட்களைக் கையாள்வது. அதாவது, கேரி ஒவ்வொரு பொருளாக எடுத்து, தான் அதன்மீது நடவடிக்கை எடுக்க வேண்டுமா, அல்லது அதை வேறு எவரிடமேனும் பகிர்ந்தளிக்க வேண்டுமா, அல்லது அதைத் தாமதப்படுத்த வேண்டுமா, அல்லது அதை முற்றிலுமாக நீக்கிவிட வேண்டுமா என்பதை முடிவு செய்ய வேண்டும். கேரியின் வசமிருந்த அனைத்துக் காகிதங்கள், மின்னஞ்சல்கள், அவருடைய மனத்தில் அல்லது கணினியில் நிறைவேற்றப்பட்டிராத நிலையில் சேர்த்து வைக்கப்பட்டிருந்த திட்டங்கள் போன்றவை அவற்றில் அடங்கும். நிறைவேற்றப்பட்டிராத நிலையில் கேரியிடம் ஒரு டஜனுக்கும் அதிகமான திட்டங்கள் இருந்தன. கேரி அவற்றை அடையாளம் கண்டு கொண்டவுடன், அந்தத் திட்டங்கள் ஒவ்வொன்றைக் குறித்தும், அடுத்தச் செயல்நடவடிக்கை என்ன என்பதை அவர் தீர்மானிக்க வேண்டும். கேரி அதைச் செய்து கொண்டிருந்த நேரம் முழுவதும் ஆலன் கேரியின் அறையிலேயே அமர்ந்திருந்தார்.

கேரி பின்னர் அதைப் பற்றி இவ்வாறு கூறினார். "ஆலன் உண்மையிலேயே நேர்மையுடன் என் அறையிலேயே காத்துக் கொண்டிருந்தார். அடுத்தச் செயல்நடவடிக்கை தொடர்பான என் நடவடிக்கைகளை அவர் அவதானித்துக் கொண்டிருந்தார். நான் எங்காவது தடுமாறினால், 'என்ன விஷயம்?' என்று கேட்டுத் தெரிந்து கொண்டு, பெரும்பாலான நேரங்களில், அந்தப் பிரச்சனையைத் தீர்ப்பதற்கான திட்டவட்டமான யோசனைகளை அவர் எனக்குக் கொடுத்தார். வெகு அபூர்வமாக, நான் தேர்ந்தெடுப்பதற்கு இரண்டு வழிகளை என் முன் வைத்து, அவற்றில் ஒன்றைத் தேர்ந்தெடுக்குமாறு அவர் என்னிடம் கூறினார்." தொலைபேசி அழைப்புகள் மற்றும் மின்னஞ்சல்களுக்காக, தனியாக ஒரு 'என்றாவது ஒரு நாள்/ஒருவேளை' என்ற தலைப்பில் ஒரு கோப்பை உருவாக்கிக் கொள்ளும்படி கேரிக்கு ஆலன் பரிந்துரைத்தார். பின் 'இரண்டு நிமிட விதி' ஒன்றைப் பின்பற்றுமாறு அவர் கூறினார். "ஒரு

விஷயத்தைச் செய்து முடிப்பதற்கு இரண்டு நிமிடங்கள் அல்லது அதற்குக் குறைவான நேரம் ஆகுமென்றால், அதை உடனே செய்து முடித்துவிட வேண்டும்," என்பதுதான் அந்த விதி என்று ஆலன் அதற்கு விளக்கமளித்தார்.

அதைப் பற்றி கேரி இவ்வாறு கூறுகிறார். "ஆலனின் உதவியுடன் நான் 'பூஜ்ஜிய' நிலையை அடைந்தபோது, நான் பேரானந்தம் அடைந்தேன் என்றே கூற வேண்டும். (அனைத்து மின்னஞ்சல்களும் பதிலளிக்கப்பட்டுள்ள, அனைத்துத் தொலைபேசி அழைப்புகளுக்கும் பதில் கொடுக்கப்பட்டுள்ள, உங்களுடைய மேசையில் ஒரு துண்டுக் காகிதம்கூட இல்லாத நிலையைத்தான் 'பூஜ்ஜிய நிலை' என்று ஆலன் அழைக்கிறார்.) அப்போது உலகின் மொத்த பாரமும் என் தோளிலிருந்து இறக்கி வைக்கப்பட்டிருந்ததைப்போல நான் உணர்ந்தேன்."

அதற்குப் பிறகு, ஆலன் மாதந்தோறும் கேரியைச் சந்தித்தார். கேரி கிட்டத்தட்ட அனைத்து நேரங்களிலும் தன் விஷயங்களைப் பூஜ்ஜிய நிலையிலேயே வைத்திருந்தார். அவர் தொடர்ந்து பயணத்தில் இருந்தால், சில நேரங்களில், முடிக்கப்பட வேண்டிய வேலைகள் குவிந்துவிடும். ஆனால், அவற்றை எப்படிக் கையாள்வது என்பது அவருக்குத் தெரியும் என்பதால், அது அவரைப் பெரிய அளவில் தொந்தரவுக்கு உள்ளாக்கவில்லை. இப்போது அவரால் குற்றவுணர்வின்றி ஒரு புத்தகத்தைப் படிக்க முடிந்தது, ஒரு யோகா வகுப்பில் கலந்து கொள்ள முடிந்தது. அன்றாட அல்லல்கள் இப்போது அவரைவிட்டு அகன்றிருந்ததால், நகைச்சுவை நிகழ்ச்சிகளை எழுதுவது போன்றவற்றில் அவரால் கவனத்தைக் குவிக்க முடிந்தது. "உங்கள் மேசையில் ஒரு டன் அளவுக்குக் காகிதங்களும், உங்களுடைய மின்னஞ்சல் வருகைப் பெட்டியில் ஓராயிரம் மின்னஞ்சல்களும் குவிந்திருக்கின்றபோது, உங்கள் தொலைபேசியில் சிவப்பு விளக்கு மின்னிக் கொண்டிருக்கின்றபோது, படைப்பாற்றல் தேவைப்படுகின்ற விஷயங்களை உங்களால் எப்படி எழுத முடியும்?" என்று கேரி கேட்கிறார். இந்த அம்சத்தைத்தான் ஆலன் தன்னுடைய விற்பனைத் தாரக மந்திரமாகப் பயன்படுத்திக் கொண்டிருக்கிறார். ஆலனுக்குக் கலைஞர்கள் பாராட்டு மழை பொழிவதற்கும் இதுதான் காரணம்.

ஆலன் இவ்வாறு கூறுகிறார்: "நீங்கள் ஒரு தோட்டத்தை அமைத்துக் கொண்டிருந்தாலும் சரி, ஒரு படத்தை உருவாக்கிக் கொண்டிருந்தாலும் சரி, அல்லது ஒரு புத்தகத்தை எழுதிக் கொண்டிருந்தாலும் சரி, அதற்கு 'உங்களுடைய

மேசை சுத்தமாக' இருக்க வேண்டும். உங்களால் ஒரு நேரத்தில் ஒரே ஒரு பிரச்சனையைத்தான் கையாள முடியும். எடுத்துக்காட்டாக, நீங்கள் கடவுளைத் தேடுகின்ற காரியத்தில் இறங்கியிருக்கலாம். ஆனால், அப்போது உங்களுடைய பூனையின் உணவு தீர்ந்து போய்விட்டிருந்தால், அதை உடனடியாகக் கையாண்டுவிடுவதே சிறந்தது. இல்லையெனில், பூனை உணவு உங்களுடைய கவனத்தை ஈர்த்துக் கொண்டே இருக்கும்; கடவுளைக் கண்டுபிடிக்க முயல்கின்ற காரியத்தில் நீங்கள் ஈடுபடாதபடி உங்களை அது தடுத்துக் கொண்டே இருக்கும்."

ஆனால், பூனை உணவை வேலைப் பட்டியலில் சேர்த்துக் கொள்வது நமக்கு ஏன் கடினமாக இருக்கிறது? ஆலனுக்கு ஒரு நாளைக்கு இருபதாயிரம் டாலர்கள் கட்டணம் செலுத்திய பிறகும்கூட, பல உயரதிகாரிகள், தங்கள் முன்னுள்ள வேலைகள் குறித்த அடுத்தச் செயல்நடவடிக்கையை மேற்கொள்ள ஏன் தயங்குகின்றனர்?

அதற்கு ஆலன் இவ்வாறு விளக்கமளிக்கிறார்: "நாம் நம்முடைய பொருட்கள் குறித்து என்ன நடவடிக்கை எடுக்க வேண்டும் அல்லது எந்தத் திரைப்படத்திற்குச் செல்ல வேண்டும் என்ற முடிவை எடுக்க வேண்டியிருக்கின்றபோது, நாம் எளிதாக இருக்கின்ற தேர்ந்தெடுப்புகளில் ஒன்றைத் தேர்ந்தெடுப்பதில்லை. மாறாக, நாம் ஒன்றைத் தேர்ந்தெடுப்பதன் மூலம் பலவற்றை இழக்க நேரிடும் என்று கூறுகின்ற நம்முடைய அகக்குரலுக்கு நாம் செவி சாய்க்கிறோம். அதுவரை, சரியான முடிவை எடுப்பது எப்படி என்பது எனக்குத் தெரியும் என்று நீங்கள் மார்தட்டிக் கொண்டிருந்தாலும், தேர்ந்தெடுக்க வேண்டிய நேரம் வரும்போது, உங்கள் மனத்தில், 'நீங்கள் செய்வது சரி, இல்லையில்லை தவறு, நீங்கள் செய்வது சரி, இல்லையில்லை தவறு, நீங்கள் செய்வது சரி, இல்லையில்லை தவறு' என்ற எண்ணம் மீண்டும் மீண்டும் ஓடிக் கொண்டே இருக்கும். நீங்கள் ஒரு தேர்ந்தெடுப்பை மேற்கொள்கின்ற ஒவ்வொரு முறையும், இருத்தல் குறித்த ஒரு வெறுமைக்குள் நீங்கள் அடியெடுத்து வைக்கிறீர்கள்."

இருத்தல் குறித்த வெறுமை உணர்வைப் பொதுவாக உளவியலாளர்களால் ஒரு பரிசோதனைக்கூடத்தில் சோதிக்க முடியாது. ஆனால், மக்கள் அந்த வெறுமைக்குள் நீண்டகாலம் செலவிடுகின்றபோது, அதன் விளைவுகள், எளிதில் அளவிடப்படக்கூடிய விதத்தில் வெளிப்பட்டுவிடும். அப்படிப்பட்ட ஒருவர், நாம் பார்க்கவிருக்கின்ற எல்லியட் ஸ்பிட்சரைப்போல நடந்து கொள்ளக்கூடும்.

அத்தியாயம் நான்கு

நீங்கள் தீர்மானங்கள் எடுக்க முடியாமல் திணறிக் கொண்டிருக்கிறீர்களா?

மனிதன் தன் பேரரசில் தானே கோலோச்ச வேண்டும்
அதில் அவனே தலைவன், அவனுக்கே அரியணை
அராஜகத்தை ஒழித்து வெற்றியை நிறுவ வேண்டும்
நம்பிக்கைகள் மற்றும் பயங்களின் ஊடாகத்
தனிமையையும் தனியேதான் அனுபவிக்க வேண்டும்
அவன்.

– ஷெல்லி, 'அரசியல் மேன்மை' என்ற கவிதையில்

தீர்மானங்களின் அறிவியலுக்குள் நுழைவதற்கு முன்பாக, நாம் ஓர் அரசியல் பயிற்சியில் ஈடுபடலாம். நீங்கள் அமெரிக்க வடகிழக்கு மாகாணம் ஒன்றின் ஆளுநர் என்றும், நீங்கள் திருமணமானவர் என்றும் கற்பனை செய்து கொள்ளுங்கள். ஒரு நாள், நீங்கள் உங்கள் அலுவலகத்தில் பகல் முழுதும் நீண்ட நேரம் வேலை செய்துவிட்டு, மதியம் சிறிது நேரம் ஆசுவாசமாக ஓய்வெடுத்துக் கொண்டிருக்கிறீர்கள். நீங்கள் இணையத்தில் உலாவிக் கொண்டிருக்கின்றபோது, தற்செயலாக ஒரு வலைத்தளத்திற்கு வந்து சேர்கிறீர்கள். சரி, சரி, தற்செயலாக என்று கூற முடியாது என்பது உண்மைதான். 'எம்பெரர் கிளப் விஐபி' என்ற அந்த வலைத்தளம், 'உன்னதத்திற்குப் பழக்கப்பட்டிருக்கின்ற நபர்கள் விரும்பித் தேர்ந்தெடுக்கின்ற சர்வதேச சமூக அறிமுகச் சேவை வழங்கும் அமைப்பு' என்ற அடைமொழியைத் தனக்குத் தானே கொடுத்துக் கொண்டிருந்தது.

"வாழ்க்கையை அமைதியானதாகவும், சமச்சீரானதாகவும், அழகானதாகவும், அர்த்தமுள்ளதாகவும் ஆக்குவதுதான் எங்கள் இலக்கு!" என்று முழங்கிய அந்த அமைப்பு,

அந்த நோக்கத்தை நிறைவேற்றும் பொருட்டு, அரைகுறை ஆடைகளுடன் இருந்த இளம்பெண்களின் படங்களைத் தன் தளத்தில் வெளியிட்டிருந்தது. அதில் இடம்பெற்றிருந்த பெண்கள் ஒவ்வொருவரும், நீங்கள் ஓர் 'அறிமுகக் கட்டணம்' செலுத்தும் பட்சத்தில் உங்களுடன் நேரம் செலவிடத் தயாராக இருந்தனர். இப்போது நீங்கள் ஒரு தீர்மானத்தை எட்டியாக வேண்டும். கீழ்க்கண்டவற்றில் எதைத் தேர்ந்தெடுப்பது உங்களுடைய வாழ்க்கையின் 'சமச்சீர்மையைப்' பேணுவதற்குப் பொருத்தமானதாக இருக்கும் என்று நீங்கள் நினைக்கிறீர்கள்?

1. சவானா. ஒரு தொழில்முறை ஓவியர். இதயபூர்வமாகத் தன்னை ஒரு படைப்பாற்றல்மிக்க அழகியாகக் கருதுபவர். அருங்காட்சியகத்தில் நீங்கள் ஓவியங்களை பார்க்க விரும்பினால், உடன்வரத் தயாராக இருப்பவர். கட்டணம்: ஒரு மணி நேரத்திற்கு 1,000 டாலர்களை ரொக்கப் பணமாகச் செலுத்த வேண்டும்.
2. ரெனி. இத்தாலிய/கிரேக்க நவீன ஆடை மாடல் அழகி. உணவுப் பிரியை. அவருடன் இரவு உணவு உட்கொள்வதற்குக் கட்டணம் ஒரு மணிநேரத்திற்கு 1,500 டாலர்கள். பெயர் குறிப்பிடப்படாமல் சர்வதேச மணியார்டர் மூலமாகப் பணம் அனுப்பப்பட வேண்டும்.
3. கிறிஸ்டன். இருபத்து மூன்று வயது. அவருடன் ஒரு மணிநேரம் ஓர் ஓட்டல் அறையில் செலவிடுவதற்கான கட்டணம் 1,000 டாலர்கள். பணத்தைத் தனிப்பட்ட வங்கிக் கணக்கிலிருந்து சர்வதேச விரைவுப் பணப் பரிமாற்றம் மூலமாக அனுப்பி வைக்க வேண்டும்.
4. மாயா. அசாத்தியமான அழகு, துடிப்பான ஆளுமை. முழு நாளையும் அவருடன் செலவிடுவதற்குக் கட்டணம் 31,000 டாலர்கள். அதை நீங்கள் உங்களுடைய உணவுக் கணக்கிலிருந்து செலுத்த வேண்டும்.
5. இவர்களில் யார் உங்களுக்குச் சரிப்பட்டு வருவார் என்பதை உங்களுடைய தலைமை அரசியல் ஆலோசகரைக் கேட்டறியவும்.

6. அந்த வலைப்பக்கத்தை மூடிவிட்டு, தொலைக்காட்சியில் அரசியல் செய்திச் சேனலை ஆன் செய்யவும். பிறகு, குளிரான நீரில் நன்றாகக் குளிக்கவும்.

இவற்றில் ஒன்றைத் தேர்ந்தெடுப்பது உங்களுக்கு ஒரு பெரிய விஷயமாக இருக்காது, அப்படித்தானே? நியூயார்க் மாநிலத்தின் ஆளுநராக இருந்த எல்லியட் ஸ்பிட்சருக்கு மட்டும் இது ஏன் கடினமானதாக இருந்தது? மூன்றாவது தேர்ந்தெடுப்பைத் தேர்ந்தெடுத்ததன் மூலம், எந்தவிதத்திலும் நியாயப்படுத்தப்பட முடியாத முட்டாள்தனமான தீர்மானங்களை எடுத்ததன் விளைவாகத் தங்களுடைய தொழில்வாழ்க்கைக்குத் தாங்களே சவக்குழி வெட்டிக் கொண்ட பல பிரபலமான புத்திசாலி அரசியல்வாதிகள் மற்றும் பெருநிறுவன உயரதிகாரிகளின் வரிசையில் எல்லியட்டும் சேர்ந்து கொண்டார். முன்பு அவர் ஒரு வழக்கறிஞராக இருந்தபோது, விபச்சாரத்தை அவர் கடுமையாக எதிர்த்திருந்தார். இப்போது அவர் அதே படுகுழியில் விழுந்திருந்ததோடு, அதற்கான பணத்தைத் தன்னுடைய சொந்த வங்கிக் கணக்கிலிருந்து அனுப்பியிருந்தார். அமெரிக்க மாநிலத்தின் ஆளுநர் என்ற முறையில், மக்கள் தன்னுடைய நடத்தைகளை எந்த அளவுக்கு உன்னிப்பாகக் கண்காணித்துக் கொண்டிருப்பார்கள் என்பதை அவர் நன்றாகவே அறிவார. விபச்சாரம் தொடர்பான விவகாரங்களில் மாட்டிக் கொள்வது ஒருவரை எந்த அளவுக்கு பாதிக்கும் என்பதை, அதை ஏற்கனவே எதிர்த்திருந்தவர் என்ற முறையில் அவர் கூடுதலாகவே அறிவார். ஆளுநராக ஆவதற்கு அவர் நீண்டகாலம் கடினமாக உழைக்க வேண்டியிருந்தது. அதற்காக, அவர் தன்னை ஓர் அரசியல் புலியாகவும், ஒழுக்கசீலராகவும், கட்டுப்பாட்டின் மொத்த உருவமாகவும் காட்டிக் கொண்டிருந்தார். அப்படி இருக்கும்போது, தன்னுடைய இலட்சியக் கனவை அடைந்துவிட்டப் பிறகு அவர் ஏன் தன் தலையில் தானே மண்ணை வாரிப் போட்டுக் கொண்டார்? அதிகார மமதையின் காரணமாக, தான் எவராலும் தோற்கடிக்கப்பட முடியாதவர் என்று அவர் எண்ணிக் கொண்டிருந்தாரா? அல்லது எப்போதுமே அவர் ஒரு சுயமோகியாகவே இருந்து வந்திருந்தாரா? ஆழ்மனரீதியாகத் தன் வேலைக்குத் தானே வேட்டு வைக்கின்ற முயற்சியில் அவர் இறங்கியிருந்தாரா? அடிமனத்தில் அவர் தன்னைக் குறித்து மிகவும் தாழ்வான சுய மதிப்பைக் கொண்டிருந்தாரா? அல்லது தான் விரும்பிய

எதையும் பெறுவதற்குத் தனக்கு முழு உரிமை இருந்ததாக அவர் நினைத்துக் கொண்டிருந்தாரா?

இவற்றுக்கான பதில்கள் சரியாக இருக்கலாம் அல்லது இல்லாமலும் போகலாம். நாம் அதற்குள் போகப் போவதில்லை. உளவியலின் அடிப்படையில் நாம் எல்லியட்டைக் கூறுபோட்டுப் பார்க்கவும் போவதில்லை. ஆனால், அவருடைய வீழ்ச்சிக்கு இன்னொரு காரணி அடிகோலி இருக்கலாம் என்ற வாதத்தை நாங்கள் முன்வைக்க விரும்புகிறோம். இவரும் இவரைப் போன்ற உயர் பதவிகளில் இருந்த பலரும் தங்களுடைய தொழில் வாழ்க்கைக்கும் குடும்ப வாழ்க்கைக்கும் வரவழைத்துக் கொண்ட மாபெரும் சீரழிவுக்கு இட்டுச் சென்ற தவறுகளை நாங்கள் சுட்டிக்காட்ட விரும்புகிறோம். இவரும் பில் கிளின்டன் போன்றோரும் இதுபோன்ற லீலைகளில் ஈடுபடுவது என்பது, ஜார்ஜ் டபிள்யூ. புஷ் கூறியதுபோல, 'ஒரு தீர்மானிப்பாளராக' இருப்பதோடு உடன் வருகின்ற வேலைசார் ஆபத்துகளில் ஒன்றாகும். 'தீர்மான அயர்ச்சி' என்பது பெருநிறுவனத் தலைவர்களின் செயல்பாடுகளிலிருந்து, குற்றவாளிகளுக்குத் தண்டனை வழங்குகின்ற நீதிபதிகளின் தீர்ப்புகள்வரை சகலத்தையும் ஆட்டுவித்துக் கொண்டிருக்கின்ற ஒரு முக்கியப் பிரச்சனையாகும். அது மட்டுமல்லாமல், சாதாரண மனிதர்களின் நடத்தையின்மீதும் இந்தத் தீர்மான அயர்ச்சி ஒரு பெரும் தாக்கம் ஏற்படுத்திக் கொண்டிருக்கிறது. ஆனால், வெகு சிலரே இதை அறிந்துள்ளனர். "தீர்மானங்கள் எடுப்பது உங்களுடைய மன உறுதியைக் காலி செய்து, உங்களைச் சபலங்களுக்கு ஆளாக்குமா?" என்ற கேள்விக்குப் பெரும்பாலானோர் இல்லை என்றே பதிலளிக்கின்றனர். பொதுவாக விவேகமாகச் செயல்படுகின்ற நபர்கள்கூட, தங்களுடைய குடும்பத்தார் மற்றும் சகாக்கள்மீது கோபம் கொள்வதற்கும், இஷ்டத்திற்கு ஆடைகளை வாங்கிக் குவிப்பதற்கும், பல்பொருள் அங்காடியில் சத்தற்றப் பொருட்களை வாங்குவதற்கும், கார் வாங்கச் செல்கின்றபோது விற்பனையாளர் தேவையற்றப் பொருட்களை அவர்களுடைய தலையில் கட்டுவதை எதிர்ப்புக் காட்டாமல் ஏற்றுக் கொள்வதற்கும் தீர்மான அயர்ச்சிதான் காரணம் என்பதை அவர்கள் புரிந்து கொள்வதில்லை.

பாமைஸ்டரின் மாணவியான ஜீன் டுவெங்கே இதை உறுதி செய்வதற்காக ஓர் ஆய்வை நிகழ்த்தினார். அதில் பல மாணவர்கள் பங்கேற்றனர். இதற்காக அவர்கள் பல

பரிசுப் பொருட்களை வாங்கி வைத்தனர். மாணவர்கள் இரண்டு குழுக்களாகப் பிரிக்கப்பட்டனர். அந்த இரண்டு குழுக்களிடமும் அந்தப் பரிசுப் பொருட்கள் காட்டப்பட்டன. பரிசோதனைக்குப் பிறகு அவற்றில் ஒரு பொருள் அவர்களுக்கு வழங்கப்படும் என்று கூறப்பட்டது. ஒரு குழுவினரிடம் பல ஜோடிப் பொருட்கள் காட்டப்பட்டன. அவற்றில் ஒன்றை அவர்கள் தேர்ந்தெடுத்துக் கொள்ள வேண்டும் என்று அவர்களிடம் கூறப்பட்டது. அவர்கள் தேர்ந்தெடுத்திருந்த பல பொருட்களில் ஒன்று இறுதியாக அவர்களுக்கு வழங்கப்படும் என்றும் அவர்களிடம் தெரிவிக்கப்பட்டது. எடுத்துக்காட்டாக, அவர்கள் ஒரு பேனாவைத் தேர்ந்தெடுக்கலாம் அல்லது ஒரு மெழுகுவர்த்தியைத் தேர்ந்தெடுக்கலாம். ரோஜா வாசனை கொண்ட மெழுகுவர்த்தியா அல்லது மல்லிகை வாசனை கொண்ட மெழுகுவர்த்தியா? மெழுகுவர்த்தியா அல்லது டி-ஷர்ட்டா? சிவப்பு நிற டி-ஷர்ட்டா அல்லது கருப்பு நிற டி-ஷர்ட்டா? மற்றொரு குழுவினர் இந்தப் பொருட்களைப் பார்வையிட அனுமதிக்கப்பட்டனர். ஆனால், அவற்றில் எதையும் தேர்ந்தெடுத்துக் கொள்ளும் வாய்ப்பு அவர்களுக்கு வழங்கப்படவில்லை. அந்தப் பொருட்களைப் பற்றிய அவர்களுடைய அபிப்பிராயங்கள் குறித்தும், கடந்த ஆறு மாதங்களில் அவர்கள் எத்தனை முறை அவற்றைப் பயன்படுத்தியிருந்தனர் என்பது குறித்தும் கேள்விகள் கேட்கப்பட்டன. அதற்குப் பிறகு, இரண்டு குழுவினரும், வழமையாக சுய கட்டுப்பாட்டைச் சோதிக்கின்ற ஒரு பயிற்சிக்கு உட்படுத்தப்பட்டனர். கடுங்குளிரான நீருக்குள் ஒருவரால் எவ்வளவு நேரம் தன் கையை வைத்திருக்க முடிகிறது என்பதுதான் அந்தச் சோதனை. அந்தக் குளிர் நீர் கடும் அசௌகரியத்தைக் கொடுக்கும் என்பதால், அதில் நீங்கள் கையை நுழைத்தவுடனேயே அதிலிருந்து கையை எடுத்துவிட வேண்டும் என்ற உணர்வு உங்களுக்கு ஏற்படும். அந்த நீரில் நீண்ட நேரம் கை வைத்திருப்பதற்கு உங்களுக்கு மன உறுதி தேவைப்படும். முந்தைய சோதனைகளில் தேர்ந்தெடுப்புகளை மேற்கொள்வதற்காகத் தீர்மானம் எடுத்திருந்தவர்களால் நீரில் அதிக நேரம் தங்களுடைய கைகளை வைத்திருக்க முடியவில்லை. அவர்கள் தீர்மானங்களை மேற்கொள்வதற்காகத் தங்களுடைய மன உறுதியைக் காலி செய்துவிட்டிருந்ததால், மன உறுதி மீண்டும் தேவைப்பட்டபோது, நீர்ச் சோதனையில் அவர்களால் நீண்ட நேரம் தாக்குப்பிடிக்க முடியவில்லை.

பரிசோதனைக்கூடங்களில் மேற்கொள்ளப்பட்ட

இதைப் போன்ற வேறு சில பரிசோதனைகளும் இதை உறுதி செய்தன. அதைத் தொடர்ந்து, உளவியலாளர்கள், பரிசோதனைக்கூடத்திற்கு வெளியே எதார்த்த உலகில் சோதனைகளை மேற்கொள்வதென்று தீர்மானித்தனர். இதற்காக, ஒரு வர்த்தக வளாகத்திற்குச் சென்று பொருட்களை வாங்கிய நபர்களிடம் அவர்கள் சில சோதனைகளை நடத்தினர். அவர்களிடம் எளிய கணக்குகளைக் கொடுத்து அவற்றுக்கு விடையளிக்கும்படி அந்த உளவியலாளர்கள் கேட்டுக் கொண்டனர். அவர்கள் எத்தனை கணக்குகளை வேண்டுமானாலும் போட்டுக் கொள்ளலாம் என்றும், எப்போது வேண்டுமானாலும் அதை நிறுத்திக் கொள்ளலாம் என்றும் அவர்களிடம் கூறப்பட்டது. பொருட்களைத் தேர்ந்தெடுப்பதற்கு ஏற்கனவே அதிகமான நேரத்தைச் செலவழித்திருந்த நபர்கள் சீக்கிரமே விலகிக் கொண்டது அந்தச் சோதனையின் மூலம் தெரிய வந்தது. அவர்களுடைய மன உறுதி ஏற்கனவே காலியாகி இருந்ததுதான் அதற்குக் காரணம். ஆனால், உளவியலாளர்கள் அத்துடன் நிறுத்திக் கொள்ளவில்லை. எத்தகைய தீர்மானங்கள் மன உறுதியை அதிகமாகக் காலி செய்கின்றன என்பதையும், எந்தத் தேர்ந்தெடுப்புகள் கடினமாக இருந்தன என்பதையும் தெரிந்து கொள்ள அவர்கள் விரும்பினர்.

மாற்றப்பட முடியாத விளைவுகளைக் கொண்டிருக்கும் தீர்மானங்கள்

பொதுவாக இரண்டு விதமான மனச் செயல்பாடுகள் இருப்பதாக உளவியலாளர்கள் கருதுகின்றனர். ஒன்று தன்னிச்சையானது, மற்றொன்று கட்டுப்படுத்தப்பட்டது. எடுத்துக்காட்டாக, மனத்திற்குள் 4ஐயும் 7ஐயும் பெருக்குவதற்கு நீங்கள் மெனக்கெட வேண்டியதில்லை. யாராவது உங்களிடம் 4ஐயும் 7ஐயும் பெருக்கும்படி கூறினால், நீங்கள் விரும்பினாலும் சரி, விரும்பாவிட்டாலும் சரி, உங்களுடைய மனத்தில் தானாகவே 28 என்பது தோன்றும். அதனால்தான் அது தன்னிச்சையானது என்று கூறப்படுகிறது. இதற்கு நேர்மாறாக, 26ஐயும் 30ஐயும் பெருக்குவதற்கு நீங்கள் மெனக்கெட வேண்டியிருக்கும். கடினமான கணக்குகளில் விடைகளை வந்தடைவதற்கு உங்களுக்கு மன உறுதி தேவை. தீர்மானங்கள் எடுப்பதற்கும் மன உறுதி தேவை. அதற்கு ஒரு செயல்முறை பயன்படுத்தப்படுகிறது. உளவியலாளர்கள் அதை

‘ரூபிகான் மாடல்’ என்று அழைக்கின்றனர். அந்தப் பெயர் ஜூலியஸ் சீசரின் கதையிலிருந்து எடுத்தாளப்பட்டுள்ளது. ரூபிகான் என்பது ஒரு நதியின் பெயர். சீசரின் காலத்தில் அது இத்தாலியையும் ரோமானியப் பகுதியையும் பிரித்தது. ரோமுக்குத் திரும்பி வருமாறு சீசர் அழைக்கப்பட்டார். அப்போது ஓர் அரசாணை அமலில் இருந்தது. ரூபிகான் நதியின் மறு கரையிலிருந்த ரோமானியப் படைத்தளபதி ரோமுக்குள் திருப்பி அழைக்கப்பட்டால், அவர் தன் படையுடன் அந்த நதியைக் கடக்கக்கூடாது என்பதுதான் அந்த அரசாணை. தன் படையுடன் ரூபிகான் நதியை அடைந்திருந்த சீசருக்கும் அந்த விதி தெரியும் என்பதால், அவர் ஒரு தீர்மானத்திற்கு வர வேண்டியிருந்தது. ஒன்று, அவர் அந்நதியைத் தனியாகக் கடந்து செல்ல வேண்டும். அப்படி மீறித் தன் படையுடன் அதைக் கடந்து சென்றால், அவர் பெரும் பிரச்சனையை எதிர்கொள்ள வேண்டும். அங்கு உள்நாட்டுக் கலகம் வெடிக்கக்கூடும். அப்போது அவர் தீர்மானம் எடுப்பதற்கு முந்தைய நிலையில் இருந்தார். அவர் சாதக பாதகங்களை ஆராய்ந்து, தன் படையுடன் அந்த நதியைக் கடந்து செல்வது என்ற முடிவுக்கு வந்தார். “ஒரு வார்ப்பு உருவாக்கப்பட்டுவிட்டது,” என்று அதை அவர் வர்ணித்தார். அது தீர்மானத்திற்குப் பிந்தைய காலகட்டம்.

இந்த மொத்த விவகாரமும் ஒருவருடைய மன உறுதியைச் சூறையாடிவிடக்கூடும். ஆனால், இதில் எது அதிகக் களைப்பைத் தரும்? தீர்மானம் எடுப்பதற்கு முன்பாக மேற்கொள்ளப்படுகின்ற அலசல்களா? இதைக் கண்டுபிடிப்பதற்கு, கேத்தலின் வோஸ் ஒரு பரிசோதனையை மேற்கொண்டார். அதற்காக அவர் டெல் நிறுவனத்தின் வலைத்தளத்தைப் பயன்படுத்தினார். ஒரு கணினி வாங்க விரும்புவோர், தங்களுக்கு வேண்டிய கணினிப் பாகங்களைத் தேர்ந்தெடுத்துக் கொள்கின்ற வசதி அந்தத் தளத்தில் இருக்கிறது. அந்தப் பரிசோதனையில் பங்கேற்றவர்கள் மூன்று குழுக்களாகப் பிரிக்கப்பட்டனர். முதல் குழுவினர், வெறுமனே அந்த வலைத்தளத்திலுள்ள கணினிப் பாகங்களைப் பார்வையிடுமாறு கேட்டுக் கொள்ளப்பட்டனர். இரண்டாவது குழுவினர், அதில் இடம்பெற்றுள்ள பல்வேறு கணினிப் பாகங்களை அலசி ஆராய்ந்து அவற்றைப் பற்றிய தங்களுடைய அபிப்பிராயங்களைத் தெரிவிக்குமாறு கேட்டுக் கொள்ளப்பட்டனர். மூன்றாவது குழுவினர், கணினிப் பாகங்களைத் தேர்ந்தெடுத்து ஒரு முழுக் கணினியை உருவாக்க வேண்டும். பின்னர் அவர்களுடைய மன

உறுதியைச் சோதிக்கின்ற வழமையான புதிர்ச் சோதனை ஒன்று நடத்தப்பட்டது. உண்மையிலேயே வாங்குவதற்குத் தீர்மானங்களை மேற்கொண்டிருந்த குழுவினர்தான் அந்தப் புதிர்களை விடுவிக்கின்ற முயற்சியிலிருந்து சீக்கிரமாக விலகிக் கொண்டனர். அதாவது, தீர்மானங்கள் எடுப்பது என்பது ஒரு கடினமான மன நடவடிக்கை என்பது மீண்டும் நிரூபணமாயிற்று.

அடுத்து, இதைவிட எளிதான மற்றும் சுவாரசியமான தீர்மானங்களை எடுக்க நேர்கின்றபோது என்னவாகும் என்பதை அறிந்து கொள்ள உளவியலாளர்கள் முயன்றனர். அது எந்த அளவுக்கு ஒருவருடைய மன உறுதியைக் கரைக்கும்? தேர்ந்தெடுப்புகள் எளிதாகவும் சுவாரசியமாகவும் இருக்கின்றபோது, அது பெரிய அளவுக்கு மன உறுதியைக் கரைக்கவில்லை என்பதை உளவியலாளர்கள் நடத்திய ஆய்வுகள் தெளிவாக்கின.

ஆனால், அது ஒரு கட்டம்வரையே நிலைத்தது. வழக்கம்போல ஆய்வாளர்கள் இரண்டு குழுக்களை வைத்து இப்பரிசோதனையை மேற்கொண்டனர். தேர்ந்தெடுப்புகள் நான்கு நிமிடங்களுக்குள் முடிகின்றபோது, அது பெரிய அளவில் மன உறுதியின்மீது தாக்கம் ஏற்படுத்துவதில்லை என்பதையும், அது பன்னிரண்டு நிமிடங்களுக்கு நீள்கின்றபோது மன உறுதி காலியாகிவிடுகிறது என்பதையும் அந்த ஆய்வுகளின் முடிவுகள் நிரூபித்தன.

அடுத்து, நீங்கள் பிறருக்காகத் தேர்ந்தெடுப்புகளை மேற்கொள்கின்றபோது உங்களுடைய மன உறுதி எப்படி இருக்கும் என்பதைத் தெரிந்து கொள்ள உளவியலாளர்கள் முயன்றனர். ஒருவர் தனக்காக ஒரு சோபாவைத் தேர்ந்தெடுக்கின்றபோது அவர்களுடைய மன உறுதி அதிகமாகப் பயன்படுத்தப்பட்டது. ஆனால், அதுவே வேறு யாரோ ஒருவருக்கு, பல சோபாக்களில் ஒன்றைத் தேர்ந்தெடுக்குமாறு கேட்டுக் கொள்ளப்பட்டபோது, அது பெரிதாக அவர்களுடைய மன உறுதியை பாதிக்கவில்லை. அவர்கள் தினமும் அந்த சோபாவைப் பார்த்துக் கொண்டிருக்கப் போவதில்லை என்பதுதான் அதற்குக் காரணம்.

நீதிபதியின் தடுமாற்றம்

இஸ்ரேல் சிறையில் தண்டனைக் காலத்தைக் கழித்துக் கொண்டிருந்த நான்கு கைதிகள், சமீபத்தில் பரோலுக்கு

விண்ணப்பித்தனர். அவர்களுடைய விண்ணப்பத்தை, ஒரு நீதிபதி, ஒரு குற்றவியல் வல்லுநர், ஒரு சமூக ஆர்வலர் ஆகிய மூவர் அடங்கிய ஒரு குழு பரிசீலித்தது. அந்தக் குழு அவ்வப்போது ஒன்றுகூடி ஒரு முழு நாளைச் செலவழித்து இதுபோன்ற விண்ணப்பங்களைப் பரிசீலித்து வந்தது. அந்த நான்கு குற்றவாளிகளுக்கும் இடையே பல ஒற்றுமைகள் இருந்தன. அவர்கள் நால்வரும் இதற்கு முன்பும் ஒரு குற்றத்தில் ஈடுபட்டு அதற்காகச் சிறைத் தண்டனை பெற்றிருந்தனர். அவர்கள் ஒவ்வொருவரும் தங்களுடைய தண்டனைக் காலத்தில் மூன்றில் இரண்டு பகுதியை ஏற்கனவே சிறையில் கழித்து முடித்திருந்தனர். விடுதலை செய்யப்பட்டால், கைதிகளுக்கான மறுவாழ்வுத் திட்டம் ஒன்றில் கலந்து கொள்வதற்கு அவர்கள் தகுதி பெற்றிருந்தனர். அவர்களுக்கு இடையே சில வேறுபாடுகளும் இருந்தன. அவர்களுடைய விண்ணப்பங்களைப் பரிசீலித்தக் குழுவினர் அந்த நால்வரில் இருவருக்கு மட்டுமே பரோல் வழங்கினர். அந்த நால்வரைப் பற்றிய சில விபரங்கள் கீழே கொடுக்கப்பட்டுள்ளன. அவற்றை வைத்துக் கொண்டு, எந்த இருவரின் விடுதலை மறுக்கப்பட்டது என்பதை உங்களால் ஊகிக்க முடியுமா?

> *கைதி 1 (விண்ணப்பம் விவாதிக்கப்பட்ட நேரம்: காலை 8.50): அரேபிய இஸ்ரேலியர்; ஆண்; குற்றம்: மோசடி; தண்டனைக் காலம்: 30 மாதங்கள்.*
>
> *கைதி 2 (விண்ணப்பம் விவாதிக்கப்பட்ட நேரம்: மதியம் 1.27): இஸ்ரேலிய யூதர்; ஆண்; குற்றம்: தாக்குதல்; தண்டனைக் காலம்: 16 மாதங்கள்.*
>
> *கைதி 3 (விண்ணப்பம் விவாதிக்கப்பட்ட நேரம்: மாலை 3.10): இஸ்ரேலிய யூதர்; ஆண்; குற்றம்: தாக்குதல்; தண்டனைக் காலம்: 16 மாதங்கள்.*
>
> *கைதி 4 (விண்ணப்பம் விவாதிக்கப்பட்ட நேரம்: மாலை 4.25): அரேபிய இஸ்ரேலியர்; ஆண்; குற்றம்: மோசடி; தண்டனைக் காலம்: 30 மாதங்கள்.*

பரிசீலனைக் குழுவின் தீர்மானங்களில் ஒரு பாணி இருந்தது. ஆனால், குற்றவாளிகளின் இனப் பின்புலம், அவர்கள் இழைத்திருந்த குற்றம் அல்லது தண்டனைக் காலம் போன்றவை அதற்குக் காரணமாக இருக்கவில்லை. அதற்குள் போவதற்கு முன்பாக, நீதி வழங்கல் அமைப்புமுறை குறித்து நீண்டகாலமாக இருந்து வருகின்ற விவாதம் ஒன்றையும் நீங்கள் கணக்கில் எடுத்துக் கொள்ள வேண்டும். பாரம்பரியக்

கண்ணோட்டத்தின்படி, எந்தவிதமான பாகுபாடுமின்றி எல்லோரிடத்திலும் பின்பற்றப்படக்கூடிய ஒரே மாதிரியான விதிமுறைகள் அடங்கிய ஓர் அமைப்புமுறை அது. அதனால்தான், நீதி தேவதையின் கண்கள் ஒரு கருப்புத் துணியால் கட்டப்பட்டுள்ளன. கறாரான விதிமுறைகள் அல்லாமல் மனிதக் குறைபாடுகளும் நீதிப் பரிபாலனத்தில் கணக்கில் எடுத்துக் கொள்ளப்பட வேண்டும் என்பது மற்றொரு குழுவினரின் வாதம். இந்த இரண்டாம் வகையினர், சட்ட எதார்த்தவாதிகள் என்று அழைக்கப்படுகின்றனர். "ஒரு நீதிபதி காலையில் எதை உண்டார் என்பது நீதி வழங்குதலைத் தீர்மானிக்கிறது," என்பது அவர்களுடைய வாதம்.

இதை ஆராய அமெரிக்க மற்றும் இஸ்ரேலிய உளவியலாளர்கள் அடங்கிய ஒரு குழு முடிவு செய்தது. இஸ்ரேலியச் சிறை அமைப்புமுறையில் பரோல் வழங்குகின்ற குழுவில் இடம்பெற்றிருந்த பல நீதிபதிகள், பத்து மாதங்களின் ஊடாக வழங்கியிருந்த ஆயிரம் தீர்ப்புகளை அந்த உளவியலாளர்கள் குழு ஆய்வு செய்தது. அதில் இடம்பெற்றிருந்த ஒவ்வொரு நீதிபதியும் ஒவ்வொரு விண்ணப்பமாக எடுத்துக் கொண்டனர். அவர்கள் முதலில் அதைப் பரிசீலனை செய்துவிட்டு, அந்தக் குழுவிலிருந்த குற்றவியல் வல்லுநரிடமும் சமூக ஆர்வலரிடமும் கருத்துகளைக் கேட்டுவிட்டு, அந்தக் கைதிக்குப் பரோல் கொடுக்க வேண்டுமா கூடாதா என்ற முடிவை எடுத்தனர். பரோல் வழங்கியதன் மூலம் அந்த நீதிபதியால் அந்தக் கைதியையும் அவருடைய குடும்பத்தாரையும் மகிழ்ச்சிப்படுத்தவும், மக்களுடைய வரிப் பணத்தைச் சேமிக்கவும் முடிந்தது. ஆனால், பரோலில் வெளியே செல்கின்ற கைதி மீண்டும் ஒரு குற்றத்தைச் செய்வதற்கான ஆபத்தும் அதில் அடங்கியிருந்தது.

சராசரியாக ஒவ்வொரு நீதிபதியும் மூன்றில் ஒரு கைதிக்கு மட்டுமே பரோல் வழங்கினர். ஆனால், இந்த நீதிபதிகளின் தீர்ப்புகளில் ஒரு குறிப்பிடத்தக்க ஒற்றுமை நிலவியதை அந்த ஆய்வாளர்கள் கண்டறிந்தனர். கைதிகளின் விண்ணப்பங்கள் காலையில் பரிசீலிக்கப்பட்டபோது, அவர்களில் 70 சதவீதம் பேருக்குப் பரோல் கிடைத்தது. கைதிகளின் விண்ணப்பங்கள் மாலையில் பரிசீலிக்கப்பட்டபோது, அவர்களில் பெரும்பாலானோருக்குப் பரோல் கிடைக்கவில்லை. இதன்படி பார்த்தால், நாம் முன்பு பார்த்திருந்த எடுத்துக்காட்டில், முதல் கைதிக்கும் இரண்டாவது கைதிக்கும் பரோல் கிடைத்திருப்பதற்கான வாய்ப்புகள் அதிகம் என்று வருகிறது.

அது உண்மையும்கூட. அந்த நால்வரில் அவர்கள் இருவருக்கு மட்டும்தான் பரோல் கிடைத்திருந்தது. நான்காவது கைதிக்கும் முதல் கைதிக்கும் எந்தவிதத்திலும் வேறுபாடு இருக்கவில்லை என்றாலும், அவருடைய விண்ணப்பம் மாலையில் பரிசீலிக்கப்பட்டதால் அவருக்குப் பரோல் கிடைக்கவில்லை.

இதில் இன்னொரு விஷயமும் கலந்திருந்தது. பரிசீலனைக் குழுவினருக்குக் காலையில் 10.30 மணியளவில் ஒரு சான்ட்விச்சும் ஒரு பழமும் கொடுக்கப்பட்டன. அது அவர்களுடைய குளூக்கோஸ் பற்றாக்குறையை ஈடு செய்தது. அவர்கள் அந்த இடைவேளையை எடுத்துக் கொள்வதற்கு முன்பாகப் பரிசீலிக்கப்பட்டிருந்த கைதிகளில் 20 சதவீதத்தினருக்கு மட்டுமே பரோல் கிடைத்தது. ஆனால், அந்த இடைவேளைக்குப் பிறகு பரிசீலிக்கப்பட்டிருந்த கைதிகளில் 65 சதவீதத்தினருக்குப் பரோல் கிடைத்தது.

இது மதிய உணவு இடைவேளையின்போதும் நிகழ்ந்தது. உணவு இடைவேளைக்கு முன்பாகப் பரிசீலிக்கப்பட்டிருந்த கைதிகளில் 20 சதவீதத்தினருக்கு மட்டுமே பரோல் கிடைத்தது. ஆனால், மதிய உணவு இடைவேளைக்குப் பிறகு பரிசீலிக்கப்பட்டிருந்த கைதிகளில் 60 சதவீதத்தினருக்குப் பரோல் கிடைத்தது.

நீதி வழங்குவது என்பது மனரீதியாக ஒரு கடுமையான பணி. அவர்கள் அடுத்தடுத்துத் தீர்மானங்களை எடுக்க எடுக்க, அவர்களுடைய உடலும் மூளையும் குளூக்கோஸைக் காலி செய்கின்றன. அது அவர்களுடைய மன உறுதியின்மீது தாக்கம் ஏற்படுத்துகிறது. சில நீதிபதிகள் குற்றங்களைச் சிறிதும் சகித்துக் கொள்ளாதவர்களாக இருப்பர். சிலர் சீர்திருத்தங்களில் நம்பிக்கை வைத்திருப்பர். அவர்களுடைய தனிப்பட்டக் கண்ணோட்டம் எப்படிப்பட்டதாக இருந்தாலும், குளூக்கோஸ் இழப்பு நிகழ்கின்றபோது, அவர்கள் தங்களுடைய சொந்தத் தீர்மானங்களை வந்தடைவதற்கான மன உறுதி அவர்களிடம் குறையத் தொடங்கும். அதனால், அது போன்ற சமயங்களில் அவர்கள் துணிச்சலான தீர்மானங்களை எடுக்க மாட்டார்கள். இது கைதிகளுக்கு இழைக்கப்படுகின்ற அநீதி. ஏனெனில், ஒரு நீதிபதி காலையில் சான்ட்விச் சாப்பிட்டாரா இல்லையா என்பது ஒரு கைதியின் தலையெழுத்தை நிர்ணயிக்கும் என்பது எந்தவிதத்திலும் ஏற்றுக் கொள்ளப்பட முடியாத ஒன்று. ஆனால், இப்படிப்பட்டப் பாகுபாடுகள் எப்போதாவது நடைபெறுகின்ற ஒரு விஷயமல்ல. இது அனைத்துச் சூழல்களிலும் இயல்பாக நடைபெற்றுக் கொண்டிருக்கிறது.

மன உறுதிக்கும் தீர்மானம் எடுப்பதற்கும் இடையேயுள்ள தொடர்பு இரண்டு வழிகளிலும் வேலை செய்கிறது. தீர்மானம் எடுப்பது உங்களுடைய மன உறுதியைக் காலி செய்கிறது. உங்களுடைய மன உறுதி தீர்ந்து போகின்றபோது, உங்களுடைய தீர்மானம் எடுக்கின்ற திறன் மங்குகிறது. உங்களுடைய வேலையில் நீங்கள் நாள் முழுவதும் தீர்மானங்களை எடுக்க வேண்டிய நிலையில் இருந்தால், ஒரு கட்டத்தில் உங்களுடைய மன உறுதி காலியாகிவிடும். ஆற்றலைச் சேமிப்பதற்கான முயற்சிகளில் நீங்கள் இறங்குவீர்கள். தீர்மானங்களைத் தள்ளிப்போடுவதற்கோ அல்லது தவிர்ப்பதற்கோ நீங்கள் முயல்வீர்கள். அப்போது நீங்கள் எளிதான, பாதுகாப்பான வழிமுறைகளைத் தேர்ந்தெடுக்கவே முனைவீர்கள். சிறையில் அடைக்கப்பட்டிருக்கின்ற கைதி அங்கேயே அடைபட்டுக் கிடக்கட்டும் என்ற முடிவுக்கு நீங்கள் வருவீர்கள்.

கைதிகளுக்குப் பரோலை மறுப்பது என்ற முடிவுக்கு நீதிபதிகள் வருவது என்பது அவர்களுக்குச் சுலபமான ஒன்று. ஏனெனில், அது சில வருங்காலச் சாத்தியக்கூறுகளை ஜீவனுடன் வைத்திருக்கிறது. பின்னர் ஒரு நாள் அந்தக் கைதிக்குப் பரோல் வழங்குவதற்கான சாத்தியக்கூறை ஒரு நீதிபதி இதன் மூலம் ஜீவனுடன் வைத்திருக்கிறார். தான் எடுக்கின்ற ஒரு தீர்மானத்தின் மூலம் அந்தச் சாத்தியக்கூறைத் தான் இழந்துவிடக்கூடும் என்ற பயம், அந்தத் தீர்மானத்தை எடுக்கவிடாமல் அவரைத் தடுக்கிறது. மன உறுதி குறைவாக இருக்கும்போது, சாத்தியக்கூறுகளை விட்டுக்கொடுக்கத் தயங்குகின்ற மனப்போக்கு அதிகமாக இருக்கும். தீர்மானங்களை எடுப்பதற்கு மன உறுதி தேவை என்பதால், அது குறைவாக இருக்கின்றபோது, தீர்மானங்கள் எடுப்பதை நாம் தள்ளிப்போடுவதற்கு அல்லது தவிர்ப்பதற்கு என்ன வாய்ப்புகள் இருக்கின்றன என்று நாம் தேடுவோம்.

வாழ்க்கைத்துணையைத் தேடுவது போன்ற, தங்களுடைய வாழ்க்கையின் முக்கியமான சில விஷயங்களை மக்கள் ஏன் தள்ளிப்போடுகின்றனர் என்பதை இது விளக்குகிறது. இருபதாம் நூற்றாண்டின் மத்தியில் அமெரிக்கர்கள் தங்களுடைய இருபதுகளின் துவக்கத்திலேயே திருமணம் செய்து கொண்டனர். ஆனால், அதற்குப் பிறகு, ஆண்களுக்கும் சரி, பெண்களுக்கும் சரி, தேர்ந்தெடுப்பதற்குக் கூடுதல் சாத்தியக்கூறுகள் கிடைக்கத் தொடங்கின. ஆண்களும் பெண்களும் அதிக எண்ணிக்கையில் மேற்படிப்பில் ஈடுபடத் தொடங்கினர். கருத்தடை மாத்திரைகள் எளிதாகக் கிடைக்கத்

தொடங்கியதன் காரணமாகவும், சமூகக் கண்ணோட்டத்தில் புரட்சிகரமான மாற்றங்கள் ஏற்பட்டிருந்த காரணத்தாலும், திருமணம் செய்து கொள்ளாமலேயே பாலுறவில் ஈடுபடக்கூடிய வாய்ப்புகள் அதிகரித்தன. பெரும்பாலான மக்கள் பெரிய நகரங்களுக்கு இடம்பெயர்ந்ததால், ஒரு மேம்பட்ட வாழ்க்கைத்துணையைத் தேடிக் கொள்வதற்கான வாய்ப்புகள் அங்கு அவர்களுக்குக் கிடைக்கத் தொடங்கின. தாங்கள் இன்னும் பல வாய்ப்புகளை இழந்துவிடுவோமோ என்ற பயம் அதனால் அதிகரித்தது. 1995 இல் டீர்னி ஒரு கட்டுரைக்காக ஓர் ஆய்வில் ஈடுபட்டார். நியூயார்க் நகருக்கே உரிய ஒரு விஷயமாக அது இருந்தது. பொருத்தமான காதல் ஜோடிகள் கிடைப்பது தங்களுக்குக் கடினமாக இருந்ததாக, நியூயார்க்கில் வசித்து வந்த அறிவார்ந்த, வசீகரமான நபர்கள் எண்ணற்றோர் புலம்பிக் கொண்டிருந்தனர். ஆனால், அப்போது அமெரிக்காவிலேயே நியூயார்க்கில்தான் திருமணமாகாத நபர்கள் அதிகமாக இருந்தனர்.

அதற்கு என்ன காரணம் என்று டீர்னி ஆராய்ந்தார். அவர் இதற்காக, நியூயார்க் நகரில் மட்டுமல்லாமல், அமெரிக்காவின் பிற பெரிய நகரங்களான சிகாகோ, லாஸ் ஏஞ்சலீஸ், பால்ட்டிமோர் போன்ற நகரங்களிலுள்ள பத்திரிகைகளில் வெளியான திருமண விளம்பரங்களை ஆராய்ந்தார். நியூயார்க் நகரில் வெளியாகியிருந்த திருமண விளம்பரங்களில் ஏகப்பட்ட நிபந்தனைகள் விதிக்கப்பட்டிருந்ததை அவர் கண்டார். ஒரு பெண் கொடுத்திருந்த விளம்பரம் இவ்வாறு அமைந்திருந்தது: "நான் தேடிக் கொண்டிருக்கும் நபர் ஒரு வெற்றியாளராகவும், வசீகரமானவராகவும், ஐந்தடி பத்து அங்குலத்திற்கு மேற்பட்ட உயரம் கொண்டவராகவும், இருபத்தொன்பதிலிருந்து முப்பத்தைந்து வயதுக்கு உட்பட்டவராகவும் இருக்க வேண்டும்." இன்னொரு பெண், தான் தேடிக் கொண்டிருக்கும் நபர் ஐந்தடி பத்து அங்குலத்திற்கு மேற்பட்ட உயரம் கொண்டவராகவும், போலோ விளையாடுபவராகவும் இருக்க வேண்டும் என்று குறிப்பிட்டிருந்தார். ஒரு வழக்கறிஞர், தான் எதிர்பார்த்த 'இளவரசியிடம்' கட்டாயம் இருந்தாக வேண்டிய 21 அம்சங்களை விவரித்திருந்தார்.

இது தொடர்பாக விரிவான ஆய்வுகள் நிகழ்த்தப்பட்டன. குன்டர் ஹிட்ச், அலி ஹோர்டாட்சு ஆகிய இரண்டு ஆய்வாளர்கள் ஒரு விரிவான ஆய்வை நிகழ்த்தினர். அவர்கள் அதைப் பற்றி இவ்வாறு விவரிக்கின்றனர்: "தேர்ந்தெடுப்பதற்கு உங்களுக்கு ஏகப்பட்ட வாய்ப்புகள் இருக்கும்போது, நீங்கள்

கச்சிதத்திற்கு ஆசைப்படத் தொடங்குவீர்கள். நீங்கள் எதிர்பார்க்கின்ற உயரம், எடை, வயது, மத நம்பிக்கை, மற்றும் இதர நாற்பத்தைந்து அம்சங்களோடு பொருந்தாத நபரை நீங்கள் தேர்ந்தெடுக்க விரும்ப மாட்டீர்கள்." நீங்கள் கச்சிதமாக இருக்கின்ற நபரைத் தவிர வேறு எவரையும் தேர்ந்தெடுக்க மாட்டீர்கள் என்று அடம் பிடிக்கின்றபோது, உங்களுக்கு யாருமே கிடைக்க மாட்டார்கள். அலுவலகத்தில் தங்கள் வசம் ஒப்படைக்கப்படுகின்ற எந்தவொரு பணித்திட்டத்தையும் மறுக்க முடியாத நபர்களின் குழந்தைகள் வீட்டில் சிரமப்படுவர். ஒரு நீதிபதி ஒரு கைதியைப் பற்றி முடிவெடுக்க முடியாமல் தவிக்கின்றபோது, அந்தக் கைதியின் சிறைக் கதவுகள் இழுத்து மூடப்பட்டுவிடுகின்றன.

சோம்பேறித்தனமான தேர்ந்தெடுப்புகள்

சமரசம் செய்து கொள்வது என்பது மனிதர்களுக்கே உரியது. விலங்குகளின் உலகில், ஒரு கொன்றுண்ணிக்கும் அதன் இரைக்கும் இடையே ஒரு நீண்ட பேரப்பேச்சு நடைபெறுவதை உங்களால் காண முடியாது. சமரசம் செய்து கொள்வது என்பது ஒரு கடினமான தீர்மானம் எடுக்கின்ற பாணியாகும். அதனால், நம்முடைய மன உறுதி காலியாகின்றபோது, நம்மிடம் குறைகின்ற முதல் திறன் அதுவாகத்தான் இருக்கும். குறிப்பாக, நாம் பொருட்களை வாங்கச் செல்லும்போது இது வெளிப்படையாகத் தெரியும்.

பொருட்களை வாங்கச் செல்பவர்கள், விலைக்கும் தரத்திற்கும் இடையே எப்போதும் சமரசம் செய்து கொள்ள வேண்டியிருக்கிறது. ஒரு பொருளின் விலை அதிகமாக இருக்கின்ற அளவுக்கு அதன் தரம் இருப்பதில்லை. 20 டாலர்களுக்கு விற்கப்படுகின்ற ஒயினைவிட, 100 டாலர்களுக்கு விற்கப்படுகின்ற ஒயினின் தரம் கண்டிப்பாக மேம்பட்டதாகத்தான் இருக்கும். ஆனால் அது ஐந்து மடங்கு அதிகத் தரத்துடன் இருக்குமா? ஓர் இரவுக்கு 200 டாலர்கள் வசூலிக்கின்ற ஓர் ஓட்டலைவிட 1,000 டாலர்கள் வசூலிக்கின்ற ஓட்டல் ஐந்து மடங்கு பிரமாதமானதாக இருக்குமா? இதற்கு இதுதான் சரியான பதில் என்று எதையும் கூறிவிட முடியாது. அது உங்களுடைய தனிப்பட்ட இரசனையையும் உங்களுடைய பர்ஸின் கனத்தையும் பொறுத்தது. ஆனால், 100 டாலர்கள் ஒயினும் 1,000 டாலர்கள் ஓட்டல் அறையும் அவ்வளவு அதிகத் தரத்துடன் இருப்பதில்லை என்பதை வைத்துப்

பார்க்கும்போது, பெரும்பாலான மக்கள் அந்தத் தர உயர்வு போதுமானதாக இல்லை என்று உணர்கிறார்கள் என்றே எண்ணத் தோன்றுகிறது. ஒரு கட்டத்திற்கு மேல், விலையில் உயர்வு, தரத்தில் கிடைக்கின்ற மேம்பாட்டுக்கு ஏற்ற விகிதத்தில் இருப்பதில்லை. அந்தக் கட்டத்தைத் தேர்ந்தெடுப்பதில்தான் இருக்கிறது சூட்சுமம்.

உங்களிடம் மன உறுதி குறைவாக இருக்கின்றபோது, விலை மற்றும் தரத்திற்கு இடையே செம்மையானதொரு சமநிலை நிலவுகிறதா என்பதை நீங்கள் பார்க்க மாட்டீர்கள். அப்போது நீங்கள் உங்களுடைய ஆற்றலைச் சேமித்துக் கொள்ளத்தான் பார்ப்பீர்கள். அப்போது நீங்கள் விஷயங்களை ஒற்றைப் பரிமாணத்தில் மட்டுமே பார்க்கத் தலைப்படுவீர்கள். ஒன்று, நீங்கள் விலையில் மட்டும் குறியாக இருப்பீர்கள்: "இருப்பதிலேயே மலிவான ஒன்றை எனக்குக் கொடுங்கள்!" அல்லது, நீங்கள் தரத்திற்கு மட்டும் முக்கியத்துவம் கொடுப்பீர்கள்: "இருப்பதிலேயே தரமான ஒன்றை எனக்குக் கொடுங்கள்!"

தீர்மான அயர்ச்சியால் நாம் பாதிக்கப்பட்டிருக்கின்றபோது விற்பனையாளர்களின் உத்திகளுக்கு நாம் பலியாகிவிடுகிறோம். கச்சிதமாக எந்த நேரத்தில் விற்பனையை நிறைவு செய்ய வேண்டும் என்பதில் கைதேர்ந்தவர்கள் அவர்கள். இதை ஜோனத்தன் லீவா·வ் என்ற உளவியலாளர் தன் தனிப்பட்ட வாழ்வில் முதலில் உணர்ந்தார். பின்னர் அதை ஒரு பரிசோதனை மூலமும் அவர் நிரூபித்தார். அவர் தன் திருமணத்திற்காகத் தனக்கு ஒரு 'கோட்டு' வாங்க முடிவெடுத்தபோது, ஏற்கனவே தயாரிக்கப்பட்டிருந்த கோட்டை வாங்காமல், அளவெடுத்துத் தைத்துக் கொடுக்கும் சேவையையும் சேர்த்து வழங்கிய ஒரு கடைக்குச் சென்றார். அதற்கான பல வகைப்பட்டத் துணிகள், உள்ளே 'லைனிங்' கொடுப்பதற்கான துணி, பட்டன்களின் வடிவமைப்பு போன்ற பலவற்றில் எண்ணற்ற வகைகள் அவருக்குக் காட்டப்பட்டன.

அவர் தன் அனுபவத்தை இப்படி விவரிக்கிறார்: "நான் மூன்றாவது துணிக் குவியலுக்குள் புகுந்து எனக்குத் தேவையான கோட்டுத் துணியைத் தேட முயற்சித்தபோது, நான் மிகவும் நொந்து போய் இருந்தேன். அதற்குப் பிறகு, ஒன்றிலிருந்து மற்றொன்று என்ன விதத்தில் வேறுபட்டிருந்தது என்பதைப் புரிந்து கொள்கின்ற நிலையை நான் கடந்துவிட்டிருந்தேன். அப்போது என்னிடம் கேட்கப்பட்ட 'நீங்கள் எதைத் தேர்ந்தெடுக்கிறீர்கள்?' என்ற கேள்விக்கு நான் அளித்த ஒரே

பதில், 'நீங்கள் எதைப் பரிந்துரைக்கிறீர்கள்?' என்பதுதான்."

அவர் இறுதியில் கோட்டைத் தைத்து அணிகின்ற முயற்சியையே கைவிட்டுவிட்டார். அவர் அந்த முடிவை எடுப்பதை அந்தக் கடைக்காரரர் கூறிய இரண்டாயிரம் டாலர்கள் விலை எளிமையாக்கியது. அந்த அனுபவத்தின் அடிப்படையில் அவர் இது குறித்து ஒரு பரிசோதனையை மேற்கொள்ள முடிவு செய்தார். இந்த ஆய்வுக்காக, ஜெர்மனியில் கார் விற்பனை மையங்களில் கார் வாங்க வந்த நபர்களின் நடத்தை அவர்களுக்கே தெரியாமல் அவதானிக்கப்பட்டது. அவர்கள் நிஜமாகவே கார் வாங்க வந்தவர்கள். அவர்கள் தேர்ந்தெடுப்பதற்கு ஏகப்பட்டச் சாத்தியக்கூறுகள் வழங்கப்பட்டன. எடுத்துக்காட்டாக, கியர்களின் மேல் இருந்த கொண்டைகளில் நான்கு வகைகள் இருந்தன; டயர்கள் மற்றும் அவற்றின் ரிம்களில் பதின்மூன்று வகைகள், எஞ்சினில் இருபத்தைந்து வகைகள் மற்றும் காரின் உட்புற நிறத்தில் ஐம்பத்தாறு வகைகள் இருந்தன.

முதலில் அவர்கள் தங்களுடைய தேர்ந்தெடுப்புகளைக் கவனமாக மேற்கொண்டனர். ஆனால், ஒரு கட்டத்தில் தீர்மான அயர்ச்சி அவர்களை ஆட்கொண்டது. அதற்குப் பிறகு அவர்கள் பொதுவான தேர்ந்தெடுப்புகளோடு நிறுத்திக் கொண்டனர். அவர்கள் தொடக்கத்தில் எவ்வளவு கடினமான தேர்ந்தெடுப்புகளை மேற்கொண்டிருந்தார்களோ, அவ்வளவு விரைவாக அவர்கள் அயர்ச்சி அடைந்தனர். அதன் விளைவாக, அதிக விலை கொண்ட பொருட்கள் அவர்களுடைய தலையில் கட்டப்பட்டன.

சில நேரங்களில், தீர்மான அயர்ச்சியால், வாடிக்கையாளர்கள் வாங்குவதை நிறுத்திக் கொள்வர். ஆனால், சாமர்த்தியமான விற்பனையாளர்கள் உங்களுடைய அயர்ச்சியைத் தங்களுக்குச் சாதகமாகப் பயன்படுத்திக் கொள்ள எப்போதும் முயல்வர். இதைச் சோதிப்பதற்கு நீங்கள் உங்களின் வீட்டருகே இருக்கின்ற ஒரு பல்பொருள் அங்காடிக்குச் சென்றால் போதும். அங்கு அடுக்கி வைக்கப்பட்டிருக்கும் நூற்றுக்கணக்கான பொருட்களைப் பார்வையிட்டு உங்களுடைய தேர்ந்தெடுப்புகளை மேற்கொண்ட பிறகு உங்களுடைய மன உறுதி காலியாகியிருக்கும். அந்த நிலையில், நீங்கள் வாங்கியுள்ள பொருட்களுக்கு பில் போடுகின்ற இடத்திற்கு நீங்கள் வருகின்றபோது, அங்கு உங்களை வரவேற்க என்ன காத்துக் கொண்டிருக்கும் என்று நினைக்கிறீர்கள்? வம்புச் செய்திகளைப் பிரசுரிக்கின்ற

இதழ்களும் சாக்லெட்டுகளும்தாம்! குளூக்கோஸுக்காகத் தவித்துக் கொண்டிருக்கின்ற உங்களுடைய மூளைக்கு அவை வசீகரமாக இருக்கும். அவற்றை வாங்க வேண்டும் என்று உங்களிடம் தோன்றுகின்ற உந்துதலைத் தடுக்க முடிகின்ற நிலையில் நீங்கள் இருக்க மாட்டீர்கள்.

உங்களுடைய பரிசைத் தேர்ந்தெடுங்கள்

இந்த அத்தியாயத்தை நீங்கள் படித்து முடித்துள்ளதைப் பாராட்டுகின்ற விதமாக உங்களுக்கு நாங்கள் ஒரு பரிசு கொடுக்க முடிவு செய்கிறோம் என்று வைத்துக் கொள்ளுங்கள். அந்தப் பரிசு ஒரு காசோலையின் வடிவில் இருக்கிறது. நாளைய தினத்தின் தேதியிடப்பட்ட, 100 டாலர்கள் மதிப்புள்ள ஒரு காசோலை; முப்பது நாட்கள் கழித்துத் தேதியிடப்பட்டுள்ள, 150 டாலர்கள் மதிப்புள்ள மற்றொரு காசோலை ஆகிய இரண்டில் ஒன்றை நீங்கள் தேர்ந்தெடுத்துக் கொள்ளலாம். நீங்கள் எதைத் தேர்ந்தெடுப்பீர்கள்?

இப்போது அல்லது பின்பு ஆகிய இரண்டில் ஒன்றைத் தேர்ந்தெடுப்பது என்பதை சுய கட்டுப்பாட்டிற்கான சரியான சோதனையாகப் பொருளாதார வல்லுநர்கள் கருதுகின்றனர். சட்டபூர்வமான எந்தவொரு முதலீடும் உங்களுக்கு ஒரே மாதத்தில் 50 சதவீத அதிகரிப்பை ஈட்டித் தராது. ஒரே மாதத்தில் பணத்தை இரட்டிப்பாக்குகின்ற வேறு ஏதாவது ஒரு வித்தை உங்களுக்கு தெரிந்திருந்தாலோ அல்லது 100 டாலர்களுக்கு ஓர் அவசரத் தேவை இருந்தாலோ ஒழிய, 150 டாலர்கள் பெறுவதற்கு இருக்கின்ற வாய்ப்பை நீங்கள் மறுக்க மாட்டீர்கள். அப்படியானால், நாங்கள் மேலே கேட்டிருந்த கேள்விக்கான சரியான விடை, பெரிய பணத்தைப் பின்னர் பெற ஒப்புக் கொள்வதாகத்தான் இருக்க முடியும். நீண்டகால நன்மைக்காகக் குறுகியகாலச் சபலங்களைக் காவு கொடுக்கத் தயாராக இருப்பதுதான் செல்வத்தைக் குவிப்பதற்கு மட்டுமல்லாமல், மனிதகுல நாகரிகத்திற்குமான இரகசியமாகும். அசாத்தியமான மன உறுதியின் காரணமாகவே, முதல் விவசாயிகள், உடனடியாகக் கிடைக்கின்ற உணவில் திருப்தி அடைந்துவிடாமல் நிலத்தில் விதைகளை விதைப்பதற்குத் துணிந்திருந்தனர்.

அப்படி இருக்கும்போது, நன்றாக உண்டு கொழுத்திருக்கின்ற நவீன மனிதன், பரிசோதனைக்கூடச் சூழலில் எதற்காக 150 டாலர்களைப் பெறுவதற்கு ஒரு மாதம்

காத்திருப்பதற்குப் பதிலாக உடனடியாக 100 டாலர்களை அடையத் துடிக்கிறான்? தங்களுடைய மன உறுதி முந்தைய தீர்மானங்களால் காலி செய்யப்பட்டிருக்கின்ற சூழல்களில், மக்கள், யோசனையின்றிக் குறுக்குவழியைத் தேர்ந்தெடுக்கின்றனர் என்பதற்கான மற்றோர் எடுத்துக்காட்டு இது. இது போன்ற தீர்மானங்களை, சிறிய அளவு குளூக்கோஸால் மாற்ற முடியும் என்பதை ஆய்வாளர்கள் நிரூபித்துள்ளனர். சில பங்கேற்பாளர்களுக்கு, தீர்மானங்களை மேற்கொள்வதற்கான கேள்விகளைக் கேட்பதற்கு முன்பாகக் குளிர்பானம் கொடுக்கப்பட்டது. அப்போது, அவர்கள் நீண்டகால நோக்குடைய தீர்மானங்களை மேற்கொண்டனர்.

ஆனால், பொதுவாக, இதுபோன்ற குறுகியகாலச் சிந்தனை, சிறப்பான வாழ்க்கைக்கான ஒரு நல்ல உத்தி என்று கூற முடியாது. நீங்கள் பெரிய கனவுகளைக் கொண்டிருக்கின்ற ஓர் அரசியல்வாதியாகவோ அல்லது பெருநிறுவன நிர்வாகியாகவோ இருந்து, நாள் முழுவதும் ஏகப்பட்டத் தீர்மானங்களை மேற்கொண்டு உங்களுடைய மன உறுதியைக் காலி செய்துவிட்டப் பிறகு, முக்கியமான தீர்மானங்களை எடுக்கின்ற எந்தவொரு முயற்சியிலும் ஈடுபடக்கூடாது.

அத்தியாயம் ஐந்து

நான் சம்பாதித்தப் பணமெல்லாம் எங்கே போனது?

தன் விவகாரங்கள் மற்றும் கணக்குகளைக் கவனிக்க முடியாத அளவுக்கு விட்டேத்தியாக இருக்கின்ற ஒரு மனிதனை நான் அறிந்ததில்லை; வழக்கமாக, பணக் கஷ்டத்தில் இருப்பவன் மிக அரிதாகவே நேர்மையானவனாகவும் நியாயமானவனாகவும் இருப்பான்; உன் தலைவிதி இதுவாக இருந்துவிடக்கூடாது என்று நான் அஞ்சுகிறேன்.

– சார்ல்ஸ் டார்வின், தன் மகனின் கடனை அடைப்பதற்கான ஒரு காசோலையுடன் அனுப்பியிருந்த ஒரு குறிப்பு

சிறிது காலத்திற்கு முன்பு, ஓர் ஊதாரி, தன்னுடைய கடனட்டைக் கடன்களைக் கையாள்வதற்கு உதவுமாறு, தங்களை நரம்பியப் பொருளாதாரவியலாளர்கள் என்று அழைத்துக் கொண்ட ஆய்வாளர்களை அணுகினார். அந்த ஆய்வாளர்கள் ஸ்டேன்ஃபோர்டு பல்கலைக்கழகத்தில் எம்ஆர்ஐ ஸ்கேன் இயந்திரத்தைப் பயன்படுத்தி, பொருட்களை வாங்குகின்ற செயல்களில் ஈடுபட்டுக் கொண்டிருக்கின்றபோது ஒருவருடைய மூளையில் ஏற்படுகின்ற மாற்றங்களை ஆராய்ந்து கொண்டிருந்தனர். குறிப்பாகச் சொல்ல வேண்டுமென்றால், சாதனங்கள், புத்தகங்கள், வெற்று அலங்காரப் பொருட்கள் போன்றவற்றை வாங்குவதற்குத் தீவிரமாக யோசித்துக் கொண்டிருந்த நபர்களின் மூளையிலுள்ள 'இன்சுலா' பகுதியில் நிகழ்ந்து கொண்டிருந்த நடவடிக்கைகளை அந்த ஆய்வாளர்கள் அவதானித்துக் கொண்டிருந்தனர். அப்போது, அந்தப் பகுதியில் எந்தவிதமான நடவடிக்கைகளையும் அந்த ஆய்வாளர்களால் கண்டுபிடிக்க முடியவில்லை. குறிப்பாக,

அந்தப் பகுதிகளை ஆராய்வதற்கு அவர்களுக்கு ஒரு நோக்கம் இருந்தது. பொதுவாக, நீங்கள் வெறுக்கத்தக்க விஷயங்களைப் பார்க்கின்றபோது அல்லது கேட்கின்றபோது மட்டும்தான் மூளையின் இந்தப் பகுதியில் நடவடிக்கைகள் அதிகரிக்கும்.

மேலே குறிப்பிடப்பட்டிருந்த ஊதாரி வேறு எவரும் அல்லர், அது டீர்னிதான். பாமைஸ்டர் டீர்னிக்கு சுய கட்டுப்பாட்டைக் கற்றுக் கொடுப்பதற்கு முன்பாக அவர் ஓர் ஊதாரியாக இருந்தார். அவர் தன்னை எம்ஆர்ஐ சோதனைக்கு உட்படுத்திக் கொண்டு, தேவையற்றச் சாதனங்களை வாங்குவது குறித்துத் தீவிரமாக யோசித்தபோது, அவருடைய மூளையின் இன்சுலா பகுதியில் எந்தவிதமான மாற்றமும் ஏற்படவில்லை. பின் ஆய்வாளர்கள் அதில் குறுக்கிட முனைந்தனர். அவர்கள் டீர்னியின் சமீபத்திய கடனட்டை பில்லை அவரிடம் காட்டியபோது, இல்சுலா பகுதியில் நடவடிக்கைகள் எகிறின. ஏனெனில், அந்தக் கடனட்டையில் அவர் பாக்கி வைத்திருந்த தொகை *2,000* டாலர்களுக்கும் அதிகம்! பணம் என்று வந்தபோது, அவருடைய மூளை மழுங்கிவிடவில்லை என்பது வெளிப்படையாகத் தெரிந்தது.

அது நம்பிக்கையளிப்பதாக இருந்தாலும், எதார்த்தத்தில் அந்த ஆதாயத்தை எப்படிப் பயன்படுத்துவது என்ற குழப்பம் ஆய்வாளர்களுக்கு ஏற்பட்டது. என்ன இருந்தாலும், டீர்னி கடைக்குச் செல்லும்போதெல்லாம் ஆய்வாளர்கள் அவர் பின்னால் சென்று, அவருடைய கடனட்டை பில்லைத் தூக்கி அவருடைய முகத்திற்கு நேராகக் காட்டிக் கொண்டிருக்க முடியாது. டீர்னி தனக்கென்று ஒரு வரவு-செலவுத் திட்டத்தை நிர்ணயித்துக் கொண்டு, தன் செலவுகளைத் தானே உன்னிப்பாகக் கண்காணித்துக் கொண்டிருப்பது ஒரு வழி. ஆனால், நடைமுறையில் அது அவ்வளவு எளிதல்ல.

இதற்கான தீர்வை ஆரோன் பாட்சர் எதேச்சையாகக் கண்டுபிடித்தார். அவர் தன் பருவ வயதிலிருந்தே தன் வரவு-செலவுக் கணக்கைத் துல்லியமாக நிர்வகித்து வந்தார். ஒவ்வொரு வாரமும் ஞாயிறன்று 'குயிக்கென்' என்ற மென்பொருளைப் பயன்படுத்தி அவர் அவற்றை ஒழுங்குமுறைப்படுத்தினார். ஒரு முறை அவர் தன் வேலையில் அதிகமாக மூழ்கிப் போய்விட்டதால், சிறிது காலத்திற்குத் தன்னுடைய செலவுகளை நிர்வகிக்கின்ற வேலையில் அவரால் இறங்க முடியாமல் போய்விட்டது. பின்னர் ஒரு நாள் அவர் தன் செலவுகளை ஒழுங்குமுறைப்படுத்த முயன்றபோது, அவை நூற்றுக்கணக்கில் சேர்ந்துவிட்டிருந்ததை அவர் கண்டார்.

அதனால், தானே உட்கார்ந்து இதைச் செய்வதைவிட ஒரு மேம்பட்ட வழி இருக்க வேண்டும் என்ற முடிவுக்கு அவர் வந்தார். அந்த வேலையை ஒரு கணினியைச் செய்ய வைக்க முடியுமா என்று அவர் யோசித்தார். அதன் விளைவாக உருவானதுதான் மின்ட் டாட் காம் என்ற நிறுவனம். அந்த நிறுவனம் வெற்றிகரமாகச் செயல்பட்டதால், அதை அவர் 170 மில்லியன் டாலர்களுக்கு வேறொரு நிறுவனத்திடம் விற்றுவிட்டார்.

மின்ட் டாட் காம் நிறுவனத்தின் கணினிகள் சுமார் அறுபது இலட்சம் நபர்களின் நிதி விவகாரங்களைக் கண்காணித்து வருகின்றன. அதன் விளைவாக, சுய கட்டுப்பாடு தொடர்பான இரண்டாவது முக்கிய அம்சமான, நடத்தையை ஒரு பிரம்மாண்டமான விதத்தில் கண்காணித்தல் சாத்தியப்பட்டுள்ளது. நம்முடைய சுய விழிப்புணர்வு குறித்து நாம் அதிகப் பிரக்ஞையுடன் இருக்கும்படி செய்வதன் மூலம் அவை நம்முடைய சக்தியை மேம்படுத்துகின்றன.

சுய பிரக்ஞை என்பது மனிதர்களுக்கே உரியது. இதற்கு நேர்மாறாக, ஒரு நாய், கண்ணாடியில் தெரிகின்ற தன்னுடைய உருவத்தைப் பார்த்துக் குரைக்கும். ஏனெனில், அது தன்னுடைய உருவம்தான் என்ற பிரக்ஞை அதற்குக் கிடையாது. ஆய்வாளர்கள் ‘கண்ணாடிச் சோதனை’ என்று அழைக்கின்ற ஒரு பரிசோதனைக்குப் பிற விலங்குகளை உட்படுத்துகின்றபோது, அவற்றில் பெரும்பாலானவை நாய்களைப்போலவே நடந்து கொள்கின்றன. சோதனைக்கு உட்படுத்தப்படும் விலங்குகளின் உடலில் வாசனையற்ற வண்ணக் குறி ஒன்று போடப்படும். பின் அந்த விலங்குகள் ஒரு கண்ணாடிக்கு முன்னால் நிறுத்தப்படும். அந்த விலங்கு அந்த இடத்தைத் தொடுவதன் மூலம் அல்லது வேறு ஏதாவது சமிக்கைகளின் மூலம் (எடுத்துக்காட்டு: தன் உடலைத் திருப்பிக் கொள்வதன் மூலம் அந்த அடையாளக் குறி தெளிவாகத் தெரிகிறதா என்பதை அறிந்து கொள்ள முயற்சித்தல்), அந்தக் குறி தன் உடலில்தான் இருக்கிறது என்பதை வெளிப்படுத்துகிறதா என்பதைத் தெரிந்து கொள்ள அந்த ஆய்வாளர்கள் விரும்புவர். சிம்பன்சிகளும் வேறு சில மனிதக்குரங்குகளும் இந்தச் சோதனையில் வெற்றிகரமாகத் தேறிவிடும். அதேபோல, யானைகள், டால்பின்கள் மற்றும் ஒரு சில விலங்குகளும் இதில் தேறிவிடும். மற்ற அனைத்து விலங்குகளும் இதில் தோற்றுவிடும். இரண்டு வயதுக்கு உட்பட்ட மனிதக் குழந்தைகளால் இதில் தேற முடியாது.

இரண்டு வயதுக்குப் பிறகு, கண்ணாடியில் தெரிவது தங்கள் உருவம்தான் என்பதைக் குழந்தைகள் உணரத் தொடங்கிவிடும். பருவ வயதை அடைந்தவுடன் அது ஒரு சாபமாக அவர்களுக்குப் படும். தங்களிடம் இருக்கின்ற கச்சிதமின்மைகளை அந்தக் கண்ணாடி இரக்கமின்றி வெளிப்படுத்துவதாக அவர்கள் எண்ணுவதுதான் அதற்கு காரணம். சுய பிரக்ஞையின் அர்த்தத்தைக் கண்டுபிடிக்க உளவியலாளர்கள் நெடுங்காலமாகப் போராடி வந்துள்ளனர்.

நான் சுய பிரக்ஞை கொண்டவன், அதனால் நான்...?

1970களில், சமூக உளவியலாளர்கள், மனிதர்களிடத்தில் சுய பிரக்ஞை ஏன் உருவானது என்பதைக் கண்டுபிடிக்க முனைந்தனர். இதில் முன்னோடிகளாகத் திகழ்ந்தவர்கள் ராபர்ட் விக்லுன்டும் ஷெல்லி டுவாலும். மக்களின் நடவடிக்கைகள் வீடியோவாக எடுக்கப்படும் என்று கூறப்பட்டபோது, அவர்கள் தங்களுடைய நடத்தையை எப்போதும் மாற்றிக் கொண்டனர் என்பதை அந்த உளவியலாளர்கள் கண்டுபிடித்தனர். அவர்கள் அப்படி சுயபிரக்ஞையுடன் செயல்பட்டபோது அவர்கள் சிறப்பாகச் செயல்பட்டனர். அவர்கள் கேள்விகளுக்குப் பொருத்தமான பதில்களை அளித்தனர். அவர்களுடைய நடத்தை அவர்களுடைய விழுமியங்களோடு இணக்கமாக இருந்தது.

மற்ற அனைத்தையும்விட ஒரு விஷயம் தனித்துவமாக இருந்தது. ஒருவர் ஒரு மேசையைப் பார்த்தால், "அது ஒரு மேசை," என்று மட்டுமே நினைப்பார். ஆனால், சுயம் ஒருபோதும் அப்படிப்பட்டப் பொதுவான நிலையில் வைத்துப் பார்க்கப்படுவதில்லை. மக்கள் தங்களை ஒரு கண்ணாடியில் பார்க்கின்றபோது, 'அது நான்' என்ற நினைப்போடு நிறுத்திக் கொள்வதில்லை. மாறாக, 'என் தலைமுடி கலைந்திருக்கிறது' என்றோ, 'இந்த ஆடையில் நான் அழகாக இருக்கிறேன்' என்றோ, 'நான் இன்னும் நிமிர்ந்து நிற்கப் பழகிக் கொள்ள வேண்டும்' என்றோ, 'நான் குண்டாகிவிட்டேனோ?' என்றோ நினைக்கக்கூடும். சுய பிரக்ஞை எப்போதுமே தன்னுடைய சுயத்தை, அது எப்படி இருந்தால் நன்றாக இருந்திருக்கும் என்ற ஒன்றோடு ஒப்பிட்டுக் கொண்டிருப்பதுபோலத் தெரிகிறது.

அந்த உளவியலாளர்கள் அந்த ஒப்பீட்டு யோசனையைத் 'தரங்கள்' என்று அழைத்தனர். அதாவது, சுய பிரக்ஞை என்பது உங்களை இந்தத் தரங்களோடு ஒப்பிடுவதாகும்.

தொடக்கத்தில் அந்தத் தரங்கள் கச்சிதமான ஒன்று என்று அவர்கள் அனுமானித்தனர். அப்படியெனில், சுய பிரக்ஞை என்பது எப்போதுமே இனிமையற்றதாக இருக்கும். ஏனெனில், சுயத்தால் ஒருபோதும் கச்சித நிலையை அடைய முடியாது. பருவ வயதில் இருப்பவர்களுக்கு வேண்டுமானால் இது பொருந்தலாம். வயதானவர்கள் பலர் தங்களுடைய சுயம் குறித்து மகிழ்ச்சியே கொள்கின்றனர். இது தொடர்பாக மேலும் ஆய்வுகள் மேற்கொள்ளப்பட்டபோது, பெரும்பாலான மக்கள் 'சராசரி நபரோடு' தங்களை ஒப்பிட்டு நல்லவிதமாக உணர்கின்றனர் என்பது கண்டுபிடிக்கப்பட்டது. அந்த சராசரி நபர் எப்போதுமே தன்னைவிடக் கீழ் நிலையில் இருப்பதாகவே அவர்கள் சித்தரித்துக் கொண்டனர். அதேபோல, நாம் எப்போதும் நம்மை நம்முடைய கடந்தகாலப் பிம்பத்தோடு ஒப்பிட்டுத் திருப்தியடைகிறோம். ஏனெனில், நமக்கு வயது ஏற ஏற நாம் மேம்பட்டுக் கொண்டு வருவதாக நாம் நம்புகிறோம்.

ஆனால், இதில் ஒரு சிக்கல் இருக்கிறது. இயற்கையைப் பொறுத்தவரை நீங்கள் நல்லவிதமாக உணர்கிறீர்களா இல்லையா என்பது ஒரு பொருட்டே அல்ல. உயிர்பிழைத்திருத்தலும் இனப்பெருக்கமும் மட்டுமே பரிணாமத்தின் குறி. இதில் சுய பிரக்ஞைக்கு எங்கே இடமிருக்கிறது? சார்ல்ஸ் கார்வர், மைக்கேல் ஸ்கீயர் ஆகிய இரண்டு உளவியலாளர்கள், சுய பிரக்ஞை உருவானதற்குக் காரணம் அது சுய கட்டுப்பாட்டுக்கு உதவுகிறது என்பதுதான் என்று கண்டுபிடித்தனர். அதற்காக அவர்கள் ஒரு பரிசோதனையை மேற்கொண்டனர். அதில், அலுவலகத்தில் வேலை செய்யும் நபர்களின் மேசைக்கு அருகே, முகம் பார்க்கும் கண்ணாடி ஒன்று வைக்கப்பட்டது. அது ஒரு பெரிய விஷயமாகத் தனியாகக் குறிப்பிடப்படவும் இல்லை. ஆனால், அக்கண்ணாடி அங்கே இருந்தது அந்த ஊழியர்களுக்கு சுய பிரக்ஞையைக் கொடுத்தக் காரணத்தால், அது அவர்களுடைய நடத்தையில் ஒரு குறிப்பிடத்தக்க மாற்றத்தை ஏற்படுத்தியது. (வழக்கம்போல, கண்ணாடி வைக்கப்பட்டிராத ஒரு குழுவின் நடத்தைகளும் ஒப்பீட்டிற்காகக் கண்காணிக்கப்பட்டன.) ஒப்பீட்டளவில், கண்ணாடியில் தங்களைப் பார்த்தவர்கள் பிறருடைய உத்தரவுகளின்படி நடக்காமல் தங்களுடைய சொந்த விழுமியங்களின்படி நடந்து கொண்டனர். பிறரைக் கடிந்து கொள்ளும்படி அவர்கள் கேட்டுக் கொள்ளப்பட்டபோது, அவர்கள் மூர்க்கத்தனமாக நடக்கவில்லை. அவர்கள் கடினமாக உழைத்தனர். அவர்கள் தங்களுடைய அபிப்பிராயங்களை

மாற்றிக் கொள்ள வேண்டும் என்று யாரேனும் அவர்களிடம் அடாவடித்தனமாக நடந்து கொண்டால், அவர்கள் அந்த அடாவடித்தனத்தைத் திறமையாகச் சமாளித்துக் கொண்டே தங்களுடைய அபிப்பிராயங்களில் நிலையாக இருந்தனர்.

ஹாலோவீன் சமயத்தில் மற்றொரு பரிசோதனை நடத்தப்பட்டது. அந்த நேரத்தில் சிறுவர்கள் மாறுவேடங்களில் பல்வேறு வீடுகளுக்குச் செல்வது வழக்கம். ஓர் உளவியலாளர், தன் வீட்டுக்கு வந்த, ஹாலோவீன் மாறுவேட உடை அணிந்திருந்த சிறுவர்களிடம், முதலில் அவர்களுடைய பெயர்களைக் கேட்டு அறிந்து கொண்டார். பிறகு, தன்னுடைய அறைக்குப் பக்கத்திலிருந்த, எவரும் இல்லாதிருந்த இன்னோர் அறைக்குச் சென்று ஆளுக்கு ஒரே ஒரு சாக்லெட்டை மட்டும் எடுத்துக் கொள்ளுமாறு அவர் அக்குழந்தைகளிடம் கூறினார். அந்த அறையில் ஒரு பெரிய கண்ணாடி வைக்கப்பட்டிருந்தது. அந்தக் கண்ணாடியை அவர் முதலில் சுவரைப் பார்த்தபடி திருப்பி வைத்திருந்தார். அப்போது, அந்தச் சிறுவர்கள் ஒன்றுக்கு மேற்பட்டச் சாக்லெட்டுகளை எடுத்துக் கொண்டனர். ஆனால், அவர் அந்தக் கண்ணாடியை அங்கு வந்தவர்களின் உருவங்களைப் பிரதிபலிக்கும்படி திருப்பி வைத்தபோது, அச்சிறுவர்கள் நேர்மையாக நடந்து கொண்டனர்.

சுய பிரக்ஞைக்கும் சுய கட்டுப்பாட்டிற்கும் இடையேயுள்ள தொடர்பை உறுதி செய்வதற்காக ஆய்வாளர்கள் குடிகாரர்களிடம் ஒரு பரிசோதனையை மேற்கொண்டனர். மது அருந்திய பிறகு குடிகாரர்கள் தங்களுடைய நடத்தையைக் கண்காணிக்கின்ற திறனை அது அவர்களிடமிருந்து பறித்துவிடுகிறது. குடிகாரர்களின் சுய பிரக்ஞை குறைந்து கொண்டே வருகின்றபோது, அவர்கள் தங்களுடைய சுய கட்டுப்பாட்டை இழக்கத் தொடங்குகின்றனர். அவர்கள் அதிகமாகப் புகை பிடிக்கின்றனர், அதிகமான வம்புச் சண்டைகளில் ஈடுபடுகின்றனர், அளவுக்கு அதிகமாகச் சாப்பிடுகின்றனர், மறுநாள் காலையில் கடுமையான தலைவலியுடனும் அதிகமான பின்வருத்தங்களுடனும் கண்விழிக்கின்றனர். மறுநாள் அவர்கள் எதிர்கொள்கின்ற பிரச்சனைகளில் தீவிரமானது, அவர்களிடம் மீண்டும் திரும்பி வருகின்ற சுய பிரக்ஞையை எதிர்கொள்வதுதான். ஏனெனில், அப்போதுதான் நாம் நம்முடைய நடத்தையை, நமக்கு நாமே வகுத்துக் கொண்ட மற்றும் நம்முடைய சமூகம் வகுத்துக் கொடுத்துள்ள நடத்தைகளோடு ஒப்பிடுகிறோம்.

நம்முடைய முன்னோர் சிறு குழுக்களாக வாழ்ந்து

வந்தனர். குழுவிற்குப் பொதுவான விழுமியங்கள், விதிமுறைகள் மற்றும் இலட்சியங்களைப் பின்பற்றுவோரை அது கௌரவித்தது. குழுவின் தரங்களுக்கு ஏற்பச் செயல்பட்டவர்கள் கொண்டாடப்பட்டனர். தனிப்பட்ட நடத்தையை, எதிர்பார்க்கப்படுகின்ற தரங்களுக்கு ஏற்ப மாற்றிக் கொள்வதற்கு மன உறுதி தேவை. ஆனால், மன உறுதிக்கு சுய பிரக்ஞையின் தயவு தேவை. அதனால், நம்முடைய முன்னோர்களிடம் சுய பிரக்ஞை பரிணாமரீதியாக உருவாகியிருந்தது. சமீபத்தில், பாதுகாப்பற்றச் சமூகச் சூழலில் அது படுவேகமாக வளர்ந்து வருகிறது.

அளவிடத்தக்க சுயம்

ஒரு நாவலாசிரியர் தினமும் மூன்று மணி நேரத்திற்கு மேல் எழுதுவது தேவையற்றது என்றும், அது நல்லதல்ல என்றும் ஆன்டனி டுரோலோப் என்ற நாவலாசிரியர் தெரிவிக்கிறார். அவர் பிரித்தானிய அஞ்சல் துறையில் முழுநேர வேலை பார்த்துக் கொண்டே எண்ணற்ற நூல்களை எழுதித் தள்ளினார். அவர் தினமும் காலையில் ஐந்தரை மணிக்கு எழுந்து ஒரு காபி குடித்துவிட்டு, அரை மணி நேரம், தான் முந்தைய நாள் எழுதி வைத்திருந்ததை ஒரு முறை படித்து, அந்த மனநிலைக்குத் தன்னைக் கொண்டு செல்வார். அதற்குப் பிறகு இரண்டரை மணி நேரம் அவர் எழுதுவார். தன் மேசையில் தன் கைக்கடிகாரத்தை வைத்துக் கொண்டு, தான் செலவிடுகின்ற நேரத்தை அவர் கவனமாகக் கணக்கிடுவார். கால் மணி நேரத்திற்குள், 250 வார்த்தைகள் கொண்ட ஒரு பக்கத்தை எழுதி முடித்துவிட வேண்டும் என்பதில் அவர் குறியாக இருப்பார். இந்த வேகத்தில் அவரால் காலை உணவுக்கு முன்பாகவே 2,500 வார்த்தைகளை எழுதி முடித்துவிட முடிந்தது. சில நாட்கள், வேறு வேலைகளின் காரணமாக அவரால் எழுத முடியாமல் போய்விடும். அதற்காக அவர் அலட்டிக் கொள்ள மாட்டார். ஆனால், வாராந்திர இலக்கான 10,000 வார்த்தைகளை எப்படியாவது எட்டிவிடுவதில் அவர் உறுதியாக இருப்பார். அவர் ஒரு தினசரி நாட்குறிப்பையும் எழுதி வந்தார்.

அவர் அதை இவ்வாறு விவரிக்கிறார்: "அந்த நாட்குறிப்பில், நான் தினந்தோறும் எத்தனை பக்கங்கள் எழுதினேன் என்பதை நான் குறித்துக் கொள்வேன். எப்போதாவது சோம்பேறித்தனத்தால் ஓரிரு நாட்கள் நான் எழுதாமல்

விட்டிருந்தால், அது அந்த நாட்குறிப்பில் தெரிந்துவிடும். பற்றாக்குறையை ஈடுகட்டுவதற்காக நான் என் வேலையை முடுக்கிவிட வேண்டியிருக்கும். ஏதாவது ஒரு வாரத்தில் நான் என்னுடைய இலக்கை எட்டாமல் போய்விட்டால், என் கண்களில் கொப்பளம் வந்துவிட்டதுபோல நான் துடித்துப் போவேன். என்னுடைய மாதாந்திர இலக்கை எட்டாவிட்டால் என் இதயத்தைச் சோகம் கப்பிக் கொள்ளும்."

தொடர் கண்காணிப்பின் தாக்கம் உளவியல் கட்டுரைகளில்கூட இந்த அளவுக்குத் துல்லியமாக விவரிக்கப்பட்டிருக்காது. ஆன்டனி சமூக உளவியலில் ஒரு முன்னோடி. ஆனால், உலகம் அவருடைய இந்தப் பழக்கத்தை, அவர் இறந்த பிறகு வெளியிடப்பட்டிருந்த அவருடைய சுயசரிதையின் வாயிலாகவே முதன்முறையாக அறிந்து கொண்டது. சிறிது காலத்திற்கு இது அவருடைய இலக்கிய நற்பெயருக்குக் களங்கம் ஏற்படுத்தியது. விமர்சகர்களும் சக எழுத்தாளர்களும் – குறிப்பாக, காலக்கெடுவுக்குள் எழுதி முடிக்க முடியாத நிலையில் இருந்த எழுத்தாளர்கள் – அவருடைய இந்த முறையைக் குதறி எடுத்துவிட்டனர். ஒரு கலைஞனால் எப்படிக் கடிகாரத்தின் கட்டளைக்கு அடிபணிய முடியும்? உத்வேகத்தை எப்படித் துல்லியமாகக் கணக்கிட்டுக் கண்காணிக்க முடியும்? ஆனால், ஆன்டனி இதை எதிர்பார்த்திருந்ததால், தன் சுயசரிதையிலேயே அவர் அதற்கு விளக்கமும் கொடுத்திருந்தார்.

"இதுபோன்ற பழக்கங்கள் ஒரு மேதைக்கு அழகல்ல என்று என்னிடம் பலர் கூறினர். நான் என்னை ஒருபோதும் ஒரு மேதையாக நினைத்துக் கொண்டதில்லை. ஆனால், என்னை நான் ஒரு மேதையாகக் கருதிக் கொண்டிருந்தாலும்கூட நான் இப்படித்தான் நடந்து கொண்டிருந்திருப்பேன். தொடர்ந்து சொட்டுச் சொட்டாக விழுந்து கொண்டிருக்கின்ற நீரின் ஆற்றலால் ஒரு பாறையைக்கூடத் துளைத்துவிட முடியும். தினமும் மேற்கொள்ளப்படுகின்ற சிறிய நடவடிக்கைகள், அவை உண்மையிலேயே தினமும் தொடர்ந்து மேற்கொள்ளப்பட்டு வருமானால், ஒழுங்கற்ற முறையில் அவ்வப்போது நிகழ்கின்ற ஹெர்குலியத்தனமான முயற்சிகளைக்கூட அவற்றால் முறியடித்துவிட முடியும்." ஆன்டனி ஒரு விதிவிலக்கு. வெகு சிலராலேயே ஒரு மணி நேரத்திற்கு 1,000 சிறந்த வார்த்தைகளை எழுத முடியும். ஆனாலும், அவர் தலைசிறந்த நூல்களை எழுதிக் குவித்துக் கொண்டிருந்த அதே நேரத்தில், ஒரு சிறப்பான வாழ்க்கையையும் வாழ்ந்து கொண்டிருந்தார். அவருடைய

சக எழுத்தாளர்கள் பணத்தைப் பற்றிக் கவலைப்பட்டுக் கொண்டும், காலக்கெடுவுக்குள் அத்தியாயங்களை எழுதி அவற்றைப் பதிப்பாளர்களுக்கு அனுப்பி வைக்கச் சிரமப்பட்டுக் கொண்டும் இருந்தபோது, ஆன்டனி, அவருடைய ஒரு புத்தகம் பிரசுரிக்கப்பட்டுக் கொண்டிருந்தபோது, எழுதி முடிக்கப்பட்டிருந்த வேறு இரண்டு நூல்களைக் கையில் வைத்திருந்தார்.

“என்னுடைய இலக்கிய வாழ்க்கையில், என் படைப்பு தொடர்பாக நான் கொடுத்திருந்த வாக்குறுதியை ஒரு முறைகூட நான் மீறியதே இல்லை. காலக்கெடுவுக்குள் ஒன்றைக் கொடுத்துவிட முடியாமல் போய்விடுமோ என்ற பதற்றம் ஒருபோதும் என்னைச் சூழ்ந்து கொண்டதே இல்லை. தேவைப்படும் பக்கங்கள் எப்போதும் காலக்கெடுவுக்கு முன்னதாக – வெகு முன்னதாக – தயார் நிலையில் என் மேசையின் ஓர் இழுப்பறையில் காத்துக் கொண்டிருக்கும். என் படைப்பாற்றலைத் தினந்தோறும், வாரந்தோறும் கேட்டு வாங்கிக் கொண்டிருந்த, ஒழுங்குமுறையுடன் நான் நிர்வகித்து வந்திருந்த அந்தக் குட்டி நாட்குறிப்புதான் அதை எனக்காகச் செய்து கொண்டிருந்தது.”

ஆன்டனியின் கைக்கடிகாரமும் அவருடைய நாட்குறிப்பும் அவருடைய பத்தொன்பதாம் நூற்றாண்டுக் காலகட்டத்தின் அதிநவீனக் கருவிகளாக விளங்கின. அது அவருக்குப் போதுமானதாக இருந்தது. அதற்குப் பதிலாக அவர் தன் எழுத்துப் பணியை ஒரு கணினியில் செய்து வந்தார் என்று வைத்துக் கொள்வோம். தினந்தோறும், அவர் தட்டச்சு செய்கின்ற வார்த்தைகளைச் சேமித்து வைத்துக் கொள்கின்ற ஒரு செயலியைத் தவிர்த்து அவர் பதினாறு வெவ்வேறு செயலிகளைப் பயன்படுத்திக் கொண்டிருப்பதாகவும், அந்த நாளின் முடிவுக்குள் அவர் நாற்பது வெவ்வேறு வலைத்தளங்களுக்கு விஜயம் செய்திருப்பதாகவும் வைத்துக் கொள்வோம். அதோடு, அந்த நாளின் ஒவ்வொரு 5.2 நிமிடங்களுக்கும் அவருடைய சாதனங்களுக்குள் வந்து விழுகின்ற உடனடிக் குறுஞ்செய்திகளால் அவருடைய கவனம் சிதறுகிறது என்றும் வைத்துக் கொள்வோம். அப்படிப்பட்டச் சூழலில் அவருடைய கைக்கடிகாரத்தால் என்ன பயன் இருந்துவிட முடியும்? அவருடைய நாட்குறிப்பால் எந்த அளவுக்குச் சிறப்பாக அவருடைய வேலையின் அளவைக் கணக்கிட்டுக் கொண்டிருக்க முடியும்?

அவருக்கு ‘ரெஸ்கியூடைம்’ போன்ற ஒரு செயலி

தேவைப்பட்டிருக்கும். அந்தச் செயலி, வாடிக்கையாளர்களின் கணினிப் பயன்பாட்டை நொடிக்கு நொடி கண்காணித்துக் கொண்டிருக்கும். அவர்கள் தங்களுடைய நேரத்தை எப்படிச் செலவிட்டார்கள் என்பதை ஓர் அறிக்கையாக அது அவர்களுக்கு அனுப்பி வைக்கும். அதைக் கண்டு அவர்கள் நொந்து போவர். நான் மேலே குறிப்பிட்டிருந்த கணினி மற்றும் இணையத்தளப் பயன்பாடு குறித்தப் புள்ளிவிபரங்கள், அந்த செயலியின் புள்ளிவிபரங்கள்தாம். அதை உருவாக்கியிருந்த டோனி ரைட், தன்னுடைய நாளில் மூன்றில் ஒரு பகுதியை, தன்னுடைய வேலையோடு துளிகூடத் தொடர்பில்லாத இணையக் குப்பைகளைப் பார்ப்பதற்குத் தான் செலவிட்டுக் கொண்டிருந்ததைக் கண்டு அதிர்ந்து போனார். ஒவ்வொரு வலைத்தளத்திலும் ஓரிரு நிமிடங்களை மட்டுமே அவர் செலவழித்திருந்தபோதிலும், அவற்றின் கூட்டுத் தொகை சில மணி நேரங்களாக இருந்தது.

இப்படிப்பட்டக் கண்காணிப்புகள் 'ஆர்வெல்லியத்தனமாக' இருப்பதாகச் சிலர் கருதக்கூடும். ஆனால், இன்று சிலிக்கான் வேல்லியில் படுவேகமாக வளர்ந்து கொண்டிருக்கின்ற ஒரு தொழிற்துறை இது. நவீன அலைபேசிகள் மற்றும் பிற சாதனங்களின் பயன்பாடு எல்லா இடங்களிலும் நீக்கமற நிறைந்திருப்பதால், மக்கள் ஏதோ ஒரு விதத்தில் பல சாதனங்களின் ஊடாக அதிகமான நேரத்தைப் பிறருடன் தொடர்பில் இருப்பதில் செலவிடுகின்றனர். அதனால், தொடர்பில் இருப்பதைக் கொண்டு தங்களுடைய நடத்தையைக் கண்காணிப்பதிலும் அவர்கள் அதிகமாக ஈடுபட்டு வருகின்றனர். தாங்கள் என்ன சாப்பிடுகிறோம், எவ்வளவு தூரம் நடக்கிறோம், எவ்வளவு கலோரிகளைச் செலவிடுகிறோம், தங்களுடைய நாடித்துடிப்பு எந்த அளவுக்குக் கூடிக் குறைந்து கொண்டிருக்கிறது, தங்களுடைய தூக்கம் எந்த அளவுக்குத் தரமாக இருக்கிறது, தங்களுடைய மனநிலை எப்படி மாறிக் கொண்டிருக்கிறது, தங்களுடைய செலவுகளின்மீது எவை தாக்கம் விளைவிக்கின்றன, தாங்கள் எவ்வளவு அடிக்கடி விஷயங்களைத் தள்ளிப்போட்டுக் கொண்டிருக்கிறோம் போன்றவை அவற்றில் அடங்கும்.

சுய கட்டுப்பாட்டுத் தொழில்நுட்பத்தைப் பயன்படுத்துகின்ற நபர்களுக்காக, 2008இல், 'குவான்டிஃபைடு செல்ஃப்' என்ற வலைத்தளம் உருவாக்கப்பட்டது. எஸ்தர் டைசன் என்ற அமெரிக்க முதலீட்டாளர் அதை ஒரு புரட்சிகரமான முயற்சி என்று வர்ணிக்கிறார். உங்களுடைய

உடலைப் பழுது பார்த்துக் கொள்வதற்கு மருத்துவர்களுக்கும் மருத்துவமனைகளுக்கும் தண்டச் செலவு செய்து கொண்டிருப்பதற்குப் பதிலாக, நோய்களைத் தவிர்ப்பதற்கு உங்களை நீங்களே கண்காணித்துக் கொள்வதற்குச் செலவு செய்கின்ற வழி இது. துரித உணவு மற்றும் உங்களுக்கு உடனடித் திருப்தியைக் கொடுக்கின்ற விஷயங்கள் குறித்தத் தகவல்களை உங்களிடம் விற்க முனைகின்ற சந்தையாளர்களின் கூற்றுக்குச் செவி சாய்ப்பதற்குப் பதிலாக, இதில் நீங்கள் சேர்கின்றபோது, உங்களுடைய உடல் மற்றும் மன ஆரோக்கியத்தைச் சிலாகிக்கின்ற தகவல்களை நீங்கள் பெறுவீர்கள். "இதுவரை நம்முடைய மன உறுதியைக் குலைக்கின்ற பொருட்களை நம் தலையில் கட்டுவதில் சந்தையாளர்கள் வெற்றிகரமாகச் செயல்பட்டு வந்துள்ளனர். மன உறுதியை வலுப்படுத்திக் கொள்ள நாம் அதே உத்திகளைப் பயன்படுத்த வேண்டும்," என்று டைசன் கூறுகிறார்.

டைசனுக்கு எப்போதுமே தன் சுய கட்டுப்பாடு குறித்துப் பெருமை உண்டு. அவர் பல பத்தாண்டுகளாகத் தினமும் ஒரு மணி நேரம் நீச்சலில் ஈடுபட்டு வருகிறார். நவீன எலெக்ட்ரானிக் சாதனங்கள் மற்றும் செயலிகள் தன் உடலின் ஆரோக்கியத்தைக் கண்காணிப்பதை எளிதாக்கி இருப்பதாக அவர் உணர்கிறார். அவருடைய உடலின் வெப்பநிலை, இயககம், தோலின் ஈரப்பதம், மூளை அலைகள் போன்றவற்றை அளவிடுவதற்கு அவர் பல சாதனங்களைத் தன் உடலில் இணைத்துள்ளார். அவற்றின் உதவியுடன் அவர் தினந்தோறும் பகலில் எவ்வளவு ஆற்றலைச் செலவிடுகிறார், இரவில் எந்த அளவுக்குத் தரமான தூக்கத்தைப் பெறுகிறார் என்பதை அவரால் தெரிந்து கொள்ள முடிகிறது.

டைசன் தன் அனுபவத்தை இவ்வாறு பகிர்ந்து கொள்கிறார்: "என்னுடைய நடவடிக்கைகளை அளவிட முடிவது என் நடத்தைகளின்மீது ஒரு நேர்மறையான தாக்கம் ஏற்படுத்தியுள்ளது. பல மாடிகளைக் கொண்ட கட்டடங்களுக்குள் செல்கின்றபோது, நான் மின்தூக்கியைப் பயன்படுத்தாமல் மாடிப்படிகளைப் பயன்படுத்துகிறேன். ஏனெனில், அவை எனக்குக் கூடுதல் 'பாயின்ட்டு'களைக் கொடுக்கும். நான் ஒரு பார்ட்டியில் கலந்து கொண்டிருக்கிறேன் என்று வைத்துக் கொள்வோம். அங்கு, இரவு எட்டரை மணிக்கு என் கைக்கடிகாரத்தைப் பார்க்கின்றபோது, உடனே கிளம்பினால் என்னால் சீக்கிரமாகத் தூங்கச் செல்ல முடியும், அது என் தூக்கப் 'பாயின்ட்டுகளை' அதிகரிக்கும். நான்

என்னுடைய நடத்தையை நல்லவிதமாக மாற்றிக் கொள்ள இந்தச் சாதனங்களும் செயலிகளும் எனக்குக் கண்டிப்பாக உதவிக் கொண்டிருக்கின்றன."

நிதி விவகாரங்களைக் கண்காணிக்கின்ற மின்ட் டாட் காம் போன்ற செயலிகளால் வெறும் நடத்தையைக் கண்காணிப்பதையும் தாண்டி உங்களுக்கு உதவ முடியும். உங்களுடைய செலவுகளைக் கண்காணிப்பது என்பது முதல் படிதான். ஆனால், அதோடு நிறுத்திக் கொள்வது போதாது. இதற்கான எடுத்துக்காட்டிற்கு நாம் அமெரிக்காவைத் தோற்றுவித்தவர்களில் ஒருவரான தாமஸ் ஜெஃபர்சனின் கதைக்குச் செல்ல வேண்டியிருக்கும். தன் செலவுகளைப் பென்னி அளவுக்குத் துல்லியமாகக் கணக்கிடுபவர் என்று அவர் பெயர் பெற்றிருந்தார். எந்தவொரு செலவையும் அவர் குறித்துக் கொள்ளாமல் இருக்க மாட்டார். பின்னர் அவர் அமெரிக்க அதிபராக ஆன பிறகும் இந்தப் பழக்கத்தை நிறுத்தவில்லை. நாட்டிற்காகப் பெரும் பணம் கொடுத்து 'லூயிசியானா' என்ற பெரும் நிலப்பரப்பை பிரான்ஸிடமிருந்து அவர் வாங்கிக் கொண்டிருந்த அதே நேரத்தில், வெள்ளை மாளிகையில், முட்டை மற்றும் வெண்ணெய் வாங்குவதற்குத் துல்லியமாக எவ்வளவு செலவிடப்பட்டுக் கொண்டிருந்தது என்பதற்கான கணக்குகளையும் அவர் குறித்துக் கொண்டிருந்தார். ஆனால், அவர் தன்னுடைய சொந்தக் கணக்குவழக்குகளைச் சரியாக அலசி ஆராயாமல் போனதால், தான் பெரும் சிக்கலுக்குள் மாட்டிக் கொண்டிருந்ததைக் காலம் கடந்தே அவர் உணர்ந்தார். அவர் இறுதியில் தன்னுடைய சொத்துகளையும் கடன்களையும் ஒப்பிட்டுப் பார்த்தபோதுதான், தான் பெரும் கடனில் சிக்கியிருந்தது அவருக்குத் தெரிய வந்தது. அனைத்துச் செலவுகளையும் குறித்து வைத்துக் கொண்டது அவருடைய நிதி விவகாரங்கள்மீது அவருக்கு முழுக் கட்டுப்பாடு இருந்ததைப் போன்ற ஒரு மாயத் தோற்றத்தை அவருக்குக் கொடுத்திருந்தது. மின்ட் டாட் காம் போன்ற ஒரு செயலி அவருக்கு இல்லாமல் போயிருந்ததுதான் அதற்குக் காரணம்.

மின்ட் டாட் காம் செயலி உங்களுடைய வங்கிக் கணக்கையும் உங்களுடைய கடனட்டையையும் பார்க்க நீங்கள் அனுமதித்தால், அது, நீங்கள் சம்பாதிக்கின்ற பணம் எங்கே போய்க் கொண்டிருக்கிறது, நீங்கள் சம்பாதிப்பதைவிட அதிகமாகச் செலவிடுகிறீர்களா ஆகியவற்றைக் கண்டுபிடித்துவிடும். ஆனால், நீங்கள் உங்களுடைய நடத்தையை மாற்றிக் கொள்ளும்படி செய்ய அதனால்

முடியாது. ஆனால், நீங்கள் ஒரு விஷயத்திற்குச் செலவிடுவதற்கு முன்பு ஒரு முறைக்கு இரு முறை யோசிக்க அது உங்களைத் தூண்டும். உங்களுடைய நிதி நிலைமையைப் பற்றி ஒரு வாராந்திர அறிக்கையை அது உங்களுக்கு அனுப்பி வைக்கும். உங்களுடைய வங்கி இருப்பு மிகவும் குறைந்தால், உங்களுடைய அலைபேசிக்கு ஒரு குறுஞ்செய்தியை அது அனுப்பி வைக்கும். 'அசாதாரண உணவகச் செலவு' நிகழ்ந்திருக்கிறது என்று உங்களை அது மிரட்டும். அதேபோல, உங்களுடைய வரவு-செலவுத் திட்டத்தில் நீங்கள் குறித்திருந்த பணத்திற்கு அதிகமாக நீங்கள் ஆடைகளுக்கோ அல்லது மளிகைப் பொருட்களுக்கோ செலவு செய்தால், அது உங்களை எச்சரிக்கும். உங்களிடம் அது ஒரு குற்றவுணர்வைத் தோற்றுவிப்பதோடு, நீங்கள் கடைபிடிக்கின்ற நல்ல பழக்கங்களை அது பாராட்டவும் செய்யும். அதில் நீங்கள் குறுகியகால மற்றும் நீண்டகால இலக்குகளை நிர்ணயித்துக் கொள்ளலாம். உல்லாசப் பயணம் செல்வது, வீடு வாங்குவது, ஓய்வுக் காலத்திற்காகச் சேமிப்பது போன்ற உங்களுடைய நீண்டகால நோக்கங்களுக்கு நீங்கள் இலக்குகளை நிர்ணயித்துக் கொண்டிருந்தால், அவற்றின் முன்னேற்றம் குறித்த அறிக்கைகளை, குறிப்பிட்டக் கால இடைவெளிகளில் அது உங்களுக்கு அனுப்பி வைக்கும்.

"மின்ட் செயலி நீங்கள் ஓர் இலக்கையும், அதற்கு ஒரு கால அட்டவணையையும் நிர்ணயித்துக் கொள்ள வழிகாட்டுவதோடு, நீங்கள் உங்களுடைய செலவுகளைக் கண்காணிக்கவும் உங்களுக்கு உதவுகிறது," என்று ஆரோன் பாட்சர் தெரிவிக்கிறார். "நீங்கள் உணவகங்களில் சாப்பிடுவதற்கு ஆகும் செலவில் மாதம் நூறு டாலர்களைக் குறைத்துக் கொண்டால், உங்களால் 1.3 ஆண்டுகளுக்கு முன்னதாகவே வேலையிலிருந்து ஓய்வு பெற முடியும் என்றோ அல்லது உங்களுடைய கனவுக் காரான பிஎம்டபிள்யூவைப் பன்னிரண்டு நாட்களுக்கு முன்னால் வாங்கிவிட முடியும் என்றோ அது கூறும். நீண்டகால இலக்குகளைப் பற்றி நீங்கள் பொதுவாக அன்றாட அளவில் யோசித்துக் கொண்டிருப்பதில்லை. நீங்கள் ஐபேட் ஒன்றை வாங்க விரும்புகிறீர்கள், ஸ்டார் பக்ஸில் காபி குடிக்க ஆசைப்படுகிறீர்கள், உங்களுடைய நண்பர்களோடு வெளியே சென்று சாப்பிட விரும்புகிறீர்கள். உங்களுடைய இந்தக் குறுகியகால நடத்தைகள் எப்படி உங்களுடைய நீண்டகால இலக்குகள்மீது தாக்கம் ஏற்படுத்துகின்றன என்பதை இது வெளிப்படுத்துகிறது. குறுகியகால வரவு-செலவுத் திட்டங்களைத் தீட்டுவதற்கு இது உங்களை

ஊக்குவிக்கும்.

மின்ட் எந்த அளவுக்குச் சிறப்பாக வேலை செய்கிறது என்பது எவருக்கும் தெரியாது. ஏனெனில், இது ஒரு பரிசோதனைக்கூடச் சோதனை அல்ல. அது ஒரு வர்த்தகரீதியான நடவடிக்கை. நாங்கள் மின்ட் நிறுவனத்துடன் தொடர்பு கொண்டு பயனாளர்களின் தரவுகளை ஆராயுமாறு கேட்டுக் கொண்டோம். அவற்றை அலசியதில் சில விஷயங்கள் வெளிப்பட்டன. இதில் சேர்ந்து கொண்ட பிறகு, அவர்களுடைய செலவுகள் குறையத் தொடங்கின. அவர்களில் யாரெல்லாம் இந்தச் செயலியிலுள்ள நிதி இலக்குகள் மற்றும் வரவு-செலவுத் திட்ட அம்சங்களைப் பயன்படுத்தத் தொடங்கினார்களோ, அவர்களுடைய செலவுகள் மேலும் குறைந்தன. மளிகைப் பொருட்கள், உணவகங்களுக்குச் சென்று சாப்பிடுதல், கடனட்டை வட்டி போன்றவற்றைக் குறைப்பதற்கு மக்கள் அதிக முன்னுரிமை கொடுத்தனர்.

சிலர் தங்களுடைய செலவுக் கணக்கைப் பார்த்து அரண்டு போய், உடனடியாக அதைப் பெருமளவுக்குக் குறைக்கின்ற முடிவுக்கு வந்தனர். ஆனால், மின்ட் நிறுவனத்தைத் தோற்றுவித்தவர், படிப்படியாகச் செலவுகளைக் குறைக்கும்படி அறிவுறுத்துகிறார்: “நீங்கள் வேகமாகச் செலவுகளைக் குறைக்க முயற்சித்தால், அந்த முயற்சி பலனளிக்காது. எடுத்துக்காட்டாக, நீங்கள் ஒரு மாதத்திற்கு உணவகங்களில் செலவழிக்கின்ற தொகை 500 டாலர்கள் என்று வைத்துக் கொள்வோம். அதை நீங்கள் அடுத்த மாதத்திலிருந்து 200 டாலர்களாகக் குறைக்க முயற்சித்தால், அது பலனளிக்காது. அதை 450 அல்லது 400 டாலர்களாகக் குறைக்க முயற்சித்தால், அதில் நீங்கள் வெற்றி பெறுவீர்கள். நீங்கள் உங்களுடைய வாழ்க்கைமுறையைப் பெரிதாக மாற்றிக் கொள்ள வேண்டியிருக்காது. அதற்கு அடுத்த மாதம் மேலும் 50 அல்லது 100 டாலர்களைக் குறைக்க முயற்சிக்கலாம். பொதுவாக, நீங்கள் குறைக்க முனைகின்ற தொகை 20 சதவீதத்திற்கு மேல் இல்லாமல் பார்த்துக் கொள்ள வேண்டும்.”

ஒப்பீடுகள்

சுய கட்டுப்பாடு தொடர்பான முதல் இரண்டு நடவடிக்கைகளான இலக்குகளை நிர்ணயித்தலையும் உங்களுடைய நடத்தையைக் கண்காணித்தலையும் நீங்கள் மேற்கொண்ட பிறகு, அடுத்து உங்கள் மனத்தில் இந்தக்

கேள்வி தோன்றும்: நீங்கள் எவ்வளவு தூரம் வந்துள்ளீர்கள் என்பதில் கவனம் செலுத்த வேண்டுமா அல்லது இன்னும் கடக்க வேண்டிய தூரம் எவ்வளவு இருக்கிறது என்பதைப் பார்க்க வேண்டுமா? இதற்கு, எல்லோருக்கும் பொருந்துகின்ற ஒரு பதிலைக் கொடுக்க முடியாது. இதைத் தெரிந்து கொள்ள, ஐலெட் பிஷ்பாக், மின்ஜூங் கூ ஆகிய இரண்டு ஆய்வாளர்கள், ஒரு கொரிய விளம்பர நிறுவனத்தில் வேலை பார்த்துக் கொண்டிருந்தவர்களிடம் ஓர் ஆய்வை நடத்தினர். அதில் கலந்து கொள்ள முன்வந்தவர்களை அவர்கள் இரண்டு குழுக்களாகப் பிரித்தனர். முதல் குழுவினர், அவர்கள் அந்நிறுவனத்தில் வேலைக்குச் சேர்ந்திருந்த காலத்திலிருந்து அவர்களுடைய தற்போதைய நிலைவரை திரும்பிப் பார்த்து அதைப் பற்றிக் கூறுமாறு கேட்டுக் கொள்ளப்பட்டனர். மற்றொரு குழுவினர், அவர்கள் சாதிக்கத் திட்டமிட்டிருந்த, ஆனால், இன்னும் அடைந்திராத விஷயங்கள் குறித்து நினைத்துப் பார்க்கும்படி கேட்டுக் கொள்ளப்பட்டனர். முதல் குழுவினர் தங்களுடைய தற்போதைய நிலை குறித்துத் திருப்தி அடைந்திருந்தனர். இரண்டாவது குழுவினருக்கு அந்தத் திருப்தி இருக்கவில்லை. ஆனால், அவர்கள் முதல் குழுவினரைக் காட்டிலும் தங்களுடைய அடையப்படாத இலக்குகளை அடைவதற்கு அதிக ஊக்கம் கொண்டிருந்தனர். அதாவது, உங்களுக்கு மன நிறைவு தேவைப்பட்டால், கடந்தகாலத்தைத் திரும்பிப் பாருங்கள்; ஊக்குவிப்பு தேவைப்பட்டால், அடையப்பட வேண்டிய விஷயங்களைப் பற்றிச் சிந்தியுங்கள்.

ஆனால், உங்களுடைய செலவுகளைப் பிறரோடு ஒப்பிடுகின்றபோது, நீங்கள் எப்போதுமே நல்ல ஊக்குவிப்பையே பெறுவீர்கள். முன்னெப்போதைக் காட்டிலும் அது இப்போது சுலபமாகியுள்ளது. உங்களுடைய வாடகை, உணவகச் செலவுகள், உடைகளுக்காக நீங்கள் செலவழிக்கின்ற தொகை போன்றவை, உங்களுடைய அடுத்த வீட்டுக்காரரோடு ஒப்பிடுகையில் அல்லது தேசிய சராசரியோடு ஒப்பிடுகையில் என்ன அளவில் இருக்கிறது என்பதை மின்ட் செயலி கூறிவிடும். ஒரு சராசரி நபரோடு ஒப்பிடுகையில் உங்களுடைய உற்பத்தித்திறன், இணையத்தில் நீங்கள் மேய்கின்ற நேரம் போன்றவை எப்படி இருக்கின்றன என்பதை ரெஸ்கியூடைம் புட்டுப்புட்டு வைத்துவிடும். கலிஃபோர்னியாவில் இது தொடர்பாக ஓர் ஆய்வு மேற்கொள்ளப்பட்டது. தங்களுடைய மின்கட்டணம் அடுத்த வீட்டுக்காரரின் மின்கட்டணத்தைவிடக் கூடுதலாக

இருப்பதைக் கண்டவர்கள், உடனடியாகத் தங்களுடைய மின்சாரப் பயன்பாட்டைக் குறைத்துக் கொண்டது கண்டுபிடிக்கப்பட்டது.

தங்களுடைய கடந்தகாலத்தோடு தங்களுடைய நிகழ்காலத்தை ஒப்பிடுவதைவிட, பிறருடன் தங்களை ஒப்பிடுவது மக்களுக்கு அதிக உத்வேகமளிக்கிறது. ஒரு நாளில் தாங்கள் எத்தனை அடிகள் எடுத்து வைத்திருக்கிறோம் என்பதைக் கணக்கிடுகின்ற சாதனங்களை அணிகின்ற நபர்கள், அதிலிருந்து கிடைக்கின்ற புள்ளிவிபரங்களைத் தங்களுடைய நண்பர்கள் மற்றும் பிறருடன் ஒப்பிடுகின்றபோது அது தங்களுக்கு அதிக அளவில் ஊக்கமளிப்பதாக ஆய்வாளர்களிடம் தெரிவித்தனர். பாமைஸ்டர் தொடக்கக் காலத்தில் மேற்கொண்ட உளவியல் ஆய்வுகள், தனிப்பட்டத் தகவல்களைவிடப் பொதுத் தகவல்கள் அதிகத் தாக்கம் விளைவிக்கின்றன என்பதை வெளிப்படுத்தின. மக்கள் தங்களைப் பற்றி அறிந்திருப்பதைவிடப் பிறர் தங்களைப் பற்றி என்ன அறிந்து வைத்துள்ளனர் என்பதைத் தெரிந்து கொள்ள மிகவும் ஆர்வமாக உள்ளனர். ஒரு தோல்வி, ஒரு சறுக்கல், சுய கட்டுப்பாட்டில் பற்றாக்குறை போன்றவை ஏற்பட்டு, அதை நீங்கள் மட்டுமே அறிந்திருந்தால், அதை உங்களால் எளிதாக மறைத்துவிட முடியும். ஆனால், அதை வேறு ஒருவர் அறிந்திருக்கின்றபோது, அவர் உங்களுடைய சாக்குப்போக்கைப் பார்த்து நகைப்பார். நீங்கள் சமூக ஊடகத்தில் இறங்கினால், இன்னும் அதிகமான நபர்கள் அதைப் பற்றி அறிவார்கள் என்பதால், நிலைமை இன்னும் சிக்கலாகும்.

நீங்கள் பொதுவெளிக்குச் செல்கின்றபோது பலரிடம் நீங்கள் அவமானப்பட வேண்டியிருக்கும் என்பது உண்மைதான். ஆனால், உங்களைக் கண்காணிக்கின்ற பொறுப்பை நீங்கள் வெளியே இருக்கின்ற நபர்களிடம் ஒப்படைக்கின்றபோது, உங்களுக்கு நீங்களே ஏற்படுத்திக் கொள்கின்ற சுமையை நீங்கள் குறைத்துக் கொள்கிறீர்கள். வெளியே இருக்கின்ற ஒரு நபரால், நீங்கள் கவனிக்காமல் விட்டுள்ள முன்னேற்றத்தைக் கவனித்து உங்களை ஊக்குவிக்க முடியும். விஷயங்கள் மோசமாகின்றபோது, வேறு எங்காவது உதவி தேடுவது ஒரு நல்ல தீர்வைக் கொடுக்கக்கூடும். 'மூட்ஸ்கோப்' என்ற செயலியை உருவாக்கிய நபர் மனச்சோர்வால் அவதிப்பட்டுக் கொண்டிருந்தார். அவர் தன்னுடைய மனநிலையைக் கண்காணிப்பதற்காக அந்தச் செயலியை உருவாக்கினார்.

அது, ஒரு நாளின் வெவ்வேறு நேரங்களில் அவருடைய மனநிலை எப்படி இருந்தது என்பதைச் சோதித்து அதை அவருக்கு அறிவித்தது. அவர் அதோடு நிறுத்திக் கொள்ளாமல், அந்த அறிக்கைகள் தாமாகவே தன்னுடைய நெருங்கிய நண்பர்களுக்கு மின்னஞ்சல் மூலமாக அனுப்பி வைக்கப்படவும் வழி செய்தார். அவருடைய மனநிலை படுமோசமாக இருப்பதைத் தெரிந்து கொள்கின்ற அவருடைய நண்பர்கள், உடனே அவருடைய உதவிக்கு விரைவர்.

ஊதாரித்தனத்திற்கு நேரெதிரானது மிகவும் சிக்கனமாக இருப்பது. இங்கு நீங்கள் வருங்காலத்திற்காக நிகழ்காலத்தை மொத்தமாகக் காவு கொடுப்பீர்கள். ஒவ்வொரு பென்னியையும் கணக்குப் பார்த்துச் செலவழிப்பது உங்களுடைய நேரத்தை விரயம் செய்யும், உங்களுடைய நண்பர்களை உங்களிடமிருந்து புறந்தள்ளும், உங்களுடைய குடும்பத்தாருக்கு மன அழுத்தத்தை உண்டாக்கும், உங்களுடைய வாழ்க்கையைத் துன்பமானதாக ஆக்கும். ஊதாரிகள் அளவுக்குக் கருமிகளும் மகிழ்ச்சியற்றவர்களாக இருப்பர். அதோடு, தங்களுக்குக் கிடைத்திருந்த நல்வாய்ப்புகளைத் தாங்கள் தவறவிட்டுவிட்டோம் என்று அவர்கள் பின்வருத்தம் கொள்வர்.

அத்தியாயம் ஆறு

மன உறுதியை வலிமைப்படுத்திக் கொள்ள முடியுமா?

உடல் எந்த அளவுக்குத் துன்புறுகிறதோ, ஆத்மா அந்த அளவுக்கு மலரும்.

– டேவிட் பிளேன்

டேவிட் பிளேனின் இந்த மேற்கோளுக்கு ஓர் அறிவியல்பூர்வமான விளக்கத்தை அளிக்க நாங்கள் விரும்புகிறோம்.

நாங்கள் அளிக்க விரும்புவது, டேவிட் தான் செய்வதை ஏன் செய்கிறார் என்பதற்கான விளக்கமல்ல. அது சாத்தியமல்ல; கண்டிப்பாக உளவியலாளர்களுக்குச் சாத்தியமல்ல. அவருடைய பிரபலமான மாயவித்தைகளை அவர் செய்து கொண்டிருக்காமல் இருக்கின்றபோது, மன உறுதி பெருமளவுக்குத் தேவைப்படுகின்ற தாங்குதிறன் பயிற்சிகளை அவர் மேற்கொள்கிறார். ஒரு முறை, நியூயார்க் நகரிலுள்ள பிரையன்ட் பூங்காவில், இருபத்திரண்டு அடி விட்டமுள்ள, உருளை வடிவத் தூண் ஒன்றின் உச்சியில், நிலத்திலிருந்து சுமார் எண்பதடி உயரத்தில், எந்தவிதமான பாதுகாப்பு அம்சங்களும் இல்லாமல் முப்பத்தைந்து மணி நேரம் அவர் நின்றார். நியூயார்க் நகரிலுள்ள டைம்ஸ் ஸ்கொயர் என்ற இடத்தில் ஒரு பெரிய பனிக்கட்டிக்குள் சுமார் அறுபத்து மூன்று மணி நேரம் அவர் தூங்காமல் அமர்ந்திருந்தார். தலைப்பகுதியில் ஆறு அங்குல இடைவெளியோடுகூடிய ஒரு சவப்பெட்டியில் புதைக்கப்பட்டு அவர் ஒரு வாரம் உயிரோடு இருந்தார். அப்போது அவர் நீரை மட்டுமே பருகினார். பின்னர் ஒரு முறை, அவர் நீரை மட்டுமே பருகி உண்ணாவிரதம் இருந்தார். அது நாற்பத்து நான்கு நாட்கள் நீடித்தது. அதன்

காரணமாக அவர் சுமார் இருபத்து நான்கு கிலோ எடை இழந்தார். அதைப் பற்றிய ஒரு விரிவான ஆய்வுக் கட்டுரை ஒரு பிரபலமான அறிவியல் ஆய்விதழில் வெளியாயிற்று. அவர் அந்த நாற்பத்து நான்கு நாட்களையும், தேம்ஸ் நதிக்கு மேல், வெளியிலிருந்து தெளிவாகப் பார்க்கக்கூடிய ஒரு பெட்டியில், தொங்கவிடப்பட்ட நிலையில் இருந்தார். அந்தப் பெட்டிக்குள் இருந்த தட்பவெப்பநிலை, உறை நிலைக்கும் கீழேயிருந்து 114 டிகிரி பாரன்ஹீட்வரை மாறிக் கொண்டிருந்தது.

அவர் அதை எப்படிச் செய்தார் என்பதைத் தெரிந்து கொள்ள அறிவியல் ஆய்வாளர்கள் என்ற முறையில் நாங்கள் ஆர்வம் கொண்டோம். அவரால் எப்படி அந்த அசாதாரணமான நிகழ்வுகளைத் தாக்குப்பிடிக்க முடிந்தது என்பதைத் தெரிந்து கொள்வது பயனுள்ளதாக இருக்கும். நாற்பத்து நான்கு நாட்கள் நீண்ட அவருடைய உண்ணாவிரதத்திற்குப் பின்னாலுள்ள இரகசியத்தை நம்மால் அறிந்து கொள்ள முடிந்தால், இரவு உணவு வேளைவரையாவது ஒன்றும் சாப்பிடாமல் எப்படி தாக்குப்பிடிப்பது என்பதை நம்மால் கண்டறிய முடியக்கூடும். ஒரு வார காலம் உயிரோடு புதைக்கப்பட்டிருந்தபோது அவர் எப்படித் தாக்குபிடித்தார் என்பதற்குப் பின்னாலுள்ள இரகசியத்தை நம்மால் அறிந்து கொள்ள முடிந்தால், இரண்டு மணி நேரம் நீள்கின்ற ஒரு வரவு-செலவுத் திட்டக் கூட்டத்தில் எப்படி உட்கார்ந்திருப்பது என்பதை நம்மால் கண்டறிய முடியக்கூடும். தன்னுடைய மன உறுதியை வளர்த்துக் கொள்ளவும், அதைத் தக்கவைத்துக் கொள்ளவும் அவர் துல்லியமாக என்ன செய்கிறார்? எடுத்துக்காட்டாக, மூச்சைப் பிடித்திழுப்பதில் அவர் ஓர் உலகச் சாதனை படைக்க முயன்றபோது, பல விஷயங்கள் தவறாகப் போனபோதும் தன் முயற்சியை உடனே கைவிடாமல் இருக்க அவரால் எப்படி முடிந்தது? இதற்காக அவர் ஓராண்டுக்கும் மேலாகப் பல பயிற்சிகளில் ஈடுபட்டார். அவர் தன் நுரையீரல்களைச் சுத்தமான ஆக்சிஜனால் நிரப்பிக் கொண்டு, நீருக்கு அடியில் எந்தவிதமான அசைவும் இன்றி இருப்பதற்குப் பயிற்சி செய்தார். அதன் மூலம் அவர் தன்னுடைய ஆற்றலைக் குறைவாகச் செலவிட முயன்றார். டேவிட்டால் மனரீதியாகவும் உடல்ரீதியாகவும் தன்னை முழுமையாக ஆசுவாசப்படுத்திக் கொள்ள முடியும். அவரால் தன் இதயத்துடிப்பை ஒரு நிமிடத்திற்கு ஐம்பது முறைக்குக் கீழே கொண்டு வர முடிந்தது. சில நேரங்களில், அவர் அதை ஒரு நிமிடத்திற்கு இருபது முறைக்குக் கீழேகூடக் கொண்டு வந்தார்.

கிராண்ட் கேமென் தீவிலுள்ள ஒரு நீச்சல் குளத்தில், மூச்சை நீண்ட நேரம் அடக்குகின்ற பயிற்சியில் அவர் ஈடுபட்டார். அப்போது, அவர் தன் மூச்சை அடக்கத் தொடங்கியதும், அவருடைய இதயத்துடிப்பு ஒரு நிமிடத்திற்கு ஐம்பது என்ற எண்ணிக்கைக்குக் கீழே சென்றுவிட்டது. அவர் பதினாறு நிமிடங்கள் நீருக்கு அடியில் எந்தவிதமான வெளிப்படையான மன அழுத்தமும் இல்லாமல் இருந்தார். அப்போதிருந்த உலகச் சாதனை அளவான 16.32 நிமிடங்கள் என்ற அளவை அவர் கிட்டத்தட்ட எட்டியிருந்தார். நீருக்கு அடியிலிருந்து வெளியே வந்த பிறகு அமைதியாகக் காணப்பட்ட அவர், தான் எந்தவிதமான வலியையும் உணரவில்லை என்று தெரிவித்தார். நீருக்கு உள்ளே இருந்தபோது தனக்குத் தன் உடலைப் பற்றியும் தான் இருந்த சூழலைப் பற்றியும் பெரிய அளவில் பிரக்ஞை இருக்கவில்லை என்றும் அவர் தெரிவித்தார்.

ஆனால், சில வாரங்கள் கழித்து, உலகச் சாதனையை முறியடிப்பதற்காக கின்னஸ் நிறுவனத்தின் அதிகாரிகளின் முன்பாக ஓப்ரா வின்ஃபிரேயின் நிகழ்ச்சியில் அவர் கலந்து கொண்டபோது, கடும் சிக்கல்கள் பலவற்றை அவர் எதிர்கொண்டார். அதோடு, தொலைக்காட்சிப் பார்வையாளர்களின் முன்பாக அதைச் செய்ய வேண்டியிருந்ததும் அவருக்குக் கூடுதல் அழுத்தத்தைக் கொடுத்தது. நீச்சல் குளத்தில் இருந்தபோது, அவர் நெடுக்கைவாட்டமாக, முகம் நீரில் அமிழ்ந்திருக்கும்படி அதைச் செய்தார். இங்குப் பார்வையாளர்கள் முன்பாக அவர் அதைச் செய்ய வேண்டியிருந்ததால், ஒரு பெரிய கண்ணாடித் தொட்டிக்குள் நின்ற நிலையில் அவர் அதைச் செய்ய வேண்டியிருந்தது. அதனால், அவர் அந்தத் தொட்டியின் அடிப்பகுதியில் தன்னுடைய கால்களை ஒரு கிளிப்புக்குள் நுழைத்துக் கொள்ள வேண்டியிருந்தது. அவருடைய உடலுக்குள் ஆக்சிஜன் செலுத்தப்பட்டபோது, தான் நின்ற நிலையில் இருந்ததால் தன்னுடைய ஆக்சிஜனின் பெரும்பங்கு தன்னுடைய கால்களுக்குச் சென்றுவிடும் என்று அவர் அஞ்சினார். அவர் தன் மூச்சை அடக்கத் தொடங்கியபோது, அவருடைய இதயத்துடிப்பு குறைவதற்குப் பதிலாக அதிகரித்து, ஒரு நிமிடத்திற்கு 100ஐ அடைந்து அதையொட்டியே இருந்து வந்தது. அவருடைய இதயத்துடிப்பை அளவிடுகின்ற கருவி தவறுதலாக அவருடைய தொட்டிக்கு மிக அருகிலேயே பொருத்தப்பட்டிருந்த காரணத்தால், அவருடைய இதயத்துடிப்பின் சத்தத்தை அவரால் துல்லியமாகக் கேட்க

முடிந்தது. அது அவருக்குச் சலனத்தை ஏற்படுத்தியது. இரண்டாவது நிமிடத்தில் அவருடைய இதயத்துடிப்பு 130ஐத் தொட்டது. அதைத் தன்னால் கட்டுப்படுத்த முடியாது என்பதை அவர் புரிந்து கொண்டார். பின்னர் அது நிமிடத்திற்கு 100க்கு மேலேயே இருந்து கொண்டிருந்தது. பயிற்சிகளின்போது அவர் உணர்ந்த ஆழமான அமைதியை உணர்வதற்குப் பதிலாக, தன்னுடைய வேகமான இதயத்துடிப்பையும், தன் உடலில் வேகமாகச் சேர்ந்து கொண்டிருந்த கார்பன்-டை-ஆக்சைடையும் பிரக்ஞைபூர்வமாக அவர் உணர்ந்து கொண்டிருந்தார்.

எட்டாவது நிமிட வாக்கில், தான் உலகச் சாதனையை முறியடிக்கப் போவதில்லை என்று அவர் உறுதியாக நம்பினார். பத்தாவது நிமிட வாக்கில், அவருடைய உடல், முக்கியமான உடலுறுப்புகளைப் பாதுகாப்பதற்காக, உடலின் நுனியிலிருந்த பகுதிகளுக்குப் பாய்ந்து சென்று கொண்டிருந்த இரத்தத்தைத் துண்டிக்கத் தொடங்கியதும், அவர் தன் விரல்களில் கூச்சத்தை உணர்ந்தார். பதின்மூன்றாவது நிமிட வாக்கில், அவர் தன்னுடைய இதயத்தில் இறுக்கத்தை உணர்ந்தார். மூச்சிழுக்க வேண்டும் என்ற உணர்வு அவரைத் திணறடித்தது. பதினைந்தாவது நிமிட வாக்கில், அவருடைய இதயம் ஒரு சில துடிப்புகளைத் தவறவிட்டது. அவருடைய இதயத்துடிப்பு தாறுமாறாகி, ஒரு கணம் 150க்கு எகிறியது, மறு கணம் 40க்கு குறைந்தது. பின் அது 100க்கு திரும்பியது. அடுத்துத் தனக்கு மாரடைப்பு ஏற்படலாம் என்று அஞ்சிய அவர், ஒருவேளை தான் மூர்ச்சையாகிவிட்டால், வெளியே தயாராக இருந்த மருத்துவ அவசர உதவியாளர்கள் தன்னை உடனடியாக வெளியே இழுப்பதற்கு வசதியாக, அந்தத் தொட்டியின் அடிப்பகுதியிலிருந்த கிளப்பிலிருந்து அவர் தன் கால்களை விடுவித்தார். அதனால், அவருடைய உடல் அந்தத் தொட்டியின் மேல்பகுதியை நோக்கி உயர்ந்தது. ஆனால், அவர் தன் தலை நீருக்குள் அமிழ்ந்திருக்கும்படி வைத்துக் கொண்டார். எந்நேரமும் தான் மூர்ச்சையாகிவிட நேரிடும் என்று அவர் எண்ணிக் கொண்டிருந்தபோது, பார்வையாளர்களிடமிருந்து எழுந்த கரகோஷம், உலகச் சாதனையை அவர் முறியடித்திருந்ததை அவருக்கு உணர்த்தியது. அவர் வெளியே மாட்டியிருந்த கடிகாரத்தைப் பார்த்தபடி மேலும் ஒரு நிமிடம் நீருக்குள் இருந்துவிட்டு வெளியே வந்தபோது, அவர் நீருக்குள் 17:04 நிமிடங்கள் இருந்து ஒரு புதிய உலகச் சாதனையைப் படைத்திருந்தார்.

அவர் வெளியே வந்து சில நிமிடங்களுக்குப் பிறகு, "நான் வலியின் முற்றிலும் புதியதொரு தளத்தை எட்டியிருந்தேன். யாரோ என் வயிற்றில் மிகவும் வலுவாக ஓங்கிக் குத்தியதைப்போல நான் உணர்ந்தேன்," என்று கூறினார்.

டேவிட் இதற்குத் தேவையான மன உறுதியை எப்படிப் பெற்றார்?

"பயிற்சிதான் அதற்குக் காரணம். அவ்வளவு எளிதாக இல்லாத ஒரு சூழ்நிலையிலிருந்து வெளியே வருவதற்குத் தேவையான தன்னம்பிக்கையை அது உங்களுக்குக் கொடுக்கும்," என்று டேவிட் கூறுகிறார்.

பயிற்சி என்று அவர் குறிப்பிட்டது அவருடைய மூச்சை அடக்குகின்ற பயிற்சியை மட்டுமல்ல. அதையும் அவர் அதற்கு முந்தைய ஆண்டில் பல முறை செய்தார். தினந்தோறும் அவர் மூச்சை அடக்குகின்ற பயிற்சியில் ஈடுபட்டார். அதன் நேரத்தை அவர் படிப்படியாகக் கூட்டிக் கொண்டே வந்தார். அதே விகிதத்தில் அவருடைய வலியும் கூடிக் கொண்டே இருந்தது. ஒரு மணி நேரத்தில் அவர் சுமார் நாற்பத்தெட்டு நிமிடங்கள் மூச்சை அடக்கினார். ஆனால், அன்று நாள் முழுவதும் அவர் கடுமையான தலைவலியால் அவதிப்பட்டார். உடலுக்குள் கார்பன்-டை-ஆக்சைடு கூடிக் கொண்டே வருவதால் ஏற்படுகின்ற வலி அது. ஆனால், அதே அளவுக்கு அவர் முப்பதாண்டு காலமாக மேற்கொண்டு வந்திருந்த வேறு சில பயிற்சிகளும் முக்கியமானவையாக இருந்தன. மன உறுதி என்பது ஒரு தசையைப் போன்றது என்றும், அதை வலுப்படுத்திக் கொள்ள முடியும் என்றும் அவர் நீண்ட காலமாகவே நம்பி வந்திருந்தார். அவருடைய இளமைக்காலக் கதாநாயகனான ஹௌடினி என்ற மாயவித்தைக்காரரைப் பற்றி அவர் படித்திருந்தது அதற்கு ஒரு காரணம். அதோடு, அவர் ஏகப்பட்டப் பரிசோதனைகளை மேற்கொண்டிருந்தார்.

நியூயார்க் நகரில் வளர்ந்து வந்த அவர், நாள்தோறும் மணிக்கணக்காகப் பயிற்சிகளில் ஈடுபட்டார். மூச்சு வாங்கிக் கொள்வதற்காக நீரைவிட்டு வெளியே வராமல் இருந்ததன் மூலம் அவர் நீச்சல் போட்டிகளில் வென்றார். கடும் குளிர்காலத்தில் வெறுமனே ஒரு டி-ஷர்ட்டை மட்டும் அணிந்து கொண்டு மைல் கணக்கிலான வெட்டவெளிகளில் அவர் நடந்தார். உறைய வைக்கின்ற குளிர் நீரில் அவர் அடிக்கடிக் குளித்தார். பனியில் அவ்வப்போது வெற்றுக் கால்களுடன் அவர் நடந்தார். தன் அறையில் வெறுந்தரையில் படுத்துத் தூங்கினார். உடை மாற்றுவதற்கான சிற்றறைகளில்

தொடர்ந்து இரண்டு நாட்கள் அடைந்து கிடந்தார். அவருடைய பரிசோதனைகளுக்கு எதிர்ப்புத் தெரிவிக்காத அவருடைய அம்மா, அவர் அங்குத் தங்கியிருந்தபோது அவருக்கு அங்கேயே உணவு பரிமாறினார். டேவிட் தொடர்ந்து தனக்கு இலக்குகளை நிர்ணயித்துக் கொண்டு, அவற்றை அடைவதற்கான பயிற்சிகளில் ஈடுபட்டார். தினமும் வெகுதூரம் ஓடுவது, மரத்தின் கிளைகளில் உயரத்தில் தொங்கிக் கொண்டிருக்கும் இலைகளைப் பறிக்க முயல்வது போன்றவை அதற்கான சில எடுத்துக்காட்டுகள். தன்னுடைய பதினொன்றாவது வயதில் ஹெர்மன் ஹெஸ்ஸேயின் சித்தார்த்தா என்ற நாவலைப் படித்தபோது உண்ணாவிரதம் பற்றித் தெரிந்து கொண்ட அவர், அதை உடனே முயன்று பார்த்தார். வெறும் நீரை மட்டும் உட்கொண்டு நான்கு நாட்கள் அவர் தாக்குப்பிடித்தார். தன்னுடைய பதினெட்டாவது வயதில் அவரால் பத்து நாட்கள்வரை நீரை மட்டுமே அருந்திக் கொண்டு உயிரோடு இருக்க முடிந்தது. அவர் முழுநேரத் தொழில்முறை மாயவித்தைக்காரராக ஆன பிறகு, அவர் மேற்கொண்ட வித்தைகளோடு நேரடியாகத் தொடர்பில்லாத பல நடவடிக்கைகளைச் செய்வதை அவர் வழக்கமாக்கிக் கொண்டிருந்தார்.

“நான் ஒரு பெரிய சாதனையை நிகழ்த்துவதற்கு என்னைத் தயார் செய்கின்றபோது, ஏகப்பட்டச் சிறு சிறு இலக்குகளை நான் நிர்ணயித்துக் கொள்வேன். எடுத்துக்காட்டாக, நான் பூங்காவில் மெதுவோட்டத்தில் ஈடுபடுகின்றபோது, சைக்கிள் பாதையில் ஓடுவேன். அந்தப் பாதையில் சைக்கிளை ஒருவர் ஓட்டிச் சென்று கொண்டிருப்பது போன்ற படம் ஆங்காங்கே வரையப்பட்டிருக்கும். நான் அதில் ஓடிக்கொண்டிருக்கும்போது சைக்கிள் படத்தை எதிர்கொள்கின்றபோதெல்லாம், அதில் இடம்பெற்றிருக்கின்ற உருவத்தின் தலையில் கச்சிதமாக என் கால் பட வேண்டும் என்று எனக்கு நானே ஓர் இலக்கை நிர்ணயித்துக் கொள்வேன்,” என்று டேவிட் தன் பழக்கங்களைப் பற்றி விவரிக்கிறார்.

ஆனால், நீருக்குள் நீண்டநேரம் மூச்சைப் பிடித்தவாறு இருப்பதற்கும், அந்த சைக்கிள் வீரனின் படத்தின்மேல் தாவுவதற்கும் என்ன தொடர்பு?

அதை அவரே விவரிக்கிறார்: “சிறு இலக்குகளை நிர்ணயித்துக் கொண்டு அவற்றைச் சாதிப்பதன் மூலம் நீங்கள் உங்களுடைய மூளையைப் பதப்படுத்துகிறீர்கள். சாதிக்க முடியாததுபோலத் தோன்றுகின்ற பெரிய இலக்குகளைச்

சாதிக்க அதன் மூலம் உங்களால் உங்கள் மூளைக்குப் பயிற்சியளிக்க முடியும். இது வெறும் பயிற்சி மட்டுமல்ல. மாறாக, உங்களால் அடைய முடிகின்ற இலக்கைத் தாண்டிய ஒன்றை நிர்ணயித்துக் கொண்டு அதை அடைய முயற்சிப்பதாகும். அப்போது உங்களால் உங்களுடைய இலக்கைத் தாண்டிச் செல்ல முடியும் என்ற நம்பிக்கை உங்களுக்குப் பிறக்கும். என்னைப் பொறுத்தவரை அதுதான் சுய கட்டுப்பாடாகும். மீண்டும் மீண்டும் ஒரே விஷயத்தைச் செய்கின்ற பயிற்சிகளில் ஈடுபடுவது அது.”

ஒருவேளை டேவிட் கூடுதல் மன உறுதியுடன் பிறந்திருக்கக்கூடும். அவருடைய தீவிரப் பயிற்சிகள் அதன் விளைவாகக்கூட இருந்திருக்கலாம். அவருடைய பயிற்சி உத்திகள் மற்றவர்களுக்கும் பயன்படுமா என்பதைக் கண்டறிவதற்கு, அவரைப் போன்ற மாயவித்தைக்காரர்களிடம் அல்லாது சாதாரண நபர்களிடம் அவற்றைப் பரிசோதித்துப் பார்க்க வேண்டும்.

மன உறுதிப் பயிற்சிகள்

சமூக அறிவியலறிஞர்களைப் பொறுத்தவரை, மன உறுதியை வலுப்படுத்த முடியும் என்ற யோசனை பெரிய அளவுக்கு வசீகரமானதாக இருக்கவில்லை. ஏனெனில், பாமைஸ்டரின் பரிசோதனைக்கூடத்தில் மேற்கொள்ளப்பட்டத் தன்முனைப்பு இழப்புப் பரிசோதனைகள், மக்கள் தங்கள் மன உறுதியை அதிகம் பயன்படுத்துகின்றபோது அது அவர்களுடைய சுய கட்டுப்பாட்டு ஆற்றலை பலவீனப்படுத்துகிறது என்பதை நிரூபித்திருந்தன. சாக்லெட்டுகளுக்குப் பதிலாக முள்ளங்கிகளைத் தேர்ந்தெடுப்பது என்பது உடனடியாக உங்களுடைய மன உறுதியைக் காலி செய்துவிடுகிறது என்பதை உளவியலாளர்களின் பரிசோதனைகள் நிரூபித்திருந்ததை நாம் ஏற்கனவே பார்த்தோம்.

ஆனாலும், மன உறுதியை வலுப்படுத்துவதற்கு ஏதாவது ஒரு வழியைக் கண்டுபிடிக்க முடிந்தால் நல்லதுதானே என்று ஆய்வாளர்கள் கருதினர். பாமைஸ்டருடன் சேர்ந்து தன்முனைப்பு இழப்புப் பரிசோதனைகளில் ஈடுபட்டிருந்த மார்க் முராவன், அடுத்து மன உறுதியை வலுப்படுத்துவது தொடர்பான ஆய்வுகளில் இறங்கினார். இதற்காக அவர்கள் மூன்று மாணவர்கள் குழுவைத் தேர்ந்தெடுத்தனர். முதலில் அந்த மூன்று குழுவினரின் சுய கட்டுப்பாடு ஒரு

சோதனையின் மூலம் அளவிடப்பட்டது. முதல் குழு, இரண்டு வாரங்களுக்கு, தங்களுடைய உட்கார்கின்ற மற்றும் நிமிர்ந்து நிற்கின்ற தோரணையில் கவனம் செலுத்துமாறு வலியுறுத்தப்பட்டது. எப்போதெல்லாம் அவர்கள் சரிந்து உட்கார்கிறார்களோ அப்போதெல்லாம் அவர்கள் நிமிர்ந்த நிலையில் உட்கார வேண்டும் அல்லது நிற்க வேண்டும். வழக்கமாக மாணவர்கள் சரிந்த நிலையில் இருந்து வந்ததால், இதற்காக அவர்கள் ஏகப்பட்ட ஆற்றலைச் செலவழிக்க வேண்டியிருந்தது. இரண்டாவது குழு மாணவர்கள், அடுத்த இரண்டு வாரங்களுக்கு, அவர்கள் என்ன சாப்பிடுகிறார்கள் என்பதைத் துல்லியமாகக் குறித்து வைத்துக் கொள்ளும்படி கேட்டுக் கொள்ளப்பட்டனர். இதற்காக அவர்கள் தங்களுடைய உணவுப் பழக்கம் எதையும் மாற்றிக் கொள்ளத் தேவையில்லை என்று அவர்களிடம் கூறப்பட்டது. மூன்றாவது குழுவினர், முடிந்தபோதெல்லாம் ஒரு நேர்மறையான மனநிலையைத் தக்கவைத்துக் கொள்ள முயலுமாறு கேட்டுக் கொள்ளப்பட்டனர்.

இரண்டு வாரங்கள் கழித்து அந்த மூன்று குழுக்களின் சுய கட்டுப்பாட்டின் அளவு மீண்டும் கணக்கிடப்பட்டது. ஆனால், ஒரு நேர்மறையான மனநிலையைத் தக்கவைத்துக் கொள்ள முயன்ற மூன்றாவது குழுவின் சுய கட்டுப்பாட்டின் அளவில் எந்தவிதமான மாற்றமும் ஏற்பட்டிருக்கவில்லை. ஏனெனில், உணர்ச்சிகளைக் கட்டுப்படுத்துவது மன உறுதியைச் சார்ந்து இருக்கவில்லை. தங்களுடைய மன உறுதியை முடுக்கிவிடுவதன் மூலம் மக்களால் மகிழ்ச்சியை உணரவோ அல்லது குற்றவுணர்வு கொள்ளவோ முடியாது. அதேபோல, உணர்ச்சிகளைக் கட்டுப்படுத்துவதன் மூலம் மன உறுதியை வலுப்படுத்த முடியாது. தாங்கள் உண்கின்ற உணவுகளைப் பட்டியலிட்ட இரண்டாவது குழுவின் சுய கட்டுப்பாட்டு அளவு அதிகரித்திருந்தது. தோரணையில் கவனம் செலுத்துமாறு கேட்டுக் கொள்ளப்பட்ட முதல் குழுவின் சுய கட்டுப்பாடு, இரண்டாவது குழுவின் சுய கட்டுப்பாட்டு உயர்வு விகிதத்தைவிட அதிகமாக இருந்தது.

மேற்கண்ட பரிசோதனையின் ஒரு மாறுபட்ட வடிவம் மேற்கொள்ளப்பட்டபோது, உடலின் ஆற்றல், தாங்குதிறன் ஆகிய இரண்டின்மீதும் சுய கட்டுப்பாடு வெவ்வெறு விதங்களில் தாக்கம் ஏற்படுத்துகிறது என்பது கண்டுபிடிக்கப்பட்டது. இதற்காக, முதலில், ஸ்பிரிங்கை அழுத்துவதன் மூலம் கைகளை வலுப்படுத்துகின்ற உடற்பயிற்சிச் சாதனத்தைப் பயன்படுத்தி

அவர்களுடைய வலு சோதிக்கப்பட்டது. பின்னர், மன உறுதியைக் காலி செய்கின்ற ஒரு பயிற்சியில் அவர்கள் ஈடுபடுத்தப்பட்டனர். அதைத் தொடர்ந்து, மீண்டும் ஒரு முறை ஸ்பிரிங்கை அழுத்துவதன் மூலம் கைகளை வலுப்படுத்துகின்ற உடற்பயிற்சிச் சாதனத்தைப் பயன்படுத்தி அவர்களுடைய வலு சோதிக்கப்பட்டது. பின்னர் நாம் மேலே பார்த்த இரண்டு வாரகால, முதுகை நிமிர்த்தி வைக்கின்ற நடவடிக்கையில் அவர்கள் ஈடுபடுத்தப்பட்டனர். அதன் முடிவில், ஸ்பிரிங்கை அழுத்துவதன் மூலம் கைகளை வலுப்படுத்துகின்ற உடற்பயிற்சிச் சாதனத்தைப் பயன்படுத்தி அவர்களுடைய வலு மறுபடியும் சோதிக்கப்பட்டது. ஆனால், பெரிய அளவுக்கு அவர்களுடைய வலு அதிகரித்திருக்கவில்லை. ஆனால், அவர்கள் அதிக நேரம் களைப்படையாமல் இருந்தனர். அதாவது, அவர்களுடைய தாங்குதிறன் அதிகரித்திருந்தது.

நீங்கள் உங்களுடைய மன உறுதியை மேம்படுத்திக் கொள்ள, தோரணையை மேம்படுத்துகின்ற இந்த இரண்டு வாரகாலப் பயிற்சியிலோ அல்லது அதைப் போன்ற வேறு ஏதாவது ஒரு பயிற்சியிலோ ஈடுபடலாம். நிமிர்ந்து உட்கார்வதைப் போன்ற வேறு சில பயிற்சிகளைச் செய்வதன் மூலம் அதே விளைவுகள் ஏற்பட்டிருந்ததை ஆய்வாளர்கள் கண்டுபிடித்தபோது, நிமிர்ந்து உட்கார்வது மாயாஜாலமான எதையும் நிகழ்த்தியிருக்கவில்லை என்பதை அவர்கள் புரிந்து கொண்டனர். அவர்கள் பயன்படுத்தியிருந்த வேறு சில உத்திகளில் ஏதாவது ஒன்றைப் பின்பற்ற நீங்கள் முயற்சிக்கலாம். அல்லது வேறு ஏதாவது ஒன்றை நீங்கள் முயற்சித்துப் பார்க்கலாம். வழக்கமான நடத்தை ஒன்றை மாற்ற முயல்வதுதான் இங்கு முக்கியம்.

நீங்கள் வழக்கமாகப் பயன்படுத்துகின்ற கைக்குப் பதிலாக, உங்களுடைய மற்றொரு கையைப் பயன்படுத்த முயல்வது இன்னோர் உத்தி. பெரும்பாலான பழக்கவழக்கங்கள் உங்களுடைய ஆதிக்கக் கையோடு தொடர்புடையவை. வலது கைப் பழக்கம் உடையவர்கள், அது குறித்த எந்தப் பிரக்ஞையுமின்றி, பல விஷயங்களுக்கு அந்தக் கையையே பயன்படுத்துவர். நீங்கள் வழக்கமாகச் செய்கின்ற வேலைகளை இடது கைக்கு மாற்றுவது என்பது ஒரு சுய கட்டுப்பாட்டு நடவடிக்கையாகும். எடுத்துக்காட்டாக, பல் துலக்குவதற்கு, கணினி மவுஸைப் பயன்படுத்துவதற்கு, கதவுகளைத் திறப்பதற்கு, காபி கோப்பையைத் தூக்குவதற்கு போன்றவற்றுக்கு நீங்கள் உங்களுடைய இடது கையைப் பயன்படுத்தத் தொடங்கலாம்.

முழு நாளும் அதைச் செய்வது உங்களுக்கு மலைப்பூட்டினால், தொடக்கத்தில் ஒரு குறிப்பிட்ட நேரத்திற்கு மட்டும் அப்படிச் செய்யுங்கள். ஓர் ஆய்வில், அதில் கலந்து கொண்டவர்கள், காலை எட்டு மணியிலிருந்து இரவு எட்டு மணிவரை தங்களுடைய மாற்றுக் கையைப் பயன்படுத்துமாறு கேட்டுக் கொள்ளப்பட்டனர். மாலையில் அவர்கள் உடல்ரீதியாகக் களைப்புற்றிருப்பர் என்பதாலும், இந்த முயற்சியால் அவர்களுடைய மன உறுதி காலியாகியிருக்கும் என்பதாலும் இப்படி அவர்களுக்குப் பரிந்துரைக்கப்பட்டது. இடது கைப் பழக்கம் உள்ளவர்களுக்கு இது அவ்வளவாகப் பலனளிக்காது. ஏனெனில், அவர்களில் பலர், பொதுவாக இந்த உலகிலுள்ள பல விஷயங்கள் வலது கைப் பழக்கம் உள்ளவர்களுக்காக வடிவமைக்கப்பட்டுள்ளதால், அதற்கேற்பத் தங்களைப் பொருத்திக் கொள்ளும் பொருட்டு, தங்களை இரு கைப் பழக்கமுள்ளவர்களாக மாற்றிக் கொண்டிருப்பர்.

இதைப் போன்ற உத்திகளைப் பயன்படுத்தி உங்களுடைய மன உறுதியை அதிகரித்துக் கொள்ள முடியும்; புகைபிடிப்பதை நிறுத்துதல், வரவு-செலவுத் திட்டப்படி நடத்தல் போன்ற பெரிய சவால்களுக்கு உங்களைத் தயார்படுத்திக் கொள்ள முடியும். ஆனால், இந்த உத்திகளை நீண்ட காலம் உங்களால் பயன்படுத்திக் கொண்டிருக்க முடியாது. வெளிப்படையாகத் தெரிகின்ற வெகுமதிகளை வழங்காத எந்தவொரு பயிற்சியையும் உங்களால் நீண்ட காலம் தொடர முடியாது.

மேலும் மேலும் வலுவைப் பெற

வெற்றிகரமாகச் செயல்பட்ட உத்திகளை மெக் ஓட்டென், கென் செங் ஆகிய இரண்டு ஆஸ்திரேலிய உளவியலாளர்கள் கண்டுபிடித்தனர். அவர்கள் இதற்காக ஒரு பரிசோதனையை மேற்கொண்டனர். தங்களுடைய வாழ்க்கையின் ஒரே ஓர் அம்சத்தை மட்டும் மேம்படுத்திக் கொள்ள விரும்பியவர்களை அவர்கள் அதில் சேர்த்துக் கொண்டனர். அதில் அவர்கள் மேம்படுவதற்கு அந்த ஆய்வாளர்கள் அவர்களுக்கு உதவினர்.

இதில் அவர்கள் மூன்று குழுக்களைப் பயன்படுத்தினர். முதல் குழுவினர் தங்களுடைய உடல் ஆரோக்கியத்தை மேம்படுத்திக் கொள்ள விரும்பினர். அவர்கள் ஓர் உடற்பயிற்சிக்கூடத்தில் உறுப்பினர்களாக ஆக்கப்பட்டனர். அவர்களுக்கு ஓர் இலக்கு நிர்ணயிக்கப்பட்டது. அதை அடைவதற்கான உத்திகளும், அதைக் கண்காணிப்பதற்கான

வழிமுறைகளும் அவர்களுக்கு வகுத்துக் கொடுக்கப்பட்டன. இரண்டாவது குழுவினர் தங்களுடைய படிக்கும் பழக்கத்தை மேம்படுத்திக் கொள்ள முயன்றனர். அவர்களுக்கும், இலக்கு நிர்ணயித்தல், அதை அவதானித்தல் போன்ற உதவிகள் வழங்கப்பட்டன. மூன்றாவது குழுவினர் தங்களுடைய செலவுப் பழக்கத்தை மாற்றிக் கொண்டு சேமிக்க விரும்பினர். அவர்களுக்கும் ஓர் இலக்கு நிர்ணயிக்கப்பட்டது. அதை அடைவதற்கான உத்திகளும், அதைக் கண்காணிப்பதற்கான வழிமுறைகளும் அவர்களுக்கு வகுத்துக் கொடுக்கப்பட்டன.

இந்த மூன்று குழுவினரும் அவ்வப்போது பரிசோதனைக்கூடத்திற்கு வரவழைக்கப்பட்டனர். அவர்கள் மேற்கொண்டிருந்த சுய மேம்பாட்டு இலக்கிற்குத் தொடர்பில்லாத சில பயிற்சிகள் அவர்களுக்கு வழங்கப்பட்டன. ஒரு கணினித் திரையில் ஆறு கருப்புக் கட்டங்கள் தோன்றும். அவற்றில் ஏதாவது மூன்று, சில கணங்களுக்குத் திடீரென்று பிரகாசிக்கத் தொடங்கும். பின் அவை அனைத்தும் நகர்ந்து தம்முடைய இடங்களை மாற்றிக் கொள்ளும். ஐந்து நொடிகளுக்குப் பிறகு, ஒரு கணினி மவுஸின் உதவியுடன், எந்தக் கட்டங்கள் பிரகாசித்தன என்பதை அவர்கள் கூற வேண்டும். அதே சமயம், அந்த அறையின் மற்றொரு பக்கம் ஒரு தொலைக்காட்சியில் எடி மர்ஃபியின் நகைச்சுவை நிகழ்ச்சி ஒன்று சத்தமாக ஓடிக் கொண்டிருக்கும். அதிலிருந்து அடிக்கடிச் சிரிப்புச் சத்தம் கேட்டுக் கொண்டிருக்கும். இதில் கலந்து கொள்பவர்களின் கவனம் அந்தத் தொலைக்காட்சி நிகழ்ச்சியின் பக்கம் ஒரு கணம் திரும்பினாலும், எந்தக் கட்டம் பிரகாசித்தது என்பதை அவர்களால் கூற முடியாமல் போய்விடும் என்பதால், அவர்கள் தங்களுடைய கவனம் சிதறாமல் பார்த்துக் கொள்ள வேண்டியிருந்தது. அவர்கள் இரண்டு முறை இந்தப் பரிசோதனைக்கு உட்படுத்தப்பட்டனர். அவர்கள் அந்த அறைக்குள் வந்தவுடன் ஒரு முறையும், அவர்களுடைய மன உறுதி சிறிது காலியான பிறகு இன்னொரு முறையும் அந்தப் பரிசோதனை நடத்தப்பட்டது.

அப்பரிசோதனையின் முடிவுகள், மூன்றிலும் கிட்டத்தட்ட ஒரே மாதிரியாகத்தான் இருந்தன. வாரங்கள் செல்லச் செல்ல, மூன்றிலும் தங்களுடைய சுய கட்டுப்பாட்டில் சிறந்து விளங்கியவர்கள், எடி மர்ஃபியின் நகைச்சுவை நிகழ்ச்சியை அலட்சியப்படுத்துவதில் மேம்படத் தொடங்கினர். அதாவது, அந்தப் பயிற்சிகள் அவர்களுடைய தாங்குதிறனை அதிகரித்திருந்ததும், அவர்களுடைய மன வளங்கள் காலியாகிக்

கொண்டிருந்தபோதும் அவர்களால் சபலங்களை எதிர்த்து நிற்க முடிந்திருந்ததும் தெரிய வந்தது.

அதோடு, அவர்கள் தங்களுடைய இலக்குகளை அடைவதிலும் நல்ல முன்னேற்றம் கண்டிருந்தனர். உடற்பயிற்சியில் ஈடுபட்டிருந்தவர்களின் உடல் ஆரோக்கியம் வெகுவாக மேம்பட்டிருந்தது. படிப்புப் பழக்கத்தை மேம்படுத்துவதில் ஈடுபட்டிருந்தவர்கள் அதிகமான வீட்டுப்பாடங்களைச் செய்தனர். பணத்தைச் செலவிடுவதில் கட்டுப்பாட்டைக் கடைபிடிக்க முயன்றவர்கள் சேமிப்பில் சிறந்து விளங்கினர். ஆனால், இவற்றோடு, உளவியலாளர்கள் எதிர்பார்த்திராத ஒன்றும் நிகழ்ந்திருந்தது. அதில் பங்கேற்றுக் கொண்டிருந்தவர்கள் அவர்களுடைய வாழ்க்கையின் மற்ற அம்சங்களிலும் சிறந்து விளங்கினர். படிப்புப் பழக்கத்தில் மேம்பாடு கண்டிருந்தவர்கள், முன்னைவிடக் கூடுதலாக உடற்பயிற்சிகளில் ஈடுபட்டனர், வீண் செலவுகளைக் குறைத்துக் கொண்டிருந்தனர். அதேபோல, செலவுகளைச் சுருக்குகின்ற இலக்குகளை அடைந்திருந்தவர்கள், தங்களுடைய படிப்புப் பழக்கத்தை மேம்படுத்திக் கொண்டிருந்தனர்.

சுய கட்டுப்பாட்டைப் பயன்படுத்தி உங்கள் வாழ்க்கையின் ஓர் அம்சத்தை நீங்கள் மேம்படுத்தும்போது, உங்களுடைய வாழ்க்கையின் பிற அம்சங்களும் மேம்படுகின்றன. அப்பரிசோதனையில் கலந்து கொண்டிருந்தவர்கள் அதற்குப் பிறகு குறைவாகப் புகைபிடித்தனர், குறைவாக மது அருந்தினர். அவர்கள் தங்களுடைய வீடுகளைச் சுத்தமாக வைத்துக் கொண்டனர். சமைத்தப் பாத்திரங்களைக் குவித்து வைக்காமல், அவற்றை அவர்கள் உடனுக்குடன் கழுவினர். அழுக்குத் துணிகளைச் சேர்த்து வைக்காமல் அன்றாடம் துவைத்தனர். அவர்கள் குறைவான அளவிலேயே விஷயங்களைத் தள்ளிப்போட்டனர். தொலைக்காட்சி நிகழ்ச்சிகளில் மூழ்கிக் கிடக்காமல், நண்பர்களுடன் ஊர் சுற்றிக் கொண்டிருக்காமல், தங்களுடைய வேலைகளைச் செய்து முடிப்பதில் அவர்கள் குறியாக இருந்தனர். அவர்கள் ஆரோக்கியமான உணவுப் பழக்கத்திற்கு மாறினர்.

தாங்கள் கோபப்படுவதைக் குறைத்துக் கொண்டதாகச் சிலர் தெரிவித்தனர். உடனே உளவியலாளர்கள் அது தொடர்பான ஒரு பரிசோதனைக்குள் இறங்கினர். வீட்டில் குடும்பத்தார்மீது காட்டப்படுகின்ற வன்முறை குறித்த ஓர் ஆய்வில் அவர்கள் இறங்கினர். அப்படிப்பட்டவர்களை மன உறுதியை அதிகரிக்கின்ற பயிற்சிகளில் அவர்கள்

ஈடுபட வைத்தனர். பின்னர் அவர்களிடம் ஆய்வுகளை மேற்கொண்டபோது, வன்முறை உணர்வு அவர்களிடம் வெகுவாகக் குறைந்திருந்தது கண்டுபிடிக்கப்பட்டது.

ஒட்டுமொத்தத்தில், மன உறுதியை அதிகரித்துக் கொள்கின்ற பயிற்சிகளில் ஈடுபடுவது உங்களுக்குப் பெரும் பயனை அளிக்கும் என்பதை இந்த ஆய்வுகள் அனைத்தும் உறுதிப்படுத்தின. அதற்குக் காரணம், அவர்களுடைய மன உறுதி அதிகமாக வலுவடைகின்றபோது, அது காலியாகின்ற விகிதம் குறைகிறது என்பதுதான்.

அடுத்து இயல்பாக எழுகின்ற ஒரு கேள்வி, அது எவ்வளவு காலம் நீடிக்கும் என்பதுதான். பரிசோதனைகளின் மூலம் கிடைத்திருந்த பயன்கள் ஒரு சில வாரங்கள் அல்லது ஒரு சில மாதங்கள்வரை மட்டுமே நீடித்தன. சுய கட்டுப்பாட்டை நிரந்தரமாக ஓர் உயர்ந்த நிலையிலேயே வைத்திருப்பது எந்த அளவுக்குக் கடினமானது?

இதற்கும் நாம் மீண்டும் டேவிட் பிளேனிடம்தான் செல்ல வேண்டும்.

இருப்பதிலேயே மிகப் பெரிய சவால்

நாங்கள் டேவிட்டிடம் அவர் செய்திருந்ததிலேயே மிகவும் சவாலான காரியமாக அவர் எதைக் கருதினார் என்று கேட்டோம். அவர் ஏகப்பட்ட சவாலான காரியங்களில் ஈடுபட்டிருந்ததால், ஒன்றைக் குறிப்பாகச் சொல்வது அவருக்குச் சிரமமாக இருந்தது. ஒவ்வொன்றும் ஒவ்வொரு விதமான வேதனையை அவருக்குக் கொடுத்தது. ஓப்ரா வின்ஃபிரே நிகழ்ச்சியில் பார்வையாளர்கள் முன்பாக நீருக்குள் பதினேழு நிமிடங்கள் மூச்சைப் பிடித்துக் கொண்டு நின்றது ஒரு விதம். முப்பத்தைந்து மணி நேரம், எண்பது அடி உயர உருளைக் கல் ஒன்றின்மீது தொடர்ந்து நின்று கொண்டிருந்தது வேறொரு விதம். தேம்ஸ் நதியின்மீது ஒரு கண்ணாடிக் கூண்டுக்குள் நாற்பத்து நான்கு நாட்கள் உணவு அருந்தாமல் நின்று கொண்டிருந்தது முற்றிலும் வேறொரு விதம். தான் எதிர்கொண்டிருந்த சவால்களிலேயே மிகவும் கடினமானது அறுபத்து மூன்று மணி நேரம் உறைபனிச் சுவருக்குள் தான் நின்று கொண்டிருந்ததுதான் என்று அவர் தெரிவிக்கிறார். அச்சுவருக்குள் கடைசி சில மணி நேரங்களைக் கழிப்பதற்கு அவர் படாத பாடு பட்டார்.

பின் நாங்கள் மன உறுதியை வலுப்படுத்துவது தொடர்பான

எங்களுடைய ஆய்வுகளை அவரிடம் பகிர்ந்து கொண்டோம். அப்போது அவர் எங்களிடம் ஒரு முக்கியமான விஷயத்தைக் குறிப்பிட்டார். "நான் ஒரு புதிய சாதனையைப் படைக்கின்ற முயற்சியில் இறங்குகின்றபோது எனக்கு ஓர் இலக்கு இருக்கும். அப்போது என்னுடைய வாழ்க்கையின் ஒவ்வோர் அம்சத்திலும் நான் சுய கட்டுப்பாட்டைக் கொண்டிருப்பேன். நான் ஆரோக்கியமான உணவை உண்பேன். புத்தகங்கள் படிப்பேன். குடிக்க மாட்டேன். நேரத்தை வீணாக்க மாட்டேன். ஆனால், நான் ஒரு சாதனையை முடித்துவிட்டு என் வீட்டுக்கு வந்தவுடன் எல்லாம் தலைகீழாக மாறிவிடும். என்னிடம் துளிகூட சுய கட்டுப்பாடு இல்லாமல் போய்விடும். ஆரோக்கியமாகச் சாப்பிடுவதை நான் நிறுத்திவிடுவேன். புத்தகங்களை என்னால் படிக்க முடியாமல் போய்விடும். நான் குடிப்பேன், நேரத்தை வீணடிப்பேன். சாதனையை நிகழ்த்திய பிறகு, மூன்று மாதங்களுக்குள் என்னுடைய எடை எண்பது கிலோவிலிருந்து நூறு கிலோவாக அதிகரித்துவிடும்."

அப்போது நாங்கள் அவருடைய வீட்டில் இருந்தோம். அவர் ஒரு சாதனையை முடித்துவிட்டுத் திரும்பியிருந்தார். "இந்தச் சமயத்தில் என்னிடம் சுய கட்டுப்பாடு சுத்தமாக இருக்காது. நான் அடுத்தச் சாதனைக்குத் தயாராகத் தொடங்கியவுடன் என்னிடம் சுய கட்டுப்பாடு மறுபடியும் வந்துவிடும். ஒரே மாதத்தில் நான் ஆறு கிலோ எடை குறைந்துவிடுவேன். என் தொழில் தொடர்பாக என்னிடம் இருக்கின்ற சுய கட்டுப்பாடு அளவிடற்கரியது. ஆனால், வாழ்க்கையில் என்னிடம் சில நேரங்களில் அது சுத்தமாகக் காணாமல் போய்விடும்."

அவர் மேலும் தொடர்கிறார். "நான் இந்த வீட்டில் இருந்திருந்தால், என்னால் கண்டிப்பாக நாற்பத்து நான்கு நாட்கள் உண்ணாவிரதம் இருந்திருக்க முடியாது. அதனால், நான் அதைப் பொதுவெளியில் அறிவித்துவிட்டு, பொதுமக்கள் முன்னிலையில் செய்கிறேன்." அவரால் வீட்டில் ஆறு வாரங்கள் உண்ணாவிரதம் இருக்க முடியாது என்பதைப் புரிந்து கொள்ள முடிகிறது. ஆனால், தன்னுடைய உணவின் அளவை ஏன் அவரால் சிறிதளவு குறைத்துக் கொள்ள முடியவில்லை? படித்தல், குடித்தல் போன்றவற்றில் அவரால் ஏன் மிதமான நடத்தையைக் கடைபிடிக்க முடியவில்லை?

ஏனெனில், அவரிடம் அதற்கான உத்வேகம் இல்லை. தனக்கோ அல்லது பொதுமக்களுக்கோ எதையும் நிரூபிக்க வேண்டிய கட்டாயம் அவருக்கு இருக்கவில்லை.

தேவைப்படுகின்றபோது அவரால் தீவிரமான சுய கட்டுப்பாட்டுடன் இருக்க முடியும் என்பதால், இடைப்பட்டக் காலத்தில் அவர் நீக்குப்போக்காக இருப்பது குறித்து எவரும் அலட்டிக் கொள்வதில்லை. அவரும் அதைப் பற்றிக் கவலைப்படுவதில்லை. ஆண்டுக்கணக்காக சுய கட்டுப்பாட்டைக் கடைபிடித்து வருவது எப்படி என்பதைத் தெரிந்து கொள்ள நாம் முற்றிலும் வேறுபட்ட ஒரு நபரை அணுக வேண்டும்.

அத்தியாயம் ஏழு

துவண்ட நிலையிலிருந்து மீண்டெழுவது எப்படி?

வெடிமருந்தைவிட சுய கட்டுப்பாடு இன்றியமையாதது.

– ஹென்ரி மோர்ட்டன் ஸ்டேன்லி

1871 இல் ஹென்ரி மோர்ட்டன் ஸ்டேன்லி என்ற அமெரிக்கர், ஒரு பத்திரிகையாளராகப் பணியாற்றிக் கொண்டிருந்தபோது, அவர் பணியாற்றிக் கொண்டிருந்த பத்திரிகை, நைல் நதியின் மூலத்தைக் கண்டுபிடிப்பதற்காக ஆப்பிரிக்காவுக்குள் சென்று காணாமல் போயிருந்த பிரித்தானிய மத போதகரும் தேடலாய்வாளருமான டாக்டர் டேவிட் லிவிங்ஸ்டனைக் கண்டுபிடிப்பதற்காக அவரை அனுப்பி வைத்திருந்தது. ஸ்டேன்லியும் அவரைக் கண்டுபிடித்துவிட்டார். அதன் மூலம் அவர் உலக அளவில் பிரபலமடைந்தார். பின்னர் ஸ்டேன்லியும் ஒரு தேடலாய்வாளராக மாறினார். பதினாறு ஆண்டுகளுக்குப் பின், 1887 இல் அவர் காங்கோ நதியின் மூலத்தைக் கண்டுபிடிப்பதற்காக மத்திய ஆப்பிரிக்காவுக்குள் சென்றபோது, தன்னையும் அறியாமல் ஒரு பயங்கரமான பரிசோதனையைக் கட்டவிழ்த்துவிட்டிருந்தார். அவருடைய குழுவினருக்குத் தேவையான பொருட்கள் அவர் முகாமிட்டிருந்த இடத்தை அடையத் தாமதமானதால், ஸ்டேன்லி தன் ஆய்வுக் குழுவினரை இரண்டு பகுதிகளாகப் பிரித்து, ஒரு குழுவினரைக் காங்கோ நதிக் கரையில் தங்க வைத்துவிட்டு, காங்கோவின் மூலத்தைக் கண்டுபிடிக்கின்ற தன் பணியைத் தொடர்வதற்காக மற்றொரு குழுவினருடன் சென்றுவிட்டார்.

ஆனால், ஸ்டேன்லி அங்கிருந்து சென்ற பிறகு,

அந்த முகாமிலிருந்த ஒரு படைவீரரும் ஒரு மருத்துவரும் கடுமையான குற்றச் செயல்களில் ஈடுபடத் தொடங்கினர். அவர்களின் கட்டுப்பாட்டில் இருந்த ஆப்பிரிக்கர்களுக்கு அவர்கள் மருத்துவ உதவி எதையும் செய்யாமல் விட்டதன் மூலம் அவ்விருவரும் அம்மக்களைச் சாகடித்தனர். அவர்கள் உள்ளூர் மக்களிடம் அடாவடித்தனமாக நடந்து கொண்டனர். சிறிய விஷயங்களுக்குக்கூடச் சவுக்கடி, மரண தண்டனை போன்றவற்றை அவர்கள் வழங்கினர். சிலருடைய தலைகளை வெட்டி, மற்றவர்களுக்குப் பாடம் புகட்டுவதற்காக அந்த மண்டையோடுகளைக் காட்சிப் பொருட்களாக ஆக்கினர்.

நதிக் கரையோரம் தான் விட்டுவிட்டு வந்திருந்த குழுவினரின் அட்டகாசங்களை அறியாத ஸ்டேன்லி, தன் குழுவினருடன் தொடர்ந்து அக்காட்டுக்குள் சென்று கொண்டிருந்தார். அவர் கடுமையான சூழல்களை எதிர்கொண்டிருந்தபோதிலும் கட்டுப்பாட்டுடன் நடந்து கொண்டார். பேய் மழை, சேறு மற்றும் சகதிகள் நிறைந்த பகுதிகள், விஷப் பூச்சிக்கடிகள் போன்றவற்றை அவர்கள் எதிர் கொண்டனர். மலேரியா காய்ச்சல், வாந்திபேதி உட்பட அவர்கள் பல நோய்களால் அவதியுற்றனர். தினமும் பலர் இறந்து கொண்டிருந்தனர்.

வரலாற்றில் ஸ்டேன்லி அளவுக்குக் கடுமையான சவால்களைச் சந்தித்திருந்த தேடலாய்வாளர்கள் எவரும் இருக்க முடியாது. ஆனாலும், அவர் தன்னுடைய ஆப்பிரிக்கப் பயணங்களைத் தொடர்ச்சியாகப் பல ஆண்டுகள் தாக்குப்பிடித்து வந்திருந்தார். அவருடைய ஐரோப்பிய நண்பர்கள் அவருடைய அசாதாரணமான மன உறுதியை வெகுவாகச் சிலாகித்தனர். ஆப்பிரிக்கர்கள் அவரைப் 'புலா மட்டாரி' என்று அழைத்தனர். 'பாறைகளையும் தவிடுபொடி ஆக்குபவர்' என்பது அதன் பொருள். அவருடைய சாகசப் பயணங்களில் ஒரு முறை கலந்து கொண்ட ஆப்பிரிக்கக் கூலிகளும் பிற தொழிலாளர்களும் மீண்டும் அவருடன் சேர்ந்து பணியாற்ற விரும்பினர். அவர்கள் அவருடைய கடின உழைப்பை மெச்சினர். அதோடு, கடுமையான சூழல்களிலும் அவர் கனிவாகவும் பெருந்தன்மையுடனும் நடந்து கொண்டது அவர்களை வெகுவாகக் கவர்ந்திருந்தது. வனாந்திரம் தங்களை விலங்குகளாக ஆக்கியதாகப் பலர் குறை கூறிக் கொண்டிருந்தபோது, ஸ்டேன்லி, அதிகம் படித்திராத தனக்கு ஆப்பிரிக்கக் காடுகள்தாம் அனைத்தையும் கற்றுக் கொடுத்தன என்றும், பொறுமையில்லாதிருந்த தனக்கு அவைதாம்

பொறுமையைப் போதித்தன என்றும் கூறினார்.

அவருடைய காலத்தில் பொதுமக்களும் அறிவுஜீவிகளும் அவரைக் கொண்டாடினர். ஸ்டேன்லியின் காலத்தைச் சேர்ந்தவர்களில் அவர் மட்டுமே நூறாண்டுகளுக்குப் பிறகும் நினைவுகூரப்படுவார் என்று மார்க் டுவைன் அவரைப் பாராட்டியிருந்தார். ஸ்டேன்லி, ஒரு டஜன் பள்ளிக்கூடங்கள் மற்றும் ஒரு நூறு புத்தகங்களுக்குச் சமானம் என்று ஆன்டன் செக்கோவ் அவரைப் புகழ்ந்திருந்தார். "தன் இலக்குகளை அடைவதற்குக் குறுக்கே எந்த ஆபத்தான தடைகள் இருந்தாலும் அவற்றைத் துச்சமாக மதிக்கின்ற குணத்தையும், விடாப்பிடியாகத் தன் இலக்குகளை அடைகின்ற மனப்போக்கையும் ஸ்டேன்லி கொண்டிருந்தார்."

ஆனால், பிரித்தானிய அரசும் பிற ஐரோப்பிய சக்திகளும் அவரைச் சந்தேகக் கண்களுடன் பார்த்தன. பொறாமையால் வெந்து கொண்டிருந்தவர்கள் அவருடைய உத்திகளைக் கடுமையாகச் சாடினர். பின்னர் வந்த எழுத்தாளர்கள், காங்கோவைச் சூறையாடிய கொடுங்கோலரான பெல்ஜிய மன்னர் இரண்டாம் லியோபோல்டுடன் ஸ்டான்லிக்கு இருந்த தொடர்பை வைத்து அவருடைய நற்பெயருக்குக் களங்கம் கற்பித்தனர். காலனியாதிக்கம் குறைந்து, விக்டோரியா காலத்திய பண்புநலன் கட்டமைப்புகள் காற்றில் பறக்கவிடப்பட்டவுடன், அவர் ஒரு சுயநலக்காரராகச் சித்தரிக்கப்படலானார். அவர் ஒரு கொடூரமான சுரண்டல்காரராகவும் இரக்கமற்ற ஏகாதிபத்தியவாதியாகவும் உருவகப்படுத்தப்பட்டார்.

இப்போது ஸ்டேன்லியின் புதியதொரு முகம் வெளிப்படுத்தப்பட்டுள்ளது. அவர் ஆப்பிரிக்கக் காடுகளில் களைப்பறியாமல் பயணித்துக் கொண்டிருந்ததற்கு அவருடைய சுயநலமோ அல்லது மட்டற்ற மன உறுதியோ காரணமல்ல என்றும், தன்னுடைய மன உறுதியின் வரம்புகளை அறிந்து கொண்டு நீண்டகால உத்திகளை அவர் வகுத்திருந்ததுதான் அதற்குக் காரணம் என்றும் அது கூறுகிறது.

டேவிட் லிவிங்ஸ்டனின் வாழ்க்கை வரலாற்றை எழுதிய டிம் ஜீல், ஸ்டேன்லியின் ஆவணங்கள் கடந்த பத்தாண்டுகளுக்கு முன்பு பொதுவெளிக்கு வந்தவுடன் அவற்றை விரிவாக ஆராய்ந்து, ஆப்பிரிக்காவின் தலைசிறந்த தேடலாய்வாளர் என்று புகழ்ந்து ஸ்டேன்லியைப் பற்றி ஒரு நூலை எழுதினார். அந்த நூல், பல குறைகளுடன் இருந்த ஒரு நபராக ஸ்டேன்லியைச் சித்தரித்தது. அதன் அடிப்படையில் பார்க்கின்றபோது ஸ்டேன்லியின் சுய கட்டுப்பாடு இன்னும்

குறிப்பிடத்தக்க ஒன்றாகத் திகழ்வதாக டிம் பார்த்தார்.

பச்சாதாப இடைவெளி

சுய கட்டுப்பாடு என்பது ஒரு பரம்பரை அம்சமாக இருக்கும் பட்சத்தில் – அப்படித்தான் இருக்க வேண்டும் என்று தோன்றுகிறது – ஸ்டேன்லி அந்த அனுகூலம் இல்லாமல்தான் பிறந்திருந்தார். அவர் வேல்ஸில், திருமணமாகாத ஒரு பதினெட்டு வயது இளம்பெண்ணுக்குப் பிறந்திருந்தார். அவருக்குப் பிறகு, அந்தப் பெண், சட்டத்திற்குப் புறம்பான முறையில் மேலும் நான்கு குழந்தைகளைப் பெற்றார். தன்னுடைய அப்பா யார் என்பதை ஸ்டேன்லி ஒருபோதும் அறிந்திருக்கவில்லை. அந்தப் பெண் ஸ்டேன்லியைத் தன் தந்தையிடம் ஒப்படைத்துவிட்டு எங்கோ சென்றுவிட்டார். ஸ்டேன்லியை வளர்த்து வந்த அவருடைய தாத்தா, ஸ்டேன்லிக்கு ஆறு வயதாக இருந்தபோது இறந்துவிட்டார். அவரைச் சிறிது காலம் பார்த்துக் கொண்ட ஒரு குடும்பம், அவரை ஏமாற்றி, சிறுவர்கள் சாப்பிடுவதற்கு உணவும் இருக்க இடமும் கொடுத்துவிட்டு அவர்களிடம் இலவசமாக வேலை வாங்கிய ஓர் இடத்தில் அவரைத் தள்ளிவிட்டுவிட்டது. அதையும் தன்னுடைய அவமானகரமான பிறப்பையும் ஸ்டேன்லியால் தன் வாழ்நாள் முழுவதும் மறக்க முடியவில்லை. அப்போதுதான் முதன்முறையாக, தான் முற்றிலும் கைவிடப்பட்டிருந்தது போன்ற ஓர் உணர்வை அவர் அனுபவித்தார்.

தன்னுடைய பதினைந்தாவது வயதில் அந்த இடத்தைவிட்டு வெளியேறிய ஸ்டேன்லி, அமெரிக்காவுக்கு வந்து சேர்ந்த பிறகு, ஜான் ரோலெண்ட்ஸ் என்ற தன்னுடைய இயற்பெயரை ஹென்ரி மோர்ட்டன் ஸ்டேன்லி என்று மாற்றிக் கொண்டார். அவர் தன்னை ஓர் அமெரிக்கன் என்று சொல்லிக் கொண்டு, தன் மொழி உச்சரிப்பையும் அமெரிக்க உச்சரிப்புக்கு மாற்றிக் கொண்டார். தனக்காக ஒரு கற்பனையான குடும்பத்தையும் அவர் படைத்துக் கொண்டார். அவர்களைச் சுற்றி விரிவான புனைகதை ஒன்றையும் அவர் உருவாக்கினார்.

அவர் தன் கற்பனை அப்பாவைப் பற்றி இவ்வாறு எழுதி வைத்துள்ளார்: “என் அப்பா நல்லொழுக்கத்தை போதித்தார். நல்லொழுக்கத்தைக் கடைபிடிப்பது மன உறுதியை வலுப்படுத்தும் என்றும், உடல் வலு அளவுக்கு அதுவும் முக்கியமானது என்றும் அவர் என்னிடம் வலியுறுத்தினார்.

கீழ்த்தரமான ஆசைகளை அண்டவிடாமல் செய்வதற்கு மன உறுதியை வலுப்படுத்திக் கொள்வது அவசியம், ஏனெனில் அது மனசாட்சியின் உற்றத் தோழன் என்றும் அவர் கூறினார்." இதை ஸ்டேன்லி தன் வாழ்க்கையில் கடைபிடித்தார். அவர் வேல்ஸில் இருந்தபோது சாதகமற்ற ஒரு சூழலில் வசித்து வந்தபோதுகூட, தன்மீது கூடுதலான சிரமங்களைத் திணித்துக் கொண்டு தன் மன உறுதியை அதிகரித்துக் கொள்ள முயன்றார்.

> *என்னுடைய பொல்லாத மனத்துடன் போராடுவதற்காக நான் நடு இரவில் கண்விழித்தேன். அங்கிருந்த மற்றவர்கள் ஆனந்தமாகத் தூங்கிக் கொண்டிருந்தபோது, நான் மண்டியிட்டு, அனைத்தும் அறிந்த ஆண்டவனிடம் என் உள்ளத்திலிருந்த அனைத்தையும் கொட்டினேன். சாப்பிடுவதற்கு எனக்கு மேலும் உணவு வேண்டும் என்ற ஆசையை அடக்கிக் கொள்வேன் என்று நான் அவரிடம் வாக்குறுதி அளித்தேன். அதை நிரூபிக்கின்ற விதமாக, என்னுடைய மூன்று வேளை உணவில் ஒரு வேளை உணவை என் சகாக்களில் ஒருவருக்கு நான் கொடுத்துவிடுவேன் என்றும், வருங்காலத்தில், நான் உடைமையாக்கி வைத்திருக்கின்ற ஏதாவது ஒன்று பிறருடைய பொறாமையைத் தூண்டினால் உடனடியாக அதை என்னிடமிருந்து அப்புறப்படுத்திவிடுவேன் என்றும் நான் உறுதி பூண்டேன்.*

நற்பண்புகளை வளர்த்துக் கொள்வதற்குக் காலம் பிடிக்கும் என்பதை அவர் கண்டுபிடித்திருந்தார். "பெரும்பாலான சமயங்களில், தீயவற்றை எதிர்த்துப் போராடுவது என்பது ஒரு வெட்டி வேலை என்பதுபோலத் தோன்றக்கூடும். ஆனால், நாம் போராடித் தோற்கின்ற ஒவ்வொரு முறையும் மிகச் சிறிய மேம்பாடு கிடைக்கிறது. பண்புநலன் மெதுவாகவும் படிப்படியாகவும் வளரத் தொடங்குகிறது." தன்னுடைய இருபதுகள் வாக்கில் அவர் ஒரு வெற்றிகரமான போர் நிருபராகவும், தன் நண்பர்களுக்கு சுய கட்டுப்பாட்டைப் போதிக்கின்றவராகவும் ஆகியிருந்தார். ஓர் உல்லாசப் பயணத்திற்குச் செல்லுமாறு அவருடைய நண்பர்களில் ஒருவர் அவருக்குப் பரிந்துரைத்தபோது, தான் நேரத்தை வீணடிப்பதாகத் தன் மனசாட்சி தன்னை இடித்துரைக்கும் என்பதால், அதைத் தன்னால் முழுமையாக இரசித்து அனுபவிக்க முடியாது என்று அவர் பதிலளித்தார். அவருடைய இலக்கிற்கு எதுவொன்றாலும் குறுக்கே நிற்க முடியவில்லை. "நான் ஈடுபட்டுள்ள காரியத்தின்மீதான கவனக்குவிப்பை, சுய

மறுப்பு, தோற்கடிக்கப்பட முடியாத ஆற்றல் ஆகியவற்றின் மூலமாகவே என்னால் முழுமையாக என் கட்டுப்பாட்டில் வைத்திருக்க முடியும்."

ஆனால், அவர் ஆப்பிரிக்காவை அடைந்தவுடன், ஒருவருடைய மன உறுதிக்கு வரம்பு இருக்கிறது என்பதை அவர் கண்டுகொண்டார். அங்கு அவருக்குக் கிடைத்த அனுபவங்கள் அவரை ஒரு பத்தரை மாற்றுத் தங்கமாக மாற்றின என்பதை அவர் ஒப்புக் கொண்டாலும், ஆப்பிரிக்காவில் நிலவிய கடுமையான சூழலுக்கும், அது அளித்த சபலங்களுக்கும் பழக்கப்பட்டிராத நபர்களை அது எவ்வாறு காவு வாங்கியது என்பதை அவர் நேரடியாகவே கண்டார். அவர்கள் ஆப்பிரிக்கக் காடுகளில் எதிர்கொண்ட அனுபவங்களைப் பற்றிக் குறிப்பிடும்போது, "நாங்கள் எதிர்கொண்டிருந்ததைப் போன்ற அனுபவங்களை எதிர்கொண்டிராதவர்களால், தினந்தோறும் எங்களுக்கு எந்த அளவுக்கு சுய கட்டுப்பாடு தேவைப்பட்டது என்பதை ஒருக்காலும் புரிந்து கொள்ள முடியாது," என்று கூறினார். தான் காங்கோ நதிக் கரையோரம் விட்டுவிட்டு வந்திருந்த குழுவினரின் அராஜகச் செயல்களைப் பற்றி ஸ்டேன்லி முதன்முதலாகக் கேள்விப்பட்டபோது, ஆண்கள் அடிப்படையிலேயே கொடூரமானவர்கள் என்ற தவறான முடிவுக்கு மக்கள் வந்துவிடுகின்றனர் என்றும், இங்கிலாந்திலிருந்து கிளம்பியதற்குப் பிறகு அவர்கள் எப்படிப்பட்ட மாறுதல்களுக்கு உள்ளானார்கள் என்பதை நாகரிக உலகில் இருப்பவர்களால் புரிந்து கொள்ள முடியாது என்றும் அவர் தன்னுடைய நாட்குறிப்பில் குறிப்பிட்டுள்ளார்:

> *இந்த நபர்கள், ஈவு இரக்கமற்ற ஆப்பிரிக்கச் சூழலுக்குள் திடீரென்று தள்ளப்பட்டிருந்தனர். அவர்களுக்கு இறைச்சி, ரொட்டி, ஒயின், புத்தகங்கள், பத்திரிகைகள், அவர்களுடைய நெருங்கிய நண்பர்கள், சமூக உறவாடல்கள் போன்ற அனைத்தும் மறுக்கப்பட்டிருந்தன. கொடூரக் காய்ச்சல் அவர்களை ஆட்கொண்டு, அவர்களுடைய உடல்களையும் மனங்களையும் உலுக்கியெடுத்தது. பதற்றம் அவர்களுடைய நல்லியல்புகளை அழித்தொழித்தது. விவரிக்கப்பட முடியாத சிரமங்கள் அவர்களிடமிருந்து நயத்தைக் களவாடியிருந்தன. அவர்களுக்குள் ஏற்பட்டக் கொந்தளிப்புகள் அவர்களுடைய உற்சாகத்தைச் சூறையாடியிருந்தன. இறுதியில், அவர்கள் தார்மிகரீதியாகவும் உடல்ரீதியாகவும், இங்கிலாந்துச் சமூகத்தில் எப்படி இருந்தார்களோ அதன் உருக்குலைந்த வடிவமாக மாறிப் போயினர்.*

பொருளாதாரவியலாளரான ஜார்ஜ் லோவென்ஸ்டைன் வர்ணித்திருந்த 'பச்சாதாப இடைவெளியைத்தான்' ஸ்டேன்லி இவ்வாறு குறிப்பிடுகிறார். உணர்ச்சிக் கொந்தளிப்பான ஒரு சூழலில் நாம் எப்படி நடந்து கொள்வோம் என்பதை நாம் அமைதியானதொரு சூழலில் இருக்கும்போது நம்மால் உணர்ந்து கொள்ள முடியாது என்பது அந்தப் பொருளாதாரவியலாளரின் வாதம். இங்கிலாந்தில் வீட்டில் இருக்கும்போது நற்பண்புகளுடன்கூடிய நடத்தையை வெளிப்படுத்துவது அவர்களுடைய உத்தேசமாக இருந்திருக்கும். ஆனால், சூரிய ஒளி புக அஞ்சுகின்ற கொடூரமான ஆப்பிரிக்கக் காட்டிற்குள் இருக்கின்றபோது தங்களுடைய உணர்வுகள் எப்படி இருக்கும் என்பதை அவர்களால் கற்பனை செய்திருக்க முடியாது. வழமையான சூழல்களில்கூட இந்தப் பச்சாதாப இடைவெளிதான் சுய கட்டுப்பாட்டிற்கான ஒரு பொதுவான சவாலாக விளங்குகிறது. கனடாவிலிருந்த ஹிப்பி சமூகம் ஒன்றில் வளர்ந்த எங்களுடைய தோழி ஒருத்தியின் அனுபவம் இதற்கான ஒரு சிறந்த எடுத்துக்காட்டு. அச்சமூகத்தில் அவள் ஒருத்திதான் ஒரே குழந்தை. அந்த இலட்சியவாத ஹிப்பிகள் ஆரோக்கியமான, இயற்கையான உணவை உண்ண வேண்டும் என்பதைத் தீவிரமாகக் கடைபிடித்து வந்தனர். ஆனால், அவளுடைய அம்மா, தன் குழந்தை அவ்வப்போது, அருகிலிருந்த நகரிலிருந்த கடைகளில் விற்கப்பட்ட பிஸ்கெட்டுகளைச் சாப்பிடுவது நல்லது என்று நினைத்தார். ஆனால், அதன் காரணமாக, அவளுடைய அம்மா, அந்தச் சமூகத்தில் இருந்தவர்களின் இகழ்ச்சிக்கு ஆளாக நேர்ந்தது. சர்க்கரையின் தீமைகள் குறித்தும், உடலைக் குண்டாக்குகின்ற கலோரிமிகு சத்தற்ற உணவுகளின் கேடுகள் குறித்தும், வர்த்தக உணவுப் பொருட்களை உற்பத்தி செய்கின்ற பெருநிறுவனங்களை ஆதரிப்பதிலுள்ள தார்மிகச் சறுக்கல்கள் குறித்தும் அவர்கள் அருளிய உபதேசங்களை அப்பெண்மணி செவிமடுக்க வேண்டியிருந்தது. ஆனால், அவர் தன் குழந்தைக்காக வாங்கி வைத்திருந்த பிஸ்கெட்டுகள் அடிக்கடி மாயமாக மறைந்து கொண்டிருந்தன. கஞ்சா, இயற்கையாகத் தயாரிக்கப்பட்ட ஒயின் போன்றவற்றைப் பயன்படுத்திய பிறகு, மாலை வேளைகளில் அந்தச் சமூகத்தில் இருந்தவர்களின் மன உறுதி காலியாகியிருந்த காரணத்தால், பன்னாட்டு நிறுவனங்களின் சுவையான பிஸ்கெட்டுகளுக்கு எதிராக அவர்கள் பிறருக்கு வழங்கிக் கொண்டிருந்த உபதேசங்களால் தாக்குப்பிடிக்க முடியவில்லை. அதனால், அவற்றை அந்த அம்மா ஒளித்து

வைக்க வேண்டியிருந்தது.

வருங்காலத்தில் நாம் எப்படி நடந்து கொள்ள வேண்டும் என்ற தீர்மானத்தை நாம் பொதுவாக ஓர் அமைதியான சூழலில் எடுப்பதால், சாத்தியமற்ற இலக்குகளை நமக்கு நாமே ஏற்படுத்திக் கொள்கிறோம். "நாம் பசியாக இல்லாதிருக்கின்றபோது, பத்தியம் இருப்பதைத் தேர்ந்தெடுப்பது சுலபம்," என்று லோவென்ஸ்டைன் கூறுகிறார்.

மன உறுதிதான் மனிதர்களின் மிகப் பெரிய பலம் என்று நாங்கள் சொல்லியிருந்தோம். ஆனால், எல்லா விதமான சூழ்நிலைகளிலும் அதை நம்பி இருப்பதை ஒரு நல்ல உத்தி என்று கூற முடியாது. அதை அவசரகாலச் சூழ்நிலைகளுக்கு மட்டுமே பயன்படுத்திக் கொள்ளுங்கள். அப்படிப்பட்டக் கணங்களுக்காக மன உறுதியைச் சேமித்து வைத்துக் கொள்வதற்குச் சில உத்திகள் இருப்பதை ஸ்டேன்லி கண்டுபிடித்தார்.

பிணைப்புச் சங்கிலிகள்

ஸ்டேன்லி வேலை பார்த்து வந்த நியூயார்க் ஹெரால்டு பத்திரிகை, அவருக்கு முப்பது வயதாக இருந்தபோது டேவிட் லிவிங்ஸ்டனைக் கண்டுபிடிக்க அவரை முதன்முதலாக ஆப்பிரிக்காவுக்கு அனுப்பி வைத்தபோதுதான், ஆப்பிரிக்காவின் துன்பங்களை அவர் நேரடியாக எதிர்கொண்டார். அம்முறை அவர் தன்னுடைய பயணத்தின் முதல் பாதியைச் சதுப்புநிலப் பகுதிகளின் வழியாக ஊர்ந்து செல்வதில் செலவிட்டார். அவரைத் தொற்றிக் கொண்ட மலேரியா காய்ச்சலால் அவர் ஒரு வாரம் பிதற்றிக் கொண்டிருந்தார். அப்போது அங்கு உருவான உள்நாட்டுக் கலகத்தில் மாட்டி மொத்தக் குழுவும் சாகடிக்கப்படுவதிலிருந்து மயிரிழையில் அவர்கள் தப்பினர். ஆறு மாதங்களில், அவருடைய குழுவில் இருந்தவர்களில் பலர் மாண்டு போயினர், பலர் தப்பி ஓடிவிட்டனர். பதிலீடாக அவர் சிலரைப் பெற்றிருந்தபோதிலும், அவருடைய மொத்தக் குழுவின் எண்ணிக்கை முப்பத்து நான்காகக் குறைந்தது. அது அவருடைய குழுவின் எண்ணிக்கையில் கிட்டத்தட்ட மூன்றில் ஒரு பங்கு. அவரைத் தற்செயலாகச் சந்தித்த அரேபியப் பயணிகள், அதற்கு மேலும் அவர் தன் பயணத்தைத் தொடர்ந்தால் அவர் இறந்துவிடுவார் என்று அவரை எச்சரித்துச் சென்றனர். ஒரு நாள் மாலையில், காய்ச்சல் சிறிது குறைந்திருந்தபோது, ஒரு மெழுகுவர்த்தியின் வெளிச்சத்தில்

ஸ்டேன்லி தனக்குத் தானே ஒரு குறிப்பை எழுதினார்.

> *லிவிங்ஸ்டனை உயிருடனோ அல்லது பிணமாகவோ கண்டுபிடிக்கின்றவரை என் தேடலை நிறுத்துவதில்லை என்று எனக்கு நானே ஓர் உறுதி எடுத்துக் கொண்டிருந்தேன். அதிலிருந்து நான் ஒருக்காலும் வழுவ மாட்டேன். அந்த முயற்சியிலிருந்து எந்தவொரு மனிதனாலும் என்னைத் தடுக்க முடியாது. மரணத்தால் மட்டுமே என்னைத் தடுக்க முடியும். ஆனால், அதற்கு முன்பு நான் சாகப் போவதில்லை. என்னால் சாக முடியாது!*

மரணத்தின் பிடியிலிருந்து தன்னை அந்தக் குறிப்பு காப்பாற்றிவிடும் என்று ஸ்டேன்லி உண்மையிலேயே நம்பியிருந்திருப்பார் என்று கற்பனை செய்வது கடினமாக இருக்கிறது. ஆனால், அப்படி அவர் எழுதியது அவருடைய மன உறுதியைச் சேமித்துக் கொள்வதற்காக அவர் பயன்படுத்திய ஓர் உத்தி என்பது உறுதி. ஏனெனில், அதை அவர் பல முறை வெற்றிகரமாகப் பயன்படுத்தினார். முன்கூட்டியே ஒரு விஷயத்திற்குத் தன்னை அர்ப்பணித்துக் கொள்வதுதான் அது. தார்மிகப் பாதையில் தன்னை வலுக்கட்டாயமாகப் பிணைத்துக் கொள்வதுதான் அந்த உத்தியின் சாராம்சம். அந்த வழியில் பயணிக்கின்றபோது, நீங்கள் கண்டிப்பாகப் பல தடைகளை எதிர்கொள்வீர்கள் என்பதையும், அதிலிருந்து விலகிக் கொள்வதற்கான சபலங்கள் உங்களுக்குள் எழும் என்பதையும், உங்களுடைய மன உறுதி பலவீனப்படும் என்பதையும் நீங்கள் முதலிலேயே அறிந்திருப்பீர்கள். அதனால், அதிலிருந்து விலகுவதைக் கிட்டத்தட்ட இயலாததாகவும், ஓர் அவமானகரமான விஷயமாகவும், அல்லது ஒரு பாவச் செயலாகவும் நீங்கள் ஆக்கிக் கொள்கிறீர்கள். கிரேக்கப் பெருங்காப்பியமான ஒடிசியில் இதற்கு ஓர் எடுத்துக்காட்டு இருக்கிறது. அந்தக் கதையின் ஒரு கட்டத்தில், அதன் கதாநாயகனான ஒடிசியஸ், தன் படையினருடன், 'சைரன்கள்' என்று அழைக்கப்பட்ட விநோதப் பிறவிகள் வசித்த ஒரு தீவைக் கடந்து செல்ல வேண்டியிருந்தது. அந்த சைரன்கள் மனிதர்களைக் கவர்ந்திழுக்கக்கூடிய விதத்தில் ஓர் இனிய குரலில் பாடுவதற்கான திறனைக் கொண்டிருந்தனர். அவர்களால் தன்னுடைய கவனம் சிதறாமல் இருக்க வேண்டும் என்பதற்காக ஒடிசியஸ் தன்னைத் தன்னுடைய கப்பலின் பாய்மரக் கம்பத்தோடு பிணைத்துக் கொண்டு, தான் எவ்வளவு கதறினாலும் தன்னை அவிழ்த்துவிடக்கூடாது

என்று தன் படையினருக்குக் கட்டளையிட்டான். அவனுடைய படையினர் புத்திசாலித்தனமாகத் தங்களுடைய காதுகளை அடைத்துக் கொண்டனர். சபலத்திற்கு ஆளாவதற்கான வழியையே அவர்கள் அடைத்துவிட்டிருந்தனர். அது ஒடிசியஸ் கடைபிடித்த வழியைவிட அதிகப் பாதுகாப்பானது. சூதாட்டச் சபலத்திற்கு ஆட்படக்கூடாது என்று நீங்கள் விரும்பினால், சூதாட்ட அரங்குகளின் பக்கம் தலைவைத்துப் படுக்காமல் இருப்பதுதான் சிறந்த உத்தியாக இருக்க முடியும். நீங்கள் உள்ளே நுழைந்துவிட்டு, உங்களுடைய நண்பர்கள் வந்து உங்களைக் காப்பாற்றுவார்கள் என்று நீங்கள் எதிர்பார்த்துக் கொண்டிருப்பது சரியான உத்தியாக இருக்க முடியாது.

நீங்கள் இன்னின்ன சபலங்களை மட்டும்தான் எதிர்கொள்வீர்கள் என்று இன்றுள்ள நிலையில் நீங்கள் எதிர்பார்க்கலாகாது. நிஜமான சூதாட்ட அரங்குகளை வேண்டுமானால் உங்களால் தவிர்க்க முடியலாம். ஆனால், இணையத்தில் உங்களைச் சூழ்ந்து கொள்ள முயற்சிக்கின்ற மெய்நிகர் சூதாட்ட அரங்குகளிலிருந்து தப்பிப்பது கடினம். அது தவிர, இணையத்தில் இன்னும் கணக்குவழக்கில்லாத சபலங்கள் உங்களை வாரிச் சுருட்டிக் கொள்வதற்காகக் காத்துக் கொண்டிருக்கின்றன. எந்தத் தொழில்நுட்பங்கள் உங்களைப் புதிய பாவங்களைச் செய்யத் தூண்டுகின்றனவோ, முன்அர்ப்பணிப்பில் ஈடுபடுவதற்கும் அதே தொழில்நுட்பங்களை உங்களால் பயன்படுத்திக் கொள்ள முடியும். ஒரு நவீன ஒடிசியஸால், சில ‘சைரன்’ வலைத்தளங்களின் ‘பாடல்கள்’ தன்னுடைய காதுகளை அண்டவிடாமல் தடுப்பதற்கு ஏதாவது ஒரு மென்பொருளைப் பயன்படுத்திக் கொள்ள முடியும். எப்படி ஸ்டேன்லி தன் காலத்திய சமூக ஊடகங்களைத் தனக்குச் சாதகமாகப் பயன்படுத்திக் கொண்டாரோ, அதேபோல, ஒரு நவீன ஸ்டேன்லியால் இணையத்தைப் பயன்படுத்திக் கொள்ள முடியும். ஸ்டேன்லி பல பத்திரிகைகளில் எழுதிய கட்டுரைகள், தனிப்பட்ட முறையில் எழுதிய கடிதங்கள், பொதுமக்களுக்கு அளித்திருந்த வாக்குறுதிகள் போன்ற அனைத்திலும், மீண்டும் மீண்டும், தான் தன் இலக்கை அடையாமல் ஓயப் போவதில்லை என்றும், எப்போதும் தார்மிக நெறிமுறைகளின்படி நடந்து கொள்பவன் தான் என்றும் கூறி வந்திருந்தார். தன் வாக்குறுதியிலிருந்து தான் தவறினால் அது தலைப்புச் செய்தியாகிவிடும் என்பதை அவர் அறிந்திருந்ததாலேயே அவர் இதைச் செய்தார். ஸ்டேன்லி

தன்னைப் பற்றி 'பாறைகளையும் தவிடுபொடி ஆக்குபவர்' (புலா மட்டாரி) என்ற பிம்பத்தை மக்களிடம் ஏற்படுத்திக் கொண்டதன் மூலம், அதன்படி நடந்தாக வேண்டிய நிலைக்குத் தன்னைத் தானே ஆளாக்கிக் கொண்டார். "தானே உருவாக்கிக் கொண்டிருந்த பிம்பத்தின் காரணமாகவும், பொதுவெளியில் தான் அளித்திருந்த வாக்குறுதிகளின் மூலமாகவும், தன்னுடைய மன உறுதியின் பலவீனத்தால் தான் சறுக்காமல் இருப்பதை அவர் முன்னதாகவே உறுதி செய்து கொண்டார்," என்று டிம் ஜீல் கூறுகிறார்.

உங்களுடைய மன உறுதியின் பற்றாக்குறையால் உங்களுடைய பிம்பத்தை நீங்களே சீரழித்துக் கொள்ளக்கூடுமோ என்று கவலைப்படுவதற்கு நீங்கள் ஒரு பிரபலமான நபராக இருக்க வேண்டிய அவசியமில்லை. நீங்கள் தார்மிக நெறிப்படி நடக்க விரும்பினால், அதைச் செம்மையாகக் கடைபிடிப்பதற்கு, சமூக ஊடகங்களில் நீங்கள் அதை அறிவித்துவிட்டால் போதும். இதற்கு ஏகப்பட்ட எடுத்துக்காட்டுகளும் இருக்கின்றன, ஏகப்பட்டத் தொழில்நுட்ப வழிகளும் இருக்கின்றன. எடுத்துக்காட்டாக, டுரூ மாகரி என்ற எழுத்தாளர், தினமும் தன்னுடைய எடையை டுவிட்டர் தளத்தில் வெளியிடப் போவதாக அறிவித்துவிட்டு, அதன்படி நடந்து கொள்ளவும் செய்தார். ஐந்து மாதங்களில் அவருடைய எடை சுமார முப்பது கிலோ குறைந்தது. 'காவனென்ட் ஐஸ்' என்ற ஒரு மென்பொருள் இருக்கிறது. அதை நீங்கள் உங்களுடைய கணினியில் நிறுவிவிட்டால், நீங்கள் செல்கின்ற அனைத்து வலைத்தளங்களையும் அது பதிவு செய்து கொள்ளும். அதோடு, அந்தத் தரவுகளை, நீங்கள் தேர்தெடுத்துள்ள ஒரு நபருக்கு – அது உங்களுடைய மேலதிகாரி அல்லது உங்களுடைய வாழ்க்கைத்துணைவர் போன்ற யாராக வேண்டுமானாலும் இருக்கலாம் – அது தானாகவே மின்னஞ்சல் மூலம் அனுப்பி வைத்துவிடும். அல்லது 'ஸ்டிக்கே டாட் காம்' என்ற வலைத்தளத்திலுள்ள 'கமிட்மென்ட் கான்ட்ராக்ட்' என்ற ஒப்பந்தத்தில் நீங்கள் கையெழுத்திட்டுக் கொள்ளலாம். எடையைக் குறைப்பது, நகம் கடிக்கும் பழக்கத்தை நிறுத்துவது, புதைபடிம எரிபொருள் பயன்பாட்டைக் குறைத்துக் கொள்வது போன்ற எந்தவோர் இலக்கையும் நீங்கள் அதில் நிர்ணயித்துக் கொள்ளலாம். அதை நீங்களே கண்காணித்துக் கொள்ளலாம். அல்லது உங்களைக் கண்காணிப்பதற்கு நீங்கள் ஒரு நடுவரை நியமித்துக் கொள்ளலாம். உங்களுடைய இலக்கில் நீங்கள் வெற்றி

பெற்றுள்ளீர்களா அல்லது தோல்வியைத் தழுவியுள்ளீர்களா என்பது உங்களுக்கு அல்லது அந்த நபருக்கு ஓர் அறிக்கையின் வடிவில் அனுப்பி வைக்கப்பட்டுவிடும். உங்களுடைய இலக்கை நீங்கள் அடையாமல் இருக்கும் பட்சத்தில் உங்களுக்கு அபராதம் விதிக்கப்படும். இரண்டு விதமான அபராத வடிவங்கள் அதில் இருக்கின்றன. ஒன்று, நீங்கள் நிர்ணயித்துள்ள இலக்கை நீங்கள் அடையத் தவறிவிட்டீர்கள் என்ற தகவல் நீங்கள் ஏற்கனவே தேர்ந்தெடுத்துள்ள ஒரு குழுவினருக்கு அனுப்பி வைக்கப்படும். அவர்கள் உங்களுடைய நண்பர்கள், உறவினர்கள் போன்ற யாராக வேண்டுமானாலும் இருக்கலாம். ஏன், உங்களுடைய எதிரிக்கேகூட நீங்கள் அதை அனுப்பி வைக்க ஏற்பாடு செய்து கொள்ளலாம். இரண்டாவது, பணரீதியான அபராத முறை. அந்த அபராதத் தொகையையும் நீங்களே நிர்ணயித்துக் கொள்ளலாம். அது உங்களுடைய கடனட்டையிலிருந்து கழித்துக் கொள்ளப்பட்டு, உங்களுக்கு விருப்பமான ஓர் அறக்கட்டளைக்கு அனுப்பி வைக்கப்படும். உங்களுக்கு மேலும் ஊக்கமளித்துக் கொள்ள நீங்கள் விரும்பினால், உங்களுக்குப் பிடிக்காத ஓர் அமைப்புக்கு அந்த அபராதத் தொகை செல்லும்படிகூட நீங்கள் ஏற்பாடு செய்து கொள்ளலாம்! அவர்களுடைய தரவுகளின்படி, நடுவரை நியமித்துக் கொள்ளுதல் அல்லது அபராதத் தொகை கழித்துக் கொள்ளப்படுதல் போன்றவற்றைத் தேர்ந்தெடுத்துக் கொள்ளாமல் இருந்தவர்களில் 35 சதவீதத்தினரே வெற்றி பெற்றிருந்தனர். ஆனால், அவற்றைத் தேர்ந்தெடுத்திருந்தவர்களில் 80 சதவீதத்தினர் வெற்றி பெற்றிருந்தனர். அதேபோல, அபராதத் தொகையின் அளவை இருபது டாலர்களாக நிர்ணயித்திருந்தவர்களைவிட, நூறு டாலர்களாக நிர்ணயித்திருந்தவர்களின் வெற்றி விகிதம் அதிகமாக இருந்தது. இதே போன்றதொரு பரிசோதனையை, சில பொருளாதாரவியலாளர்கள், பிலிப்பைன்ஸ் நாட்டில், புகைபிடிக்கும் பழக்கத்தை நிறுத்திக் கொள்ள விரும்பியவர்களிடம் மேற்கொண்டனர்.

இது ஓர் ஆறு மாதகாலத் திட்டம். அதில் கலந்து கொண்டவர்களுக்காக உள்ளூர் வங்கியில் ஒரு வைப்புக் கணக்கு தொடங்கப்பட்டது. அதில் செலுத்தப்படும் தொகைக்கு வட்டி எதுவும் வழங்கப்படாது. அவர்கள் புகைபிடிக்கப் போவதில்லை என்பதால், வாரந்தோறும் அவர்கள் புகைபிடிப்பதற்காகச் செலவிடக்கூடிய தொகைக்கு நிகரானதொரு தொகையை (அதை அவர்களே நிர்ணயித்துக்

கொள்ளலாம்) அதில் அவர்கள் கட்டி வர வேண்டும். ஆறு மாதகால முடிவில் அவர்களுக்குச் சிறுநீர்ப் பரிசோதனை நடத்தப்படும். அதில் நிகோட்டின் இல்லாதிருக்கும் பட்சத்தில், அவர்கள் போட்டிருந்த பணம் அவர்களுக்குத் திருப்பிக் கொடுக்கப்படும். இல்லையெனில், அந்தத் தொகையை, அந்த வங்கி, தங்களுக்குப் பிடித்தத் தொண்டு நிறுவனம் ஒன்றுக்கு அன்பளிப்பாக அளித்துவிடும். ஆறு மாதகால முடிவில் நடத்தப்பட்டச் சோதனையில் பாதிப் பேர் தோற்றுவிட்டிருந்தனர். புகைபிடிக்க வேண்டும் என்ற உந்துதல் அவர்களை அந்த அளவுக்கு ஆட்டி வைத்திருந்தது.

ஆனால், அந்த ஆய்வாளர்கள் அத்துடன் நிறுத்திக் கொள்ளவில்லை. புகைபிடிக்கும் பழக்கத்தை நிறுத்தியிருந்தவர்கள் அதைத் தொடர்கிறார்களா இல்லையா என்பதைத் தெரிந்து கொள்ள அவர்கள் விரும்பினர். அதனால், ஓராண்டு கழித்து அவர்கள் மீண்டும் ஒரு நிகோட்டின் சோதனையை மேற்கொண்டனர். நிறுத்தியிருந்தவர்களில் நாற்பது சதவீதம் பேர் ஓராண்டுவரை அதைத் தொடர்ந்திருந்தனர். அவர்கள் கொடுத்திருந்த முன்அர்ப்பணிப்பு, இப்போது ஒரு பழக்கமாக அவர்களிடம் உருவாகியிருந்தது.

தன்னியக்க முறையில் மூளை

ஸ்டேன்லி ஆப்பிரிக்கக் காடுகளுக்குள் இருந்தபோது, அவரும் அவருடைய குழுவினரும் கடுமையான உடல் நோய், உணவு கிடைக்காமை, பசி, பட்டினி போன்ற கடுமையான சூழ்நிலைகளை எதிர்கொண்டிருந்தபோதிலும், காலையில் எழுந்தவுடன் அவர் செய்த முதல் காரியம் என்ன தெரியுமா? முகச்சவரம் செய்து கொள்வதுதான். அதை அவர் மிகவும் கவனத்துடன் மேற்கொண்டார். அவர் எங்கிருந்தாலும் அந்தப் பழக்கத்தை நிறுத்தவே இல்லை. பல நேரங்களில் அவர் கடும் குளிரான நீரையும், மழுங்கிப் போயிருந்த சவரக் கத்தியையும் கொண்டு முகச்சவரம் செய்தார். அன்றைய நாள் தான் உயிருடன் இருப்போமா இல்லையா என்பதே உறுதியாக இல்லாத நிலையில் இருந்த ஒருவர் எதற்காக இப்படி விடாப்பிடியாக முகச்சவரம் செய்து கொள்ள வேண்டும் என்று நாங்கள் ஸ்டேன்லியின் வரலாற்றை எழுதிய ஜீலிடம் கேட்டோம்.

அது அவர் கடைபிடித்து வந்த ஒழுங்குமுறையை

வெளிப்படுத்தியதாக ஜீல் பதிலளித்தார். "ஸ்டேன்லி எப்போதுமே நேர்த்தியாகத் தோற்றமளிப்பதில் குறியாக இருந்தார். அது அவர் அணிந்த ஆடைகளிலும் வெளிப்பட்டது. அவருடைய கையெழுத்து முத்துமுத்தாக இருக்கும். அவர் தன் குறிப்பேடுகளையும் புத்தகங்களையும் ஒரு பெட்டியில் நேர்த்தியாக அடுக்கி வைத்திருப்பார். தன்னைச் சுற்றியிருந்த இயற்கையின் அழிக்கும் இயல்புக்கான ஒரு மாற்றாக அவர் அவற்றைப் பாவித்து வந்தார்." அதற்கான விளக்கத்தை ஸ்டேன்லியே ஒரு முறை அளித்திருந்தார். "நான் என்னுடைய சுய கட்டுப்பாட்டை வெளிப்படுத்தவும், சுய மரியாதையைப் பேணவும், என்னால் முடிந்தவரை நேர்த்தியாகத் தோற்றமளிப்பதில் கவனம் செலுத்துவேன்."

முகச்சவரம் செய்து கொள்வது போன்றவற்றுக்கு ஆற்றலை வீணாக்குவதற்குப் பதிலாக, உணவு தேடுதல் போன்ற இன்றியமையாத காரியங்களுக்கு அதைச் செலவிடலாமே என்று நீங்கள் யோசிக்கலாம். அந்த நடவடிக்கை உங்களுடைய சுய கட்டுப்பாட்டைக் காலி செய்துவிடாதா? உண்மையில், இதுபோன்ற ஒழுங்குமுறையுடன்கூடிய பழக்கங்கள், நீண்டகால நோக்கில் ஒருவருடைய சுய கட்டுப்பாட்டை அதிகரிக்கவே செய்யும். அவை மூளையிலுள்ள தன்னியக்க மனச் செயல்முறையைத் தூண்டிவிடுவதுதான் அதற்குக் காரணம். அச்செயல்முறைக்கு ஆற்றல் அதிக அளவில் தேவைப்படுவதில்லை.

பாமைஸ்டரும் வேறு சிலரும், ஆளுமைப் பரிசோதனையில் உயர்ந்த சுய கட்டுப்பாட்டை வெளிப்படுத்தியிருந்த நபர்கள் குறித்து மேற்கொள்ளப்பட்ட எண்ணற்ற ஆய்வுகளின் முடிவுகளை ஆராய்ந்தனர். அவர்கள் அதில் கலந்து கொண்டவர்களின் நடத்தைகளை இரண்டு பிரிவுகளாகப் பிரித்தனர். ஒன்று தன்னிச்சையான நடத்தை. மற்றொன்று கட்டுப்பாட்டுடன் மேற்கொள்ளப்பட்ட நடத்தை. அதிகமான சுய கட்டுப்பாட்டுடன் இருந்தவர்கள் கட்டுப்பாட்டுடன்கூடிய நடத்தைகளில் சிறப்பாகச் செயல்பட்டிருப்பர் என்றுதான் அந்த ஆய்வாளர்கள் நினைத்திருந்தனர். ஆனால், ஆய்வின் முடிவு அதற்கு நேரெதிராக இருந்தது. அதிகமான சுய கட்டுப்பாட்டுடன் இருந்தவர்கள் தன்னிச்சையாக மேற்கொள்ளப்பட்ட நடத்தைகளில் சிறப்பாகச் செயல்பட்டிருந்தனர்.

முதலில் தாங்கள் ஏதோ தவறு செய்துவிட்டிருக்கக்கூடும் என்று நினைத்த அந்த ஆய்வாளர்கள், மறுபடியும்

அனைத்தையும் சோதித்தனர். முடிவுகளில் மாற்றம் எதுவும் ஏற்படவில்லை. பின்னர் அவர்கள் மூல ஆய்வுகளை மீண்டும் அலசியபோதுதான் அவர்களுக்கு ஒரு முக்கியமான விஷயம் புரிந்தது.

அவர்கள் தன்னிச்சையானவை என்று குறித்திருந்த நடத்தைகள், பழக்கங்களோடு தொடர்புடையவையாக இருந்தன. ஆனால், கட்டுப்பாட்டுடன்கூடிய நடத்தைகள் ஒரு முறை மேற்கொள்ளப்பட்ட நடவடிக்கைகளாகவோ அல்லது வழக்கத்திற்கு மாறான நடவடிக்கைகளாகவோ இருந்தன. மக்கள் தங்களுடைய மோசமான பழக்கங்களைக் கைவிட்டுவிட்டு நல்ல பழக்கங்களைச் சுவீகரித்துக் கொள்ள முயன்றபோது சுய கட்டுப்பாடு சிறப்பாக வேலை செய்தது. புகைபிடித்தலை நிறுத்துதல், மது அருந்துவதைக் குறைத்துக் கொள்ளுதல் போன்றவை அதற்கான ஒரு சில எடுத்துக்காட்டுகள். ஆரோக்கியமான நடத்தைகளை உருவாக்கிக் கொள்வதற்கு மன உறுதி தேவைப்பட்டது. அதனால்தான், நல்ல மன உறுதியுடன் இருப்பவர்களால் அதில் சிறந்து விளங்க முடிகிறது. பழக்கங்கள் உருவாக்கப்பட்டவுடன் வாழ்க்கை சுமூகமாகச் செல்லத் தொடங்கும்.

இந்த ஆய்வின் முடிவுகள் வேறொன்றையும் வெளிப்படுத்தின. வேலை மற்றும் பள்ளிப் படிப்பு விஷயத்தில் செயல்திறனை அதிகரித்துக் கொள்வதற்கு சுய கட்டுப்பாடு மிகவும் உதவிகரமாக இருந்தபோதிலும், சாப்பிடுதல் மற்றும் பத்திய உணவு முறைகளைக் கடைபிடித்தல் போன்றவற்றில் அது பெரிதாகப் பலனளிக்கவில்லை. வெற்றிகரமான ஊழியர்களும் மாணவர்களும் பெருமளவுக்கு நல்ல பழக்கவழக்கங்களை நம்பியிருந்தனர்.

அமெரிக்கப் பல்கலைக்கழகங்களில் உதவிப் பேராசிரியர்களாகச் சேர்பவர்கள் முழுநேரப் பேராசிரியர்களாக ஆவது என்பது பெருமையானதொரு விஷயம். அதோடு, அது ஒரு நிரந்தரமான வேலைக்கும் ஓர் உத்தரவாதமான சம்பளத்திற்கும் இட்டுச் செல்லும். ஆனால், அதை அடைவது கடினம். பெரும்பாலான பல்கலைக்கழகங்களில், பதவி உயர்வு பெறுவதற்கு அவர்கள் தரமான ஆய்வுக் கட்டுரைகளைப் பிரசுரித்திருக்க வேண்டும். பாப் போய்ஸ் என்ற ஆய்வாளர், அப்போதுதான் உதவிப் பேராசிரியர்களாகப் பல்கலைக்கழகங்களில் சேர்ந்தவர்களின் ஆய்வுக் கட்டுரைகளை எழுதுகின்ற பழக்கங்களை ஆய்வு செய்தார். அவர்கள் காலப்போக்கில் எப்படி முன்னேறினர்

என்பதையும் அவர் கண்காணித்து வந்தார். அவர்களுக்கு நேரடியான மேலதிகாரிகள் எவரும் கிடையாது என்பதாலும், அவர்கள் எப்படிப்பட்டக் கால அட்டவணையைப் பின்பற்ற வேண்டும் என்று சொல்வதற்கோ, எந்த வேலைகளைச் செய்ய வேண்டும் என்று வழிகாட்டுவதற்கோ எவரும் கிடையாது என்பதாலும், இந்த இளம் உதவிப் பேராசிரியர்கள் பல்வேறு அணுகுமுறைகளைக் கடைபிடித்தனர். அவர்களில் சிலர், தேவையான அனைத்துத் தகவல்களையும் சேகரித்துவிட்டு, தீவிரமான கவனக்குவிப்புடன் ஓரிரு வாரங்களில் ஓர் ஆய்வுக் கட்டுரையை எழுதுவர். பல நேரங்களில் அவர்கள் அதற்காக ஒரு நாளில் நீண்ட நேரம் செலவழிப்பர். சில சமயங்களில், இரவில் அவர்கள் நீண்ட நேரம் கண்விழிப்பர். வேறு சிலர், தினந்தோறும் ஓரிரு பக்கங்களை எழுத முயல்வர். மற்றவர்கள் இந்த இரண்டுக்கும் இடைப்பட்ட இடத்தில் இருந்தனர். பாப் அந்தக் குழுவினரைச் சில ஆண்டுகள் கழித்து மீண்டும் தொடர்பு கொண்டார். தினந்தோறும் எழுதிக் கொண்டிருந்தவர்கள் சிறப்பாகச் செயல்பட்டிருந்தனர். அவர்களில் பலர் முழுநேரப் பேராசிரியர்களாக ஆகியிருந்தனர். மொத்தமாக எழுத முயன்றவர்கள் பெரிதாக வெற்றி பெறவில்லை. அவர்களில் பலர் வேறு வேலைகளுக்குச் சென்றுவிட்டிருந்தனர். இந்த ஆய்வின்படி, இளம் எழுத்தாளர்கள் மற்றும் பேராசிரியர்களாக ஆக விரும்புபவர்களுக்கான பரிந்துரை இதுதான்: தினமும் எழுதுங்கள். அப்படி எழுதுவதை ஒரு பழக்கமாக ஆக்கிக் கொள்வதற்கு, சுய கட்டுப்பாட்டைப் பயன்படுத்திக் கொள்ளுங்கள். நீண்டகால நோக்கில் உங்களால் குறைவான முயற்சியுடன் அதிகமாக எழுதிக் குவிக்க முடியும்.

நாம் பெரும்பாலும் மன உறுதியை, நாம் வாழ்க்கையில் எதிர்கொள்கின்ற முக்கியமான ஒற்றை முயற்சிகளோடு பிணைத்துக் கொள்கிறோம். மராத்தான் போட்டிகளில் வெற்றிக் கோட்டை நெருங்குகின்றபோதோ, பிரசவ வலியைப் பொறுத்துக் கொள்ள வேண்டியிருக்கும்போதோ, ஒரு காயத்தைத் தாங்கிக் கொள்ள வேண்டியிருக்கும்போதோ, ஒரு கடுமையான சபலத்தை மீற முயற்சிக்கும்போதோ, அல்லது, சாத்தியமற்ற ஒரு காலக்கெடுவுக்குள் ஒரு குறிப்பிட்ட விஷயத்தைச் செய்து முடிக்க வேண்டியிருக்கும்போதோ மட்டுமே நமக்கு மன உறுதி தேவைப்படுகிறது என்று நாம் தவறாக நினைத்துக் கொள்கிறோம். ஸ்டேன்லியைக் கடுமையாக விமர்சிக்கின்ற நபர்கள்கூட, குறிப்பிட்டக் காலக்கெடுவுக்குள் சிறப்பாக எழுதிக் கொடுக்க முடிந்த

அவருடைய திறனை வெகுவாகப் பாராட்டவே செய்கின்றனர். அவர் ஆப்பிரிக்காவிலிருந்து வெளியே வந்து நாகரிக உலகில் மீண்டும் ஐக்கியமான பிறகு, மிக விரைவாக, 'இன் டார்க்கெஸ்ட் ஆப்பிரிக்கா' என்ற புத்தகத்தை எழுதி முடித்தார். அது சர்வதேச அளவில் பிரமாதமாக விற்பனையானது. அவர் தினமும் காலையில் ஆறு மணியிலிருந்து இரவு பதினொரு மணிவரை வேலை செய்து, இரண்டு தொகுதிகளாக வெளிவந்த அந்தத் தொள்ளாயிரம் பக்க நூலை வெறும் ஐம்பது நாட்களில் எழுதி முடித்தார். ஆனால், அவர் ஆப்பிரிக்கக் காடுகளில் இருந்தபோது நேர்த்தியாகவும் ஒழுங்குமுறையுடனும் குறிப்பெடுத்து வைத்திருந்ததால்தான் அது அவருக்குச் சாத்தியப்பட்டது. முகச்சவரம் செய்வதுபோல, நாட்குறிப்பு எழுதுவதையும் அவர் ஒரு பழக்கமாக உருவாக்கிக் கொண்டிருந்ததால், அவருக்கு அதைச் செய்வதற்குப் பெரிய அளவில் மன உறுதி தேவைப்படவில்லை.

என்னைப் பற்றி இவ்வளவு போதும்

தன்னுடைய முப்பத்து மூன்றாவது வயதில், லிவிங்ஸ்டனைக் கண்டுபிடித்தப் பிறகு ஸ்டேன்லி தன் காதலியையும் கண்டுபிடித்தார். பெண்களைக் கவர்கின்ற விஷயத்தில் தான் சிறந்தவன் அல்லன் என்று அவர் எப்போதும் நினைத்து வந்திருந்தார். ஆனால், அவர் லண்டனுக்குத் திரும்பிய பிறகு அவருக்குக் கிடைத்திருந்த புதிய பிரபலத்துவம், சமூக வட்டாரங்களில் அவருடைய செல்வாக்கை உயர்த்தியிருந்தது. அவர் லண்டனில் இருந்தபோது, ஆலிஸ் பைக் என்ற அமெரிக்க இளம்பெண்ணைச் சந்தித்தார். அப்போது அவளுக்குப் பதினேழு வயது. அது ஸ்டேன்லியின் வயதில் பாதிதான். அவர் தன்னுடைய நாட்குறிப்பில், "அவளுக்கு ஆப்பிரிக்கப் புவியியலைப் பற்றி எதுவும் தெரிந்திருக்கவில்லை. பிற விஷயங்களிலும் அவளுடைய நிலை அப்படித்தான் இருக்கும் என்று நான் நினைக்கிறேன்," என்று குறிப்பிட்டிருந்தார். ஆனாலும், அவர் அவள்மீது காதல் வயப்பட்டார். ஒரு மாதத்தில் அவர்களுக்குத் திருமணம் நிச்சயமானது. அவருடைய அடுத்த ஆப்பிரிக்கப் பயணம் முடிந்தவுடன் திருமணத்தை வைத்துக் கொள்வது என்று அவர்கள் இருவரும் முடிவு செய்தனர். ஆப்பிரிக்காவின் கிழக்குக் கடற்கரையோரம் அவர் தன் பயணத்தைத் துவக்கினார். அந்தப் பயணத்திற்காக அவர் அமர்த்தியிருந்தவர்கள், இருபத்து நான்கு அடி நீளம்

கொண்ட 'லேடி ஆலிஸ்' என்ற படகைச் செலுத்துவதில் மும்முரமாக ஈடுபட்டிருந்தபோது, ஸ்டேன்லி, தோல் உறை ஒன்றில் இடப்பட்டுத் தன் இதயத்திற்கு அருகே வைத்திருந்த ஆலிஸின் புகைப்படத்தை அடிக்கடி எடுத்துப் பார்த்துக் கொண்டிருந்தார். ஆப்பிரிக்காவின் இதயப் பகுதியிலிருந்த மாபெரும் ஏரிகளைச் சுற்றி வர அவர் அந்தப் படகைப் பயன்படுத்திக் கொண்டார். மூவாயிரத்து ஐந்நூறு மைல்கள் பயணித்தப் பிறகு, ஸ்டேன்லி, தொடர்ந்து மேற்கு நோக்கி நகர்ந்தார். அதுதான் அவருடைய பயணத்திலேயே மிகவும் ஆபத்தான பகுதியாக இருந்தது. அவர் தன் படகை, லுவாலாபா நதியில் செலுத்தி, அது எங்குச் செல்கிறது என்பதைத் தெரிந்து கொள்ள விரும்பினார். அது நைல் நதியில் கலக்கும் என்று லிவிங்ஸ்டன் ஊகித்திருந்தார். அது நைஜர் நதியில் கலக்கும் என்ற இன்னோர் ஊகமும் இருந்தது. ஆனால், அது காங்கோ நதியில் கலக்கும் என்று ஸ்டேன்லி ஊகித்தார். அதுதான் இறுதியில் நிஜமாயிற்று. அவர் தன் பயணத்தைத் துவக்கியிருந்தபோது, அதைப் பற்றி எவருக்கும் தெரிந்திருக்கவில்லை. துணிச்சல்மிக்க, பிறரை அஞ்சி நடுங்க வைக்கின்ற அரேபியர்கள்கூட, அந்த நதியின் போக்கில் இருந்த, மனிதர்களைத் தின்ற ஒரு கூட்டத்தினரைப் பற்றிய கதைகளின் காரணமாக அங்குக் காலடி எடுத்து வைத்திருக்கவில்லை.

அந்த நதிப் பயணத்தைத் துவக்குவதற்கு முன்பாக, ஸ்டேன்லி, ஆலிஸுக்கு எழுதியிருந்த ஒரு கடிதத்தில், தான் சுமார் முப்பது கிலோ எடை குறைந்திருந்ததாகத் தெரிவித்திருந்தார். அவர் பல சிரமங்களை அனுபவித்துக் கொண்டிருந்தபோதிலும் அவற்றைப் பற்றி அவர் அந்தக் கடிதத்தில் விவரித்திருக்கவில்லை. அவர் ஆப்பிரிக்காவின் மறுகோடியை வந்தடைவதற்கு முன்பு அவர் எழுதியிருந்த கடைசிக் கடிதம் அதுதான். அக்கடிதத்தில் அவர், "உன்மீதான என் நேசம் துளிகூட மாறவில்லை. நீதான் என் கனவு. நீதான் என் நம்பிக்கை. நீதான் என்னுடைய கலங்கரைவிளக்கம். நான் உன்னுடைய இந்த நினைவை அப்படியே போற்றிப் பாதுகாப்பேன் – நான் உன்னை மறுபடி சந்திக்கின்றவரை அல்லது மரணம் என்னைச் சந்திக்கின்றவரை," என்று குறிப்பிட்டிருந்தார்.

மேலும் மூவாயிரத்து ஐந்நூறு மைல்களுக்கு ஸ்டேன்லி அந்த நம்பிக்கையையே உறுதியாகப் பற்றிக் கொண்டிருந்தார். காங்கோ நதியின் ஊடாக அவர் மேற்கொண்டிருந்த அந்தப் பயணத்தில், மனிதர்களைத் தின்ற நபர்களை

எதிர்கொண்டது உட்படப் பல பெரும் ஆபத்துகளை அவர் சந்தித்தார். மூன்று ஆண்டுகள் கழித்து அவர் அட்லான்டிக் பெருங்கடலை அடைந்தபோது, தன் குழுவில் பாதிப் பேரை அவர் இழந்திருந்தார். ஐரோப்பியர்களில் உயிருடன் தப்பிப் பிழைத்திருந்த ஒரே நபர் அவர் மட்டும்தான். அவர் மீண்டும் நாகரிக உலகை அடைந்தபோது, ஆலிஸிடமிருந்து தனக்கு வந்திருக்கும் என்று அவர் ஊகித்திருந்த காதல் கடிதங்களைப் படிக்க அவர் ஆவலாக இருந்தார். அதற்குப் பதிலாக, அவருடைய பதிப்பாளரிடமிருந்து வந்திருந்த கடிதம்தான் அவருக்குக் கிடைத்தது. அதில் அந்தப் பதிப்பாளர் மற்ற விஷயங்களைப் பற்றிக் குறிப்பிட்டுவிட்டு, “இப்போது நான் ஓர் இக்கட்டான விஷயத்திற்கு வருகிறேன். இந்த விஷயத்தைப் பற்றி உங்களுக்கு முன்பே தெரியப்படுத்த வேண்டுமா அல்லது நீங்கள் உங்களுடைய பயணத்தை முடிக்கின்றவரை காத்திருக்க வேண்டுமா என்று நான் குழம்பிக் கொண்டிருந்தேன். மேலும் பீடிகை எதுவும் போடாமல் இதை உங்களிடம் சொல்லிவிடுகிறேன். ஆலிஸ் பைக் வேறொருவரை மணமுடித்துக் கொண்டார்,” என்று அக்கடிதத்தை முடித்திருந்தார். தன்னுடைய கனவுக்கன்னி இப்படித் தன்னைக் கைவிட்டுவிட்டு, ஒஹையோவில் இருந்த ஒரு தொழிலதிபரை மணந்து கொண்டது ஸ்டேன்லியை மிகவும் மனமுடைய வைத்துவிட்டது. அவருடைய பயணத்தின் வெற்றியைப் பாராட்டி ஆலிஸிடமிருந்து வந்திருந்த கடிதம் அவரை அமைதிப்படுத்தவில்லை. அக்கடிதத்தில், ஆலிஸ் தன் திருமணத்தைப் பற்றிச் சுருக்கமாகக் குறிப்பிட்டுவிட்டு, “இறுதியில், உங்களுடைய படகு, அதன் பெயருக்குச் சொந்தக்காரியைவிட உங்களுக்கு அதிக விசுவாசமாக இருந்துவிட்டது,” என்று எழுதியிருந்தார். அந்த முறிவு, தன்னுடைய காதல் திறமையின்மை குறித்து ஸ்டேன்லி கொண்டிருந்த நம்பிக்கையை உறுதி செய்தது. பாவம்தான் அவர்! ஒரு தவறான பெண்ணின் புகைப்படத்தைத் தன் இதயத்தின் அருகே வைத்துக் கொண்டு அவர் ஆப்பிரிக்காவின் குறுக்காக ஒரு முனையிலிருந்து மறுமுனையை எட்டியிருந்தார்.

முடிவு எப்படி இருந்தபோதிலும், ஸ்டேன்லி, அந்த உறவாலும் அந்தப் புகைப்படத்தாலும் பெரிதும் பயனடைந்தார். அவருடைய பரிதாபகரமான நிலையிலிருந்து அவருடைய கவனத்தைத் திசை திருப்புவதற்கு அவை அவருக்கு வெகுவாக உதவியிருந்தன. ஆலிஸின் விசுவாசம் குறித்த அவருடைய நம்பிக்கை பொய்த்துப் போயிருந்தபோதிலும்,

அவர் தன்னுடைய சூழலிலிருந்து விலகி வேறு ஒன்றின்மீது தன் கவனத்தைக் குவிக்க அது அவருக்குக் கைகொடுத்திருந்தது. குழந்தைகளையும் மிட்டாய்களையும் வைத்து மேற்கொள்ளப்பட்டிருந்த பரிசோதனையில் வெற்றிகரமாகத் தேறியிருந்த குழந்தைகள் பயன்படுத்தியிருந்த உத்தியின் விரிவான பயன்பாடு அது. அந்தப் பரிசோதனையில் கலந்து கொண்டிருந்த குழந்தைகளில், எந்தக் குழந்தைகள் தங்களுடைய கண்களை மிட்டாய்களின்மீதே வைத்திருந்தனரோ, அந்தக் குழந்தைகள் தங்களுடைய மன உறுதியை வெகு சீக்கிரமே காலி செய்துவிட்டிருந்தனர். அவர்கள் தங்களுடைய சபலத்திற்கு அடிபணிந்து, அந்த மிட்டாயை எடுத்துச் சாப்பிட்டுவிட்டனர். அதேபோல, நோயாளிகளைக் கவனித்துக் கொள்ளும் மருத்துவப் பணியாளர்கள், நோயாளிகளிடம் அவர்களுடைய தற்போதைய நிலை தவிர மற்ற விஷயங்கள் குறித்துப் பேச்சுக் கொடுப்பதன் மூலம் அவர்களுடைய கவனத்தை வலியிலிருந்து திசை திருப்புவர். ஸ்டேன்லி தான் விட்டுச் சென்றிருந்த குழுவினர், தங்களுக்கு வந்து சேர வேண்டிய பொருட்களுக்காகக் காத்திருந்து அந்த இடத்திலேயே தொடர்ந்து தங்கிவிட்டதுதான் அவர்கள் செய்த தவறு என்று, அதைப் பற்றித் தெரிந்தவுடன் கூறினார். அவர்கள் அங்கிருந்து நடக்கத் தொடங்கியிருந்திருந்தால், அவர்களுடைய கவனம் திசை திருப்பப்பட்டிருக்கும், அவர்கள் கடுமையான சலிப்பை எதிர்கொண்டிருந்திருக்க மாட்டார்கள். கடுமையாக நோயுற்றிருந்த, செத்துக் கொண்டிருந்த நிலையிலிருந்த தன் குழுவினருடன் காட்டில் நடந்து செல்வது ஸ்டேன்லிக்கு மிகவும் கடினமாக இருந்தபோதிலும், அந்த நடவடிக்கை, மோசமான எண்ணங்கள் ஸ்டேன்லியை அணுகுவதற்கு அனுமதிக்கவில்லை. தன் மனத்திடமிருந்து தப்பிப்பதற்கான ஒரு வழியாக அவர் அந்த நடவடிக்கைகளைப் பார்த்தார்.

> *என் மனம் பேதலிக்காமல் இருப்பதற்கும், நான் நம்பிக்கை இழந்த நிலையை அடையாமல் இருப்பதற்கும், நான் 'சுய மறத்தல்' நிலையை அடைய வேண்டியிருந்தது. என் குழுவில் இருந்தவர்கள், எப்போதும் நான் ஆகச் சிறந்த காரியங்களைச் செய்து கொண்டிருந்தேன் என்று என்மீது நம்பிக்கை வைத்திருந்தனர். அது எனக்கு உத்வேகமளித்தது, தார்மிகரீதியாக எனக்கு வலு சேர்த்தது.*

ஸ்டேன்லி, அவருடைய காலகட்டத்தைச் சேர்ந்த பிற ஆங்கிலேயத் தேடலாய்வாளர்களிடமிருந்து

பெரிதும் வேறுபட்டிருந்தார். அவர் தன் சகாக்களிடமும் ஆப்பிரிக்கர்களிடமும் மிகுந்த மனிதாபிமானத்தோடு நடந்து கொண்டார் என்று ஜீல் குறிப்பிடுகிறார். ஸ்டேன்லியிடம் ஒருபோதும் இனப் பாகுபாடு இருந்ததில்லை. ஆப்பிரிக்க மொழியான சுவாஹிலி மொழியை அவர் சரளமாகப் பேசினார். அவர் பல ஆப்பிரிக்கர்களோடு தன் வாழ்நாள் முழுவதும் நல்லுறவுகளைப் பேணி வந்தார். உள்ளூர் மக்களிடம் மோசமாக நடந்து கொண்ட வெள்ளைக்காரர்களை அவர் திருத்தினார். பேரப்பேச்சுகள் மற்றும் பரிசுகளின் மூலம் உள்ளூர்க்காரர்களை வென்றெடுக்க முடியாதபோது மட்டுமே ஸ்டேன்லி அவர்களுடன் சண்டையிட்டார். ஆப்பிரிக்காவின் ஊடாக ஒரு துப்பாக்கி முனையைக் காட்டி அவர் முன்னேறினார் என்பது ஒரு கட்டுக்கதை. அவருடைய வெற்றிக்கான இரகசியம் எவற்றை அடிப்படையாகக் கொண்டிருந்தது என்பதை, தன்னுடைய கடைசிப் பயணத்திற்குப் பிறகு அவரே இவ்வாறு குறிப்பிட்டார்:

> *எப்போதும் ஆபத்து சூழ்ந்திருந்த ஒரு சூழலில் நான் கற்றுக் கொண்டிருந்த முதலாவது விஷயம், துப்பாக்கிக் குண்டைவிட சுய கட்டுப்பாடு அதிக இன்றியமையாதது என்பதுதான். அந்த ஆப்பிரிக்கச் சூழலில், நான் எதிர்கொண்டே ஆக வேண்டியிருந்த ஆப்பிரிக்கர்கள் குறித்து இதயபூர்வமான, உண்மையான அனுதாபம் இல்லாமல் சுய கட்டுப்பாடு சாத்தியமில்லை என்பது நான் கற்றுக் கொண்டிருந்த இரண்டாவது விஷயம்.*

ஸ்டேன்லி புரிந்து கொண்டிருந்ததைப்போல, சுய கட்டுப்பாடு என்பது சுயநலம் அல்ல. பிறருடன் நாம் ஒரு சுமூகமான உறவை வைத்துக் கொள்வதற்கும், நம்முடைய குறுகியகால நலன்களைப் பாதுகாத்துக் கொள்வதற்காக நம்முள் தோன்றுகின்ற தூண்டுதல்களை மீறுவதற்கும் நமக்கு மன உறுதி தேவை.

வரலாறு நெடுகிலும், மக்களை சுயநலமான நடத்தையிலிருந்து விடுபட வைப்பதற்கு மத போதனைகள்தாம் பொதுவான வழியாகக் கடைபிடிக்கப்பட்டு வந்துள்ளன. சுய கட்டுப்பாட்டைக் கடைபிடிப்பதற்கான மிகச் சிறந்த உத்தியாக இன்றளவும் அது இருந்து வருவதைச் சில ஆய்வுகள் நிரூபித்துள்ளன. அவற்றைப் பற்றி நாம் பின்னர் விரிவாகப் பார்க்கலாம். நீங்களும் ஸ்டேன்லியைப்போலக் கடவுள் நம்பிக்கை இல்லாதவராக இருந்தால் என்ன செய்வது?

அமெரிக்க உள்நாட்டுப் போரில் மக்கள் ஒருவரையொருவர் கொன்று குவித்தது ஸ்டேன்லிக்குக் கடவுள்மீதான நம்பிக்கையை இழக்கச் செய்தது. விக்டோரியா காலத்தைச் சேர்ந்தவர்களைக் குடைந்தெடுத்துக் கொண்டிருந்த கேள்வி ஸ்டேன்லியையும் வாட்டியது: பாரம்பரிய மதக் கட்டுப்பாடுகள் இல்லாமல் நல்லொழுக்கத்துடன் வாழ்வது எப்படி? கடமையுணர்வை ஊட்டுவதன் மூலம் அது சாத்தியப்படும் என்று ஸ்டேன்லி போன்றவர்கள் நினைத்தனர். ஆப்பிரிக்கக் காடுகளில் தன் குழுவினரை வழிநடத்திச் சென்றபோது, ஸ்டேன்லி, டென்னிசனின் இந்தக் கவிதை வரிகளை அடிக்கடி நினைவுபடுத்திக் கொண்டிருந்தார்:

> *எங்களுடைய வெற்றிக் கதையில் ஒரு முறை, இரு முறை அல்ல, பல முறை,*
> *கடமையின் பாதைதான் புகழை எட்டுவதற்கான வழியாக இருந்தது.*

ஸ்டேன்லியின் குழுவினர் டென்னிசனின் வரிகளால் பெரிதாக ஈர்க்கப்படவில்லை. ஆனால், அவருடைய அணுகுமுறை சுய கட்டுப்பாடு தொடர்பான ஒரு சரியான கொள்கையை அடிப்படையாகக் கொண்டிருந்தது: "உன்னதமான எண்ணங்களின்மீது கவனத்தைக் குவித்தல்." அரேபியர்கள், கிழக்கு ஆப்பிரிக்க அடிமைகளை வாங்கி விற்கின்ற தொழிலில் ஈடுபட்டிருந்தவர்கள் ஆகியோரின் அட்டூழியங்களை ஸ்டேன்லி நேரில் பார்த்தபோது, தன் வாழ்வின் நோக்கம் என்ன என்பது அவருக்குத் தெளிவாயிற்று. அதற்குப் பிறகு, அடிமை வர்த்தகத்தை ஒழித்துக் கட்டுவதையே அவர் தன் வாழ்நாள் நோக்கமாக வரித்துக் கொண்டார்.

ஆப்பிரிக்கக் காடுகளில் அவர் பட்டச் சிரமங்கள், அவர் தன் சொந்தப் பெற்றோராலும் தன் காதலியாலும் பிரித்தானிய அமைப்புமுறையாலும் நிராகரிக்கப்பட்டது போன்ற அனைத்தையும் பொறுத்துக் கொண்டு, தான் எடுத்துக் கொண்டிருந்த காரியத்தில் ஸ்டேன்லியைப் பீடுநடை போட வைத்தது, தான் ஓர் உன்னதமான பணியில் ஈடுபட்டிருந்தோம் என்ற அவருடைய நம்பிக்கைதான். அவர் தன்னுடைய குறிப்புப் புத்தகத்தில், "மகிழ்ச்சியாக இருப்பதற்காக நான் இந்த உலகிற்கு அனுப்பி வைக்கப்பட்டிருக்கவில்லை. நான் ஒரு சிறப்பான பணியை நிறைவேற்றுவதற்காக இங்கு அனுப்பி வைக்கப்பட்டுள்ளேன்," என்று எழுதியுள்ளார்.

அத்தியாயம் எட்டு

மன உறுதியும் குடிப் பழக்கமும்

புனித மேரியே, என் கதறலைக் கேள்.
நான் உன்னை ஓராயிரம் முறை வசைபாடியிருக்கிறேன்.
என் ஆத்மாவின் ஊடாக ஓடிக் கொண்டிருந்த
கோபத்தை உணர்ந்திருக்கிறேன்.
புனித மேரியே, என்னை என்னால் கட்டுப்படுத்திக்
கொள்ள முடியவில்லை.

– எரிக் கிளாப்டன், 'ஹோலி மதர்' என்ற பாடலில்

எரிக் கிளாப்டனுக்கு, தான் சம்பாதித்திருந்த பெரும் புகழ், சேர்த்திருந்த பெரும் செல்வம், படைத்திருந்த பிரபல இசை போன்ற எதுவுமே திருப்தியைக் கொடுக்காமல், தற்கொலை எண்ணம் அவரிடம் துளிர்விட்டபோதெல்லாம், அவருடைய மனத்தில் ஒரே ஓர் எண்ணம்தான் ஓடிக் கொண்டிருந்தது: தான் தற்கொலை செய்து கொண்டால் தன்னால் சிந்திக்க முடியாது! அவருடைய பிரதானமான ஈர்ப்பு மதுதான். அது தவிர, போதைப் பொருட்களைப் பயன்படுத்துகின்ற பழக்கமும் அவருக்கு இருந்தது. கோக்கெயின், ஹெராயின் மற்றும் போதை ஏற்றுகின்ற எந்தப் பொருளாக இருந்தாலும் சரி, அதன்மீது அவர் கைவைத்துவிடுவார்.

அவர் தன்னுடைய முப்பதுகளின் இறுதியில் இருந்தபோது, போதைப் பழக்கத்திலிருந்து மீள்வதற்காக ஒரு மையத்தில் சேர்ந்து அதில் வெற்றியும் பெற்றார். பல ஆண்டுகளுக்கு அவர் குடிக்காமலும் போதை மருந்துகளைப் பயன்படுத்தாமலும் இருந்து வந்தார். பின்னர் ஒரு நாள் அவர் தன் வீட்டுக்குத் திரும்பிக் கொண்டிருந்தபோது வீட்டுக்கு அருகே இருந்த ஒரு மதுவிடுதியைப் பார்த்தபோது அவருக்குள் சபலம் எழுந்தது. ஒரே ஒரு பீரைக் குடித்தால் தப்பில்லை என்று தன்னைத் தானே ஏமாற்றிக் கொண்டு அவர் அந்த மதுவிடுதிக்குள்

நுழைந்தார். அது வெறும் பீரோடு நிற்கவில்லை. அவர் மீண்டும் மதுவுக்கு அடிமையானார்.

மீண்டும் தற்கொலை எண்ணங்கள் தோன்றின. அப்படிப்பட்ட ஒரு மாலையில், அவர், 'ஹோலி மதர்' என்ற பாடலை இயற்ற முனைந்தார். அந்தப் பாடலின் மூலம் அவர் தன் குடிப் பழக்கப் பிரச்சனையைத் தீர்க்க தெய்விக உதவியை நாடினார். குடிப் பழக்கம் அவருடைய இசைத் தொழிலை பாதித்திருந்தது; அவருடைய திருமண வாழ்க்கையை நாசமாக்கியிருந்தது; ஒரு முறை, அவர் குடித்துவிட்டுக் காரோட்டிச் சென்று ஒரு விபத்தில் சிக்கினார். ஆனாலும், அவரால் தன் குடியை நிறுத்த முடியவில்லை. அவருக்கு ஒரு மகன் பிறந்தபோது, மதுப் பழக்கத்திலிருந்து மீள்வதற்கு உதவிய ஒரு மையத்திற்கு அவர் மறுபடியும் சென்றார். ஆனால், அதன் இறுதி நாட்களில், பாட்டிலைத் தொட மறுப்பதற்கான சக்தி தனக்கு இல்லை என்றே அவர் உணர்ந்தார்.

"குடிதான் என் எண்ணத்தை எப்போதும் ஆக்கிரமித்துக் கொண்டிருந்தது. நான் கடும் விரக்தியில் இருந்தேன்," என்று அவர் தன் சுயசரிதையில் கூறியுள்ளார். ஒரு நாள், அந்த மையத்தில் ஓர் அறையில் அவர் தனியாக இருந்தபோது, தரையில் மண்டியிட்டு, தனக்கு உதவி தேவை என்று அவர் கதறினார்.

"நான் யாரிடம் பேசிக் கொண்டிருந்தேன் என்பது எனக்குத் தெரியாது. அதற்கு மேல் தனியாக என்னால் தாங்கிக் கொள்ள முடியாத ஒரு நிலையை நான் எட்டியிருந்தேன். தொடர்ந்து போராடுவதற்கு என்னிடம் அதற்கு மேல் சக்தி இருக்கவில்லை. முழு சரணாகதி பற்றி முன்பு நான் கேள்விப்பட்டிருந்தது என் நினைவுக்கு வந்தது. அப்படிப்பட்டச் செயலில் நான் இறங்குவேன் என்று நான் ஒருக்காலும் கற்பனை செய்திருக்கவில்லை. ஏனெனில், என்னுடைய தற்செருக்கு அதற்கு இடமளித்திருக்காது. ஆனால், தனியாக என்னால் இதிலிருந்து மீள முடியாது என்பதை அப்போது நான் உணர்ந்தேன். அதனால், நான் உதவி கேட்டேன். நான் மண்டியிட்டுக் கதறினேன், முழு சரணாகதி அடைந்தேன்," என்று அவர் எழுதியுள்ளார். அக்கணத்திற்குப் பிறகு, அவர் மதுவை ஒருபோதும் தொடவில்லை. அவருடைய நான்கு வயது மகன், ஐம்பத்து மூன்றாவது மாடியிலிருந்த அவருடைய வீட்டின் படுக்கையறைச் சன்னலிலிருந்து தவறிக் கீழே விழுந்த துயர நிகழ்வை அவர் எதிர்கொண்டபோதுகூட அவர் மீண்டும் மதுவை நாடவில்லை.

அந்த மையத்தில் அந்த இரவு திடீரென்று அவர் சுய கட்டுப்பாட்டை மீண்டும் பெற்றார். முதலில் அவர் அதை எவ்வாறு இழந்தார் என்பதை வேண்டுமானால் விளக்கிவிடலாம். ஆனால், அதை அவர் மீண்டும் எவ்வாறு திரும்பப் பெற்றார் என்பதை விளக்குவது கடினம். மதுவுடனான அவருடைய பிரச்சனையைத் துல்லியமான உளவியல் சொற்களைக் கொண்டு எளிதாக விவரித்துவிடலாம். மது, முட்டாள்தனமான அல்லது அழிவுபூர்வமான செயல்களைச் செய்யத் தூண்டும் என்ற ஒரு நம்பிக்கை பொதுமக்களிடையே இருக்கிறது. அது தவறு. மாறாக, அது வெறுமனே கட்டுப்பாடுகளை நீக்குகிறது. அது சுய கட்டுப்பாட்டை இரண்டு வழிகளில் குறைக்கிறது. முதலாவது, இரத்தத்திலுள்ள குளூக்கோஸின் அளவு குறைவதால் சுய கட்டுப்பாடு குறைகிறது. இரண்டாவது, அது உங்களுடைய சுய பிரக்ஞையைக் குறைத்துவிடுகிறது. அதனால், அது உள் முரண்பாடுகளோடு தொடர்புடைய நடத்தைகளையே அதிகமாக பாதிக்கிறது. நீங்கள் ஒன்றைச் செய்ய விரும்புகின்றபோது, உங்களின் ஒரு பகுதி அதை விரும்பாதிருக்கும் நிலை இது. அதிகமாகப் பணம் சம்பாதித்தல், சண்டைக்குப் போதல், மேலும் மேலும் குடித்தல் போன்றவை இவற்றுக்கான சில எடுத்துக்காட்டுகள். கேலிச்சித்திரம் வரைபவர்கள் இதை, ஒருவரின் ஒரு தோளில் ஒரு தேவதையும் மறு தோளில் சைத்தானும் அமர்ந்திருப்பதுபோல வரைவர். ஒரு சில மதுக் கோப்பைகளுக்குப் பிறகு, அந்த தேவதை மறைந்துவிடும். நீங்கள் அதைத் தொடங்குவதற்கு முன்புதான் தடுத்து நிறுத்த வேண்டும். கிளாப்டன் இருந்த மையத்தில் பணியாளர்கள் சூழ இருந்தபோது பிரச்சனையில்லை. ஆனால், தனியாக இருக்கின்றபோது? கிளாப்டன் முழு சரணாகதி அடைந்துவிடுவது என்ற தீர்மானத்தை எடுத்தவுடன் எப்படி அவருடைய சுய கட்டுப்பாடு அதிகரித்தது?

"மனப்போக்கில் ஏற்பட்ட மாற்றம் என்று ஓர் இறைமறுப்பாளர் கூறக்கூடும். அதில் ஓரளவு உண்மையும் இருக்கிறது. ஆனால், அதையும் விஞ்சிய ஏதோ ஒன்று இருக்கிறது," என்று கிளாப்டன் கூறுகிறார். அதற்குப் பிறகு அவர் தினமும் காலையும் மாலையும் உதவி வேண்டிப் பிரார்த்தித்தார். பிரார்த்திக்கும்போது பணிவடக்கம் தேவை என்பதால் அவர் மண்டியிட்டுப் பிரார்த்தித்தார். அதைப் பற்றி அவரிடம் கேட்கப்பட்டபோது, "அது வேலை செய்கிறது, அவ்வளவுதான்!" என்று அவர் பதிலளித்தார்.

திருந்திய இன்பவிரும்பிகள், ஆயிரக்கணக்கான ஆண்டுகளாக இதைத்தான் சொல்லி வந்திருந்தனர். கிளாப்டன் மற்றும் புனித அகஸ்டின் போன்றவர்களுக்குச் சட்டென்று அடுத்தக் கணத்தில் நிகழ்ந்தது. குடியை நிறுத்துமாறு அகஸ்டினுக்குக் கடவுளிடமிருந்து ஒரு நேரடிக் கட்டளை கிடைத்ததாகவும், உடனே அனைத்து இருளும் அவரிடமிருந்து அகன்றுவிட்டதாகவும் கூறப்படுகிறது.

சில நேரங்களில், மேரி கர் விஷயத்தில் நிகழ்ந்ததுபோல அதற்கு நேரம் பிடிக்கலாம். அமெரிக்க எழுத்தாளரான மேரி கர்ரும் ஒரு கடைந்தெடுத்த இறைமறுப்பாளர். அமெரிக்காவிலுள்ள ஒரு சிறு நகரத்தில் பிறந்து வளர்ந்தவர் மேரி. அவருடைய அம்மா ஒரு குடிகாரர், ஏழு முறை மணமுடித்துக் கொண்டவர். மேரியின் சுயசரிதைப்படி, அவர் ஒரு முறை மேரியின் பொம்மைகள் அனைத்தையும் தீயிலிட்டுக் கொளுத்தியிருந்தார், ஒரு முறை மேரியைக் கத்தியால் குத்திக் கொலை செய்ய முயன்றிருந்தார். மேரி ஒரு கவிஞராக உருவெடுத்திருந்தபோதிலும், அவர் குடிப் பிரச்சனையால் அவதிப்பட்டு வந்தார். ஒரு கார் விபத்திற்குப் பிறகு மேரி குடியை நிறுத்த முடிவெடுத்தார். நேராக 'ஆல்கஹாலிக்ஸ் அனானிமஸ்' என்ற, குடியை நிறுத்த முயல்பவர்களுக்கு உதவுகின்ற ஓர் அமைப்பில் அவர் தன்னை இணைத்துக் கொண்டார். அந்த அமைப்பினர் குடியை நிறுத்துவதற்குக் கடவுளின் உதவியை நாடுவர். அதையே மேரியும் பின்பற்றினார். அவர் தன் வாழ்க்கையில் முதன்முறையாக, ஒரு சிறு மெத்தையை எடுத்துத் தரையில் போட்டு அதன்மீது மண்டியிட்டு அமர்ந்து பிரார்த்தனை செய்தார். அவருடைய பாணியில் அவர் தன்னைவிட மேம்பட்ட ஒரு சக்தியிடம் இப்படி வேண்டினார்: "ஏ, எல்லையற்ற சக்தியே! நீ எங்கே போய்த் தொலைந்தாய்?" அப்போதும் அவர் எந்தவிதமான மத நம்பிக்கைகளையும் கொண்டிருக்கவில்லை. ஆனாலும், நாள் முழுவதும் தான் குடிக்காமல் இருந்ததற்குத் தனக்கு உதவியதற்காக அவர் தினந்தோறும் இரவில் அந்த சக்திக்கு நன்றி தெரிவிக்கும் பிரார்த்தனையில் ஈடுபட்டார். ஒரு வாரம் கழித்து அவர் தன் வாழ்வில் நன்றியுடன் இருந்த பிற விஷயங்களையும் சேர்த்துக் கொண்டார். பிறகு, பணம் போன்ற, தான் பெற விரும்பிய பல விஷயங்கள் தனக்கு வேண்டும் என்று கேட்டு அவர் தன் பிரார்த்தனையை விரிவுபடுத்தினார்.

"என் மன்றாடுதல் ஐந்து நிமிடங்கள் நீடித்தது. இதைக்

கூறுவது எனக்கே விநோதமாகத்தான் இருக்கிறது. ஆனால், ஒரு வாரத்திற்குப் பிறகு எனக்குக் குடியில் விருப்பம் இல்லாமல் போய்விட்டது." ஆனாலும், மேரி தொடர்ந்து அந்த மேலான சக்தியின்மீது நம்பிக்கை இல்லாதவராகவே இருந்து வந்தார். ஆல்கஹாலிக்ஸ் அனானிமஸ் அமைப்பின் பிற உறுப்பினர்கள், கடவுளிடம் முழு சரணாகதி அடைந்துவிடும்படி அவரிடம் வலியுறுத்தி வந்தனர். அதற்கு மேரி மறுப்பு தெரிவித்தார். "எனக்குக் கடவுள்மீது நம்பிக்கை இல்லையென்றால் என்ன செய்வது? அவர்கள் என்னை ஒரு பொம்மையின் முன்னால் அமர்த்தி வைத்து, அதன்மீது நம்பிக்கை கொள்ளும்படி கேட்டனர். உணர்ச்சிகளை எப்படி உங்கள் மனத்தால் உற்பத்தி செய்ய முடியும்?" மதம் பகுத்தறிவுக்கு ஒவ்வாத ஒன்றாக அவருக்குத் தோன்றியது. ஆனால், அவர் கலந்து கொண்டிருந்த ஒரு விருந்தில் மது பரிமாறப்பட்டபோது, அவர் உடனே அங்கிருந்த ஒப்பனை அறைக்குள் ஓடிச் சென்று, அங்கிருந்த ஒரு சிற்றறைக்குள் புகுந்து மண்டியிட்டு இவ்வாறு பிரார்த்தனை செய்தார்: "என்னை எப்படியாவது மதுக் கோப்பையிலிருந்து விலக்கி வை. நான் இதை முழு விசுவாசத்துடன் கேட்கவில்லை என்பது எனக்கு நன்றாகவே தெரியும். ஆனாலும், உன் உதவி எனக்கு இப்போது அவசரமாகத் தேவைப்படுகிறது. தயவு செய்து உதவி செய். தயவு செய்து உதவி செய். தயவு செய்து உதவி செய்." கிளாப்டனுக்கு உதவியதுபோல இது மேரிக்கும் உதவியது. "ஏதோ ஒரு மந்திரவாதி அனைத்தையும் மாயாஜாலமாய் வாரிச் சுருட்டிக் கொண்டுவிட்டதுபோல, என் தலைக்குள் ஒலித்துக் கொண்டிருந்த தொணதொணப்புகள் சட்டென்று விடைபெற்றுக் கொண்டன."

இந்த 'மாயாஜாலக் கதைகளைப்' புரிந்து கொள்வது இறைமறுப்பாளர்களுக்குக் கடினமான விஷயமாக இருக்கலாம். நாங்களும் இறைமறுப்பாளர்கள்தாம். நாங்கள் கிறித்தவ மதத்தைச் சேர்ந்தவர்களாக இருந்தும், அதை என்றோ கைகழுவியிருந்தோம். வீட்டிலோ அல்லது தேவாலயத்திலோ நாங்கள் மண்டியிட்டுப் பிரார்த்தனை எதுவும் செய்வதில்லை. ஆனால், தரவுகளை ஆராய்ந்த பிறகு, ஆல்கஹாலிக்ஸ் அனானிமஸின் 12 அம்சத் திட்டத்தின் செயல்பாட்டிற்குப் பின்னால் ஏதோ ஒரு சக்தி வேலை செய்து கொண்டிருக்கிறது என்ற முடிவுக்கு வருவதில் எங்களுக்கு எந்தப் பிரச்சனையும் இருக்கவில்லை. பெரும்பாலான அறிவியலறிஞர்கள், ஆன்மிகத்தை உயர்த்திப் பிடிக்கின்ற அமைப்புகளை ஒரு

சந்தேகக் கண்ணோடுதான் பார்க்கின்றனர். குறிப்பாக, உளவியலாளர்கள், என்ன காரணத்தினாலோ, மதங்கள்மீது பெரும் ஐயப்பாடு கொண்டிருக்கின்றனர். ஆனால், சுய கட்டுப்பாடு தொடர்பான ஆய்வுகளில் இறங்கியுள்ளவர்கள், தங்களுடைய கண் முன்னால் தெரிகின்ற விளைவுகளைத் தயக்கத்தோடு ஏற்றுக் கொள்கின்ற மனநிலையை வளர்த்துக் கொண்டுள்ளனர். ஐம்புலன்களால் உணர்ந்து கொள்ள முடியாத நம்பிக்கைகளை ஏற்றுக் கொள்ள முடியாவிட்டால்கூட, சமூக அறிவியலாளர்கள், மனிதர்களின் சுய கட்டுப்பாட்டை வளர்த்தெடுப்பதில் மதங்கள் ஆயிரக்கணக்கான ஆண்டுகளாகக் குறிப்பிடத்தக்கப் பணியைச் செய்து வந்துள்ளன என்பதை ஒப்புக் கொள்கின்றனர். ஏதோ ஒன்றைச் சரியாகச் செய்யாமல், ஆல்கஹாலிக்ஸ் அனானிமஸ் அமைப்பால், எரிக் கிளாப்டன், மேரி கர் போன்ற கோடிக்கணக்கான நபர்களைக் கவர்ந்திழுத்திருக்க முடியாது. உங்களைவிட மேம்பட்ட ஒரு சக்தியின்மீது நம்பிக்கை வைப்பது நீங்கள் உங்கள்மீது அதிகமான கட்டுப்பாட்டைக் கொண்டிருக்க உதவுகிறதா? அல்லது, இறை நம்பிக்கை இல்லாதவர்கள்கூட நம்பிக்கை வைக்கத்தக்க வேறு ஏதோ ஒன்று இங்கு நடைபெற்றுக் கொண்டிருக்கிறதா?

ஆல்கஹாலிக்ஸ் அனானிமஸ் அமைப்பின் புதிர்

அமைப்புரீதியாகக் கட்டமைக்கப்பட்டுள்ள மதங்களைத் தவிர்த்துப் பார்த்தால், ஆல்கஹாலிக்ஸ் அனானிமஸ் அமைப்புதான், சுய கட்டுப்பாட்டை மேம்படுத்துவதற்கான திட்டங்களை ஒரு பிரம்மாண்டமான விதத்தில் அமல்படுத்தியிருந்த அமைப்பாகும். கணக்கிடப்பட முடியாத எண்ணிக்கையில் மக்கள் அதனிடம் தஞ்சமடைகின்றனர். மருத்துவர்கள்கூடப் பெரும் எண்ணிக்கையில் தங்களுடைய நோயாளிகளை அவர்களிடம் அனுப்பி வைக்கின்றனர். ஆனாலும், ஆல்கஹாலிக்ஸ் அனானிமஸ் அமைப்பு எதைச் சாதித்துக் கொண்டிருக்கிறது என்பதைச் சமூக அறிவியலாளர்களால் புரிந்து கொள்ள முடியவில்லை. எந்தவிதமான ஆவணப் பதிவுகளையும் வைத்திராத, சுய அதிகாரங்களைக் கொண்ட கோடிக்கணக்கான கிளைகளின் மூலம் இயங்கிக் கொண்டிருக்கின்ற ஓர் அமைப்பைப் பற்றியும் அதன் செயல்பாடுகளைப் பற்றியும் ஆய்வு செய்வது எளிதல்ல. அதன் கிளைகள் தன்னிச்சையாக இயங்குவதோடு

மட்டுமல்லாமல், அவற்றில் சேர்பவர்கள் தங்களைப் பற்றிய சுய விபரங்களை வெளிப்படுத்திக் கொள்ளத் தேவையில்லை என்ற விதியையும் அந்த அமைப்பு கொண்டிருக்கிறது. அனைத்துக் கிளைகளும் ஒரே பன்னிரண்டு அம்சத் திட்டத்தைப் பயன்படுத்துகின்றன என்றாலும், அவை ஒரு திட்டவட்டமான முறையில் வடிவமைக்கப்பட்டிருக்கவில்லை. இயேசு கிறிஸ்துவின் பன்னிரண்டு மத போதகர்களை மனத்தில் வைத்து அந்தப் பன்னிரண்டு அம்சத் திட்டம் உருவாக்கப்பட்டிருந்தது.

ஆல்கஹாலிக்ஸ் அனானிமஸ் அமைப்பின் உறுப்பினர்கள், மிதமிஞ்சிய மதுப் பழக்கத்தை, நீரிழிவு நோய், உயர் இரத்த அழுத்தம், மனச்சோர்வு, அல்சைமர் போன்றவற்றுடன் ஒப்பிடுவதில் அலாதி விருப்பம் கொண்டிருக்கின்றனர். ஆனால், இந்த ஒப்பீட்டில் ஒரு பிரச்சனை இருக்கிறது. மிதமிஞ்சிய குடிப் பழக்கத்தில் உடலியக்கம் சார்ந்த அம்சங்கள் இருக்கின்றன என்பது உண்மைதான். எடுத்துக்காட்டாக, ஒரு சிலர் மரபியல்ரீதியான காரணங்களால் மிதமிஞ்சிய மதுப் பழக்கத்திற்கு ஆளாகக்கூடும். ஆனால், ஆல்கஹாலிக்ஸ் அனானிமஸ் அமைப்பிற்குச் செல்வதும் ஒரு மருத்துவமனைக்குச் செல்வதும் ஒன்றல்ல. நீரிழிவு நோயாளிகளும் உயர் இரத்த அழுத்தம் கொண்டவர்களும் ஒரு கூடத்தில் வட்டமாக உட்கார்ந்து கொண்டு ஒருவரையொருவர் ஊக்குவித்துக் கொண்டிருப்பதில்லை. மனச்சோர்வுக்கு ஆளாகியிருக்கின்ற பலர், ஒன்றாகச் சேர்ந்து பேசிக் கொள்வதன் மூலம் பலனடைவார்கள் என்று உளவியலாளர்கள் நம்பவில்லை. மேலே குறிப்பிடப்பட்டுள்ள நோய்களால் பாதிக்கப்பட்டிருப்பவர்கள், சுய அழிவு நடவடிக்கைகள் எதிலும் ஈடுபட்டுத் தங்களுடைய நோய்களை மேலும் மோசமடையச் செய்வதில்லை. குடிப் பழக்கத்தை நிறுத்திக் கொள்வதைப்போல, திடீரென்று எவரொருவராலும் இதய நோயையோ அல்லது அல்சைமர் நோயையோ நிறுத்த முடியாது. மிதமிஞ்சிய குடிப் பழக்கம் மிகவும் சிக்கலானது. ஆல்கஹாலிக்ஸ் அனானிமஸ் அமைப்பில் சேர்ந்த பிறகு திருந்திய குடிகாரர்கள் குறித்தத் தரவுகள் போதுமான அளவு இல்லை என்பது அந்த அமைப்பின் பயன்பாடு குறித்துச் சந்தேகம் கொள்ள வைக்கிறது. ஆனால், அந்த அமைப்பின் செயல்முறையோடு தொடர்புடைய பல்வேறு காரணிகளை ஆய்வாளர்கள் கணக்கில் எடுத்துக் கொள்ளாததுதான் பிரச்சனை என்று அதை ஆதரிப்பவர்கள் வாதிடுகின்றனர்.

ஆல்கஹாலிக்ஸ் அனானிமஸ் அமைப்பின் கூட்டங்களில் அடிக்கடிக் கலந்து கொள்பவர்கள், எப்போதாவது கலந்து கொள்பவர்களைக் காட்டிலும் குறைவாகக் குடிக்கின்றனர் என்று அந்த அமைப்பை ஆதரிப்பவர்கள் வாதிடுகின்றனர். ஆனால், அதை விமர்சிப்பவர்கள், காரணங்கள் மற்றும் விளைவுகள் குறித்துச் சந்தேகிக்கின்றனர். அடிக்கடி அதன் கூட்டங்களில் கலந்து கொள்வது குடியைக் குறைக்கிறதா அல்லது குடிப் பழக்கம் படிப்படியாகக் குறைந்து வருவதால் அவர்கள் அடிக்கடி அந்தக் கூட்டங்களில் கலந்து கொள்கிறார்களா? குடிப் பழக்கத்தைக் கட்டுப்படுத்த முடியாதவர்கள் அவமான உணர்வின் காரணமாக அந்தக் கூட்டங்களுக்கு வருவதைக் குறைத்துக் கொண்டிருந்திருக்கக்கூடும். அல்லது, ஒருவேளை அவர்கள் குடியை நிறுத்துகின்ற முயற்சியை, குறைவான ஊக்குவிப்புடனும் அதிகமான உளவியல் பிரச்சனைகளுடனும் தொடங்கியிருந்திருக்கக்கூடும்.

இவ்வளவு நிச்சயமின்மை நிலவுகின்றபோதிலும், ஆல்கஹாலிக்ஸ் அனானிமஸ் செயல்முறை வேலை செய்கிறது என்பதற்கான ஆதாரங்களை ஆய்வாளர்கள் கண்டுபிடித்துள்ளனர். ஸ்டேன்ஃபோர்டு பல்கலைக்கழகத்தைச் சேர்ந்த ஜான் மெக்கெல்லோ தலைமையிலான ஒரு குழு, சுமார் இரண்டாயிரம் குடிகாரர்களை இரண்டு ஆண்டுகளாகத் தொடர்ந்து கண்காணித்தது. இறுதியில் அவர்கள், ஆல்கஹாலிக்ஸ் அனானிமஸ் அமைப்பில் சேர்வது அவர்களிடம் குடி தொடர்பான பிரச்சனைகளைக் குறைத்துள்ளது என்ற முடிவுக்கு வந்தனர். குறைவான ஊக்குவிப்புடனும் அதிகமான உளவியல் பிரச்சனைகளுடனும் துவக்கியிருந்தவர்களுக்குக்கூட, அவர்கள் ஆல்கஹாலிக்ஸ் அனானிமஸ் அமைப்பில் சேர்ந்தது நல்ல பலன்களைப் பெற்றுக் கொடுத்திருந்தது. வேறு சில ஆய்வாளர்கள், குடிப் பழக்கம் குறித்து ஒன்றுமே செய்யாமல் இருப்பதைவிட ஆல்கஹாலிக்ஸ் அனானிமஸ் அமைப்பில் சேர்வது மேல் என்ற முடிவுக்கு வந்தனர். ஆல்கஹாலிக்ஸ் அனானிமஸ் அமைப்பில் சேர்ந்து குடியை விட்டிருந்தவர்கள் மீண்டும் குடிப் பழக்கத்திற்குத் திரும்புகின்ற போக்கு மிக அதிகமாகவே இருந்தது. ஆனால், அவர்கள் பெரும்பாலும் மீண்டும் குடியை நிறுத்துவதில் வெற்றி பெற்றுவிடுகின்றனர். குறைந்தபட்சம், குடிபோதையில் இருப்பவர்களை மீட்டெடுப்பதற்காக உள்ள தொழில்முறை அமைப்புகள் அளவுக்கு ஆல்கஹாலிக்ஸ் அனானிமஸ் அமைப்பு திறம்பட இயங்கிக் கொண்டிருக்கிறது.

1990களில், 'புராஜக்ட் மேட்ச்' என்ற ஒரு பிரம்மாண்டமான திட்டம் உளவியலாளர்களால் தொடங்கப்பட்டது. குடிகாரர்களைத் திருத்துவதற்கு இருக்கின்ற பல்வேறு வழிமுறைகளை அது ஆராய்ந்தது. சில வழிமுறைகள் சிலருக்குப் பொருத்தமாக இருக்கலாம் என்று நிலவி வந்த கருத்தை அந்த ஆய்வு தவிடுபொடியாக்கியது. அனைத்து விதமான சிகிச்சைகளும் கிட்டத்தட்ட ஒரே விதமான பயன்களையே கொடுத்தன.

ஒட்டுமொத்தத்தில், ஆல்கஹாலிக்ஸ் அனானிமஸ் அமைப்பு அளித்து வருகின்ற சிகிச்சை, மருத்துவரீதியாக வழங்கப்படுகின்ற சிகிச்சைகளைவிட மேம்பட்டது என்று கூற முடியாவிட்டாலும், எந்த விதத்திலும் அதற்குச் சளைத்தது அல்ல என்பது நிரூபணமானது. அது துல்லியமாக எப்படி வேலை செய்கிறது என்பதை ஆய்வாளர்களால் கண்டுபிடிக்க முடியாவிட்டால்கூட, குடிகாரர்களுக்கு அது எப்படி உதவுகிறது என்பது குறித்துச் சில விஷயங்கள் தெரிய வந்துள்ளன. சுய கட்டுப்பாடு எப்போதுமே ஓர் இலக்கிலிருந்து தொடங்குகிறது என்பதை நாம் அறிவோம். ஆல்கஹாலிக்ஸ் அனானிமஸ் அமைப்பில் சேர்பவர்கள் 'இன்று குடிக்கக்கூடாது' என்ற இலக்கைக் கொண்டிருக்கின்றனர். 'ஒரு நேரத்தில் ஒரு நாள்' என்பது அந்த அமைப்பின் முழக்கங்களில் ஒன்று. சுய கட்டுப்பாடு பொதுவாகக் கண்காணிப்பைச் சார்ந்துள்ளது. இந்த விஷயத்தில் ஆல்கஹாலிக்ஸ் அனானிமஸ் அமைப்பு அதன் உறுப்பினர்களுக்கு உதவுகிறது. அவர்கள் குடியைத் தொடாமல் இருக்கின்ற நாட்களுக்காகக் கூட்டத்தில் அவர்கள் பாராட்டப்படுகின்றனர். பொதுவாக, அக்கூட்டத்தில் கலந்து கொள்கின்ற நபர்கள் பேசத் தொடங்கும்போது, தாங்கள் எத்தனை நாட்கள் தொடர்ந்து குடிக்காமல் இருந்து வருகிறோம் என்ற அறிவிப்புடன்தான் தங்களுடைய பேச்சைத் துவக்குகின்றனர்.

ஆல்கஹாலிக்ஸ் அனானிமஸ் அமைப்பில் சேர்பவர்கள் குறைவாகக் குடிப்பதற்கு வேறு சில விளக்கங்களும் இருக்கின்றன. அவற்றில் ஒன்று 'கிட்டங்கித்தன்மை' என்று அழைக்கப்படுகிறது. சமூகவியலாளர்கள் உருவாக்கியுள்ள ஒரு வார்த்தை இது. அவர்கள் இதைப் பொதுவாகப் பள்ளிக் குழந்தைகளுக்குப் பயன்படுத்துகின்றனர். ஒரு குறிப்பிட்ட நேரத்திற்கு மாணவர்களை அடைத்து வைக்கின்ற கிட்டங்கிகள் என்று பள்ளிகளை அவர்கள் வர்ணிக்கின்றனர். குழந்தைகளை அங்கு அடைத்து வைப்பதால் நன்மை

கிடைக்கிறதோ இல்லையோ, குறைந்தபட்சம், அவர்களை வெளியே விட்டால் அவர்கள் செய்யக்கூடிய எதிர்மறைச் செயல்கள் இல்லாமல் இருக்கும் என்பது அவர்களுடைய வாதம். அதே தர்க்கத்தின்படி பார்த்தால், குடிகாரர்கள் ஆல்கஹாலிக்ஸ் அனானிமஸ் அமைப்புக் கூட்டங்களில் கலந்து கொள்கின்ற நேரத்தில் குடிக்காமல் இருப்பார்கள். இது ஆல்கஹாலிக்ஸ் அனானிமஸ் அமைப்பில் சேர்கின்ற அனைவருக்கும் பலனளிக்காமல் இருந்தாலும், பலருக்கு அது கண்டிப்பாக உதவுகிறது என்பதில் சந்தேகமில்லை.

ஆல்கஹாலிக்ஸ் அனானிமஸ் அமைப்புக் கூட்டங்கள் அதில் சேர்பவர்களுக்குச் சமூக ஆதரவை வழங்குகிறது என்பது மற்றொரு விளக்கம். பெரும்பாலான குடிகாரர்கள், தொடக்கத்தில், அவர்களுடைய வட்டத்தில் அவர்கள் ஏற்றுக் கொள்ளப்படுவதற்காகவே குடிக்கத் தொடங்குகிறார்கள். பெரும்பாலானவர்களுக்கு முதல் கோப்பை மது பெரிதாக ருசிப்பதில்லை. இது அவர்களுடைய வட்டத்தில் இருப்பவர்களிடமிருந்து அவர்களுக்குக் கிடைக்கின்ற எதிர்மறை அழுத்தம். ஒருவர் ஆல்கஹாலிக்ஸ் அனானிமஸ் அமைப்பில் சேர்கின்றபோது, அவருக்கு நேர்மறையான அழுத்தம் கிடைக்கிறது. இந்தக் கூட்டத்தினரிடமிருந்து அங்கீகாரம் கிடைப்பதற்கு அவர்கள் குடிக்காமல் இருக்க வேண்டும். கிளாப்டனுக்கும் மேரிக்கும் அவர்கள் சேர்ந்திருந்த ஆல்கஹாலிக்ஸ் அனானிமஸ் கிளை இப்படித்தான் உதவியிருந்தது. அவர்கள் கடைபிடிக்கின்ற பன்னிரண்டு அம்சத் திட்டமோ அல்லது தங்களைவிடப் பெரிய சக்தியின்மீதான நம்பிக்கையோகூட இரண்டாம்பட்சம் ஆகிவிடுகிறது. ஒருவேளை அதுவேதான் அந்த பெரிய சக்தியாகக்கூட இருக்கலாம்.

சமூக உறவாடல்களில் பிறரின் பங்கு

பால்டிமோர் பகுதியில் குடிப் பழக்கத்திலிருந்து விடுபடுவதற்காகச் சிகிச்சை எடுத்துக் கொண்டிருந்த ஒரு குழுவினரிடம் மேரிலேண்ட் பல்கலைக்கழகத்தைச் சேர்ந்த கார்லோ டிகிளமென்ட் என்ற ஆய்வாளர் ஆய்வுகள் மேற்கொண்டார். அவர்கள் அனைவரும் அந்தச் சிகிச்சையை எடுத்துக் கொண்டதற்குக் காரணம் நீதிமன்றம்தான். அவர்கள் சிறைக்குச் செல்வதைத் தவிர்க்க விரும்பினால், சிகிச்சை எடுத்துக் கொள்ள வேண்டும் என்று நீதிமன்றம் அவர்களுக்கு

ஆணையிட்டது. அவர்கள் தாங்களாகவே குடியை விட்டொழிக்க விரும்பிய குழுவினர் அல்லர். அவர்களை அந்த ஆய்வுக் குழுவினர் பல மாதங்கள் கண்காணித்து வந்தனர். அவர்கள் சில யோசனைகளை நிரூபிப்பதற்காகவே அந்த ஆய்வைத் தொடங்கியிருந்தனர். ஆனால், அவை எதுவுமே அவர்கள் நினைத்திருந்தபடி நடக்கவில்லை. ஆனால், இதில் அவர்கள் ஒரு முக்கியமான விஷயத்தைக் கண்டுபிடித்தனர். குடியிலிருந்து விடுபடுவதற்காக மருத்துவச் சிகிச்சை பெற்றுக் கொள்கின்ற நபர்கள், பின்னர் மீண்டும் குடிகாரர்களாக ஆவார்களா இல்லையா என்பதை முன்கூட்டியே கணிப்பதில் ஏதாவது ஒரு குறிப்பிட்ட விஷயம் பங்களிக்கிறதா என்பதை அவர்களால் கண்டுபிடிக்க முடிந்தது. அவர்களில் யாரெல்லாம் குடியை நிறுத்துவதற்குப் பிறருடைய உதவியை நாடியிருந்தார்களோ அவர்கள் சிகிச்சைக்குப் பிறகும் தொடர்ந்து குடிக்காமல் இருந்தனர் என்பதுதான் அது.

சமூக ஆதரவு என்பது ஒரு விநோதமான சக்தி. அது பல விதங்களில் வேலை செய்கிறது. இந்த உலகில் தனிமையாக இருப்பது கடினமான மன அழுத்தத்தைக் கொடுக்கக்கூடிய ஒரு விஷயம். ஏராளமான சமூக ஆதரவுடன் இருக்கின்ற நபர்களோடு ஒப்பிடுகையில், தனியாக இருப்பவர்களும் தனிமையில் இருப்பவர்களும் மனரீதியான மற்றும் உடல்ரீதியான நோய்களுக்கு அதிகம் ஆளாகின்றனர். மனரீதியான மற்றும் உடல்ரீதியான நோய்களுக்கு ஆளாகின்றவர்கள் குறைவான நண்பர்களைக் கொண்டிருக்கின்றனர். சில நேரங்களில் நோய்களின் காரணமாகப் பிறருடன் சரியான முறையில் நடந்து கொள்ளாதவர்களைவிட்டு நண்பர்களேகூடப் பிரிந்து சென்றுவிடுகின்றனர். ஆனால் தனியாக இருப்பது மேலும் கூடுதல் பிரச்சனைகளைக் கொண்டு வந்துவிடுகிறது. தனியாக இருப்பது மிதமிஞ்சிய குடிப் பழக்கத்திற்கு இட்டுச் செல்கிறது.

ஆனால், எல்லா சமூக ஆதரவும் ஒரே மாதிரியானது அல்ல. உங்களுடைய நட்பு வட்டம் குடிகாரர்களைக் கொண்டிருந்தால் அச்சூழலை உங்களுக்கு ஆதரவான ஒன்று என்று கூற முடியாது. அவர்கள் நேரடியாகவோ அல்லது மறைமுகமாகவோ, குடிக்குமாறு உங்களுக்கு அழுத்தம் கொடுக்கக்கூடும். தங்களுடைய நண்பர்களால் ஊக்குவிக்கப்படுகின்றபோது மக்கள் அதிகமாகக் குடிக்கின்றனர் என்று சமீபத்திய ஆய்வுகள் தெரிவிக்கின்றன. அதனால், ஏற்கனவே குடிப் பழக்கத்தில் ஈடுபட்டிருக்கின்ற

நபர்களுக்கு, குடிக்காமல் இருப்பதற்கு உதவுகின்ற நபர்கள்தாம் தேவை. இங்கேதான் ஆல்கஹாலிக்ஸ் அனானிமஸ் போன்ற அமைப்புகளின் உதவி முக்கியத்துவம் பெறுகிறது.

ஆல்கஹாலிக்ஸ் அனானிமஸ் குழுவின் சக்தி, வெறுமனே அமர்ந்து பிறருடைய கதைகளைக் கேட்டுக் கொண்டிருப்பதிலிருந்து வருகிறது. ஆல்கஹாலிக்ஸ் அனானிமஸ் அமைப்புக் கூட்டங்களில் புதிதாகக் கலந்து கொள்பவர்களுக்கு, அங்கு எவரும் ஒருவருக்கொருவர் அறிவுரை வழங்காமல் தங்களுடைய சொந்தக் கதையைப் பேசிக் கொண்டிருப்பது அர்த்தமற்றதாகத் தோன்றும். ஆனால், உங்களுடைய சொந்தக் கதையைப் பிறர் முன்பாகக் கூறுகின்றபோது, நீங்கள் உங்களுடைய எண்ணங்களை ஒருமுகப்படுத்தவும், உங்களுடைய நடத்தையைக் கண்காணிக்கவும், உங்களுடைய வருங்கால இலக்கைப் பகிர்ந்து கொள்ளவும் அது உங்களைக் கட்டாயப்படுத்துகிறது. நீங்கள் உங்களுடைய இலக்கைப் பற்றிச் சத்தமாக ஒரு கூட்டத்தில் பேசுகின்றபோது, அதற்குக் கூடுதல் வலு கிடைக்கிறது. அதிலும் குறிப்பாக, அந்தக் கூட்டத்தினர் உங்களுடைய முன்னேற்றத்தைக் கண்காணித்துக் கொண்டிருப்பர் என்ற சூழல் நிலவும்போது, அது மேலும் முக்கியத்துவம் பெறுகிறது. உளவியலாளர்களிடம் சிகிச்சை எடுத்துக் கொள்கின்ற குடிகாரர்கள், அவர்களிடம் கொடுக்கின்ற வாக்குறுதியைவிட, தங்களுடைய வாழ்க்கைத்துணைவரிடம் வாக்குறுதி கொடுக்கின்றபோதுதான் அது நிலைத்து நிற்பதாக, சமீபத்தில் நடத்தப்பட்ட ஆய்வுகள் தெரிவிக்கின்றன. என்ன இருந்தாலும், உங்களுடைய மூச்சுக் காற்றை அருகேயிருந்து சுவாசிக்கப் போவது உங்களுடைய வாழ்க்கைத்துணைவர்தானே!

புனிதமான சுய கட்டுப்பாடு

நீங்கள் ஒரு மத நம்பிக்கையாளராக இருந்து, கடவுளிடம் நீண்ட ஆயுளை வேண்டினால், அதை நீங்கள் பெறுவதற்கான வாய்ப்புகள் அதிகம். இங்கு நீங்கள் எந்தக் கடவுளிடம் வேண்டிக் கொள்கிறீர்கள் என்பது ஒரு பொருட்டல்ல. மதரீதியான நடவடிக்கை எதுவாக இருந்தாலும், அது உங்களுடைய ஆயுளை நீட்டிக்கிறது என்று மைக்கேல் மெக்கெல்லோ என்ற உளவியலாளர் கருதுகிறார். இவ்வளவுக்கும் அவர் ஒரு மத நம்பிக்கையாளர் அல்லர். மத நம்பிக்கையாளர்களைப் பல காலம் தொடர்ந்து கண்காணித்து வந்திருந்த மூன்று டஜன்

ஆய்வுகளை அலசி ஆராய்ந்து அவர் இந்த முடிவுக்கு வந்திருந்தார். மத நம்பிக்கையாளர்கள், மத நம்பிக்கை இல்லாதவர்களைவிட நீண்ட ஆயுளைக் கொண்டிருப்பதற்கான வாய்ப்பு 25 சதவீதம் அதிகம் இருந்தது. நீண்ட ஆயுளைக் கொண்டிருந்தவர்களில் பெரும்பாலானோர் தங்களுடைய பிரார்த்தனைகளுக்குக் கடவுள் நேரடியாக பதிலளிப்பதாக நம்பினர். ஆனால், ஒருவர் நீண்ட ஆயுளைப் பெறுவதற்கு தெய்வம் உதவுகிறது என்ற யோசனை உளவியலாளர்களுக்கு வேப்பங்காயாகக் கசந்தது. ஏனெனில், அதை அவர்களால் பரிசோதனைக்கூடங்களில் உறுதிப்படுத்த முடியாது. அதனால், அவர்கள் அதற்கான வேறு காரணங்களைக் கண்டறியும் முயற்சிகளில் இறங்கினர்.

பிறரோடு ஒப்பிடுகையில், மத நம்பிக்கையாளர்கள், மது அருந்துதல், சிகரெட் புகைத்தல், போதை மருந்துகளைப் பயன்படுத்துதல் போன்ற ஆரோக்கியமற்றப் பழக்கங்களை வளர்த்துக் கொள்வதற்கான வாய்ப்புகள் குறைவு. அவர்கள் கார்களில் பயணிக்கின்றபோது, இருக்கைப் பட்டிகளை அணிந்து கொள்வதற்கும், ஒழுங்காகப் பல் மருத்துவர்களைச் சென்று பார்ப்பதற்கும், வைட்டமின்களை ஒழுங்காகச் சாப்பிடுவதற்கும் வாய்ப்புகள் அதிகம். மேம்பட்டச் சமூக உறவுகள் அவர்களுக்குக் கிடைக்கின்றன. வாழ்க்கையில் துயரங்களைச் சந்திக்கின்றபோது, அவற்றைத் தாங்கிக் கொள்வதறகான வலிமையை அவர்களுடைய மத நம்பிக்கை அவர்களுக்குக் கொடுக்கிறது. அவர்களிடம் மேம்பட்ட சுய கட்டுப்பாடு இருப்பதாக மெக்கெல்லோ தெரிவிக்கிறார். பல பத்தாண்டுகளாக, மத நம்பிக்கைக்கும் சுய கட்டுப்பாட்டிற்கும் இடையேயுள்ள தொடர்பை ஆய்வு செய்த நூற்றுக்கணக்கான ஆய்வுக் கட்டுரைகளை மெக்கெல்லோ குழுவினர் அலசினர். அவற்றின் முடிவுகளில் சில ஏற்கனவே தெரிந்தவைதாம். குடும்ப விழுமியங்களையும் சமூக ஒற்றுமையையும் மதங்கள் ஊக்குவிக்கின்றன. ஒருவர் கொண்டிருக்கின்ற பலதரப்பட்ட இலக்குகள் மற்றும் விழுமியங்களால் ஏற்படுகின்ற அக முரண்பாடுகளை மதம் களைகிறது. முரண்பட்ட இலக்குகள் சுய கட்டுப்பாட்டிற்கு இடைஞ்சலாக இருக்கும் என்பதை நாம் ஏற்கனவே பார்த்தோம். மதங்கள், அவற்றைப் பின்பற்றுபவர்கள் தெளிவான முன்னுரிமைகளைக் கொண்டிருப்பதற்கு உதவுவதன் மூலம், இப்படிப்பட்டப் பிரச்சனைகளைக் குறைக்கின்றன.

அதைவிட முக்கியமாக, மத நம்பிக்கைகள், மன உறுதியை வளர்ப்பதற்கும், அதைக் கண்காணிப்பதற்கும் உதவுகின்றன.

வழமையாக ஞாயிற்றுக்கிழமைகளில் நடைபெறுகின்ற மத வகுப்புகளுக்குச் செல்கின்ற மாணவர்கள், சுய கட்டுப்பாடு குறித்துப் பரிசோதனைக்கூடங்களில் மேற்கொள்ளப்பட்ட ஆய்வுகளில் சிறப்பாகச் செயல்பட்டுள்ளனர் என்று 1920களில் நடத்தப்பட்ட ஆய்வுகளிலேயே நிரூபிக்கப்பட்டுள்ளது. தீவிர மத நம்பிக்கையுடைய மாணவர்கள் அவ்வளவு எளிதில் மனக் கிளர்ச்சிக்கு ஆளாவதில்லை என்று பெற்றோரும் ஆசிரியர்களும் கூறுகின்றனர். வழமையான பிரார்த்தனைகள் மற்றும் பிற மதச் சடங்குகள் சுய கட்டுப்பாட்டை அதிகரித்துக் கொள்ள உதவுகின்றன என்பதை எந்த உளவியலாளரும் சோதித்திருக்கவில்லை. ஆனால், நிமிர்ந்து உட்காருதல் போன்ற பயிற்சிகளைப் போன்றே இந்த மதச் சடங்குகளும் மன உறுதியை வலுப்படுத்துகின்றன என்பது நிரூபிக்கப்பட்டுள்ளது.

மதரீதியான தியானங்கள், அவற்றில் ஈடுபடுபவர் தன் கவனத்தை ஒழுங்குபடுத்திக் கொள்வதை நோக்கமாகக் கொண்டுள்ளன. ஒருவர் ஜென் தியான முறையைப் புதிதாகத் துவக்குகின்றபோது, அவர் தன்னுடைய சுவாசத்தை ஒன்றிலிருந்து பத்துவரை எண்ணும்படி கேட்டுக் கொள்ளப்படுவார். அவர் பத்து எண்ணியவுடன், அவர் மீண்டும் ஒன்றிலிருந்து அதைத் தொடங்க வேண்டும். இந்தச் சுழற்சியில் அவர் மீண்டும் மீண்டும் ஈடுபட்டுக் கொண்டே இருக்க வேண்டும். மனம் கண்டிப்பாக அலைபாயும் என்பதால், அதில் ஈடுபட்டிருப்பவர் தன் கவனத்தை மீண்டும் சுவாசத்திற்குக் கொண்டு வருவதற்கு முயற்சி செய்வதன் மூலம் மனக் கட்டுப்பாட்டை உருவாக்கிக் கொள்கிறார். ஜெப மாலைகளை உருட்டிக் கொண்டே மந்திரங்களைச் சொல்வதும் இதே விளைவுகளைத்தான் ஏற்படுத்தும். மக்கள் பிரார்த்தனையில் ஈடுபட்டிருக்கின்றபோதோ அல்லது தியானத்தில் ஈடுபட்டிருக்கின்றபோதோ, மூளையில், சுய கட்டுப்பாடு மற்றும் கவனக்குவிப்பு தொடர்பான இரண்டு பகுதிகளில் வலுவான நடவடிக்கைகள் ஏற்படுவதாக நரம்பியலாளர்கள் தெரிவிக்கின்றனர். உளவியலாளர்கள் இது தொடர்பாக ஓர் ஆய்வை மேற்கொண்டனர். அதில் ஈடுபட்டிருந்தவர்களின் முன், திரையில் சாதாரணமாகப் படிக்கப்பட முடியாத வேகத்தில், ஆனால், ஆழ்மனத்தால் கிரகித்துக் கொள்ளக்கூடிய விதத்தில், சில வார்த்தைகள் போட்டுக் காட்டப்பட்டன. கடவுள், பைபிள் போன்ற வார்த்தைகளும் அவற்றில் இடம்பெற்றிருந்தன. அந்த வார்த்தைகளை உள்வாங்கிக் கொண்டிருந்தவர்கள்,

சபலத்தைத் தூண்டுகின்ற மது, போதை மருந்துகள் போன்ற வார்த்தைகளை மெதுவாகவே கிரகித்துக் கொண்டனர். "சபலங்களின் தாக்கத்தைத் தடுத்து நிறுத்துவதை மக்கள் மதத்தோடு தொடர்புபடுத்தினர்," என்று மெக்கெல்லோ கூறினார். அதோடு, "பிரார்த்தனைகள், தியானங்கள் போன்ற சடங்குரீதியான நடவடிக்கைகள் சுய கட்டுப்பாட்டிற்கான உடற்பயிற்சிகளைப்போலச் செயல்படுகின்றன," என்றும் அவர் தெரிவித்தார்.

மத நம்பிக்கையாளர்கள், பிரார்த்தனை செய்வதற்காக, தங்களுடைய அன்றாட நடவடிக்கைகளை நிறுத்திக் கொள்வதற்குத் தங்களை நிர்ப்பந்தித்துக் கொள்வதன் மூலம் தங்களுடைய சுய கட்டுப்பாட்டை வளர்த்துக் கொள்கின்றனர். இஸ்லாம் போன்ற சில மதங்கள், தினமும் குறிப்பிட்ட நேரங்களில் பிரார்த்தனை செய்ய வேண்டும் என்ற கட்டுப்பாட்டை வைத்திருக்கின்றன. பல மதங்கள் உண்ணாவிரதங்களைப் பரிந்துரைக்கின்றன. ரமலான் நோன்பு போன்றவை அவற்றுக்கான எடுத்துக்காட்டுகள். மக்கள் எத்தகைய உணவை உட்கொள்ள வேண்டும் என்றும் மதங்கள் கூறுகின்றன (எடுத்துக்காட்டு: சைவ உணவு). சில தியான முறைகள் சில ஆசன முறைகளில் உட்கார்ந்திருக்கும்படி பரிந்துரைக்கின்றன. பல நேரங்களில் அவை அசௌகரியமாகவும் வலி ஏற்படுத்துபவையாகவும் இருக்கின்றன.

சுய கட்டுப்பாட்டிற்கு இன்றியமையாததாக விளங்குகின்ற இன்னோர் அம்சமான கண்காணித்தலை மதங்கள் ஊக்குவிக்கின்றன. தங்களை யாரோ அவதானித்துக் கொண்டிருப்பதாக மத நம்பிக்கையாளர்கள் நம்புகின்றனர். அது கடவுள் அல்லது ஏதோ ஓர் உயர்ந்த சக்தியாக இருக்கலாம். அந்த சக்தி உங்களை எல்லா நேரங்களிலும் கண்காணித்துக் கொண்டிருக்கிறது என்றும், நீங்கள் என்ன செய்து கொண்டிருக்கிறீர்கள், என்ன சிந்தித்துக் கொண்டிருக்கிறீர்கள் என்பதை அது அறிந்திருக்கிறது என்றும், உங்களுடைய உள்மனத்திற்குள் இருக்கின்ற எண்ணங்கள்கூட அதன் பார்வையிலிருந்து தப்பிவிடாது என்றும், அதை ஏமாற்ற முடியாது என்றும் அவர்கள் நம்புகின்றனர்.

அனைத்தும் அறிந்த ஒரு சக்தி தங்களைக் கண்காணித்துக் கொண்டிருக்கிறது என்று மத நம்பிக்கையாளர்கள் நம்புகிறார்களோ இல்லையோ, தங்களுடைய மதக் குழுவிலுள்ள பிறர் தங்களைக் கண்காணித்துக் கொண்டிருக்கிறார்கள்

என்று அவர்கள் கண்டிப்பாக நம்புகின்றனர். அவர்கள் ஒரு வழிபாட்டுத் தலத்திற்கு வழமையாகச் சென்று கொண்டிருந்தால், அந்த மத அமைப்பின் விதிமுறைகள் மற்றும் நெறிமுறைகளுக்கு ஏற்பத் தங்களுடைய நடத்தைகளை மாற்றிக் கொள்ள வேண்டிய நெருக்கடிக்கு அவர்கள் ஆளாகின்றனர். மத நம்பிக்கையாளர்கள் வழிபாட்டுத் தலங்களுக்கு வெளியே அடிக்கடிச் சந்தித்துக் கொள்கின்றனர். அப்போது தங்களுடைய தவறான நடத்தை பிறரால் கண்டுபிடிக்கப்பட்டுவிடும் என்றும், அவை ஏற்றுக் கொள்ளப்படாது என்றும் அவர்கள் நம்புகின்றனர். கத்தோலிக்க மதத்தில் இருக்கின்ற பாவ மன்னிப்புக் கேட்டல், யூத மதத்தினரின் யோம் கிப்பூர் தினம் போன்ற சடங்குகள் கண்காணித்தலை ஊக்குவிப்பவையே. அப்போது, மக்கள் தங்களுடைய தார்மிக நடத்தைப் பிறழ்வுகளை அலசுகின்றனர் அல்லது மத குருக்களிடம் ஒப்புதல் வாக்குமூலம்போல மனந்திறந்து பேசுகின்றனர்.

மதச் சடங்குகளைப் பின்பற்றுவதற்கே ஒருவருக்கு சுய கட்டுப்பாடு தேவைப்படும். ஏனெனில், நீங்கள் சில வழிபாடுகளில் கட்டாயம் கலந்து கொள்ள வேண்டும் என்றும், பல விதிமுறைகளைப் பின்பற்ற வேண்டும் என்றும், சில பிரார்த்தனைகளை மனப்பாடம் செய்ய வேண்டும் என்றும் நீங்கள் வற்புறுத்தப்படுவீர்கள். ஆனால், மொத்தத்தில், மதம் சுய கட்டுப்பாட்டை அதிகரிக்கிறது என்பதற்கான நிரூபணங்கள் ஆய்வாளர்களுக்குத் தொடர்ந்து கிடைத்துக் கொண்டிருக்கின்றன. அதை மக்கள் இயல்பாகவே உணர்ந்திருக்கின்றனர். அவர்கள் கூடுதல் கட்டுப்பாட்டைப் பெற விரும்புகின்றபோது மதங்களை நாடுவதற்கு அதுதான் காரணம். வேறு சிலர் தங்கள் வாழ்வில் பெரும் சோதனைகளைச் சந்திக்கின்றபோது, தாங்கள் கைவிட்டிருந்த மதத்திற்குத் திரும்புகின்றனர். தங்களுடைய மத நம்பிக்கையைத் தாங்கள் கைவிடாமல் இருந்திருந்தால் தற்போது தாங்கள் சந்தித்துக் கொண்டிருக்கும் பிரச்சனைகளைத் (மதுப் பழக்கம், போதைப் பழக்கம், பெரும் கடன்) தாங்கள் சந்தித்திருந்திருக்கவே மாட்டோம் என்ற குற்றவுணர்வும் அதில் அடங்கியிருக்கும். ஆனால், அந்த ஆதங்கத்திற்குப் பின்னால், மதத்தின் மூலமாகத் தங்களுக்குக் கிடைக்கவிருக்கின்ற சுய கட்டுப்பாடு, தங்களை மீண்டும் சரியான பாதைக்குக் கொண்டு வந்து சேர்த்துவிடும் என்ற நம்பிக்கை இழையோடிக் கொண்டிருக்கும்.

நீங்கள் உங்களுடைய சுய கட்டுப்பாட்டை அதிகரித்துக் கொள்வதற்காக ஏதாவது ஒரு மதத்தில் சேர்ந்தால்கூட,

உண்மையான விசுவாசம் இல்லாமல் உங்களால் அதிக அளவு நன்மைகளை அறுவடை செய்ய முடியாது. பிறர் தங்கள்மீது நல்ல அபிப்பிராயம் கொள்ள வேண்டும், சமூகத் தொடர்புகளை வளர்த்துக் கொள்ள வேண்டும் என்பன போன்ற காரணங்களுக்காக ஒருவர் மத நிகழ்வுகளில் கலந்து கொண்டால், உண்மையான விசுவாசிகளுக்குத் கிடைக்கின்ற அளவுக்கு அவருக்கு சுய கட்டுப்பாடு கிடைக்காது. உண்மையான விசுவாசிகளுக்குக் கிடைக்கின்ற சுய கட்டுப்பாடு, கடவுளின் கோபத்திற்கு ஆளாகிவிடக்கூடாது என்ற பயத்தால் மட்டும் வருவதில்லை, அவர்கள் கிரகித்துக் கொண்டுள்ள விழுமியங்களும் அதற்கு ஒரு காரணம். அது அவர்களுடைய தனிப்பட்ட இலக்குகளுக்கு ஒரு விதமான புனிதத்துவத்தைக் கொடுக்கிறது என்று மெக்கெல்லோ நம்புகிறார்.

இறைநம்பிக்கை இல்லாதவர்கள் தங்களுக்கென்று சில புனிதமான விஷயங்களைத் தேடிக் கொள்ள வேண்டும் என்று மெக்கெல்லோ அறிவுறுத்துகிறார். அடிமை வர்த்தகத்தை ஒழிப்பது என்ற இலட்சியத்தை வரித்துக் கொண்ட ஸ்டேன்லியைப்போல, பிறருக்குச் சேவை புரிவதற்குத் தங்களை அர்ப்பணித்துக் கொள்வதாக அது இருக்கலாம். அல்லது, பிறருடைய ஆரோக்கியத்தை மேம்படுத்துவதற்குத் தங்களை அர்ப்பணித்துக் கொள்வது, மனிதாபிமான விழுமியங்களைப் பிறரிடம் பரப்புவது, வருங்காலச் சந்ததியருக்காகச் சுற்றுச்சூழலைப் பாதுகாக்கின்ற முயற்சியில் இறங்குவது போன்றவையாக இருக்கலாம். மத நம்பிக்கைகள் தேய்ந்து போயுள்ள வளமான மேற்கத்திய நாடுகளில் சுற்றுச்சூழல் விழிப்புணர்வு இயக்கங்கள் செழித்தோங்கியிருப்பது எதேச்சையானதாக இல்லாமல் இருக்கலாம். கடவுள்மீதான அர்ப்பணிப்பு இருந்த இடத்தை இயற்கையைப் புனிதமாகக் கருதுகின்ற போக்கு எடுத்துக் கொண்டுவிட்டது. அதீத நுகர்வுக் கலாச்சாரத்தைச் சாடுகின்ற சுற்றுச்சூழல்வாதிகளின் உபதேசங்கள், சுய கட்டுப்பாட்டை வலியுறுத்திய விக்டோரியா காலத்து மத போதனைகளை ஒத்திருக்கின்றன. கோஷர் உணவுக்குப் பதிலாக இயற்கை உணவும், முக்திக்குப் பதிலாகச் சூழல் நிலைத்தன்மையும் முன்வைக்கப்படுகின்றன.

அதேபோல, பைபிளை ஓர் ஓரமாக எடுத்து வைத்துவிட்டிருந்த மக்கள், வாழ்க்கையை எப்படி வாழ வேண்டும் என்பது குறித்தப் புதிய விதிமுறைகளை முன்வைக்கின்ற புத்தகங்களை வாங்கிக் குவித்துக் கொண்டிருப்பதும் எதேச்சையானதல்ல. அவர்கள் பத்துக்

கட்டளைகளுக்குப் பதிலாக, ஆல்கஹாலிக்ஸ் அனானிமஸின் பன்னிரண்டு அம்சத் திட்டங்களையோ அல்லது அதிக ஆற்றல்வாய்ந்த மனிதர்களின் 7 பழக்கங்களையோ சுவீகரித்துக் கொள்கிறார்கள்.

பிரகாசமான கோடுகள்

பிரகாசமான கோடுகள் என்ற சொல்லாடலை வழக்கறிஞர்கள் பயன்படுத்துகின்றனர். அவை எளிய, தெளிவான, குழப்பமற்ற விதிமுறைகள். நீங்கள் ஒரு பிரகாசமான கோட்டைத் தாண்டுகின்றபோது, நீங்கள் அதைக் கவனிக்காமல் இருப்பது சாத்தியமில்லை. நான் மிதமாகக் குடிப்பேன், குறைவாக சிகரெட் புகைப்பேன் என்று உங்களுக்கு நீங்களே உறுதிமொழி எடுத்துக் கொண்டால், அது ஒரு பிரகாசமான கோடு அல்ல. அது ஒரு கலங்கலான கோடு. மிதம் என்ற நிலையிலிருந்து அதீதம் என்ற நிலையை நீங்கள் எப்போது வந்தடைவீர்கள் என்று சொல்லவே முடியாது. ஏனெனில், அந்த மாற்றம் படிப்படியாக மெதுவாக நடைபெறும் என்பதாலும், உங்களுடைய சிறு குற்றங்களை உங்கள் மனம் எளிதாக மன்னித்துவிடும் என்பதாலும், எந்த இடத்தில் நீங்கள் அதைக் கடந்து சென்றீர்கள் என்பதை உங்களால் அறிந்து கொள்ள முடியாது. அதற்கு மாறாக, முற்றிலும் சகிப்புத்தன்மையற்ற ஒன்றை நீங்கள் சுவீகரித்துக் கொண்டால், அது ஒரு பிரகாசமான கோடாக இருக்கும். எந்த விதிவிலக்குமின்றி, மதுவைத் தொடாமல் இருப்பது என்ற தீர்க்கமான தீர்மானம் அதற்கான ஓர் எடுத்துக்காட்டு. பிரகாசமான கோட்டு விதியைப் பின்பற்றுவது என்று நீங்கள் தீர்மானித்துவிட்டால், நீங்கள் வருங்காலத்திலும் அதைப் பின்பற்றுவதற்கான உத்தரவாதம் இருக்கிறது. அந்த விதி புனிதமானது, அது கடவுளின் கட்டளை, அது ஓர் உயர்ந்த சக்தியின் பிரகடனம் என்று நீங்கள் நம்பினால், அது ஒரு பிரகாசமான கோடாகிவிடும். உங்களுடைய நம்பிக்கை ஒரு விதமான சுய கட்டுப்பாட்டு வடிவமாகிவிடுகிறது.

அப்படிப்பட்டதொரு பிரகாசமான கோட்டை எரிக் கிளாப்டன் கண்டுபிடித்திருந்தார். அவர் தன்னுடைய கைக்குழந்தையின் இழப்பிற்குப் பிறகு, ஒரு முறை ஆல்கஹாலிக்ஸ் அனானிமஸ் அமைப்பின் கூட்டம் ஒன்றில் கலந்து கொண்டு தன் அனுபவங்களை அவர்களிடம் பகிர்ந்து கொண்டார். அப்போது அவர், 'உங்களுடைய மன உறுதியை உங்களைவிட மேம்பட்ட ஒரு சக்தியிடம் ஒப்படைத்துவிடுங்கள்'

என்ற ஆல்கஹாலிக்ஸ் அனானிமஸ் அமைப்பின் மூன்றாவது விதியைப் பற்றிப் பேசினார். தான் கடவுளிடம் மண்டியிட்டுக் கதறி அவருடைய உதவியை மன்றாடிக் கேட்டுக் கொண்ட கணத்திற்குப் பிறகு, தான் மீண்டும் குடிப் பழக்கத்திற்கு அடிமையாவோம் என்ற எண்ணம் தன்னிடம் துளிகூட ஏற்பட்டிருக்கவில்லை என்று கூறியதோடு நிற்காமல், தன் சிறு குழந்தை இறந்தபோதுகூட, அதைச் சாக்காக வைத்துத் தான் மதுவைத் தஞ்சமடையவில்லை என்பதையும் அவர் வலியுறுத்தினார்.

அவர் பேசி முடித்தப் பிறகு, ஒரு பெண்மணி அவரிடம் வந்து, "மீண்டும் குடிப்பதற்காக நான் வைத்திருந்த கடைசிச் சாக்குப்போக்கையும் நீங்கள் என்னிடமிருந்து தட்டிப் பறித்துவிட்டீர்கள். என்றாவது என் குழந்தைகளுக்கு ஏதாவது ஆகிவிட்டால், நான் மீண்டும் குடியின் மடியில் விழுந்துவிடக்கூடும் என்ற ஒரு சஞ்சலம் என் மனத்தின் ஓரமாக எப்போதும் இருந்து கொண்டே இருந்தது. இன்று நீங்கள் அதையும் நீக்கிவிட்டீர்கள். நன்றி," என்று கூறினார். அந்தப் பெண்மணியின் பேச்சைக் கேட்டபோது, தன் மகனின் நினைவைப் போற்றுவதற்கான மிகச் சிறந்த வழியைத் தான் கண்டுபிடித்திருந்ததைக் கிளாப்டன் உணர்ந்து கொண்டார். அவர் அந்தப் பெண்மணிக்கு அளித்திருந்த பரிசை, ஒரு சமூக ஆதரவு, கடவுளைவிட அல்லது நம்மைவிட மேலான ஒரு சக்திமீதான நம்பிக்கை, ஒரு பிரகாசமான கோடு என்று நீங்கள் எப்படி வேண்டுமானாலும் வர்ணித்துக் கொள்ளுங்கள். அது தன்னைக் காத்துக் கொள்வதற்கான மன உறுதியை அந்தப் பெண்மணிக்குக் கொடுத்திருந்தது.

அத்தியாயம் ஒன்பது

குழந்தை வளர்ப்பில் சுய மதிப்பும் சுய கட்டுப்பாடும்

நீங்கள் எங்கிருந்து வந்திருந்தாலும் சரி,
நீங்கள் யாராக இருந்தாலும் சரி,
நீங்கள் ஒரு சூப்பர்ஸ்டார். ஏனெனில், நீங்கள்
அப்படித்தான் பிறந்துள்ளீர்கள்.

– லேடி காகா

'எதார்த்தத் தொலைக்காட்சி நிகழ்ச்சிகளின்' பிரபலத்துவம் காரணமாக, அமெரிக்க நடுத்தர வர்க்கப் பெற்றோருக்கு, பொதுவாக அதுவரை மேட்டுக்குடியினருக்கு மட்டுமே கிடைத்துக் கொண்டிருந்த ஒரு வாய்ப்பு கிடைத்துள்ளது. தங்களுடைய வேலையை ஒரு பிரித்தானிய செவிலித்தாயிடம் ஒப்படைப்பதுதான் அது. 'நேனி911', 'சூப்பர்நேனி' போன்ற எதார்த்தத் தொலைக்காட்சி நிகழ்ச்சிகள் அதற்கான இரண்டு எடுத்துக்காட்டுகள். அந்நிகழ்ச்சிகளின் முதல் காட்சியில் ஒரு பெரிய வீட்டுக்குள் பல குழந்தைகள் தாறுமாறாக ஓடிக் கொண்டிருக்கும். அதில் சில குழந்தைகள் அழுது கொண்டிருக்கும், சில குழந்தைகள் காட்டுக் கூச்சல் போட்டுக் கொண்டிருக்கும், சில குழந்தைகள் தலைமுடியைப் பிடித்து இழுத்துக் கொண்டிருக்கும், சில குழந்தைகள் டம்ளர்களைத் தூக்கிப் போட்டு விளையாடிக் கொண்டிருக்கும், சில குழந்தைகள் துணிகளில் வண்ணப் பென்சில்களைக் கொண்டு கிறுக்கிக் கொண்டிருக்கும், சில குழந்தைகள் பொம்மைகளை உடைத்துக் கொண்டிருக்கும், சில குழந்தைகள் பெற்றோரை உதைத்துக் கொண்டிருக்கும், சில குழந்தைகள் தம்முடைய உடன்பிறப்புகளின் கழுத்தை நெரித்துக் கொண்டிருக்கும். இந்தக் களேபரங்கள் நடந்து கொண்டிருக்கும்போது, அங்குத்

திடீரென்று ஒரு பிரித்தானிய செவிலித்தாய் நுழைவாள். அவள் விக்டோரியா காலத்திய ஒப்பனையில் இருப்பாள். அப்போது ஒரு குரல் ஒலிக்கும்: "அமெரிக்கப் பெற்றோர்களே, இதோ உதவி வந்து கொண்டிருக்கிறது!"

எப்படி இந்த அளவுக்குச் சீரழிவு ஏற்பட்டது?

அந்த நிகழ்ச்சிகளைப் பார்க்கின்றபோது, அந்த நிகழ்ச்சித் தயாரிப்பாளர்கள், குழந்தைகளின் தவறான நடத்தைகளை ஊதிப் பெரிதாக்குவதாக நீங்கள் நினைக்கக்கூடும். ஆனால், அந்தத் தயாரிப்பாளர்களிடம் கேட்டால், அதற்கு மேல் காட்ட அனுமதி இல்லை என்பதால் தாங்கள் அத்துடன் நிறுத்திக் கொண்டதாகக் கூறுவர். உண்மையில், ஒரு நான்கு வயதுக் குழந்தை தன் சொந்த அம்மாவையே தகாத வார்த்தைகளில் திட்டியது போன்ற உண்மை நிகழ்வுகளைத் தாங்கள் பார்த்திருந்ததாக அவர்கள் கூறினர். குழந்தைகள் இப்படிப்பட்ட இரட்டைவால்களாக வளர்த்திருப்பதற்கான அனைத்துப் பழிகளையும் நீங்கள் அவர்களுடைய பெற்றோர்களின்மீது மட்டுமே போட்டுவிட முடியாது. நாட்டின் கல்வியாளர்களுக்கும், பத்திரிகையாளர்களுக்கும், எல்லாவற்றுக்கும் மேலாக, உளவியலாளர்களுக்கும் இதில் ஒரு கணிசமான பங்கு உண்டு.

சுய மதிப்புக் கோட்பாடு என்பது உளவியலைப் பொது நன்மைக்காகப் பயன்படுத்துவதற்காக நல்லெண்ணத்தோடு மேற்கொள்ளப்பட்ட ஒரு முயற்சியாகும். முதலில் அது சிறப்பாகவே செயல்பட்டுக் கொண்டிருந்தது. பாமைஸ்டர் தொடக்கத்தில் சுய மதிப்பு குறித்த ஆய்வுகளில்தான் இறங்கியிருந்தார். அதிகமான சுய மதிப்பைக் கொண்டிருந்த மாணவர்கள் நல்ல மதிப்பெண்களைப் பெற்றதையும், குறைவான சுய மதிப்பைக் கொண்டிருந்த மாணவர்கள் பள்ளிகளில் தடுமாறியதையும் ஆய்வுகள் வெளிப்படுத்தியபோது, பாமைஸ்டர் அதைப் பெரிதும் சிலாகித்தார். வேறு சில ஆய்வுகள், போதை அடிமைகள், திருமணம் ஆகாமலேயே குழந்தை பெற்றுக் கொண்ட பெண்கள், குற்றவாளிகள் போன்றோர் குறைவான சுய மதிப்பைக் கொண்டிருந்தனர் என்பதை வெளிப்படுத்தின. அவற்றுக்கு இடையேயான தொடர்புகள் பெரிய அளவுக்கு இல்லையென்றாலும், புள்ளியியல்ரீதியாக அவை முக்கியத்துவம் வாய்ந்தவையாக இருந்தன. அந்த ஆய்வுகளின் விளைவுகளின் காரணமாக, சுய மதிப்பைத் தலையில் தூக்கி வைத்துக் கொண்டாடுகின்ற ஓர் இயக்கமே உருவாயிற்று.

"பதற்றத்தில் தொடங்கி, மனச்சோர்வு, திருமண உறவுக்குள் சிக்கிக் கொள்வதற்குத் தயங்குதல், வாழ்க்கைத் துணைவரை அடித்தல், குழந்தைகளுக்குப் பாலியல் துன்புறுத்தல் கொடுத்தல் போன்ற அனைத்து உளவியல் பிரச்சனைகளும் சுய மதிப்புக் குறைச்சலிலிருந்துதான் முளைவிடுகின்றன," என்று நதானியேல் பிரான்டன் என்ற உளவியலாளர் கூறுகிறார். போதை மருந்து அடிமைத்தனத்திலிருந்து மீள்வதற்குச் சிகிச்சையளிப்பதில் வல்லுநராகத் திகழ்ந்து, பின்னர் கலிஃபோர்னியா மாநில சுய மதிப்புக் குழுத் தலைவராக ஆன ஆன்ட்ரூ மெக்கா, "கிட்டத்தட்ட அனைத்துச் சமூகப் பிரச்சனைகளுக்கும் மூலாதாரம் சுய நேசமின்மைதான்," என்று கூறுகிறார். சுய மதிப்பு குறித்துச் சமூகத்தில் கரை புரண்டு ஓடிய உற்சாகத்தின் காரணமாக, குழந்தை வளர்ப்பு குறித்த ஒரு புதிய அணுகுமுறை உருவானது. உளவியலாளர்கள், கல்வியாளர்கள், பத்திரிகையாளர்கள், விட்னி ஹூஸ்டன் போன்ற இசைக் கலைஞர்கள் உட்பட சகலரும் அக்களத்தில் குதித்தனர். விட்னி ஹூஸ்டனின் உலகப் புகழ்பெற்றப் பாடலான 'த கிரேட்டஸ்ட் லவ் ஆஃப் ஆல்' இந்தத் தத்துவத்தைச் சாறாகப் பிழிந்து கொடுத்தது. அப்பாடல், "உலகத்திலேயே மிகச் சிறந்த நேசம் எது தெரியுமா?" என்ற கேள்வியைக் கேட்டுவிட்டு, "சுய நேசம்தான்," என்ற பதிலையும் கொடுக்கிறது. வெற்றிக்கான இரகசியம் சுய மதிப்புதான். "குழந்தைகள் வெற்றி பெற வேண்டுமென்றால், அவர்களுக்குள் புதைந்து கிடக்கின்ற அழகு அவர்களுக்குச் சுட்டிக்காட்டப்பட வேண்டும்," என்று விட்னி ஹூஸ்டன் மேலும் தெரிவிக்கிறார்.

இலட்சக்கணக்கான மக்களுக்கு இது ஒரு புதுமையான மற்றும் வசீகரமான யோசனையாகத் தோன்றியது. "நான் காரியங்களைச் செய்வதில் உண்மையிலேயே சிறந்தவன்," என்று சிந்திக்க அவர்கள் தங்களுடைய குழந்தைகளை ஊக்குவித்ததன் மூலம், அவர்களுடைய கல்வித் திறனை அதிகரிக்க முயன்றனர். வீட்டில் பெற்றோர் தங்கள் குழந்தைகள்மீது பாராட்டு மழை பொழிந்தனர். பயிற்றுவிப்பாளர்கள், விளையாட்டில் வென்றவர்களுக்கு மட்டுமல்லாமல், அதில் கலந்து கொண்டவர்கள் அனைவருக்கும் சான்றிதழ்களை வழங்கினர். சாரணியர் இயக்கம், 'நான் தனித்துவமானவள்!' என்ற திட்டத்தைச் செயல்படுத்தியது. பள்ளிகளில் குழந்தைகள் தங்களிடம் தங்களுக்குப் பிடித்திருந்த பண்புநலன்களை வரைபடங்களில் வரைந்தனர். சக மாணவர்களிடம் தங்களுக்குப் பிடித்திருந்த விஷயங்களைப் பற்றி அவர்கள்

விவாதித்தனர். பரஸ்பரம் ஒருவரையொருவர் வியந்து பாராட்டிய ஒரு சமுதாயம் மலர்ந்தது. விட்னி ஹூஸ்டனின் செய்தியை, லேடி காகா, "நீங்கள் எங்கிருந்து வந்திருந்தாலும் சரி, நீங்கள் யாராக இருந்தாலும் சரி, நீங்கள் ஒரு சூப்பர்ஸ்டார். ஏனெனில், நீங்கள் அப்படித்தான் பிறந்துள்ளீர்கள்!" என்று பாடி அடுத்தத் தலைமுறைக்குக் கடத்தினார். அதைக் கேட்ட அவருடைய இரசிகர் பட்டாளம் அவரைத் தலையில் தூக்கி வைத்துக் கொண்டாடியது. பதிலுக்கு, லேடி காகா, தன் கையில் ஒரு பிரகாசமான விளக்கைத் தூக்கிப் பிடித்து அதைப் பார்வையாளர்களை நோக்கி ஆட்டியபடி, "இன்று நீங்கள் வீட்டுக்குத் திரும்பிச் செல்கின்றபோது, என்மீதான அதிக நேசத்தோடு அன்றி, 'உங்கள்மீதான' அதிக நேசத்தோடு செல்வீர்கள்!" என்று கூறினார்.

இந்தப் பரஸ்பரப் பாராட்டுகள் இனிமையாக இருந்ததோடு மட்டுமல்லாமல், அவற்றால் நீண்டகால நன்மைகளும் விளைவதாக நம்பப்பட்டது. சுய மதிப்பின் வீரியம் குறித்து ஆய்வு செய்யுமாறு கலிஃபோர்னியா மாநிலம் சில உளவியலாளர்களைக் கேட்டுக் கொண்டது. அவர்கள் ஆய்வு செய்து ஓர் அறிக்கையைச் சமர்ப்பித்தனர். அதன் முடிவுகள் நம்பிக்கையூட்டுபவையாக இருந்தன. அந்த அறிக்கையைத் தொகுத்திருந்த பெர்க்கிலீ பல்கலைக்கழகத்தைச் சேர்ந்த பிரபல சமூகவியலாளர் நீல் ஸ்மெல்செர், "இன்று சமுதாயத்தை வாட்டிக் கொண்டிருக்கும் முக்கியப் பிரச்சனைகளில், எல்லாவற்றுக்கும் இல்லாவிட்டாலும் பெரும்பாலானவற்றுக்கு, மக்களின் சுய மதிப்புக் குறைச்சல்தான் காரணம்," என்று கூறியிருந்தார்.

ஆனால், அவரே அந்த அறிக்கையில் பின்னர் ஒரு பக்கத்தில், "இந்த அறிக்கையின் முடிவுக்குப் போதுமான அறிவியல்பூர்வமான நிரூபணங்கள் இல்லாதது எனக்கு ஏமாற்றமளிக்கிறது," என்று குறிப்பிட்டிருந்தார். ஆனால், அப்பகுதி ஒரு சிறிய செய்தியாகக்கூட எங்கும் இடம்பெறவில்லை. சுய மதிப்பு தொடர்பான ஆய்வுகளுக்கான நிதிக்குப் பஞ்சமில்லாமல் இருந்ததால், மேலும் ஆய்வுகள் மேற்கொள்ளப்பட்டு இந்த விஷயம் தெளிவுபடுத்தப்படும் என்று எதிர்பார்க்கப்பட்டது. அதன்படியே ஏராளமான ஆய்வுகள் மேற்கொள்ளப்பட்டன. அமெரிக்க உளவியல் கழகம் நடத்திய ஆய்வும் அவற்றில் ஒன்று. ஆனால், அதன் முடிவுகள், விட்னி ஹூஸ்டன் அல்லது லேடி காகா போன்றவர்களுக்கு எந்தவிதத்திலும் உத்வேகம் தரவில்லை.

சுய மதிப்பிலிருந்து சுய மோகத்தை நோக்கி

ஆய்வுகளை மதிப்பீடு செய்யும் குழுவில் பாமைஸ்டரும் இடம்பெற்றிருந்தார். அவர்கள் ஆயிரக்கணக்கான ஆய்வுகளை அலசினர். உயர்ந்த தரத்துடன் மேற்கொள்ளப்பட்டிருந்த ஆய்வுகளை அவர்கள் தேடினர். அப்படிப்பட்ட நூற்றுக்கணக்கான ஆய்வுகள் அவர்களுடைய கண்களில் பட்டன. மாணவர்களின் சுய மதிப்புக்கும் அவர்களுடைய மதிப்பெண்களுக்கும் இடையேயுள்ள தொடர்பைப் பல ஆண்டுகளாகக் கண்காணித்து வந்த ஆய்வுகளும் அவற்றில் அடக்கம். அதிகமான சுய மதிப்பைக் கொண்டிருந்த மாணவர்கள் அதிக மதிப்பெண்களைப் பெற்றனர் என்பது உண்மைதான். ஆனால், அந்த இரண்டில் எது முதலில் வந்தது? மாணவர்களிடம் காணப்பட்ட அதிகமான சுய மதிப்பு, அவர்கள் அதிக மதிப்பெண்களைப் பெறுவதற்கு உதவியதா அல்லது நல்ல மதிப்பெண்கள் அதிகமான சுய மதிப்புக்கு வழிவகுத்திருந்தனவா? பத்தாம் வகுப்பில் மாணவர்கள் வாங்கியிருந்த மதிப்பெண்கள், பன்னிரண்டாம் வகுப்பில் அவர்களுடைய சுய மதிப்பு எந்த அளவுக்கு இருக்கும் என்பதைத் துல்லியமாகக் கணித்தன. ஆனால், பத்தாம் வகுப்பில் அந்த மாணவர்களிடம் காணப்பட்ட சுய மதிப்பு, பன்னிரண்டாம் வகுப்பில் அவர்களுடைய மதிப்பெண்கள் எப்படி இருக்கும் என்பதைத் கணிக்கத் தவறியது. அதனால், மதிப்பெண்களே சுய மதிப்பை நிர்ணயித்தன என்பது நிரூபணமாயிற்று.

விர்ஜீனியா காமன்வெல்த் பல்கலைக்கழகத்தைச் சேர்ந்த உளவியல் பேராசிரியரான டொனால்டு ஃபோர்ஷைத், தன் வகுப்பு மாணவர்களிடம் ஓர் ஆய்வு நடத்தினார். அரையாண்டுத் தேர்வில் 'சி' கிரேடு அல்லது அதற்குக் குறைவான கிரேடு வாங்கிய மாணவர்கள் சிலரை அவர் இப்பரிசோதனைக்குத் தேர்ந்தெடுத்தார். அவர்களை அவர் இரண்டு குழுக்களாகப் பிரித்தார். ஒரு குழுவினருக்கு, அவர்களுடைய சுய மதிப்பை அதிகரிக்கின்ற விதத்தில் வாரந்தோறும் சில செய்திகளை அவர் அனுப்பினார். இரண்டாவது குழுவினருக்கு, சாதாரணமான தகவல்களே அனுப்பி வைக்கப்பட்டன. முதல் குழுவினருக்கு அனுப்பப்பட்ட ஊக்குவிப்புச் செய்திகள் அந்த மாணவர்கள் தங்களைப் பற்றி நல்லவிதமாக உணர்வதற்கு நன்றாகவே உதவியிருந்தன. ஆனால், அவர்களுடைய மதிப்பெண்கள் அதனால் அதிகரிக்கவில்லை. மாறாக, அவை குறைந்திருந்தன.

ஆண்டு இறுதித் தேர்வில், சாதாரணமான தகவல்களைப் பெற்றிருந்த குழுவினரைவிடக் குறைவான மதிப்பெண்களை அவர்கள் பெற்றிருந்தனர். ஆனால், அதைவிட மோசமாக, ஆண்டு இறுதித் தேர்வில், அரையாண்டுத் தேர்வில் அவர்கள் பெற்றிருந்த மதிப்பெண்களைவிடக் குறைவான மதிப்பெண்களை அவர்கள் பெற்றனர். அவர்களுடைய சராசரி மதிப்பெண் *59*லிருந்து *39*ஆகச் சரிந்திருந்தது.

நாடு முழுவதும் நடத்தப்பட்ட வேறு சில ஆய்வுகளும், மாணவர்களின் சுய மதிப்பு கூடியபோதிலும் அவர்களுடைய மதிப்பெண்கள் குறைந்திருந்ததை நிரூபித்தன. மாணவர்கள் தாங்கள் மோசமாகச் செயல்பட்டுக் கொண்டிருந்தது குறித்துச் சிறப்பாக உணர்ந்து கொண்டிருந்தனர்! பணத்திற்காகக் கொலை செய்தல், பாலியல் குற்றங்களில் தொடர்ந்து ஈடுபடுதல் போன்ற கொடுஞ்செயல்களைச் செய்த நபர்கள் மிக அதிகமான சுய மதிப்பைக் கொண்டிருந்ததை பாமைஸ்டர் தன் ஆய்வுகள் மூலம் கண்டுபிடித்தபோது, அது அவருக்கு ஒரு புதிராக இருந்தது.

பல ஆய்வுகளை அலசி ஆராய்ந்த உளவியலாளர்கள் குழு ஒன்று, அமெரிக்கா, கனடா மற்றும் மேற்கு ஐரோப்பாவில் சுய மதிப்புக் குறைவு என்பது பரவலாகக் காணப்படவில்லை என்ற முடிவுக்கு வந்தது. உலகின் பிற பகுதிகள் குறித்துப் போதுமான தரவுகள் இல்லாததால், அவர்களால் அது குறித்து ஒரு முடிவுக்கு வர முடியவில்லை. அதாவது, அமெரிக்காவில், பெரும்பாலானவர்கள் தங்களைக் குறித்து நல்லவிதமாகவே உணர்கின்றனர். குறிப்பாகக் குழந்தைகள், சிறு வயதிலிருந்தே தங்களைப் பற்றிய ஒரு நேர்மறையான உணர்வைக் கொண்டிருக்கின்றனர். பாமைஸ்டரின் வீட்டில் நடைபெற்றக் கீழ்க்கண்ட உரையாடல், அந்த ஆய்வின் முடிவை அப்படியே பிரதிபலித்தது.

மகள் (4 வயது): *எனக்கு எல்லாம் தெரியும்.*

அம்மா: *இல்லை, கண்ணா, உனக்கு எல்லாம் தெரியாது.*

மகள்: *இல்லை. எனக்கு எல்லாம் தெரியும்.*

அம்மா: *முப்பத்தாறின் வர்க்க மூலம் உனக்குத் தெரியாது.*

மகள் (துளிகூடத் தயக்கமின்றி): *பெரிய எண்களை நான் உண்மையிலேயே மிகவும் இரகசியமாக வைத்திருக்கிறேன்.*

அம்மா: *அது ஒன்றும் பெரிய எண் அல்ல. என் கேள்விக்கான விடை '6'.*

மகள்: *அது எனக்குத் தெரியுமே!*

இவ்வளவுக்கும், அக்குழந்தையின் பெற்றோர் அவளுடைய சுய மதிப்பை அதிகரிக்கும் முயற்சியில் இறங்கியிருக்கவில்லை!

அதிகமான சுய மதிப்பு ஒருவரைத் திறமைசாலியாகவோ அல்லது பிறர் சகஜமாக அணுகிப் பழகக்கூடிய தன்மை கொண்டவராகவோ ஆக்குவதில்லை என்பதையும் அந்த ஆய்வுகளின் முடிவுகள் தெரிவித்தன. அதிகமான சுய மதிப்பைக் கொண்டிருப்பவர்கள், தாங்கள் மற்றவர்களைவிடப் பிரபலமானவர்கள், வசீகரமானவர்கள், சமூக உறவில் மேம்பட்டவர்கள் என்று நினைத்துக் கொள்கின்றனர். ஆனால், அது உண்மையல்ல என்று ஆய்வுகள் நிரூபித்துள்ளன. அவர்களுடைய கூடுதல் சுய மதிப்பு, பள்ளியில் அல்லது அலுவலகத்தில் அவர்களை அதிகச் செயல்திறன் மிக்கவர்களாக ஆக்குவதில்லை. அதேபோல, புகைபிடித்தல், மது அருந்துதல், போதை மருந்துகளை எடுத்துக் கொள்ளுதல் போன்றவற்றுக்கு அடிமையாவதிலிருந்து அது அவர்களைக் காப்பதில்லை. போதைப் பழக்கத்திற்கு அடிமையாதல், பதின்ம வயதிலேயே தாயாதல் போன்றவற்றுக்கும் குறைவான சுய மதிப்பிற்கும் இடையே தொடர்பு இருப்பது உண்மைதான் என்றாலும், அதற்காக, அந்தப் பிரச்சனைகளுக்கான மூல காரணமாக சுய மதிப்பு இருந்தது என்று அர்த்தப்படுத்திக் கொள்ள முடியாது. உண்மையில், இது நேர் தலைகீழாக நடைபெறுகிறது. பதினேழு வயதில் நீங்கள் ஒரு போதை அடிமையாகவும் ஒரு குழந்தைக்குத் தாயாகவும் இருந்தால், கண்டிப்பாக நீங்கள் உங்களைப் பற்றி நல்லவிதமாக உணர மாட்டீர்கள், இல்லையா?

அந்த ஆய்வுகளின்படி, அதிகமான சுய மதிப்பைக் கொண்டிருப்பது இரண்டே இரண்டு விதங்களில் மட்டுமே பலனளிப்பதாகத் தெரிய வந்துள்ளது. முதலாவது, நீங்கள் முன்முயற்சிகளை எடுக்க அது உங்களைத் தூண்டுகிறது. அதிகமான சுய மதிப்பு உடையவர்கள் தங்களுடைய நம்பிக்கை தொடர்பான விஷயங்களில் நடவடிக்கைகளில் இறங்கவும், தாங்கள் நம்புகின்ற விஷயங்களுக்கு ஆதரவாகக் குரல் கொடுக்கவும், அவை தொடர்பாகப் பிறரை அணுகவும், புதிய விஷயங்களில் குதிக்கவும் (முட்டாள்தனமான விஷயங்கள் உட்பட) தயாராக இருக்கின்றனர். இரண்டாவது, அது நல்லவிதமான உணர்வைக் கொடுக்கிறது. அதிகமான சுய மதிப்பைக் கொண்டிருப்பது என்பது, கூடுதலாக நேர்மறையான உணர்ச்சிகளின் இருப்பைக் கையில் வைத்திருப்பதைப் போன்றது. தோல்வியிலிருந்து மீண்டெழுவதற்கும்,

மனத்தளர்ச்சி போன்றவற்றிலிருந்து கரையேறுவதற்கும் அது வெகுவாக உதவும். விற்பனை வேலை போன்ற சில வேலைகளில் ஈடுபட்டுள்ளவர்களுக்கு இது பயனுள்ளதாக இருக்கும். ஏனெனில், அவர்கள் தங்கள் வேலையில் அடிக்கடி நிராகரிப்பை எதிர்கொள்ள வேண்டியிருக்கும். ஆனால், இந்த விடாப்பிடித்தன்மையின் காரணமாக, உருப்படாத விஷயங்களில் அவர்கள் தங்களுடைய நேரத்தையும் பணத்தையும் முயற்சிகளையும் வீணடித்துவிடுவதற்கும் அதிக வாய்ப்புகள் இருக்கின்றன.

ஒருவரிடம் சுய மதிப்பு கூடிக் கொண்டிருக்கின்ற நேரத்தில், அது அவருக்கு நல்லதாக இருக்கின்ற வேளையில், அதற்கான விலையைப் பிறர்தான் கொடுக்க வேண்டியிருக்கிறது. சுய மதிப்பு அதிகரிப்பால் அந்த நபரிடம் தோன்றுகின்ற தற்செருக்கு, தற்பெருமை போன்ற பக்கவிளைவுகளைப் பிறர்தான் அனுபவித்தாக வேண்டும். அது உச்சகட்டத்திற்குச் செல்கின்றபோது, அது சுய மோகமாக உருவெடுக்கிறது. சுய மோகிகளுக்குத் தங்களைப் பற்றிய ஒரு பெரிய பிம்பம் இருக்கிறது. பிறர் தங்களைக் கொண்டாட வேண்டும் என்ற அரிப்பு இருக்கிறது. தாங்கள் தனித்துவமிக்கவர்களாக நடத்தப்பட வேண்டும் என்ற எதிர்பார்ப்பு அவர்களிடம் இருக்கிறது. அதே நேரத்தில், நீங்கள் அவர்களை விமர்சித்தால், அவர்களால் அதைப் பொறுத்துக் கொள்ள முடியாது. அவர்கள் உங்களிடம் படுமோசமாக நடந்து கொள்ளத் துவங்கிவிடுவர். முதல் பார்வையில் அவர்களை அனைவருக்கும் பிடித்துப் போகும். ஆனால், அந்தச் சாயம் சீக்கிரம் வெளுத்துவிடும்.

சமீப காலங்களில், அமெரிக்காவில், குறிப்பாக இளைய சமூகத்தினரிடையே, சுய மோகம் அதிகரித்துள்ளதாக உளவியல் ஆய்வுகள் தெரிவிக்கின்றன. படிக்காமலேயே உயர்ந்த மதிப்பெண்கள் பெறுவதற்குத் தாங்கள் தகுதியானவர்கள் என்ற எண்ணம் கல்லூரி மாணவர்களிடையே பரவலாக இருப்பதாகப் பேராசிரியர்கள் புகார் கூறுகின்றனர். தங்களுடைய பங்கை ஒழுங்காக அளிக்காமல், கிடுகிடுவெனப் பதவி உயர்வையும் ஊதிய உயர்வையும் பெற இளைஞர்கள் துடிக்கின்றனர் என்று மேலாளர்கள் புலம்புகின்றனர்.

இந்த சுய மோகப் போக்கின் வளர்ச்சி, சுய மதிப்பைத் தலையில் தூக்கி வைத்துக் கொண்டாடிய இயக்கத்தின் பிரச்சனைக் குழந்தையாகும். இந்தப் பிரச்சனை விரைவில் நம்மைவிட்டு நீங்கிவிடும் என்று நம்புவதற்கு இடமில்லை. குழந்தைகளிடம் சுய மதிப்பை அதிகரிப்பது, அவர்களை

வெற்றியாளர்களாக, நேர்மையானவர்களாக, நல்ல குடிமக்களாக ஆக்குகிறது என்பதற்கான எந்தவொரு சான்றும் இல்லை என்றாலும், இநதப் போக்கு இன்னும் தொடர்ந்து கொண்டுதான் இருக்கிறது. வெற்றியை அடைவதற்கு சுய மதிப்பு ஓர் எளிய வழி என்ற கருத்து இன்றுகூட எண்ணற்றப் பெற்றோர்களையும் கல்வியாளர்களையும் கவர்ந்திழுத்துக் கொண்டிருக்கிறது.

அசாதாரணமான ஆசியர்கள்

இளம் அமெரிக்கர்களிடம் நடத்தப்பட்ட உளவியல் ஆய்வுகளில், சுய மோக விஷயத்தில் ஒரு முக்கியமான விதிவிலக்கு இருப்பது கண்டுபிடிக்கப்பட்டது. ஆசிய அமெரிக்கர்களிடம் இந்தப் போக்கு காணப்படவில்லை. ஒருவேளை, அவர்களுடைய பெற்றோர் இந்த சுய மதிப்பு இயக்கத்தால் பெரிதாகக் கவரப்படாமல் இருந்தது அதற்கான காரணமாக இருக்கலாம். கட்டுப்பாட்டை போதிக்கின்ற தங்களுடைய கலாச்சாரத்தின்மீது அவர்கள் அதிக நம்பிக்கை வைத்துள்ளனர். அமெரிக்கர்கள் மற்றும் பிற மேற்கத்தியச் சமூகங்களோடு ஒப்பிடுகையில் சில ஆசியக் கலாச்சாரங்கள், சிறு வயதிலேயே சுய கட்டுப்பாட்டைத் தம்முடைய குழந்தைகளிடம் வளர்த்துவிடுகின்றன. சீனப் பெற்றோர் தங்களுடைய இரண்டு வயதுக் குழந்தைகளிடம் எதிர்பார்க்கின்ற கட்டுப்பாடு, அமெரிக்காவில் பொதுவாக மூன்று அல்லது நான்கு வயதுக் குழந்தைகளிடமே எதிர்பார்க்கப்படுகிறது.

இயல்பான தூண்டுதல்களைக் கட்டுப்படுத்திக் கொள்வது தொடர்பான சில ஆய்வுகள் சீனக் குழந்தைகளிடம் நடத்தப்பட்டன. எடுத்துக்காட்டாக, அவர்கள் நிலவின் படத்தைப் பார்க்கும்போது 'பகல்' என்றும், சூரியனின் படத்தைப் பார்க்கும்போது 'இரவு' என்றும் கூற வேண்டும். இது போன்ற ஆய்வுகளில், பொதுவாக, நான்கு வயது சீனக் குழந்தைகள், அதே வயது அமெரிக்கக் குழந்தைகளைவிடச் சிறப்பாகச் செயல்பட்டனர். ஒருவேளை, சீனக் குழந்தைகளின் மரபணுக்கள் அதற்குக் காரணமாக இருக்கலாம். அமெரிக்கக் குழந்தைகளோடு ஒப்பிடுகையில், சீனக் குழந்தைகளிடம், ஏடிஎச்டி என்று அழைக்கப்படுகின்ற 'அவதானக் குறை மிகையியக்கக் கோளாறு' அரிதாகவே காணப்படுகிறது. அமெரிக்க மக்கட்தொகையில் ஆசிய

அமெரிக்கர்கள் வெறும் 4 சதவீதம் மட்டுமே. ஆனால், ஸ்டேன்ஃபோர்டு, கொலம்பியா, கார்னெல் போன்ற, அமெரிக்காவின் தலைசிறந்த பல்கலைக்கழகங்களில் படிக்கும் மொத்த மாணவர்களில், ஆசிய அமெரிக்க மாணவர்கள் 25 சதவீதத்தினர் உள்ளனர். பிற அனைத்து இனக் குழுக்களையும்விட, ஆசிய அமெரிக்கர்களுக்குக் கல்லூரிப் பட்டம் பெறுவதற்கான வாய்ப்புகள் அதிகம். அவர்கள் வேலைக்குச் செல்கின்றபோதுகூட, சராசரி அமெரிக்க வருவாயைவிட 25 சதவீதம் கூடுதலாக ஈட்டுகின்றனர்.

அவர்களுடைய இந்த வெற்றியின் காரணமாக, அமெரிக்கர்கள் மற்றும் ஐரோப்பியர்களைவிட ஆசியர்கள் அதிக நுண்ணறிவு படைத்தவர்கள் என்ற கருத்து மக்களிடையே நிலவுகிறது. ஆனால், அது உண்மையல்ல என்று ஜேம்ஸ் ஃபிளின் கூறுகிறார். ஐகியூ குறித்து மேற்கொள்ளப்பட்டப் பல ஆய்வுகளை அவர் அலசி ஆராய்ந்தார். உண்மையில், ஆசிய அமெரிக்கர்கள், வெள்ளை அமெரிக்கர்களைவிடக் குறைவான ஐகியூவையே கொண்டிருக்கின்றனர். ஆனால், ஆசிய அமெரிக்கர்கள் தங்களுடைய நுண்ணறிவைச் சிறப்பாகப் பயன்படுத்துகின்றனர். அதிகமான ஐகியூ தேவைப்படுகின்ற மருத்துவர்கள், அறிவியலறிஞர்கள், கணக்காளர்கள் போன்ற, உயர்தரத் தொழில்களில் ஈடுபடுகின்ற அமெரிக்கர்களின் குறைந்தபட்ச ஐகியூ 110ஆக இருக்கின்றபோது, 103 ஐகியூ இருக்கின்ற ஆசிய அமெரிக்கர்களால் அத்தொழில்களில் ஈடுபட முடிகிறது. கடின உழைப்பு, புத்திசாலித்தனம், விடாமுயற்சி, நம்பகத்தன்மை போன்ற சுய கட்டுப்பாட்டுப் பண்புகள் அவர்களிடம் இருப்பதால், குறைவான ஐகியூ இருந்தாலும்கூட, அதிக ஐகியூ இருக்கின்ற அமெரிக்கர்களோடு அவர்களால் போட்டி போட முடிகிறது.

உடனடித் திருப்திக்குப் பதிலாக அதைத் தள்ளிப்போடுகின்ற போக்கு, தென் கொரியாவிலிருந்து அமெரிக்காவிற்குக் குடிபெயர்ந்திருந்த, ஜே கிம் மற்றும் டே கிம் தம்பதியினரின் வீட்டில் எப்போதும் நடைமுறையில் இருந்தது. சூ, ஜேன் ஆகிய இரண்டு மகள்கள் அவர்களுக்கு இருந்தனர். சூ ஒரு மருத்துவராகவும், ஜென் ஒரு வழக்கறிஞராகவும் ஆனார்கள். அந்தப் பெற்றோர் தங்கள் குழந்தைகளுக்கு அவர்களுடைய இரண்டாவது வயதிலேயே அரிச்சுவடிகளைக் கற்றுக் கொடுத்திருந்தனர். அவர்கள் சிறு குழந்தைகளாக இருந்தபோது, ஜே கிம் அவர்களைப் பல்பொருள் அங்காடிகளுக்கு அழைத்துச் செல்வார்.

அப்போது அங்கிருக்கும் சாக்லெட்டுகளைக் குழந்தைகள் கேட்பதற்கு முன்பாக, அவர்கள் இருவரும் அடுத்த வாரத்திற்குள் ஆளுக்கொரு புத்தகத்தைப் படித்து முடித்தால், ‘அடுத்த முறை’ வரும்போது சாக்லெட் வாங்கிக் கொடுப்பதாக அவர் வாக்குறுதி அளிப்பார். சூ கல்லூரியில் படித்துக் கொண்டிருந்தபோது, தனக்கு ஒரு பழைய கார் வேண்டும் என்று கேட்டாள். அதற்கு அவளுடைய தாயார் ஜே கிம், “நீ மருத்துவக் கல்லூரியில் சேர்ந்துவிட்டால், நான் உனக்கு ஒரு புது கார் வாங்கித் தருகிறேன்,” என்று உறுதியளித்தார். அதாவது, இந்தப் பெற்றோர் தங்களுடைய குழந்தைகளுக்கு நல்ல விஷயங்களை வாங்கிக் கொடுத்துள்ளனர். ஆனால், அவை ஒரு சாதனைக்கான வெகுமதியாகவே வழங்கப்பட்டிருந்தன.

இதுபோன்ற ஆசிய அமெரிக்க வெற்றிக் கதைகள், வளர்ச்சிசார் உளவியலாளர்கள் குழந்தை வளர்ப்பு தொடர்பான தங்களுடைய கோட்பாடுகளை மாற்றிக் கொள்ள அவர்களை நிர்ப்பந்தித்தன. முன்பு பெற்றோர் கடைபிடித்து வந்த ‘எதேச்சதிகாரப் பாணி’ குழந்தை வளர்ப்பு முறை குறித்து உளவியலாளர்கள் எச்சரித்தனர். அந்த முறையில், பெற்றோர், குழந்தைகளின் உணர்வுகளுக்கு மதிப்பளிக்காமல் அவர்களுக்குக் கடுமையான இலக்குகளை நிர்ணயித்து, தீவிரமான விதிமுறைகளைச் செயல்படுத்தினர். அதற்கு மாற்றாக அந்த உளவியலாளர்கள் பரிந்துரைத்திருந்த பாணியில், இலக்குகள் நிர்ணயிக்கப்பட்டபோதிலும், குழந்தைகளின் விருப்பங்கள் கணக்கில் எடுத்துக் கொள்ளப்பட்டன, அவர்களுக்கு ஓரளவு சுதந்திரம் வழங்கப்பட்டது. இந்தப் பாணியில் வளர்க்கப்பட்டக் குழந்தைகள், முந்தைய எதேச்சதிகாரப் பாணியில் வளர்க்கப்பட்டக் குழந்தைகளைவிட அதிகத் தன்னம்பிக்கையுடன் திகழ்வர் என்றும், அவர்களுடைய வளர்ச்சி ஓர் ஒட்டுமொத்த வளர்ச்சியாக இருக்கும் என்றும், அவர்கள் கல்வியில் சிறப்பாகச் செயல்படுவதோடு சமூக உறவாடல்களிலும் மேம்பட்டு இருப்பர் என்றும் எதிர்பார்க்கப்பட்டது. ஆனால், ரூத் சாவ் என்ற உளவியலாளர் சீன அமெரிக்கக் குடும்பங்களை ஆய்வு செய்தபோது, அந்தப் பெற்றோர், கடுமையான இலக்குகளையும் தீவிரமான விதிமுறைகளையும் தங்கள் குழந்தைகளுக்கு நிர்ணயித்திருந்தனர் என்பது தெரிய வந்தது. அந்தப் பெற்றோரும் சரி, அந்தக் குழந்தைகளும் சரி, அந்த வளர்ப்பு முறையை ஓர் எதேச்சதிகார முறையாகக் கருதவில்லை. மாறாக, அதை அர்ப்பணிப்புமிக்க ஒன்றாகவே

அவர்கள் பார்த்தனர். அமெரிக்கத் தரங்களின்படி, இந்தப் பெற்றோர் இரக்கமற்றவர்களாகப் பார்க்கப்படக்கூடும். ஆனால், அவர்களுடைய குழந்தைகள் தங்கள் வீட்டுக்கு உள்ளேயும் வெளியேயும் கொழித்தனர்.

லாஸ் ஏஞ்சலீஸ் பகுதியில் வசித்து வந்த அமெரிக்கப் பெற்றோர் மற்றும் சீனப் பெற்றோர்களிடம் ஓர் ஆய்வு நடத்தப்பட்டது. அவர்களுடைய குழந்தைகள் தங்கள் பள்ளிகளில் வெற்றி பெறுவதற்கு அவர்கள் என்ன செய்வார்கள் என்று அவர்களிடம் கேட்கப்பட்டபோது, தாங்கள் தங்களுடைய குழந்தைகளுக்குக் கடுமையான இலக்குகளை நிர்ணயித்ததாகவும், உயர்ந்த தரங்களுக்கு அவர்களை ஆட்படுத்தியதாகவும், அவர்களைக் கூடுதல் வீட்டுப்பாடங்களைச் செய்ய வைத்ததாகவும் அந்தச் சீனப் பெற்றோர் கூறினர். ஐரோப்பிய முன்னோர்களைக் கொண்டிருந்த அமெரிக்கத் தாய்மார்கள், கல்வியில் வெற்றி பெறுவதைவிடச் சமூக உறவில் வெற்றி பெறுவதே முக்கியம் என்று முழங்கினர். கற்றல் வேடிக்கையானதாக இருக்க வேண்டும் என்று அவர்கள் வலியுறுத்தினர். குழந்தைகளின் சுய மதிப்புக்கு அவர்கள் அதிக முக்கியத்துவம் கொடுத்தனர். ஆனால், சீனப் பெற்றோர் அதில் அக்கறையே காட்டவில்லை. சீனக் குழந்தை வளர்ப்பு முறையைப் பற்றி, 'த பேட்டில் ஹிம் ஆஃப் த டைகர மதர்' என்ற தலைப்பில், ஏமி சூவா என்ற சீனப் பெண் ஒரு பிரபலமான புத்தகத்தையே எழுதியுள்ளார்.

சீனப் பெற்றோர் தங்களுடைய குழந்தைகளை சக மாணவர்களின் வீடுகளில் இரவில் தங்குவதற்கு அனுமதிப்பதில்லை. ஆனால், அவர்கள் தங்களுடைய குழந்தைகளை மூன்று மணி நேரம் வயலின் வகுப்புகளுக்கு அனுப்புகின்றனர். சுய மதிப்பு குறித்து ஏமி இவ்வாறு கருத்து தெரிவிக்கிறார்: "எதையாவது கிறுக்குவது அல்லது ஒரு குச்சியைத் தூக்கி ஆட்டுவது போன்ற, தங்களுடைய குழந்தைகள் செய்கின்ற அற்ப விஷயங்களுக்கெல்லாம், அமெரிக்கப் பெற்றோர் அவர்கள்மீது பாராட்டு மழை பொழிவதை நான் காண்கிறேன். அதே நேரத்தில், சீனப் பெற்றோர் இரண்டு விஷயங்களில் வேறுபட்டிருக்கின்றனர்: (1) தங்களுடைய குழந்தைகள் குறித்து அவர்கள் பெருங்கனவுகள் காண்கின்றனர் (2) தங்களுடைய குழந்தைகளால் எந்த அளவு தாங்க முடியும் என்பதை அவர்கள் கச்சிதமாக அறிந்துள்ளனர்." தெளிவான இலக்குகளை வகுத்தல், விதிமுறைகளை அமல்படுத்துதல், தோல்விக்குத் தண்டனை வழங்குதல், சிறந்த விளைவுகளுக்கு

வெகுமதியளித்தல் ஆகியவற்றை உள்ளடக்கிய 'சீனக் குழந்தை வளர்ப்பு உத்திகள்' போன்றவைதாம் 'நேனி911' போன்ற தொலைக்காட்சி நிகழ்ச்சிகளில் உயர்த்திப் பிடிக்கப்பட்டன. அந்த 'நேனி911' நிகழ்ச்சியில் அமெரிக்கப் பெற்றோருக்கு அறிவுரை கூறுகின்ற ஒரு செவிலித்தாயாகக் கலந்து கொண்ட பிரித்தானியப் பெண்மணி டெபோரா கேரல், தன்னுடைய இளமைக் காலத்தில் தான் கற்றிருந்த விஷயங்களைத்தான் அந்த நிகழ்ச்சியில் அமெரிக்கக் குழந்தைகளுக்குத் தான் கற்றுக் கொடுத்ததாகக் கூறினார்.

டெபோரா தன் இளமைக் காலத்தை இவ்வாறு நினைவுகூர்கிறார்: "அப்போது, எதுவொன்றைப் பெறுவதற்கும் கடினமாக உழைக்க வேண்டியிருக்கும். நான் என் தாத்தாவின் சட்டையை இஸ்திரி போட்டுக் கொடுத்தால், அதற்கு அவர் பணம் கொடுப்பார். ஏனெனில், நான் அதைச் சிறப்பாகச் செய்துள்ளேன் என்று அவர் அதற்கு விளக்கமளிப்பார். நான் என் பாட்டியைவிட மேம்பட்ட விதத்தில் அதைச் செய்வதாகவும் அவர் கூறுவார். நான் ஒரு சாதனை புரிந்துள்ளது போன்ற உணர்வை அது எனக்குக் கொடுக்கும். அதிலிருந்துதான் உங்களுடைய சுய மதிப்பு பிறக்குமே அன்றி, வெறுமனே உங்கள் பெற்றோர் உங்களிடம் 'நீ மிகச் சிறந்தவள்' என்று கூறுவதைக் கேட்பதால் அல்ல." ஏமி சூவா, கிம், டெபோரா ஆகியோர் தனித்தனியாக வந்தடைந்திருந்த முடிவுகளும், அமெரிக்க உளவியல் கழகம் நடத்திய ஆய்வுகளின் முடிவுகளும் ஒரே விஷயத்தைத்தான் கூறுகின்றன: சுய மதிப்பைத் தூக்கியெறியுங்கள், சுய கட்டுப்பாட்டில் கவனம் செலுத்துங்கள்.

டெபோராவின் செவிலிப் பணியும் ஒரே பிரசவத்தில் பிறந்த மூன்று குழந்தைகளும்

இந்த நிகழ்ச்சிக்காக, டெபோரா, பால் தம்பதியரின் வீட்டுக்கு வந்துசேர்ந்தபோது, அந்தக் குழந்தைகளின் அடாவடித்தனத்தின் வீடியோக்களை அவர் பார்த்திருந்தபோதிலும் அவர் அது குறித்துப் பெரிதாகக் கவலைப்படவில்லை.

அதைப் பற்றி டெபோரா இவ்வாறு கூறுகிறார்: "இது போன்ற வீடுகளில் குழந்தைகளைக் கையாள்வது எளிது. தாங்கள் பாதுகாப்பாக இருக்கிறோம் என்ற உணர்வை அவர்கள் பெற விரும்புகின்றனர். 'நான்தான் இதற்குப் பொறுப்பு. எல்லாம் இனி சரியாகிவிடும்,' என்று யாராவது

கூற வேண்டும் என்று அவர்கள் ஏங்கிக் கொண்டிருக்கின்றனர். பெற்றோர்களைக் கையாள்வதுதான் கடினம். குழந்தைகளைக் கட்டுப்படுத்துவதற்கு, முதலில் தங்களை எப்படிக் கட்டுப்படுத்திக் கொள்வது என்பதை அவர்கள் கற்றுக் கொள்ள வேண்டும்."

டெபோரா தன்னுடைய பதினெட்டாவது வயதிலிருந்தே ஒரு முழுநேரச் செவிலித்தாயாகப் பணியாற்றி வந்திருந்ததால், பெற்றோர்களை எப்படிக் கையாள்வது என்பதை அவர் அறிந்திருந்தார்.

பழங்காலத்தில் பெற்றோர்கள் தங்களுடைய குழந்தைகளை அடித்து வளர்த்தனர் என்பதை இப்போது உள்ளவர்களால் நம்ப முடியாது. அடி போடுவதற்கு ஆதரவாக ஏகப்பட்டப் பழமொழிகளும் கூற்றுகளும் இருக்கின்றன. அதற்காக நீங்களும் ஒரு பிரம்பைத் தூக்க வேண்டும் என்று நாங்கள் முன்மொழியவில்லை. ஆனால், பெற்றோர்கள் தங்களுடைய குழந்தைகளின்மீது கட்டுப்பாடுகளை நிறுவுபவர்களாக இருக்க வேண்டும் எனறு நாங்கள் கருதுகிறோம். நீங்கள் அவர்களைக் கொடுமைப்படுத்த வேண்டும் என்றோ, கோபமாக அவர்களிடம் கத்த வேண்டும் என்றோ, அல்லது கடுமையான தண்டனைகளை வழங்க வேண்டும் என்றோ நாங்கள் கூற வரவில்லை. ஆனால், நீங்கள் உங்களுடைய குழந்தையின் நடத்தையைக் கண்காணித்து வர வேண்டும் என்றும், பொருத்தமான தண்டனைகளையும் வெகுமதிகளையும் அவர்களுக்கு வழங்க வேண்டும் என்றும்தான் நாங்கள் கூறுகிறோம்.

தண்டனை வழங்குகின்றபோது நீங்கள் மூன்று அம்சங்களைக் கவனத்தில் எடுத்துக் கொள்ள வேண்டும்: கடுமை, வேகம் மற்றும் தொடர்ச்சியாகச் செய்தல். பெரும்பாலான மக்கள் கட்டுப்பாட்டை அமல்படுத்துதலைத் தீவிரத் தண்டனை அளித்தலோடு பொருத்துகின்றனர். ஆனால், அது முக்கியமான அம்சம் அல்ல. இன்னும் சொல்லப் போனால், அது நல்ல பண்புகளை வளர்த்தெடுப்பதற்குப் பதிலாக எதிர்விளைவுகளை ஏற்படுத்தக்கூடும். வாழ்க்கை என்பது கொடூரமானது, அதை மூர்க்கத்தனத்துடன் எதிர்கொள்வதில் தவறில்லை என்ற மனப்போக்கை அது அவர்களிடம் உருவாக்கிவிடும். தண்டனை கொடுக்கும்போது வேகம் முக்கியம். இதை ஆய்வாளர்கள் மனிதர்களிடத்திலும் விலங்குகளிடத்திலும் சோதித்து நிரூபித்துள்ளனர். பரிசோதனைச்சாலையில் எலிகளிடம் நடத்தப்பட்ட ஒரு

சோதனையில், எலிகள் மோசமாக நடந்து கொண்ட மறுநிமிடம் அவற்றுக்குத் தண்டனை வழங்கப்பட்டாக வேண்டும். குழந்தைகளிடம் அப்படிச் செய்ய வேண்டியதில்லை. ஆனால், எந்த அளவுக்கு நீங்கள் அதைத் தாமதிக்கிறீர்களோ அந்த அளவுக்கு அதன் தாக்கம் குறைவாக இருக்கும்.

தண்டனைகளைப் பொறுத்தவரை, இருப்பதிலேயே முக்கியமான, ஆனால், பெற்றோருக்கு மிகவும் கடினமாக இருக்கின்ற ஒன்று, அதைத் தொடர்ச்சியாகச் செய்வதுதான். ஒரு குழந்தை தவறாக நடந்து கொள்கின்ற ஒவ்வொரு முறையும் அதை உடனடியாக நெறிப்படுத்துவதுதான் சரியான செயலாக இருக்க முடியும். அதை ஒரு கட்டுக்குள், மென்மையான முறையில் செய்தாலே போதுமானது. கவனமாகவும் தொடர்ச்சியாகவும் செய்து வரும் பட்சத்தில், கடுமையான ஒன்றிரண்டு வார்த்தைகளே போதும். தொடக்கத்தில் இது குழந்தைகளைவிடப் பெற்றோருக்குத்தான் அதிகக் கடினமாக இருக்கும். சில நேரங்களில் அவர்கள் களைப்பாக இருக்கின்ற காரணத்தாலோ அல்லது ஓர் இனிமையான சூழலைக் கெடுத்துக் கொள்ள விரும்பாததாலோ அவர்கள் தங்களுடைய குழந்தைகளைக் கண்டிக்காமல் போகக்கூடும். தாங்கள் கனிவாக இருக்க விரும்புவதால்தான் அப்படிச் செய்வதாக அவர்கள் தங்களைச் சமாதானப்படுத்திக் கொள்ளக்கூடும். ஆனால், தொடக்கத்தில் அவர்கள் மிகவும் கவனமாகவும் தொடர்ச்சியாகவும் செயல்பட்டு வந்தால், நீண்டகால நோக்கில் பெரிய முயற்சிகள் தேவைப்படாது. தொடர்ச்சியாகக் கட்டுப்பாட்டை நிர்ப்பந்தித்து வருவது, நல்லவிதமாக நடந்து கொள்கின்ற குழந்தைகளை உருவாக்கும்.

பெற்றோர் தொடர்ந்து ஒரே மாதிரியாக நடந்து கொள்ளாமல் முரண்பாட்டுடன் நடந்து கொள்வது அவர்களுக்கு வேண்டுமானால் வசதியாக இருக்கக்கூடும். இதற்கு அவர்களுக்குக் குறைவான அளவு சுய கட்டுப்பாடே தேவைப்படும். தங்களுக்கு விருப்பமான நேரத்தில் அவர்கள் தங்கள் குழந்தைகளிடம் அன்பாக நடந்து கொள்ளக்கூடும், கோபமாக இருக்கின்றபோது அவர்கள் தங்கள் குழந்தைகளைத் தண்டிக்கக்கூடும். ஆனால், குழந்தைகளுக்கு இது குழப்பத்தை ஏற்படுத்தும். தங்களுடைய ஒரே விதமான நடத்தை ஒரு நாள் கண்டுகொள்ளப்படாமல் இருப்பதும், மறுநாள் அதே நடவடிக்கைக்குத் தண்டனை வழங்கப்படுவதும் ஏன் என்பதைப் புரிந்து கொள்ள அவர்கள் சிரமப்படுவர். அப்போது, தப்பு செய்வதைவிட, மாட்டிக் கொள்ளாமல்

இருக்க வேண்டும் என்ற உணர்வுதான் அக்குழந்தைகளிடம் மேலோங்கி இருக்கும்.

பொது இடங்களில் தங்களுடைய குழந்தைகளிடம் கண்டிப்புடன் நடந்து கொள்ளப் பெற்றோர் பொதுவாகத் தயங்குகின்றனர். அதற்கு என்ன காரணம் என்பதை டெபோரா விளக்குகிறார்: "பிறர் தங்களை எடைபோடக்கூடும் என்று அவர்கள் அஞ்சுவதுதான் அதற்குக் காரணம். ஆனால், அந்த எண்ணத்தை நீங்கள் உங்களுடைய மனத்திலிருந்து அப்புறப்படுத்திவிட வேண்டும். ஒரு முறை நான் என்னுடைய குழந்தையை ஓர் உணவகத்திற்கு அழைத்துச் சென்றிருந்தேன். அங்கு வைத்து அது அநாகரிகமாக நடந்து கொண்டதால், நான் உடனே அந்த உணவகத்திலிருந்து என் குழந்தையுடன் வெளியேறினேன். அப்போது அங்கிருந்தவர்கள் என்னை வெறித்துப் பார்த்தனர். அதைப் பற்றி நீங்கள் கவலைப்பட்டுக் கொண்டிருக்க முடியாது. குழந்தைக்கு எது சரியோ அதைத்தான் நீங்கள் செய்ய வேண்டும். தொடர்ந்து ஒரு விஷயத்தைச் செய்து வருவதைப் பற்றியது இது. எது ஏற்றுக் கொள்ளத்தக்க நடத்தை, எது ஏற்றுக் கொள்ளத்தக்க நடவடிக்கை அல்ல என்பதைத் தெரிந்து கொண்டுதான் குழந்தைகள் வளர வேண்டும்."

டெபோரா இந்த உத்தியைப் பால் குடும்பத்தின் குழந்தைகளிடம் அமல்படுத்தியபோது, அதன் விளைவுகள் பிரமிக்கத்தக்கவையாக இருந்தன. அவர் அங்கு ஒரே ஒரு வாரம் மட்டுமே இருந்தார். அந்த வாரத்தின் முடிவில், அந்த மூன்று குழந்தைகளும் தங்களுடைய படுக்கைகளைத் தாங்களே ஒழுங்குபடுத்தினர், தங்களுடைய பொம்மைகளை அவற்றுக்குரிய இடங்களில் எடுத்து வைத்தனர். அந்தப் பெற்றோரும் மகிழ்ச்சியாகவும் அமைதியாகவும் இருந்தனர். ஆனால், இது டெபோரா அங்கிருந்து சென்ற பிறகும் தொடருமா, எவ்வளவு காலம் இது நீடிக்கும் என்ற கவலை எங்களுக்கும் இருந்தது. நாங்கள் பால் குடும்பத்தினரை ஆறு ஆண்டுகளுக்குப் பின் தொடர்பு கொண்டபோது, குழந்தைகளிடம் ஏற்பட்டிருந்த மாற்றங்கள் அப்படியே நிலைத்துவிட்டன என்பதை அவர்கள் உறுதி செய்தனர். அவர்கள் வீட்டில் தங்களுடைய வேலைகளைத் தாங்களே செய்து கொள்வதோடு, பள்ளியிலும் பல நிகழ்ச்சிகளில் பங்கேற்கின்றனர்.

திருமதி பால் எங்களிடம் இவ்வாறு கூறினார்: "டெபோரா வரும்வரை, என் குழந்தைகள் அவர்களுடைய வேலைகளை

அவர்களே பார்த்துக் கொள்கின்ற ஒரு நாள் வரும் என்று நான் கற்பனைகூடச் செய்திருக்கவில்லை. ஆனால், அவற்றை எப்படிச் செய்ய வேண்டும் என்பதை நான் அவர்களுக்கு ஒருபோதும் சொல்லிக் கொடுத்திருக்கவில்லை. 'போய் உன் அறையைச் சுத்தம் செய்' என்று கூறுவதால் எந்தப் பயனும் இல்லை. நீங்கள் அவர்களுடைய அறைக்குச் சென்று அதை எப்படிச் செய்ய வேண்டும் என்பதை அவர்களுக்குச் செய்து காட்ட வேண்டும். படுக்கை விரிப்புகளை எப்படி ஒழுங்காக மடித்து வைக்க வேண்டும் என்பதை அவர்களுக்கு விளக்க வேண்டும்."

திருமதி பால் தொடர்ந்து சில விஷயங்களைப் பற்றிக் கூறினார்: "அதை அவர்களுக்கு நான் பல முறை கற்றுக் கொடுத்தப் பிறகு, அவர்களாகவே அதைச் செய்யத் தொடங்கினர். அவ்வப்போது என்னுடைய மேற்பார்வை தேவைப்படும். ஆனால், அதற்காக நான் அவர்களுடைய வேலையை மீண்டும் என் கையில் எடுத்துக் கொள்ளவில்லை. சில வேளைகளில் அவர்கள் தங்களுடைய சாப்பாட்டுத் தட்டுகளைக் கழுவ மறந்து அப்படியே வைத்துவிடுவார்கள். அவர்களை அழைத்து வந்து அந்த வேலையை அவர்களைச் செய்ய வைப்பதைவிட நானே அதைச் செய்துவிடுவது சுலபமாக இருப்பதுபோலத் தோன்றும். அங்கேதான் நான் என்னுடைய சுய கட்டுப்பாட்டைக் கடைபிடிக்க வேண்டிய தேவை எழும்."

பெற்றோர் எப்படி சுய கட்டுப்பாட்டை வளர்த்து கொள்வது என்ற கேள்விக்கு இது இட்டுச் செல்கிறது. அமைதியாகவும் தொடர்ச்சியாகவும் உங்களுடைய குழந்தைகளை எவ்வாறு நெறிப்படுத்துவது? அவர்களுக்கு இலக்குகளையும் தரங்களையும் நிர்ணயிப்பதிலிருந்து அது தொடங்குகிறது.

குழந்தைகளுக்கான விதிமுறைகள்

விதிமுறைகளை வாசிக்கவும் தங்களுடைய வேலைகளைத் தாங்களே செய்யவும் கற்றுக் கொள்வதற்கு முன்பாகவே குழந்தைகளால் சுய கட்டுப்பாட்டைக் கற்றுக் கொள்ள முடியும். விக்டோரியா காலத்தில் 'ஃபெர்பர் முறை' என்ற ஓர் உத்தி கடைபிடிக்கப்பட்டு வந்தது. கைக்குழந்தைகள் தனியறையில் படுக்க வைக்கப்படுகின்றபோது அழுதால், அவர்களுடைய அழுகையைக் கண்டுகொள்ளாமல், சிறிது

நேரம் கழித்துச் சென்று அவர்களைச் சமாதானப்படுத்த வேண்டும் என்று அந்த உத்தி பரிந்துரைக்கிறது. அக்குழந்தை மீண்டும் அழுகின்றபோது, இன்னும் சற்றுத் தாமதமாக அதன் அறைக்குச் செல்ல வேண்டும். அதற்கு அடுத்த முறை இன்னும் அதிகத் தாமதமாகச் செல்ல வேண்டும். இறுதியில், அக்குழந்தை, அழுது பயனில்லை என்பதைக் கற்றுக் கொண்டு தானாகவே தூங்கிவிடும். அதுவரை நீங்கள் இந்தப் பழக்கத்தைத் தொடர வேண்டும். இந்த முறையில், தங்களுடைய குழந்தையின் அழுகுரலைக் கண்டுகொள்ளாமல் இருப்பதற்குப் பெற்றோருக்குத்தான் மனக் கட்டுப்பாடு அதிகம் தேவைப்படும். குழந்தைகள் விரைவிலேயே கற்றுக் கொண்டு அழாமலேயே தூங்கப் பழகிக் கொள்ளும். குழந்தைகள் மனக் கட்டுப்பாட்டைக் கற்றுக் கொண்டவுடன் எல்லோருக்கும் வெற்றி கிடைத்துவிடுகிறது. குழந்தைகளைப் பொறுத்தவரை, அவர்கள் தூங்கச் செல்கின்ற நேரத்திலோ அல்லது நடு இரவில் தனியாகக் கண்விழிக்கின்றபோதோ, அவர்களுக்குப் பதற்றம் எதுவும் ஏற்படாது. பெற்றோரைப் பொறுத்தவரை, இரவு முழுவதும் கொட்டக் கொட்ட விழித்துக் கொண்டு, தொட்டிலைச் சுற்றி வந்து கொண்டிருக்க வேண்டியதில்லை.

சில பெற்றோர், இதே அணுகுமுறையை, கைக்குழந்தைகள் பசியில் அழும்போதும் கடைபிடிக்கின்றனர். ஒரு குழந்தை பசியில் அழும்போது, அதன் அம்மா உடனே விழுந்தடித்து ஓடிச் சென்று அதற்குப் பால் கொடுப்பதற்குப் பதிலாக, குழந்தை அனுப்புகின்ற சமிக்கை வந்து சேர்ந்துவிட்டது என்பதை அதற்குத் தெரிவித்துவிட்டு, அது அழுவதை நிறுத்தும்வரை காத்திருந்துவிட்டு, பின்னர் அதற்குப் பால் புகட்டுவார். இதைச் செய்வது முதலில் பல பெற்றோர்களுக்குக் கடினமானதாக இருக்கும். சிலர் இதைக் குரூரமானதாகக்கூடக் கருதலாம். ஆனால், அக்குழந்தை, தனக்குப் பசிப்பதை, அழுது ஆர்ப்பாட்டம் செய்யாமல் உணர்த்தக் கற்றுக் கொண்ட பிறகு, குழந்தை மற்றும் பெற்றோர் இருவருக்குமே அமைதியும் மகிழ்ச்சியும் கிட்டும். இதன் விளைவாக, தங்களுக்குத் தங்கள்மீது கட்டுப்பாடு இருக்கிறது என்பதையும், தங்களிடமிருந்து சில நடத்தைகள் எதிர்பார்க்கப்படுகின்றன என்பதையும், தங்களுடைய செயல்பாடுகளுக்குப் பின்விளைவுகள் இருக்கின்றன என்பதையும் குழந்தைகள் கற்றுக் கொள்வர். அவர்கள் வளர்கின்றபோது இந்தப் படிப்பினைகள் மேலும் அதிக முக்கியத்துவம் வாய்ந்தவையாக இருக்கும்.

குழந்தைகளுக்கு விதிமுறைகள் தேவை என்பதையும்

அவர்கள் அதை விரும்புகிறார்கள் என்பதையும் கிட்டத்தட்ட அனைத்து வல்லுநர்களும் ஏற்றுக் கொள்கின்றனர். அந்த விதிமுறைகளுக்குக் கீழ்ப்படிந்து நடப்பதற்குக் குழந்தைகளைப் பொறுப்பேற்றுக் கொள்ள வைப்பது ஓர் ஆரோக்கியமான வளர்ச்சியின் இன்றியமையாத அம்சங்களில் ஒன்று. விதிமுறைகள் இருப்பதையும் அவை என்ன என்பதையும் குழந்தைகள் புரிந்து கொண்டால் மட்டுமே அந்த விதிமுறைகளுக்கு அர்த்தமிருக்கும். டெபோரா, குழந்தைகளை அழைத்து ஒரு கூட்டம் நடத்தி, 'வீட்டு விதிமுறைகளை' அவர்களுக்குப் புரிய வைப்பார். பின்னர், அக்குழந்தைகளிடமிருந்து எதிர்பார்க்கப்படுகின்ற வேலைகளின் பட்டியல் ஒன்றை அச்சடித்து அந்தக் குழந்தைகளின் படுக்கையறைகளில் அவற்றை ஒட்டிவிடுவார். அவர்கள் அந்த விதிமுறைகளைப் பின்பற்றுகிறார்களா என்பதை அளவிடுவதற்காக அக்குழந்தைகளின் அறையில் ஒரு மரக் கம்பு நட்டு வைக்கப்படும். குழந்தைகள், தங்களுடைய படுக்கையை மடித்து வைத்தல், தங்களுடைய சாப்பாட்டுத் தட்டுகளைக் கழுவி வைத்தல், தங்களுடைய அறையைச் சுத்தம் செய்தல் போன்ற வேலைகளைச் செய்தால், வண்ணமயமான வளையம் ஒன்று அந்தக் கம்பில் தொங்கவிடப்படும். அந்த வளையங்கள் ஒவ்வொன்றும், தொலைக்காட்சி நிகழ்ச்சிகளைப் பார்த்தல், வீடியோ விளையாட்டுகளை விளையாடுதல் போன்றவற்றுக்குப் பதினைந்து நிமிடங்களை அக்குழந்தைகளுக்குப் பெற்றுக் கொடுக்கும். ஒரு நாளில் அதிகபட்சம் ஒரு மணி நேரம் மட்டும் தொலைக்காட்சி பார்க்க அனுமதிக்கப்படும். அவர்கள் தவறாக நடந்து கொண்டால், முதலில் அவர்களுக்கு ஓர் எச்சரிக்கை விடுக்கப்படும். அதற்கு அவர்கள் செவி சாய்க்காவிட்டால், அந்தக் கம்பிலிருந்து ஒரு வளையம் நீக்கப்படும்.

விதிமுறைகள் தொடர்ச்சியாகப் பின்பற்றப்படுவதை உறுதி செய்வதற்கு, பெற்றோர் இருவரும், வீட்டில் குழந்தைகளைப் பார்த்துக் கொள்வதற்கு ஒரு நபர் இருந்தால் அவரும், தங்களுக்குள் அனுசரித்து நடந்து கொள்ள வேண்டும். அப்போதுதான், ஒவ்வொருவரிடமிருந்தும் என்ன எதிர்பார்க்கப்படுகிறது என்பதை அதில் ஈடுபடுகின்ற அனைவராலும் அறிந்து கொள்ள முடியும். உங்களுடைய குழந்தைகள் தவழ்கின்ற அல்லது தத்தித் தத்தி நடக்கின்ற பருவத்தில் இருந்தால், வெகுமதி மற்றும் தண்டனை வழங்குகின்ற அமைப்புமுறை ஒன்றை முதலிலேயே

உருவாக்கிக் கொள்ளுங்கள். நீங்கள் வெகுமதியையோ அல்லது தண்டனையையோ வழங்குகின்றபோது அதை எதற்காகச் செய்கிறீர்கள் என்பதை நீங்கள் அந்தக் குழந்தையிடம் தெளிவாக விளக்க வேண்டும். குழந்தைகள் ஓரளவுக்கு வளர்ந்த பிறகு, அவர்கள் தங்களுக்கு என்னவிதமான இலக்குகளை வைத்திருக்கின்றனர் என்பதை நீங்கள் அவர்களிடம் கேட்டு அறியலாம். அதை அறிந்து கொண்டவுடன், அதை அவர்கள் அடைவதற்குப் பொருத்தமான ஊக்குவிப்புகளை நீங்கள் அவர்களுக்கு வழங்கலாம். சில வேலைகளை அவர்கள் செய்தால், அதற்குப் பணம் கொடுக்கலாம். சில கூடுதல் வேலைகளை அவர்கள் செய்தால், ஊக்கத்தொகையும் அளிக்கலாம். ஆனால், பண வடிவில் வழங்கப்படுகின்ற ஊக்குவிப்பு சரியாகச் செயல்பட வேண்டுமென்றால், பெற்றோர் அந்த விஷயத்தில் கட்டுப்பாட்டுடன் நடந்து கொள்ள வேண்டும். நாம் முன்பு பார்த்திருந்த கிம் குடும்பத்தை நினைவுபடுத்திக் கொள்ளுங்கள். ஜே கிம், சூவுக்கு ஒரு புதிய கார் வாங்கிக் கொடுத்தபோதிலும், அதை அவர், தன் மகள் மருத்துவக் கல்லூரியில் சேர்ந்த பிறகுதான் அவளுக்குக் கொடுத்தார் என்பதை நீங்கள் நினைவுகூர வேண்டும். சூவுக்குக் கிடைத்திருந்த டொயோட்டா டெர்செல் என்ற கார், உங்களைப் பொறுத்தவரை ஒரு கனவுக் காராக இல்லாதிருக்கலாம். ஆனால், சூ அதை ஒரு பொக்கிஷத்தைப்போலப் பாதுகாத்து வந்தாள். பல ஆண்டுகளாக, அவள் தினமும் அதைக் கழுவி, அதற்குப் பாலீஷ் போட்டு, அதை ஒரு புது காரைப்போல வைத்திருந்தாள். இறுதியில் ஒரு நாள் அது முற்றிலுமாகச் செயலிழந்து, இழுத்துச் செல்லப்பட வேண்டியிருந்தபோது, சூ மனமுடைந்து அழுதுவிட்டாள். அதன் அருமை அவளுக்குத்தான் தெரியும். ஏனெனில், அதைப் பெறுவதற்கு அவள் கடினமாக உழைத்திருந்தாள்.

சில குழந்தைகளால், ஆறு வயதை ஒட்டியே சேமிக்கக் கற்றுக் கொள்ள முடியும். ஆனால், அந்த வயதில் அவர்களுக்கு அது ஒரு போராட்டமாகவே இருக்கும். இதைத் தெரிந்து கொள்வதற்காக, அனெட் ஓட்டோ என்ற உளவியலாளர், விளையாட்டு வடிவில் ஒரு பரிசோதனையை வடிவமைத்தார். அதில் பங்கெடுத்துக் கொண்ட குழந்தைகள் தங்களுக்குப் பிடித்தமான ஒரு பொம்மையை வாங்கிக் கொள்வதற்குச் சேமிக்கலாம். அதே நேரத்தில், வேறு ஒரு பொம்மையை அல்லது இனிப்புகளை வாங்கிக் கொள்வதற்கான சுதந்திரமும் அவர்களுக்கு வழங்கப்பட்டிருந்தது. அதில் கலந்து கொண்ட

பெரும்பாலான ஆறு வயதுக் குழந்தைகள், வேறு பொம்மைகள் மற்றும் இனிப்புகளில் தங்களுடைய சேமிப்புப் பணத்தைச் செலவழித்துவிட்டிருந்தனர். பின்னர்தான் தங்களுக்குப் பிடித்தமான பொம்மையை வாங்குவதற்குப் போதுமான பணம் தங்களிடம் இல்லை என்பதை அவர்கள் உணர்ந்தனர். அதைத் தொடர்ந்து, அவர்கள் சேமிப்பதையே நிறுத்திவிட்டனர். ஆனால், ஒன்பது மற்றும் பன்னிரண்டு வயதுக் குழந்தைகள், முதலில் தங்களுக்குப் பிடித்த பொம்மைக்கான பணத்தைச் சேமித்துவிட்டு, பின்னர் இனிப்புகளை வாங்கினர். குழந்தைகளிடம் சேமிப்புப் பழக்கத்தை வளர்க்க விரும்புகின்ற பெற்றோர், அவர்களுக்குச் சேமிப்பு வங்கிக் கணக்குகளை உருவாக்கிக் கொடுத்து, அவற்றைக் கண்காணித்து, அவர்கள் இலக்குகளை நிர்ணயித்துக் கொள்ள உதவி செய்து, அவற்றுக்கு வெகுமதிகளும் வழங்கலாம். சிறு வயதில் வங்கிக் கணக்குகளை வைத்திருந்த குழந்தைகள் பின்னாளில் சேமிப்பாளர்களாக உருவாயினர். பணத்தைப் பற்றித் தங்களுடைய பெற்றோர்களிடம் விவாதித்தக் குழந்தைகளும் பின்னாளில் சேமிப்பாளர்களாக உருவெடுத்தனர்.

சில பெற்றோர், தங்களுடைய குழந்தைகள் நல்ல மதிப்பெண்கள் பெற்றால் அதைப் பாராட்டும் விதமாக அவர்களுக்குப் பணம் கொடுக்கின்றனர். சில பெற்றோர், குழந்தைகள் தங்களுடைய கடமைகளை நிறைவேற்றுவதற்காக அவர்களுக்குப் பணம் கொடுப்பதை அங்கீகரிப்பதில்லை. பணம் கொடுப்பதை எதிர்ப்பது, 'அதீத நியாயப்படுத்துதல் விளைவு' என்று உளவியலாளர்கள் அழைப்பதை அடிப்படையாகக் கொண்டுள்ளது. தங்களுக்குப் பிடித்த விஷயங்களைச் செய்வதற்குத் தங்களுக்குப் பணம் கொடுக்கப்படுகின்றபோது, மக்கள் அதை ஒரு சலிப்பான வேலையாகப் பார்க்கத் தொடங்கிவிடுகின்றனர் என்று அதற்கு அர்த்தம். அந்த வாதத்தின்படி பார்த்தால், நல்ல மதிப்பெண்கள் பெறுவதற்குக் குழந்தைகளுக்குப் பணம் கொடுக்கப்பட்டால், அது கற்றல்மீதான அவர்களுடைய நேசத்தைக் குறைத்துவிடாதா?

எங்களுக்கு இந்த வாதத்தில் உடன்பாடில்லை. முதலில் படிப்பதற்கு மதிப்பெண்கள் வழங்குவதே வெகுமதியளிக்கின்ற ஒரு விஷயம்தான். அதில் பணம் என்ற ஓர் அம்சத்தைக் கூடுதலாகப் புகுத்துகின்றபோது, அதீத நியாயப்படுத்துதல் விளைவு ஏற்படுகிறது என்ற பேச்சுக்கே இடமில்லை. பணத்திற்காகச் சிறப்பாகச் செயல்படுவது

என்பது வளர்ந்தவர்களின் வாழ்க்கையிலுள்ள மறுக்கப்பட முடியாத உண்மை. அதனால், மதிப்பெண்களுக்குப் பணம் பெறுவது என்பதை, அந்த உலகிற்கு அவர்களைத் தயார்படுத்துவதற்கான ஒரு முயற்சியாகப் பார்க்கலாம். ஆய்வாளர்கள் என்ற முறையில் நாங்கள் எங்களுடைய பணியை மிகவும் நேசிக்கிறோம் என்றாலும்கூட, கற்றல்மீதான நேசம் என்பதை ஓர் ஊக்குவிப்புக் காரணியாகக் கருதுவது மிகைப்படுத்தப்படுகின்ற ஒன்று நாங்கள் கருதுகிறோம். பணம் என்பது மதிப்பைப் பிரதிநுதப்படுத்துகிறது. குழந்தைகளின் உயர்ந்த மதிப்பெண்களுக்காக அவர்களுக்குப் பணம் கொடுப்பது என்பது, குறிப்பாக, படிப்பில் உயர்ந்த சாதனைகளுக்காக அது வழங்கப்படுகின்றபோது, பெற்றோரும் இந்தச் சமூகமும் பள்ளிகள்மீது உயர்ந்த மதிப்பை வைத்திருக்கின்றனர் என்பதைத்தான் அது வெளிப்படுத்துகிறது.

குழந்தைகள் தினமும் பள்ளிக்குச் செல்வதற்குப் பணம் கொடுப்பதை எதிர்ப்பதை எங்களால் புரிந்து கொள்ள முடிகிறது. பள்ளியில் சிறப்பாகச் செயல்படுவதற்கும் கடினமாக உழைப்பதற்கும் பணம் என்ற வெகுமதியை வழங்குவதில் என்ன பிரச்சனை இருக்க முடியும்? ஆனால், இது தொடர்பாக நடத்தப்பட்ட ஆய்வுகளின் முடிவுகள் ஒரு கலவையாகவே இருக்கின்றன. சில இடங்களில் பணம் கொடுப்பது பிரமாதமான விளைவுகளை ஏற்படுத்துவதையும், சில இடங்களில் அது எந்தவிதமான தாக்கத்தையும் ஏற்படுத்துவதில்லை என்பதையும் ஆய்வுகளின் முடிவுகள் தெரிவிக்கின்றன. ஆனால், நீங்கள் உங்களுடைய வீட்டில் இதை முயற்சி செய்து பார்ப்பதில் தவறில்லை. உங்களுடைய குழந்தையிடம் சுய கட்டுப்பாட்டை வளர்க்க நீங்கள் விரும்பினால், இதை நீங்கள் தொடர்ச்சியாக ஒரே மாதிரியாகக் கடைபிடித்து வர வேண்டும். திடீரென்று உங்களுடைய குழந்தையின் உயர் மதிப்பெண்ணைப் பார்த்து உணர்ச்சிவசப்பட்டுச் சிறிது பணத்தைக் கொடுப்பது சரிப்பட்டு வராது. முன்கூட்டியே இலக்கை நிர்ணயித்துக் கொள்ள வேண்டும். எத்தனை மதிப்பெண்கள் வாங்கினால் எவ்வளவு பணம், எந்தெந்தப் பாடங்கள் எல்லாம் கணக்கில் எடுத்துக் கொள்ளப்படும் போன்றவற்றை நீங்கள் முன்கூட்டியே அறிவித்துவிட வேண்டும். குழந்தைகள் வளர வளர நீங்கள் விதிமுறைகளை மாற்றிக் கொள்ளலாம். பதின்ம வயதினரைப் பொறுத்தவரை, அவர்களையே விதிமுறைகளை வகுத்துக் கொள்ளச் செய்வது சிறப்பாகப் பயனளிக்கும்.

அலைபாயும் கண்கள்

வால்ட்டர் மிஷேல், குழந்தைகளை வைத்து மிட்டாய்ச் சோதனையை நடத்துவதற்கு முன்பாக, டிரினிடாடிலுள்ள இனக் குழுக்களைப் பற்றி ஓர் ஆய்வை மேற்கொள்வதற்காக அங்குச் சென்றபோது, சுய கட்டுப்பாடு குறித்த வேறு ஒரு கண்டுபிடிப்பையும் அவர் மேற்கொண்டார். டிரினிடாடிலுள்ள கிராமப் பகுதியில் இரண்டு இனக்குழுக்கள் வசித்து வந்தனர். அவர்களில் ஒரு குழுவினரின் மூதாதையர் ஆப்பிரிக்காவிலிருந்தும் மற்றொரு குழுவினரின் மூதாதையர் இந்தியாவிலிருந்தும் வந்திருந்தனர். ஆப்பிரிக்க வம்சாவளியினர் ஊதாரிகள் என்று இந்திய வம்சாவளியினர் கருதினர். இந்தியர்கள் வாழ்க்கையை இரசிக்கத் தெரியாதவர்கள் என்று ஆப்பிரிக்கர்கள் கருதினர். இந்தப் பொதுவான கருத்து உண்மையா என்பதைக் கண்டுபிடிப்பதற்காக மிஷேல் அங்கிருந்த குழந்தைகளை வைத்து ஓர் ஆய்வு நடத்தினார். இரண்டு இனக் குழுக்களையும் சேர்ந்த குழந்தைகளை அவர் அந்த ஆய்வில் சேர்த்துக் கொண்டார். அந்தக் குழந்தைகளின் முன்னால் இரண்டு விதமான சாக்லெட்டுகள் வைக்கப்பட்டன. அவற்றில் ஒரு வகை பெரியது. பெரியதைப் பெற வேண்டுமென்றால், அந்தக் குழந்தைகள் ஒரு வாரம் காத்திருக்க வேண்டும். சிறியது என்றால் உடனே வழங்கப்பட்டுவிடும்.

அந்த ஆய்வுகளின் முடிவுகள், இனக் குழுவினர் குறித்து அங்கு நிலவிய கருத்துக்கு வலு சேர்க்கும் விதமாக அமைந்திருந்தன. ஆனால், மிஷேல் தற்செயலாக வேறொரு பூதாகரமான விஷயத்தையும் கண்டுபிடித்தார். அப்பாக்களைக் கொண்டிருந்த குழந்தைகள், பெரிய சாக்லெட்டுகளைப் பெற ஒரு வாரம் காத்திருக்கத் தயாராக இருந்தனர். அது இனக்குழுக்கள் குறித்துப் பொதுவாக நிலவிய கருத்துக்கு வலு சேர்ந்தது. ஏனெனில், பெரும்பாலான இந்தியக் குழந்தைகள், தங்களுடைய அம்மாக்களுடனும் அப்பாக்களுடனும் சேர்ந்து வாழ்ந்து வந்தனர். ஆனால், பெரும்பாலான ஆப்பிரிக்கக் குழந்தைகள் தங்களுடைய அம்மாக்களுடன் மட்டுமே வாழ்ந்து வந்தனர். மிஷேல் தன் ஆய்வில் பங்கேற்றுக் கொண்டிருந்த ஆப்பிரிக்கக் குழந்தைகளின் குடும்பங்களைத் தனியாக ஆராய்ந்தார். தங்களுடைய இரண்டு பெற்றோர்களுடன் வளர்ந்து வந்த ஆப்பிரிக்கக் குழந்தைகள் பெரிய சாக்லெட்டுக்காக ஒரு வாரம் காத்திருக்கத் தயாராக

இருந்தனர் என்பதையும், ஆனால் அப்பாக்கள் இல்லாத வீடுகளில் வளர்ந்து வந்த ஆப்பிரிக்கக் குழந்தைகள் அவ்வாறு ஒரு வாரம் காத்திருக்கத் தயாராக இருக்கவில்லை என்பதையும் அவர் கண்டுபிடித்தார். அதேபோல, அப்பாக்கள் இல்லாமல் தங்களுடைய அம்மாக்களுடன் மட்டுமே வாழ்ந்து வந்த இந்தியக் குழந்தைகளும் பெரிய சாக்லெட்டுக்காக ஒரு வாரம் காத்திருக்கத் தயாராக இருக்கவில்லை.

இந்த ஆய்வின் கண்டுபிடிப்புகள் 1958இல் வெளியிடப்பட்டபோது, அது பெரிதாக எவருடைய கவனத்தையும் கவரவில்லை. அதற்குப் பிறகு பல பத்தாண்டுகளாகவும் அதே நிலை தொடர்ந்தது. ஏனெனில், அப்போது, ஒற்றைப் பெற்றோர் குடும்பமுறையில் குறைபாடுகள் இருக்கின்றன என்பதை வெளிப்படையாகச் சொல்வது ஆபத்தானதாகப் பார்க்கப்பட்டது. 1960களில் அமெரிக்காவில் ஒற்றைப் பெற்றோர் குடும்பங்கள் பல்கிப் பெருகின. தங்களுடைய குடும்பத்திற்காக மாடாக உழைத்துக் கொண்டிருந்த அம்மாக்களைச் சிறுமைப்படுத்த எவரும் விரும்பவில்லை. ஆனால், மிஷேலின் ஆய்வுகள் வெளிப்படுத்திய அதே உண்மையை வேறு பல ஆய்வுகளும் வெளிப்படுத்தியதைத் தொடர்ந்து, அத்தரவுகளைக் கண்டுகொள்ளாமல் இருப்பது இனியும் சாத்தியப்படாமல் போயிற்று. ஏகப்பட்ட விதிவிலக்குகள் இருந்தாலும், பொதுவாக, ஒற்றைப் பெற்றோரால் வளர்க்கப்படுகின்ற குழந்தைகள் தங்கள் வாழ்க்கையில் சிறப்பாகச் செயல்படுவதில்லை என்ற முடிவுக்கு ஆய்வாளர்கள் வந்தனர். இரண்டு பெற்றோரைக் கொண்ட குடும்பங்களில் வளர்ந்த குழந்தைகள், பள்ளியில் நல்ல மதிப்பெண்களைப் பெற்றனர், ஆரோக்கியமாக இருந்தனர், குற்றச் செயல்களில் அதிகமாக ஈடுபடாமல் இருந்தனர், தலைசிறந்த பள்ளிகளுக்குச் செல்வதற்கு அதிக வாய்ப்புகளைப் பெற்றிருந்தனர். சிறைக்குச் செல்வதற்கான வாய்ப்புகள் அவர்களுக்குக் குறைவாகவே இருந்தன.

தங்களுடைய குடும்பத்தைத் தவிக்கவிட்டுவிட்டு ஓடிப் போயிருந்த அப்பாக்களின் மரபணுக்கள் குழந்தைகளின் நடத்தையில் ஏதாவது பங்கு வகித்திருக்குமா என்ற ரீதியிலும் ஆய்வுகள் நடத்தப்பட்டன. ஆனால், அவற்றின் முடிவுகள் ஒரு கலவையாக இருந்தன. சிறுவயதிலேயே இறந்து போதல், வெளிநாட்டில் நீண்டகாலமாகத் தொடர்ந்து தங்கியிருத்தல் போன்ற காரணங்களால் அப்பாக்களால் குழந்தைகளோடு இருக்க முடியாமல் போயிருந்த அம்சங்களையும் ஆய்வாளர்கள்

ஆராய்ந்தனர். ஓடிப் போன அப்பாக்களின் குழந்தைகள் அளவுக்கு இவர்களின் நடத்தைகள் மோசமாக இருக்கவில்லை. இவை அனைத்தையும் வைத்துப் பார்க்கின்றபோது, மரபியல், சுற்றுச்சூழல் ஆகிய இரண்டுமே குழந்தைகளின் வாழ்க்கையை வடிவமைப்பதில் பங்கு வகிக்கின்றன என்பது நிரூபணமாயிற்று.

மரபியலின் தாக்கம் எப்படி வேண்டுமானாலும் இருந்துவிட்டுப் போகட்டும். ஆனால், ஒற்றைப் பெற்றோரால் வளர்க்கப்படுகின்ற குழந்தைகளின்மீது தாக்கம் ஏற்படுத்துகின்ற ஒரு முக்கியமான சுற்றுச்சூழல் காரணி வெளிப்படையானது. அவர்கள்மீது மேற்கொள்ளப்படுகின்ற கண்காணிப்பு குறைவாக இருக்கிறது என்பதுதான் அது. இரண்டு ஜோடி கண்களுக்குப் பதிலாக ஒரு ஜோடி கண்களே அதைச் செய்ய வேண்டியிருக்கும். சுய கட்டுப்பாட்டைப் பொறுத்தவரை, கண்காணித்தலுக்கு ஒரு முக்கியமான பங்கு இருக்கிறது. அதில் இரண்டு பேர் ஈடுபடுகின்றபோது, அதை அவர்களால் கண்டிப்பாகச் சிறப்பாகவே செய்ய முடியும் என்பதில் சந்தேகம் இருக்க முடியாது. ஒற்றைப் பெற்றோராக இருக்கின்றபோது, அவர், குடும்ப பாரம் மொத்தத்தையும் தனியொருவராகச் சுமக்க வேண்டியிருப்பதால், குழந்தை வளர்ப்பு தொடர்பான விதிமுறைகளை வகுத்து அவற்றை முறையாக அமல்படுத்துவதற்கு அவர்களால் முன்னுரிமை கொடுக்க முடியாது. ஒரு குடும்பத்தில் இரண்டு பேர் இருக்கும்போது, அவர்களால் தங்களுடைய வேலைகளைப் பகிர்ந்து கொண்டு, குழந்தைகளிடம் சிறந்த பண்புநலன்களை உருவாக்குவதற்கு நேரத்தையும் ஆற்றலையும் செலவிட முடியும். குழந்தைகள் கூடுதல் கண்களால் கண்காணிக்கப்படுகின்றபோது, அது கண்டிப்பாகப் பெரிய வித்தியாசத்தை ஏற்படுகிறது என்பதை, சுமார் அறுபது ஆண்டுகளாக நடத்தப்பட்டு வந்த ஓர் ஆய்வு தெரிவிக்கிறது.

அமெரிக்காவில் *1940*களில், சிறுவர்கள் குற்றச் செயல்களில் ஈடுபடுவதைத் தடுப்பது தொடர்பான ஓர் ஆய்வுக்காக *250* சிறுவர்கள் தேர்ந்தெடுக்கப்பட்டனர். ஆலோசகர்கள் அந்த வீடுகளுக்கு மாதத்திற்கு இரண்டு முறை சென்று, அந்தக் குடும்பத்தைப் பற்றி, அந்த வீட்டைப் பற்றி, அந்தச் சிறுவர்களின் வாழ்க்கையைப் பற்றி விசாரித்தனர். அந்தச் சிறுவர்களுடைய பத்தாவது வயதில் தொடங்கப்பட்ட அந்த ஆய்வுகள், அவர்களுடைய பதினாறாவது வயதில் நிறைவு செய்யப்பட்டன. பல ஆண்டுகளுக்குப் பிறகு, அந்தச் சிறுவர்கள் தங்களுடைய நாற்பதுகளிலும் ஐம்பதுகளிலும்

இருந்தபோது, ஜோன் மெக்கார்டு என்ற ஆய்வாளர், அவர்களுடைய பதின்ம வயது அனுபவங்களையும் தற்போதைய வாழ்க்கை நிலையையும் ஒப்பிட்டார். அவர்கள் பெரியவர்களாக ஆகின்றபோது குற்றச் செயல்களில் ஈடுபடுவார்களா மாட்டார்களா என்பதை முன்கூட்டியே தீர்மானிக்கின்ற காரணியாக, அவர்கள் சிறுவர்களாக இருந்தபோது அவர்கள்மீது இருந்த கண்காணிப்பின் அளவு இருந்தது. அவர்கள் எவ்வளவு அதிகமாக வளர்ந்த நபர்களின் கண்காணிப்பின்கீழ் இருந்தார்களோ, குற்றச் செயல்களில் அவர்கள் அவ்வளவு குறைவாக ஈடுபட்டனர். பல பத்தாண்டுகள் கழிந்த பிறகும் அதன் தாக்கம் அவர்களின்மீது தொடர்ந்து கொண்டிருந்தது.

வளர்ந்த பிறகு போதை மருந்துகள் உட்கொள்வதற்கும் அவர்கள் சிறுவர்களாக இருந்தபோது எந்த அளவுக்குக் கண்காணிக்கப்பட்டிருந்தனர் என்பதற்கும் இடையே ஒரு நேரடித் தொடர்பு இருப்பதாக 35,000 பேர்களிடம் நடத்தப்பட்ட ஓர் ஆய்வு தெரிவிக்கிறது. அதேபோல, வளர்ந்த பிறகு, ஒருவர் நீரிழிவு நோயால் பாதிக்கப்படுவதற்கும், அவர்கள் குழந்தைப்பருவத்தில் பெற்றோரால் கண்காணிக்கப்படுவதற்கும் ஏதாவது தொடர்பு இருந்ததா என்பதைத் தெரிந்து கொள்ளப் பல ஆய்வுகள் நடத்தப்பட்டன. இங்கும், அதிகமான கண்காணிப்பின்கீழ் வளர்ந்தவர்களிடம், பின்னாளில் நீரிழிவு நோயால் பாதிப்படைவதற்கான வாய்ப்புகள் குறைவாக இருந்தன.

குழந்தைகள் அதிகமாகக் கண்காணிக்கப்படுகின்றபோது, அவர்கள் அதிகமான சுய கட்டுப்பாட்டை வளர்த்துக் கொள்வதற்கான வாய்ப்புகள் அவர்களுக்கு அதிகரிக்கின்றன. மன உறுதியை வளர்த்துக் கொள்வதற்கான பயிற்சிகளைக் குழந்தைகளுக்குப் பெற்றோர் கற்றுக் கொடுக்கலாம். நாம் ஏற்கனவே பார்த்திருந்த, நிமிர்ந்து உட்கார்ந்து கொள்வதற்கு முயற்சிக்கின்ற பயிற்சி, எப்போதும் இலக்கணப் பிழையின்றிப் பேசுவதற்கு முயற்சித்தல், கொச்சையாகப் பேசாமல் இருப்பதற்குப் பழகிக் கொள்ளுதல் போன்றவை அவற்றில் அடங்கும். இசை வகுப்புகளுக்குச் செல்லுதல், பாடல்களை மனப்பாடம் செய்தல், பிரார்த்தனை சுலோகங்களைக் கூறுதல், சாப்பாட்டு மேசையில் நாகரிகமாக நடந்து கொள்ளுதல், தகாத வார்த்தைகளைப் பயன்படுத்தாமல் இருத்தல், நன்றிக்குறிப்புகள் எழுதி அனுப்புதல் போன்ற, சுய கட்டுப்பாட்டை வளர்க்கப் பயன்படுகின்ற எதை

வேண்டுமானாலும் நீங்கள் முயற்சிக்கலாம்.

வெற்றிக்காக விளையாடுதல்

கடந்த ஐம்பது ஆண்டுகளுக்கும் மேலாக, குழந்தைகள் வேறு உருப்படியான விஷயங்களில் ஈடுபடுவதிலிருந்து தொலைக்காட்சி அவர்களுடைய கவனத்தைத் திசை திருப்பி வந்துள்ளது. குழந்தைகளிடமுள்ள அனைத்து மோசமான விஷயங்களுக்கும் தொலைக்காட்சியின்மீது பழி சுமத்துவது என்பது வாடிக்கையாகிவிட்டது. தொலைக்காட்சிக்கு தர்ம அடி கொடுக்கின்ற கூட்டத்தோடு எங்களை நாங்கள் இணைத்துக் கொள்ள விரும்பவில்லை. ஏனெனில், பல நல்ல விஷயங்களைக் குழந்தைகள் தொலைக்காட்சியிலிருந்து கற்றுக் கொண்டுள்ளதை நாங்கள் பார்த்திருக்கிறோம். உங்களுடைய கவனத்தைக் கவர்ந்து அதை எப்படித் தக்கவைத்துக் கொள்ள வேண்டும் என்ற இரகசியத்தை வெற்றிகரமான தொலைக்காட்சி நிகழ்ச்சிகள் அறிந்து வைத்துள்ளன. வலைத்தளங்களும் அதைத்தான் செய்கின்றன என்று கூறிவிட முடியாது. நீங்கள் மேலோட்டமாக அதில் மேய்ந்து கொண்டிருந்தால், அது உங்களுடைய கவனத்தைப் பெரிதாகத் திருடிவிடாது.

அப்படியானால், குழந்தைகளிடம் கவனக்குவிப்பை வளர்ப்பதற்கு என்ன செய்ய வேண்டும்? இதற்கு வழக்கமாக வழங்கப்படுகின்ற அறிவுரை, படிக்கின்ற பழக்கத்தை உருவாக்கிக் கொள்வது என்பதுதான். அதை நாங்களும் முன்மொழிகிறோம். சரியான விளையாட்டுகளாலும் அதைச் செய்ய முடியும். அவர்கள் படிக்கக் கற்றுக் கொள்வதற்கு முன்பாகவே, விளையாட்டைக் குழந்தைகளிடம் துவக்கிவிட முடியும். சமீபத்தில் மேற்கொள்ளப்பட்டப் பல ஆய்வுகள், இரஷ்ய உளவியலாளரான லெவ் வைகோட்ஸ்கியின் பரிசோதனை முறைகளை அடிப்படையாகக் கொண்டவை. அந்த ஆய்வுகளில் கலந்து கொண்ட குழந்தைகளால் நீண்ட நேரம் நிற்க முடியவில்லை. ஆனால், கண்காணிப்பில் ஈடுபட்டுள்ள வீரர்களாக அவர்கள் தங்களைக் கற்பனை செய்து கொண்டபோது, அவர்களுடைய தாங்குதிறன் அதிகரித்தது என்பதை அந்த ஆய்வுகள் நிரூபித்தன. அதேபோல, ஒரு பெரிய பட்டியலை நினைவில் வைத்துக் கொள்ள முடியாமல் இருந்த குழந்தைகளிடம், அவர்கள் ஒரு கடைக்குச் சென்று வாங்க வேண்டிய ஒரு பட்டியலை நினைவில் வைத்துக் கொள்ளுமாறு கேட்டுக் கொள்ளப்பட்டபோது, அதை

அவர்களால் சுலபமாகச் செய்ய முடிந்தது.

இச்சோதனைகள், பரிசோதனைக்கூடங்களைத் தாண்டி, மழலையர் பள்ளிக் குழந்தைகளிடம் எடுத்துச் செல்லப்பட்டன. அவற்றில் ஒன்றான 'டூல்ஸ் ஆஃப் த மைண்ட்' என்ற திட்டத்தில், குழந்தைகள் சில பாத்திரங்களை ஏற்று நடிக்க வேண்டும். அவை பல நாட்களுக்கு நீள்கின்றபோது, குழந்தைகள் தங்களுடைய பாத்திரங்களை நினைவு வைத்துக் கொள்ள வேண்டிய கட்டாயத்திற்கு ஆளாவதால், அது அவர்களுடைய சுய கட்டுப்பாட்டை அதிகரிக்கிறது. இதுபோன்ற நிகழ்ச்சிகளில் கலந்து கொண்ட குழந்தைகள் பின்னர் கூடுதலான சுய கட்டுப்பாட்டை வளர்த்துக் கொண்டிருந்தனர் என்பது பின்னர் கண்டுபிடிக்கப்பட்டது.

வயதில் இவர்களைவிட மூத்தச் சிறுவர்கள்மீது இப்போது பரவலாகப் போடப்படுகின்ற பழி, அவர்கள் வீடியோ விளையாட்டுகளில் தங்களைத் தொலைத்துக் கொண்டிருக்கிறார்கள் என்பது. இவற்றில் பல விளையாட்டுகள் முட்டாள்தனமானவை, அவற்றில புகுத்தப்பட்டிருக்கும் வன்முறைகள் தேவையற்றவை, அதிகமான குழந்தைகள் டிஜிட்டல் அவதாரங்களைச் சுட்டுத் தள்ளுவதில் ஏகப்பட்ட நேரத்தைச்செலவழித்துக்கொண்டிருக்கின்றனர்போன்றவற்றை மறுப்பதற்கில்லை. முன்பு 'காமிக்ஸ்' புத்தகங்கள்மீது இதேபோன்ற குற்றச்சாட்டுகள் வைக்கப்பட்டன. இதைப் பற்றி விரிவாக ஆராய்ந்ததோடு, நடுநிலைப் பள்ளி மாணவர்களிடம் ஓர் ஆய்வையும் நடத்திய, லாரன்ஸ் கட்னர், செரில் ஆல்சன் என்ற இரண்டு ஹார்வர்டு பல்கலைக்கழக ஆய்வாளர்கள், பெரும்பாலான மாணவர்கள் வீடியோ விளையாட்டுகளால் பாதிக்கப்படுவதில்லை என்ற முடிவுக்கு வந்தனர். இசைப் பயிற்சி, கள விளையாட்டுகள், மற்றும் சுய கட்டுபாடு தேவைப்படுகின்ற பிற விஷயங்களிலிருந்து என்ன நன்மைகளைப் பெற முடியுமோ, அதே நன்மைகளை வீடியோ விளையாட்டுகளில் ஈடுபடுகின்ற மாணவர்களாலும் பெற முடியும் என்று அவர்களுடைய ஆய்வுகளின் முடிவுகள் தெரிவித்தன. வீடியோ விளையாட்டுகளில் நீங்கள் வெற்றி பெறுவதற்கு, நீங்கள் அவற்றில் கவனத்தைக் குவிக்க வேண்டும், சிக்கலான விதிமுறைகளைக் கற்றுக் கொள்ள வேண்டும், ஓர் இலக்கை அடைவதற்குத் துல்லியமான வழிமுறைகளைப் பயன்படுத்த வேண்டும். தொலைக்காட்சி பார்ப்பதைவிட, வீடியோ விளையாட்டுகளை விளையாடுவதற்கு உங்களுக்குக் கூடுதல் சுய கட்டுப்பாடு தேவைப்படும்.

நல்லவேளையாக, சுய மதிப்பு இயக்கம் வீடியோ விளையாட்டுத் தொழிலில் கால் பதிக்காமல் போய்விட்டது. ஏனெனில், அந்த வீடியோ விளையாட்டுகள், குழந்தைகள் அவற்றை விளையாடத் தொடங்குவதற்கு முன்பாகவே, 'நீங்கள் மிகச் சிறப்பாக விளையாடுகிறீர்கள்!' என்று அவர்களிடம் கூறியிருந்தால், அவர்கள் அந்த விளையாட்டுகளில் சலிப்படைந்து போயிருப்பார்கள். வீடியோ விளையாட்டுகளில் ஈடுபடுகின்ற குழந்தைகள், தொடக்க நிலை ஆட்டக்காரர்களாகத் தொடங்கி, தங்களுடைய சாதனைகளின் மூலம் தங்களுடைய மதிப்பைப் பெற்றாக வேண்டும். இதில் திறமை பெறுவதற்கு அவர்கள் மீண்டும் மீண்டும் தோற்பதற்குத் தயாராக இருக்க வேண்டும். இந்த விளையாட்டுகளில் ஈடுபடுகின்ற பதின்ம வயதுச் சிறுவர்கள், பல ஆயிரம் முறை டிஜிட்டல் மரணங்களைச் சந்திக்கின்றனர், மெய்நிகர் படுதோல்விகளிலிருந்து மீண்டெழுகின்றனர். ஆனாலும், அவர்கள் தங்களுடைய சுய மதிப்பைத் தக்கவைத்துக் கொண்டு மறுபடியும் முயற்சிக்கின்றனர். பங்கு பெறும் அனைவருக்கும் ஒரு பரிசுக் கோப்பையை வழங்குகின்ற போக்கை சுவீகரித்துக் கொள்வதற்குப் பெற்றோரும் கல்வியாளர்களும் மும்முரமாக இருக்கின்ற அதே நேரத்தில், வீடியோ விளையாட்டுகளில் ஈடுபடுகின்ற சிறுவர்கள், உயர்ந்த தரங்களை நாடிக் கொண்டிருக்கின்றனர். இந்த விளையாட்டுகளில் வெற்றி பெறுவதற்கு அவர்களுக்கு கவனக்குவிப்பு, பொறுமை, சிக்கனம் ஆகியவை தேவைப்படுகின்றன.

வீடியோ விளையாட்டுகளின் பிடியில் குழந்தைகள் மாட்டிக் கொண்டிருக்கின்றனர் என்று புலம்புவதற்குப் பதிலாக, இந்த விளையாட்டுகளை உருவாக்கியுள்ளவர்கள் பயன்படுத்திக் கொண்டிருக்கின்ற உத்திகளை நாம் நமக்குச் சாதகமாகப் பயன்படுத்திக் கொள்ள வேண்டும். அடைவதற்குச் சாத்தியமுள்ள தெளிவான இலக்குகளை நிர்ணயித்தல், உடனடியாகப் பின்னூட்டக்கருத்துகளைத் தெரிவித்தல், தொடர்ந்து பயிற்சியெடுத்துக் கொள்வதற்கும் விளையாட்டில் மேம்படுவதற்கும் அதில் ஈடுபட்டுள்ளவர்களை ஊக்குவித்தல் போன்ற, சுய கட்டுப்பாட்டை அடைவதற்கான அடிப்படைகளை அவர்கள் நன்றாக மெருகேற்றியுள்ளனர். பழைய பாணிப் பண்புநலன்களுக்கு வீடியோ விளையாட்டுகள் ஒரு புதிய வசீகரத்தை அளிக்கின்றன. வீடியோ விளையாட்டுகளில் வெற்றி என்பது நிபந்தனைக்கு உட்பட்டதுதான் என்றாலும், மீண்டும் மீண்டும்

முயற்சிப்பதற்கான சுய கட்டுப்பாட்டை நீங்கள் வளர்த்துக் கொண்டால், அதை அடைவது உங்களுக்குக் கண்டிப்பாகச் சாத்தியப்படும்.

அத்தியாயம் பத்து

மன உறுதியும் உணவுக் கட்டுப்பாடும்

என் சகாக்களே, வயிற்றுடன் வாதம் புரிவது வெட்டி வேலை. ஏனெனில், அதற்குக் காதுகள் கிடையாது.

– புளூடார்ச்

வளர்ச்சியடைந்த நாடுகளிலுள்ள அனைவராலும் விரும்பப்படுகின்ற ஒரு விஷயம் உண்டென்றால், ஒட்டிய வயிறுதான் அது. நாம் எவ்வளவு அதிகமாகச் சம்பாதிக்கிறோமோ, பத்திய உணவுத் தொழிற்துறைக்கு நாம் அவ்வளவு அதிகமாகக் கப்பம் கட்டித் தொலைக்கிறோம். ஆனாலும், நம்முடைய கனவு ஒருபோதும் கைகூடி வருவதில்லை. எடைக் குறைப்புதான் ஒவ்வோர் ஆண்டும் புத்தாண்டுத் தீர்மானங்களில் கண்டிப்பாக இடம்பெறுகின்ற ஒரு பிரபலமான விஷயமாகும். நீண்டகால நோக்கில் பார்க்கின்றபோது, பத்திய உணவுக்கு மாறுபவர்களில் பெரும்பாலானோர் தோற்றுவிடுகின்றனர். அதனால், நாங்கள் ஒரு கட்டான உடலுக்கு உத்தரவாதம் எதுவும் கொடுக்கப் போவதில்லை. ஆனால், உங்களுடைய எடைக் குறைப்பு முயற்சிக்கு எந்த உத்திகள் உதவக்கூடும் என்பதை எங்களால் சொல்ல முடியும். நாம் ஒரு நல்ல செய்தியோடு அதைத் தொடங்கலாம். நீங்கள் உங்களுடைய எடையைக் கட்டுக்குள் வைத்திருப்பதில் தீவிரமாக இருந்தால், கீழ்க்கண்ட மூன்று விதிமுறைகளைப் பின்பற்றக்கூடிய சுய கட்டுப்பாடு உங்களுக்கு இருந்தாக வேண்டும்:

1. ஒருபோதும் எந்தவொரு பத்திய உணவு முறையையும் கடைபிடிக்காதீர்கள்.
2. சாக்லெட் அல்லது வேறு ஏதாவது உணவுப்

பொருளைக் கைவிட ஒருபோதும் முயற்சி செய்யாதீர்கள்.

3. நீங்கள் உங்களை எடைபோடுவதாக இருந்தாலும் சரி அல்லது பிறரை எடைபோடுவதாக இருந்தாலும் சரி, உடல் பருமனை, பலவீனமான மன உறுதியோடு ஒருபோதும் தொடர்புபடுத்தாதீர்கள்.

கடந்த ஆண்டு நீங்கள் மேற்கொண்டிருந்த புத்தாண்டுத் தீர்மானமான ஐந்து கிலோ எடைக் குறைப்பை உங்களால் நிறைவேற்ற முடியாமல் போயிருக்கலாம். ஆனால், அதற்காக, நீங்கள் ஏதோ ஒரு பத்திய உணவுமுறையைப் பின்பற்ற வேண்டும் என்றோ, அல்லது இனிப்பைக் கண்டாலே காத தூரம் ஓட வேண்டும் என்றோ அவசியமில்லை. பெரும்பாலான மக்கள் நினைப்பது போலன்றி, அளவுக்கதிகமான பருமனுடன் இருப்பது பலவீனமான மன உறுதிக்கான ஓர் அடையாளம் அல்ல. அதை வைத்து உங்களால் வேறு விஷயங்களைச் சாதிக்க முடியாமல் போய்விடும் என்று நீங்கள் அஞ்சத் தேவையில்லை. எந்த விஷயத்தில் சுய கட்டுப்பாட்டைப் பயன்படுத்துகிறார்கள் என்று ஒரு சில அமெரிக்கர்களிடம் கேட்டுப் பாருங்கள். பத்திய உணவு என்பது பெரும்பாலும் அவர்களுடைய முதல் பதிலாக இருக்கும். பல பத்தாண்டுகளாக, பெரும்பாலான வல்லுநர்களும் அதே அனுமானத்தைத்தான் கொண்டிருந்தனர். சுய கட்டுப்பாடு தொடர்பான பிரச்சனைக்கான ஓர் எடுத்துக்காட்டைக் கூற வேண்டுமென்றால், எந்தவொரு வல்லுநரும் முதலில் தேர்ந்தெடுப்பது பத்திய உணவு முறைகளைத்தான்.

சமீபத்தில் நடத்தப்பட்ட ஆய்வுகள், உடல் பருமனுக்கும் சுய கட்டுப்பாட்டிற்கும் இடையேயுள்ள உறவு எல்லோரும் நினைத்திருப்பது போலன்றி நேரடியானது அல்ல என்று கண்டறிந்துள்ளன. அவர்கள் கண்டுபிடித்திருந்ததை நாங்கள் ‘ஓப்ரா முரண்பாடு’ என்று அழைக்கிறோம். அதற்குக் காரணம், அவர் உலகிலேயே மிகவும் பிரபலமான பத்திய உணவுக்காரராக இருந்ததுதான். ஓப்ரா வின்ஃப்ரே ஒரு தொலைக்காட்சி செய்தி அறிவிப்பாளராக இருந்தபோது, அவருடைய எடை 57 கிலோவாக இருந்தது. அது 64 கிலோவாக அதிகரித்தபோது, அவர் உணவுப் பத்திய வல்லுநர் ஒருவரை அணுகினார். அந்த வல்லுநர், தினமும் 1,200 கலோரிகளுக்கு மிகாத ஓர் உணவுமுறையை ஓப்ராவுக்குப் பரிந்துரைத்தார். அவர் அதைப் பின்பற்றியதும், ஒரே வாரத்தில் 3 கிலோ

எடை குறைந்தார். ஆனால், ஒரு மாதத்திற்குள், அவர் மீண்டும் தன்னுடைய பழைய எடையான 57 கிலோவுக்கு வந்துவிட்டார். பின்னர் அவருடைய எடை படிப்படியாக அதிகரித்து 98 கிலோவைத் தொட்டது. அதைத் தொடர்ந்து, நான்கு மாதங்களுக்கு அவர் திட உணவை அறவே நிறுத்திவிட்டு, திரவ உணவை மட்டும் உட்கொண்டு தன் எடையை 66 கிலோவுக்குக் கொண்டு வந்தார். ஆனால், அவருடைய எடை மீண்டும் படிப்படியாக அதிகரித்து, ஒரு சில ஆண்டுகளுக்குள் 108 கிலோவாக உயர்ந்தது. தன் எடையைக் குறைக்க உதவும்படி அவர் மன்றாடி எழுதிக் கொண்ட பிரார்த்தனைகளால் அவருடைய நாட்குறிப்புகள் நிரம்பி வழிந்தன. அவர் எம்மி விருதுக்குப் பரிந்துரைக்கப்பட்டபோது, இறுதிச் சுற்றில் தான் அதை வென்றுவிடக்கூடாது என்று அவர் பிரார்த்தனை செய்தார். அவர் தன் பருத்த உடலைத் தூக்கிக் கொண்டு மேடையேற விரும்பாததுதான் அதற்குக் காரணம். தன் எடையைக் குறைக்க முடியும் என்ற நம்பிக்கையை அவர் கிட்டத்தட்ட இழந்திருந்தபோதுதான், தனிப்பட்டப் பயிற்றுவிப்பாளரான பாப் கிரீனை அவர் சந்தித்தார். அந்தச் சந்திப்பின் மூலம் இருவரும் பரஸ்பரம் ஒருவருக்கொருவர் உதவிக் கொண்டனர்.

தான் ஓப்ராவுக்குப் பரிந்துரைத்திருந்த பயிற்சிகள் மற்றும் பத்திய உணவுமுறையைப் பற்றி பாப் கிரீன் ஒரு புத்தகம் எழுதினார். அது ஓகோவென்று விற்பனையாயிற்று. தொடர்ந்து அவர், 'பெஸ்ட் லைஃப் ஃபுட்' என்ற பெயரில் ஊட்டச்சத்து உணவுப் பொருட்களைச் சந்தையில் இறக்கி, அதன் மூலம் பெரும் பணம் சம்பாதித்தார். பாப் பரிந்துரைத்தப் பத்திய உணவைச் சமைப்பதற்காகவே, ஓப்ரா, தலைமைச் சமையல்காரப் பெண்மணி ஒருவரை நியமித்துக் கொண்டார். அந்தச் சமையற்காரப் பெண், ஓப்ராவுக்குச் சமைத்த உணவுப் பதார்த்தங்களின் தயாரிப்பைப் பற்றி ஒரு பிரபலமான புத்தகத்தை எழுதிப் பெரும் பணம் சம்பாதித்தது கிளைக் கதை. இவர்களோடு சேர்ந்து, மருத்துவர்கள், ஊட்டச்சத்து வல்லுநர்கள், மற்றும் வேறு சில நிபுணர்கள் அடங்கிய ஒரு பட்டாளமே ஓப்ராவுக்காக இயங்கிக் கொண்டிருந்தது. ஓப்ரா தான் சாப்பிட்ட உணவுப் பதார்த்தங்களையும், தான் உடற்பயிற்சி செய்த விதத்தையும், தன் ஒட்டுமொத்த வாழ்க்கைமுறையையும் முற்றிலுமாக மாற்றினார். அவருடைய வாராந்திரச் சாப்பாட்டு அட்டவணை ஒன்று தயாரிக்கப்பட்டது. எப்போது அவர் சால்மன் மீனைச்

சாப்பிட வேண்டும், எப்போது அவர் டியூனா மீனை உண்ண வேண்டும், எப்போது அவர் காய்கறிகளைக் கொறிக்க வேண்டும் போன்றவை கவனமாகத் தேர்ந்தெடுக்கப்பட்டன. அவருடைய உணவுக்கும் உடற்பயிற்சிக்கும் நடுவே அவருடைய நிகழ்ச்சி நிரல் அமையும்படி அவருடைய உதவியாளர்கள் பார்த்துக் கொண்டனர். ஓப்ரா தன்னுடைய உணர்ச்சிகளைக் கட்டுப்படுத்திக் கொள்வதற்கான ஆலோசனைகளை, ஆன்மிக எழுத்தாளரும் தன்னுடைய தோழியுமான மேரியான் வில்லியம்சனிடமிருந்து பெற்றார். எடைக்கும் நேசத்திற்கும் இடையேயுள்ள உறவைப் பற்றி மேரியான் ஓப்ராவிடம் எடுத்துரைத்தார்.

அதன் விளைவு, 2005ஆம் ஆண்டு, ஓப்ராவின் சொந்தப் பத்திரிகையான 'ஓப்ரா' இதழின் அட்டையில் ஓப்ராவின் படம் இடம்பெற்றது. அந்தப் படத்தில் ஓப்ரா புத்துணர்ச்சியுடனும் மெலிந்தும் காணப்பட்டார். அப்போது அவருடைய எடை 73 கிலோவாகக் குறைந்திருந்தது. இது அவருடைய தொடக்க எடையான 64 கிலோவைவிட 9 கிலோ அதிகம் என்றாலும், அதை அவர் ஒரு பெரிய வெற்றியாகவே கருதினார். ஓப்ராவின் வெற்றிக் கதையை அவருடைய இலட்சக்கணக்கான இரசிகர்கள் கொண்டாடினர். மானுடவியலாளரான ஜார்ஜ் அர்மெலாகோஸும் அவர்களோடு சேர்ந்து கொண்டார். அவர் ஓப்ராவின் கதையை இங்கிலாந்து மன்னர் எட்டாம் ஹென்ரியோடு பிணைத்து, 'மன்னர் எட்டாம் ஹென்ரி மற்றும் ஓப்ரா விளைவு' என்று அதை அழைத்தார். ஹென்ரியின் காலத்தில், மன்னர் அளவுக்குப் பருத்த உடலைக் கொண்டிருப்பது வேறு எந்தக் குடிமகனுக்கும் சாத்தியமற்றதாக இருந்தது. அவருடைய உணவுக்காக, நூற்றுக்கணக்கான விவசாயிகள், மீனவர்கள், தோட்டக்காரர்கள், வேட்டைக்காரர்கள், கசாப்புக்காரர்கள், சமையற்காரர்கள், மற்றும் பிற வேலைக்காரர்களின் உழைப்பும் பெரும் வளங்களும் தேவைப்பட்டன. ஆனால், இன்று, சாதாரணக் குடிமக்கள்கூட மன்னர் ஹென்ரி அளவுக்குப் பருமனாக முடியும். இன்னும் சொல்லப் போனால், ஆளும் வர்க்கத்தைவிட ஏழை மக்களே அதிகப் பருமனாக இருக்கிறார்கள். ஒல்லியாக இருப்பது அந்தஸ்தின் ஓர் அடையாளமாக ஆகிவிட்டது. சாதாரண மக்களால் அதை அடைவது மிகக் கடினம். தொடர்ந்து ஒல்லியாக இருப்பதற்கு, ஓப்ரா வின்ஃப்ரேயிடம் இருப்பது போன்ற வளங்களும், தனிப்பட்டப் பயிற்றுவிப்பாளர், சமையற்காரர், ஊட்டச்சத்து

நிபுணர், ஆலோசகர் மற்றும் பிற உதவியாளர்களின் படை ஒன்றும் தேவைப்படும்.

ஆனால், ஒரு பெரிய இராஜங்கத்தைக் கையில் வைத்திருந்தாலும் ஒல்லியாக இருப்பதற்கு எந்த உத்தரவாதமும் கிடையாது. அதை ஓப்ராவின் இரசிகர் பட்டாளமே கண்கூடாகப் பார்த்தது. ஓப்ராவே நான்கு ஆண்டுகள் கழித்து, ஓர் ஒப்புதல் வாக்குமூலம் அளிப்பதுபோல ஒரு கட்டுரையை வெளியிட்டார். இம்முறை, அந்த இதழின் அட்டையில், பழைய *73* கிலோ ஓப்ராவும், தற்போதைய *90* கிலோ ஓப்ராவும் இடம்பெற்றிருந்தனர். அதில் ஓப்ரா, "நான் என்மீதே கடுங்கோபமாக இருந்தேன். அவமான உணர்வு என்னைப் பிடுங்கித் தின்றது. இவ்வளவு ஆண்டுகளுக்குப் பிறகும், நான் என்னவெல்லாம் செய்ய வேண்டும் என்பதை நான் அறிந்திருந்தும், நான் இன்னும் என் உடல் எடையைப் பற்றிப் பேசிக் கொண்டிருக்கிறேன் என்பதை என்னாலேயே நம்ப முடியவில்லை. நான் என்னுடைய ஒல்லியான உருவத்தையும் இப்போதைய உருவத்தையும் பார்த்துவிட்டு, 'இப்படி நிகழ நான் எப்படி அனுமதித்தேன்?' என்று யோசிக்கிறேன்," என்று புலம்பியிருந்தார். தன்னுடைய உடல் பருமனுக்கு மருத்துவக் காரணங்களும், அதீத உழைப்பும் காரணம் என்று அவர் அதில் குறிப்பிட்டிருந்தார். அவை அவருடைய மன உறுதியைக் காலி செய்திருக்க வேண்டும். ஆனால், ஓப்ரா மிகுந்த சுய கட்டுப்பாடு கொண்டிருந்த நபராக இருந்திருக்க வேண்டும். இல்லையெனில், அவர் தன் தொழில்வாழ்க்கையை இவ்வளவு வெற்றிகரமாக நடத்தி வந்திருக்க முடியாது. அவரிடம் அசாதாரணமான மன உறுதி, உலகத்திலேயே தலைசிறந்த நிபுணர் குழுவைத் தனக்குச் சேவை புரிய வைக்க முடிகின்ற பெரும் பண பலம் ஆகியவை இருந்தன. அதோடு, அவரை இலட்சக்கணக்கான மக்கள் தினந்தோறும் உன்னிப்பாகக் கவனித்துக் கொண்டிருந்தனர் என்ற புற அழுத்தம் அவரை ஊக்குவித்துக் கொண்டிருந்தது. இவ்வளவு இருந்தும் தன் எடையைக் கட்டுக்குள் வைத்திருக்க முடியாமல் அவர் தவித்தார்.

அதைத்தான் நாங்கள் ஓப்ரா முரண்பாடு என்று அழைக்கிறோம். அசாத்தியமான சுய கட்டுப்பாடு கொண்டிருந்த நபர்களுக்குக்கூட, தொடர்ச்சியாகத் தங்களுடைய எடையைக் கட்டுக்குள் வைத்திருப்பது ஒரு சவாலான காரியமாக இருந்தது. வேலை, படிப்பு, தனிப்பட்ட உறவுகள் போன்ற பல விஷயங்களில் செழித்திருக்க அவர்களால் தங்களுடைய

மன உறுதியைச் சிறப்பாகப் பயன்படுத்திக் கொள்ள முடியும். ஆனால், உடலை ஒல்லியாக வைத்துக் கொள்வதில், தங்களுடைய உடல் எடையைக் கட்டுக்குள் வைத்திருக்க முயற்சி செய்கின்ற மற்றவர்களைவிடப் பெரிய அளவில் அவர்கள் வெற்றிகரமாகத் திகழ்வதில்லை. பாமைஸ்டர் இதை ஓர் ஆய்வு மூலம் நிரூபித்தார். சுய கட்டுப்பாட்டில் மேம்பட்ட நிலையில் இருந்த கல்லூரி மாணவர்கள் சிலரை அவர் தேர்வு செய்தார். பன்னிரண்டு வார காலம் உடற்பயிற்சிகளையும் உணவுக் கட்டுப்பாடுகளையும் பின்பற்றுமாறு அவர்கள் கேட்டுக் கொள்ளப்பட்டனர். அவர்களிடம் நிலவிய சுய கட்டுப்பாடு காரணமாக, அவர்கள் அறிவுறுத்தல்களைச் சிறந்த முறையில் பின்பற்றியதால், உடல் எடையைக் கட்டுப்படுத்துவதில், சுய கட்டுப்பாடு குறைவாக இருந்த நபர்களோடு ஒப்பிடுகையில் அவர்கள் மேம்பட்டு விளங்கினர். ஆனால், அந்த வேறுபாடு பெரிய அளவில் இருக்கவில்லை என்பதே ஆய்வாளர்களின் முடிவாக இருந்தது.

அந்த மாணவர்களை அந்த ஆய்வாளர் பின்னரும் தொடர்ந்திருந்தால், ஓப்ராவைப்போலவே, அவர்களும் தாங்கள் இழந்திருந்த எடையை மீண்டும் பெற்றிருந்திருப்பார்கள் என்பதில் சந்தேகமில்லை. அவர்கள் தங்களுடைய சுய கட்டுப்பாட்டின் காரணமாக உடற்பயிற்சியைத் தொடர்வதில் வெற்றி பெற்றிருப்பார்கள். ஆனால், உடல் எடையைக் குறைப்பதற்கான உத்தரவாதத்தை வெறும் உடற்பயிற்சியால் மட்டும் கொடுத்துவிட முடியாது. அதிகமான கலோரிகளை எரிப்பதால் உடல் எடை குறையும் என்று எண்ணுவது தர்க்கரீதியாகச் சரியானதுதான். ஆனால், அதை ஈடுகட்டுவதற்காக, உடல் அதிகமான உணவுக்கு ஏங்கி அதைப் பெற்றுக் கொள்ளும் என்பதால், நீண்டகால நோக்கில் பார்க்கின்றபோது, கூடுதல் உடற்பயிற்சி உடல் எடையைக் குறைப்பதற்கு இட்டுச் செல்ல வேண்டிய அவசியமில்லை. உங்களிடம் சுய கட்டுப்பாடு இருக்கலாம் அல்லது இல்லாமலிருக்கலாம், நீங்கள் உடற்பயிற்சி செய்யலாம் அல்லது செய்யாமல் இருக்கலாம், ஆனால் நீங்கள் பத்திய உணவு முறையைக் கடைபிடித்தால், நிரந்தரமாக உடல் எடையைக் குறைப்பதற்கான வாய்ப்புகள் குறைவே.

உடலின் அடிப்படை உயிரியல் அதற்கான ஒரு காரணமாகும். உங்களுடைய மின்னஞ்சல் வருகைப் பெட்டியைக் காலி செய்வதற்கோ, ஓர் அறிக்கையை உடனடியாக எழுதி முடிப்பதற்கோ அல்லது

மெதுவோட்டத்தில் ஈடுபடுவதற்கோ நீங்கள் உங்களுடைய சுய கட்டுப்பாட்டைப் பயன்படுத்தினால், உங்களுடைய உடல் அதற்கு உள்ளுணர்வுரீதியாக எதிர்வினையாற்றாது. வேறு ஏதாவது ஓர் உருப்படியான வேலையைப் பார்ப்பதற்குப் பதிலாக, நீங்கள் தொலைக்காட்சி நிகழ்ச்சியைப் பார்த்துக் கொண்டிருந்தால், தான் அச்சுறுத்தலுக்கு ஆளாகியிருப்பதாக அது கருதாது. ஒரு முக்கியமான அறிக்கையை எழுதுவதற்குப் பதிலாக நீங்கள் இணையத்தில் மேய்ந்து கொண்டிருந்தால், அதை உங்களுடைய உடல் பொருட்படுத்தாது. நீங்கள் மிகத் தீவிரமானதோர் உடற்பயிற்சியில் ஈடுபட்டால், வலி என்ற சமிக்கை மூலம் உங்கள் உடல் உங்களை எச்சரிக்கும். ஆனால், நீங்கள் மெதுவோட்டத்தில் ஈடுபட்டால், அது அதைத் தன் இருத்தலுக்கான அச்சுறுத்தலாகப் பார்க்காது. ஆனால், பத்திய உணவு முறையின் கதையே வேறு. இளம் வயது ஓப்ரா உணர்ந்து கொண்டதைப்போல, உங்களுடைய உடல், பத்திய உணவு முறைக்கு ஓரிரு முறை வளைந்து கொடுக்கும். அதற்குப் பின்னர் அது எதிர்த்துப் போராடும். சோதனை எலிகளிடம் முதன்முறையாக உணவுக் கட்டுப்பாடு அமல்படுத்தப்படுகின்றபோது, அவற்றின் எடை குறையும். பின் அவை சுதந்திரமாகச் சாப்பிட அனுமதிக்கப்பட்டவுடன், தாம் இழந்த எடையை அவை படிப்படியாக மீண்டும் பெற்றுவிடும். இரண்டாவது முறையாக அவை பத்திய உணவு முறைக்கு உட்படுத்தப்படுகின்றபோது, அவற்றின் எடை குறைவதற்கு முன்னைவிட அதிக காலம் பிடிக்கும். அவை அவற்றிலிருந்து விடுவிக்கப்படுகின்றபோது, அவற்றின் எடை முன்னைவிட வேகமாக அதிகரிக்கும். இந்த எடைக் குறைப்பு, அதைத் தொடர்ந்து எடை அதிகரிப்பு என்ற சுழற்சிக்குள் அவை மூன்றாவது அல்லது நான்காவது முறையாக ஈடுபடுத்தப்படுகின்றபோது, அவற்றிடம் பத்திய உணவு முறை வேலை செய்யாமல் போய்விடுகிறது. அவை குறைவான கலோரிகளை உட்கொண்டால்கூட, அவற்றின் எடை குறைவதில்லை.

பஞ்ச காலத்தில் தப்பிப் பிழைத்தவர்களுக்குத்தான் பரிணாம வளர்ச்சி ஆதரவளித்தது. அதனால், போதுமான அளவு உணவு கிடைக்காமல் போகின்ற அனுபவத்தை உடல் பெறுகின்றபோது, அது தான் சேர்த்து வைத்திருக்கின்ற கிலோக்களை இழக்காமல் இருப்பதற்குக் கடுமையாகப் போராடும். நீங்கள் பத்திய உணவு முறையைக் கடைபிடிக்கின்றபோது, உங்கள் உடல், நீங்கள் ஒரு பஞ்சத்தை

எதிர்கொண்டு இருப்பதாக அனுமானித்துக் கொள்ளும். அதனால், தன்னால் முடிந்த அளவு அது அதை எதிர்த்துப் போராடும். அதனால், பத்திய உணவு முறையின் மூலம் உடல் எடையைக் குறைக்கின்ற முயற்சியை நீங்கள் உங்களுடைய வாழ்க்கையில் ஒரே ஒரு முறை மட்டுமே கடைபிடிக்கின்ற ஒன்றாக வைத்துக் கொள்வது நல்லது. உங்களுடைய வயதான காலத்தில் எடைக் குறைப்பு என்பது உங்களுடைய ஆரோக்கியம் அல்லது உயிர்பிழைத்திருத்தலுக்கு இன்றியமையாததாக ஆகின்றபோது அதை நீங்கள் பயன்படுத்திக் கொள்ளலாம்.

உடனடி எடைக் குறைப்புக்குச் செல்லாமல், படிப்படியாக எடையைக் குறைப்பதற்கு நீங்கள் உங்களுடைய சுய கட்டுப்பாட்டைப் பயன்படுத்திக் கொள்வது நல்லது. அது நீண்டகாலம் நிலைத்து நிற்கும். அதற்கு நீங்கள் கடைபிடிக்கின்ற உத்திகள் குறித்து எச்சரிக்கையுடன் இருத்தல் வேண்டும்.

சுய கட்டுப்பாட்டில் முதல் கட்டம், அடையச் சாத்தியமுள்ள இலக்குகளை நிர்ணயித்துக் கொள்வதாகும். உடல் எடையைக் குறைப்பதற்கு, உங்களைக் கண்ணாடியில் பார்த்து உங்கள் எடையை அளந்துவிட்டு, ஒல்லியான உடலைப் பெறுவதற்கான நடைமுறைச் சாத்தியமுள்ள ஒரு திட்டத்தை வகுத்துக் கொள்வது ஒரு முறை. ஆனால், வெகு சிலரே இதைச் செய்கின்றனர். இங்கிலாந்திலுள்ள சூதாட்ட நிறுவனமான வில்லியம் ஹில் ஏஜென்சி ஒரு போட்டியை அறிவித்தது. அதில் கலந்து கொள்பவர்கள், தாங்கள் எவ்வளவு எடையை எவ்வளவு காலத்திற்குள் குறைப்போம் என்பதை அவர்களே நிர்ணயித்துக் கொள்ளலாம். அதற்கு ஒரு தொகையை அவர்கள் அந்த நிறுவனத்திற்குக் கட்ட வேண்டும். அவர்கள் அந்த இலக்கை அடைந்துவிட்டால், அந்த நிறுவனம் அவர்கள் கட்டியிருந்த தொகையைப்போல ஐம்பது மடங்கு தொகையை அவர்களுக்குத் தருவதாக அறிவித்தது. இந்தப் போட்டி, இதில் கலந்து கொண்டவர்களுக்கு அனுகூலமாக இருந்தபோதிலும், இதில் கலந்து கொண்டிருந்தவர்களில் 80 சதவீதத்தினர் தோற்றுப் போயினர்.

இதில் கலந்து கொள்கின்ற பெண்கள் அதிகமாகத் தோற்பதற்கு வாய்ப்புகள் இருக்கின்றன. ஏனெனில், அவர்கள் கண்ணாடியைப் பார்க்கின்றபோது, சாத்தியமற்றக் கனவைக் காண்கின்றனர். அவர்கள் ஒல்லியான, வடிவான, அழகான தோற்றத்தைப் பெற விரும்புகின்றனர். நீங்கள் உங்களுடைய உடலைக் கண்ணாடியில் பார்க்கின்றபோது, கடுமையான பத்திய உணவு முறைக்கு மாற வேண்டும் என்ற ஆசையை

அடக்கிக் கொள்கின்ற சுய கட்டுப்பாடு உங்களுக்கு இருக்க வேண்டும். பத்திய உணவு முறைகள் முதலில் வேலை செய்தாலும், நீண்டகால நோக்கில் வெற்றி பெறுவதில்லை என்பதை உங்களுக்கு நீங்களே நினைவுபடுத்திக் கொள்ள வேண்டும். இதற்கான காரணத்தை அறிந்து கொள்ள ஓர் ஆய்வு நடத்தப்பட்டது. அதை நாம் அடுத்துப் பார்க்கலாம்.

மில்க்ஷேக் பரிசோதனை

இந்தப் பரிசோதனைக்காக அழைத்து வரப்பட்டவர்கள் மூன்று பிரிவுகளாகப் பிரிக்கப்பட்டனர். அவர்களில் பத்திய உணவைக் கடைபிடித்து வந்தவர்களும் இருந்தனர், கடைபிடிக்காமல் இருந்தவர்களும் இருந்தனர். அவர்கள் அனைவருமே வரும்போது பசியோடு வந்தனர். முதல் குழுவினருக்கு ஒரே ஒரு டம்ளர் மில்க்ஷேக் கொடுக்கப்பட்டது. இரண்டாவது குழுவினருக்கு இரண்டு பெரிய டம்ளர்களில் மில்க்ஷேக் கொடுக்கப்பட்டது. மூன்றாவது குழுவினருக்கு மில்க்ஷேக் எதுவும் கொடுக்கப்படவில்லை. பின் அவர்கள் பிஸ்கெட்டுகளை ருசி பார்த்து அவற்றைப் பற்றிய தங்களுடைய கருத்துகளைச் சொல்ல வேண்டும் என்று அவர்களிடம் கேட்டுக் கொள்ளப்பட்டது.

அச்சோதனை, உணவை அதிகமாகச் சாப்பிடுவது தொடர்பாக நடத்தப்பட்டுக் கொண்டிருந்த ஓர் ஆய்வு என்று முதலிலேயே அவர்களிடம் கூறப்பட்டிருந்தால், அவர்கள் உடனே தங்களைக் கட்டுப்படுத்திக் கொண்டு புத்தரைப்போல நடந்து கொண்டிருந்திருப்பார்கள். அதனால், அந்த ஆய்வாளர்கள், அவர்களிடம் பிஸ்கெட்டுகளை ருசி பார்த்து அவர்களுடைய அபிப்பிராயங்களைத் தெரிவிக்க வேண்டும் என்று மட்டும் கேட்டுக் கொண்டனர். அந்த ஆய்வாளர்கள், அந்த நபர்களை, பரிசோதனைக்கூடத்தில் இருந்த ஒரு பெரிய அறைக்கு அழைத்துச் சென்றனர். அந்த அறையில், அலுவலகத்தில் இருப்பதைப்போலப் பல சிற்றறைகள் இருந்தன. அதில் அவர்கள் உட்கார வைக்கப்பட்டனர். அவர்களின் முன்னால், கிண்ணங்களில் விதவிதமான பிஸ்கெட்டுகள் வைக்கப்பட்டிருந்தன. அதை அவர்கள் ருசி பார்த்து அந்த மேசையில் வைக்கப்பட்டிருந்த ஒரு படிவத்தில் தங்களுடைய கருத்துகளை எழுதிக் கொடுக்க வேண்டும். அவர்கள் எவ்வளவு பிஸ்கெட்டுகளை வேண்டுமானாலும் சாப்பிட்டுக் கொள்ளலாம். ஆனால், அந்தப் படிவத்தில் அவர்கள் என்ன

எழுதியிருந்தார்கள் என்பதில் அந்த ஆய்வாளர்களுக்குச் சிறிதளவுகூட அக்கறை இருக்கவில்லை. அவர்கள் எத்தனை பிஸ்கெட்டுகளைச் சாப்பிட்டார்கள் என்பதில்தான் அவர்கள் ஆர்வம் காட்டினர்.

அந்தக் குழுவினரில் பத்திய உணவு முறையைக் கடைபிடிக்காதவர்கள், ஆய்வாளர்கள் எதிர்பார்த்திருந்தபடி எதிர்வினையாற்றினர். அவர்களில் இரண்டு டம்ளர் மில்க்ஷேக் குடித்தவர்கள், பிஸ்கெட்டுகளை இலேசாகக் கொறித்தனர். ஒரு டம்ளர் மில்க்ஷேக் குடித்திருந்தவர்கள் அவர்களைவிட அதிகமான பிஸ்கெட்டுகளைச் சாப்பிட்டனர். மில்க்ஷேக் குடிக்காமல் இருந்தவர்கள், கிட்டத்தட்ட அனைத்து பிஸ்கெட்டுகளையும் காலி செய்துவிட்டிருந்தனர். இவை அனைத்தும் கச்சிதமாகப் புரிந்து கொள்ளத்தக்கவையாக இருந்தன.

ஆனால், பத்திய உணவு முறையைக் கடைபிடித்திருந்தவர்கள் இதற்கு நேர்மாறாக நடந்து கொண்டனர். அவர்களில் இரண்டு டம்ளர் மில்க்ஷேக்கைக் குடித்தவர்கள், கிட்டத்தட்ட அனைத்து பிஸ்கெட்டுகளையும் காலி செய்திருந்தனர். அவர்கள், மில்க்ஷேக்கைக் குடிக்காமல் இருந்தவர்களைவிட அதிகமான பிஸ்கெட்டுகளைச் சாப்பிட்டிருந்தனர். இது ஆய்வாளரகளைப் பெரும் வியப்பில் ஆழ்த்தியது. அதனால், அவர்கள் இதே போன்ற வேறு பல ஆய்வுகளையும் மேற்கொண்டனர். ஆனால், அனைத்தின் முடிவுகளும் ஒரே மாதிரியாகத்தான் இருந்தன. அவை அனைத்தையும் ஆராய்ந்தபோது, அதற்கான காரணங்களை அவர்கள் கண்டுபிடித்தனர்.

பத்திய உணவு முறைகளைக் கடைபிடித்தவர்கள், தினமும் அவர்கள் உட்கொள்ள வேண்டிய மொத்தக் கலோரிகளுக்கு ஒரு வரம்பு வைத்திருப்பர். எதிர்பாராத விதமாக அந்த வரம்பை அவர்கள் கடந்துவிடுகின்றபோது, அன்றைய தினத்தை ஒரு தோல்வி நாளாகவே அவர்கள் கருதுவர். எடுத்துக்காட்டாக, இரண்டு டம்ளர் மில்க்ஷேக் குடித்த நாளன்று, அதன் காரணமாக அன்றைய நாளுக்கான கலோரி வரம்பை அவர்கள் ஏற்கனவே மீறிவிட்டிருப்பர். அப்போது, 'தலைக்கு மேல் வெள்ளம் போய்விட்டது, அது 'சாண் போனால் என்ன? முழம் போனால் என்ன?' என்ற எண்ணம் தோன்றிவிடும். அதனால், அன்றைய தினம் இனி அதைப் பற்றிக் கவலைப்பட்டுக் கொண்டிருக்கத் தேவையில்லை என்று கருதி அதற்குப் பிறகு அவர்கள் எதை வேண்டுமானாலும்

சாப்பிடுவது என்ற முடிவுக்கு வந்துவிடுவர். கிண்ணத்திலிருந்த அனைத்து பிஸ்கெட்டுகளையும் அவர்கள் சாப்பிட்டதற்கு அதுதான் காரணம்.

சுய கட்டுப்பாட்டைப் பொறுத்தவரை, இலக்குகளை நிர்ணயித்தப் பிறகு, கண்காணிப்புதான் அடுத்தக் கட்டம். தாங்கள் சாப்பிட்டுக் கொண்டிருக்கின்ற உணவின் கலோரிகளைக் கணக்கில் எடுத்துக் கொள்வதை நிறுத்திவிட்டால், பத்திய உணவு முறையைப் பின்பற்றுபவர்களின் சுய கட்டுப்பாட்டுக்கு என்ன நேரும்? தான் போதுமானதைப் பெற்றுவிட்டதாக உடல் சொல்வதைக் கேட்பது அதற்கான ஒரு மாற்று ஏற்பாடாக இருக்கலாம். ஆனால், இதுவும் பத்திய உணவு முறையைப் பின்பற்றுபவர்களின் விஷயத்தில் செல்லுபடியாவதில்லை.

பத்திய உணவு முறையைப் பின்பற்றுபவர்களின் இருதலைக்கொள்ளி நிலை

மனிதர்கள் பிறக்கும்போதே, சரியான அளவு உணவை உண்பதற்கான உள்ளார்ந்த திறனுடன்தான் பிறக்கிறார்கள். ஒரு பச்சிளம் குழந்தையின் உடலுக்கு உணவு தேவைப்படுகின்றபோது, அது பசி எனும் உணர்வின் மூலமாக அதற்கான சமிக்கையை அனுப்புகிறது. அக்குழந்தைக்குப் போதுமான அளவு உணவு கிடைத்தவுடன், அதற்கு மேல் அது உணவை உண்ண விரும்புவதில்லை. துரதிர்ஷ்டவசமாக, அக்குழந்தை பள்ளிக்குச் செல்கின்ற பருவத்தை அடைகின்றபோது, அது அத்திறனை இழந்துவிடுகிறது. சில நபர்களுக்கு அத்திறன் வாழ்நாள் முழுவதும் தொடர்ந்து குறைந்து கொண்டே வருகிறது. இது வெகுகாலமாகவே அறிவியலறிஞர்களுக்கு ஒரு புதிராகவே இருந்து வந்துள்ளது.

1960களிலிருந்தே பல பத்தாண்டுகளாக ஆய்வாளர்கள் இது தொடர்பாகப் பல ஆய்வுகளை மேற்கொண்டு வந்துள்ளனர். அவற்றில் ஓர் ஆய்வில், அவர்கள் சிலரை ஓர் அறையில் தங்க வைத்தனர். மாலையில் அவர்களுக்குக் கொடுக்கப்பட்டிருந்த சிற்றுண்டியைச் சுவைத்து உண்டவாறு அவர்கள் சில கேள்விப் படிவங்களை நிரப்பிக் கொண்டிருந்தனர். அந்த அறையில் மாட்டப்பட்டிருந்த கடிகாரம் வேகமாக ஓடும்படி அந்த ஆய்வாளர்கள் அதை மாற்றி வைத்திருந்தனர். அங்கிருந்தவர்களில் பருமனாக இருந்தவர்கள் மற்றவர்களைவிட அதிகமாக அந்தச்

சிற்றுண்டியை உண்டனர். ஏனெனில், இரவு உணவு உண்பதற்கான நேரம் நெருங்கிவிட்டிருந்தது, எனவே அவர்கள் பசியாக இருக்கக்கூடும் என்ற சமிக்கையை அந்தக் கடிகாரம் அவர்களுக்கு அனுப்பிக் கொண்டிருந்தது. அவர்கள் தங்களுடைய உடலின் உள்ளார்ந்த சமிக்கைகளுக்குச் செவி சாய்க்காமல், கடிகாரம் என்ற புற நினைவூட்டியின் சமிக்கைக்கு அடிபணிந்திருந்தனர். இதேபோன்ற வேறு சில சோதனைகளும் மேற்கொள்ளப்பட்டன. அவையும் இந்த முடிவுகளை உறுதி செய்தன. பருமனாக இருந்த நபர்கள், வயிறு நிறைந்துவிட்டது என்ற உடலின் சமிக்கையை அலட்சியம் செய்ததுதான் அவர்களுடைய பிரச்சனை என்ற முடிவுக்கு ஆய்வாளர்கள் வந்தனர்.

அந்த அனுமானத்தைக் குறை சொல்ல முடியாது. பின்னர் ஒரு கட்டத்தில், தாங்கள் காரணத்தையும் விளைவையும் போட்டுக் குழப்பிக் கொண்டிருந்ததை அவர்கள் புரிந்து கொண்டனர். பருமனாக இருந்தவர்கள் தங்களுடைய உடல் கூறியதை அலட்சியம் செய்து கொண்டிருந்தனர் என்பது உண்மைதான். ஆனால், அந்தக் காரணத்தால் அவர்கள் பருமனாகவில்லை. மாறாக, இது நேரெதிரான வழியில் வேலை செய்தது. அவர்களுடைய உடல் பருமன்தான் அவர்களைப் பத்திய உணவின் பக்கம் தள்ளியிருக்கும். பத்திய உணவு, அவர்கள் உள்ளார்ந்த சமிக்கைகளுக்குச் செவி சாய்க்காமல் புறக்காரணிகளுக்குச் செவிசாய்க்க அவர்களைத் தூண்டியிருக்கும். பத்திய உணவு என்பதே புறரீதியான விதிமுறைகளைத் திணிக்கின்ற ஒரு திட்டம்தானே? பத்திய உணவு முறையைப் பின்பற்றுபவர்கள், ஒரு திட்டப்படி உணவை உண்ணக் கற்றுக் கொள்கின்றனர், தங்களுடைய உடலின் உள்ளார்ந்த உணர்வுகளின்படியும், உடல் அனுப்புகின்ற சமிக்கைகளின்படியும் அவர்கள் உண்பதில்லை. பத்திய உணவு முறை என்றாலே, பத்திய உணவு முறைகளைப் பரிந்துரைக்கும் சந்தையாளர்கள் நேர் எதிராகக் கூறினால்கூட, நீங்கள் பெரும்பாலான நேரங்களில் பசியோடுதான் இருப்பீர்கள்.

இன்னும் துல்லியமாகச் சொல்ல வேண்டுமென்றால், பத்திய உணவு முறை என்பது, உங்களுடைய பசியுணர்வை அலட்சியம் செய்யக் கற்றுக் கொள்வதன் மூலம், நீங்கள் பசியோடு இருக்கும்போது உண்ணாமல் இருக்கக் கற்றுக் கொள்வதுதான். இங்கு நீங்கள் எப்போது சாப்பிடத் தொடங்க வேண்டும் என்ற சமிக்கையை அலட்சியம் செய்கிறீர்கள். ஆனால், எப்போது சாப்பிடுவதைத் தொடங்க

வேண்டும் என்பதும், எப்போது சாப்பிடுவதை நிறுத்திக் கொள்ள வேண்டும் என்பதும் ஒன்றோடு ஒன்று பின்னிப் பிணைந்தவை. சாப்பிடுவதை எப்போது தொடங்க வேண்டும் என்று உடல் அனுப்புகின்ற சமிக்கையை நீங்கள் அலட்சியம் செய்கின்றபோது, எப்போது சாப்பிடுவதை நிறுத்திக் கொள்ள வேண்டும் என்று உங்கள் உடல் உங்களுக்கு அனுப்புகின்ற சமிக்கையைப் புரிந்து கொள்கின்ற சக்தியை நீங்கள் இழந்துவிடுகிறீர்கள் – குறிப்பாக, நீங்கள் அமல்படுத்துகின்ற பத்திய உணவுத் திட்டம், நீங்கள் துல்லியமாக எவ்வளவு சாப்பிட வேண்டும் என்பதை வலியுறுத்துகின்ற ஒன்றாக இருக்கின்றபோது!

பத்திய உணவு முறையைக் கடைபிடிக்கின்ற நபர்கள், உணவு தொடர்பாகத் தங்களுக்குத் தாங்களே வகுத்துக் கொள்கின்ற விதிமுறைகளை எப்போதும் பின்பற்றி வந்தால், அவர்கள் வகுத்து வைத்திருக்கின்ற உச்சபட்ச அளவைக் கடக்காமல் இருந்தால், அவர்களுடைய திட்டம் வேலை செய்யும் என்று நீங்கள் வாதிடலாம். அவர்களுக்கு பசி ஏற்பட்டாலும், தங்களுடைய விதிமுறைகளைத் துல்லியமாகப் பின்பற்றுவதற்குத் தேவையான மன உறுதி அவர்களிடம் இருக்கும்வரை, அவர்கள் தாறுமாறாக எதையும் சாப்பிட மாட்டார்கள்.

பத்திய உணவு முறையைக் கடைபிடிக்கின்ற நபர்களின் மன உறுதியைப் பரிசோதனைச்சாலைகளில் சோதித்தபோது, இந்தக் கூற்றில் உண்மை இல்லை என்பது புலனாயிற்று. கேத்தலீன் வோஸ்ஸும் டோட் ஹெதர்டனும் பல தொடர் சோதனைகளை மேற்கொண்டனர். அதற்காக அவர்கள் தீவிரப் பத்திய உணவுக் கட்டுப்பாட்டைப் பின்பற்றிக் கொண்டிருந்த இளம்பெண்களைத் தேர்வு செய்தனர். வழக்கம்போல, அவர்கள் அப்பெண்களை இரண்டு குழுக்களாகப் பிரித்தனர். இரு குழுவினருக்கும் நெஞ்சைப் பிழிய வைக்கும் ஒரு சோகத் திரைப்படம் போட்டுக் காட்டப்பட்டது. முதல் குழுவினர், அந்தப் படத்தைப் பார்க்கின்றபோது தங்களுக்குள் எழும் உணர்ச்சிகளைக் கட்டுப்படுத்திக் கொள்ளும்படியும், அதை வெளிக்காட்டாமல் இருக்கும்படியும் கேட்டுக் கொள்ளப்பட்டனர். இரண்டாவது குழுவினருக்கு எந்தவிதமான நிபந்தனைகளும் விதிக்கப்படவில்லை. அந்தப் படத்தைப் பார்த்துக் கொண்டிருந்தபோது, அவர்களுடைய கண்களிலிருந்து தாரைதாரையாகக் கண்ணீர் கொட்டியது. அவர்கள் அதை மறைக்க முயலவில்லை. காட்சி முடிந்த

பின், அவர்கள் அனைவரும் தங்களுடைய மனநிலையைப் பற்றி எடுத்துரைக்கின்ற வினா-விடைத் தாள் ஒன்றை நிரப்பிக் கொடுக்குமாறு கேட்டுக் கொள்ளப்பட்டனர். அதைத் தொடர்ந்து அவர்கள் தனித்தனியாக ஓர் அறைக்குள் அழைத்துச் செல்லப்பட்டனர். அந்த ஆய்வு முதல் ஆய்வோடு முற்றிலும் தொடர்பற்ற ஒன்று என்று அவர்களிடம் கூறப்பட்டது. அங்கு அவர்கள் முன்பாக, அரைகுறையாக நிரப்பப்பட்டிருந்த பெரிய பலவகையான ஐஸ்கிரீம் டப்பாக்கள் வைக்கப்பட்டிருந்தன. அவற்றை ருசி பார்த்து அவர்கள் தங்களுடைய அபிப்பிராயங்களைத் தெரிவிக்க வேண்டும் என்று அவர்களிடம் கூறப்பட்டது. அந்த டப்பாக்கள் முழுவதுமாக நிரப்பப்படாமல் இருந்ததால், தாங்கள் அதிலிருந்து எவ்வளவு சாப்பிட்டோம் என்பது அந்த ஆய்வாளர்களுக்குத் தெரியாது என்று அந்த இளம்பெண்கள் நினைத்துக் கொண்டனர். அப்படிப்பட்ட எண்ணத்தை அவர்களின் மனத்தில் உண்டாக்க வேண்டும் என்று ஆய்வாளர்கள் திட்டமிட்டுச் செய்திருந்த ஏற்பாடு அது என்பதை அவர்கள் அறிந்திருக்கவில்லை.

ஆனால், அவர்களுக்கு அந்த ஐஸ்கிரீம் கொடுக்கப்படுவதற்கு முன்பாகவும் சரி, அவர்கள் சாப்பிட்டு முடித்தப் பிறகும் சரி, அது துல்லியமாக எடைபோடப்பட்டது. பின்னர் அவர்கள் அனைவரின் தரவுகளையும் அந்த ஆய்வாளர்கள் ஆய்வு செய்தனர். அந்தப் பெண்களின் மனநிலைக்கும் அவர்கள் சாப்பிட்ட ஐஸ்கிரீமின் அளவுக்கும் எந்தவிதமான தொடர்பும் இருக்கவில்லை என்பதை அவர்கள் கண்டறிந்தனர். படம் முடிந்த பிறகு, அதிக வருத்தமாக இருந்தவர்கள் அதிகமான ஐஸ்கிரீமைச் சாப்பிட்டிருக்கவில்லை. இங்கு அவர்களுடைய மனநிலையைவிட, அவர்களுடைய மன உறுதிதான் முக்கியப் பங்கு வகித்தது. படம் பார்த்துக் கொண்டிருந்தபோது தங்களுடைய உணர்ச்சிகளைக் கட்டுப்படுத்திக் கொண்டிருந்தவர்கள், அதன் மூலம் தங்களுடைய மன உறுதியைக் காலி செய்துவிட்டிருந்தனர். அவர்கள் மற்றவர்களைக் காட்டிலும் அதிகமான ஐஸ்கிரீமைச் சாப்பிட்டனர். இது நாம் முன்பு பார்த்திருந்த தன்முனைப்பு இழப்புக்கான மற்றோர் எடுத்துக்காட்டாகும். உங்களுடைய மன உறுதி காலியாகிவிடுகின்றபோது, நீங்கள் அளவுக்கதிகமாகச் சாப்பிடக்கூடும்.

பத்திய உணவுத் திட்டத்தைப் பின்பற்றி வந்த இளம்பெண்களை வைத்து மற்றொரு பரிசோதனையும்

நடத்தப்பட்டது. இதிலும் அவர்கள் இரண்டு குழுக்களாகப் பிரிக்கப்பட்டனர். அவர்களுக்கு ஒரு மகிழ்ச்சியான திரைப்படம் திரையிடப்பட்டது. முதல் குழுவினர் திரைப்படம் பார்த்துக் கொண்டிருந்தபோது அவர்களுடைய கைக்கெட்டும் தூரத்தில் ஒரு கிண்ணம் நிறைய சாக்லெட்டுகள் வைக்கப்பட்டன. இரண்டாவது குழுவினர் திரைப்படம் பார்த்துக் கொண்டிருந்தபோது அவர்களுக்கும் ஒரு கிண்ணம் நிறைய சாக்லெட்டுகள் வழங்கப்பட்டிருந்தாலும், அக்கிண்ணம் அந்த அறையின் ஒரு மூலையில் வைக்கப்பட்டிருந்தது. அதற்குப் பிறகு அவர்களுடைய மன உறுதியைச் சோதிப்பதற்கான பரிசோதனை நடத்தப்பட்டது. எந்தப் பெண்களின் சாக்லெட்டுகள் அவர்களுடைய கைக்கெட்டும் தூரத்தில் வைக்கப்பட்டிருந்தனவோ, அவர்கள் அவற்றைச் சாப்பிடாமல் இருப்பதற்குத் (அவர்கள் பத்திய உணவுத் திட்டத்தைப் பின்பற்றி வந்திருந்த காரணத்தால்) தங்களுடைய மன உறுதியை வெகுவாகப் பயன்படுத்தியிருந்த காரணத்தால், அந்த மன உறுதிச் சோதனையில் வெகு நேரம் அவர்களால் தாக்குப்பிடிக்க முடியவில்லை. நீங்கள் பத்திய உணவுப் பழக்கத்தைப் பின்பற்றிக் கொண்டிருந்தால், இனிப்பான சமாச்சாரங்களின் அருகே செல்லாமல் இருப்பது நல்லது என்பதையே இது வெளிப்படுத்தியது.

அந்த ஆய்வாளர்கள் இளம்பெண்களை வைத்து மூன்றாவதாக ஒரு சோதனையையும் நடத்தினர். இம்முறை அவர்கள் பத்திய உணவு முறையில் ஈடுபட்டிராத இளம்பெண்களையும் அதில் சேர்த்துக் கொண்டிருந்தனர். அவர்களில் சிலர் தங்கள் முன் வைக்கப்பட்டிருந்த சாக்லெட்டுகளைச் சாப்பிட்டனர், சிலர் சாப்பிடவில்லை. ஆனால், அவர்கள் எவரும் தங்களுடைய மன உறுதியைக் காலி செய்திருக்கவில்லை. பத்திய உணவுமுறையைக் கடைபிடிப்பவர்களால் ஓரளவுக்குத் தங்களுடைய சபலங்களை எதிர்க்க முடியும். ஆனால், அதற்கு அவர்கள் தங்களுடைய மன உறுதியைப் பயன்படுத்த வேண்டியிருக்கும். அவர்கள் அதைப் பயன்படுத்தப் பயன்படுத்த, அது குறைந்து கொண்டே வரும்.

அவர்களுடைய மன உறுதி பலவீனமாகும்போது, அவர்கள் இன்னொரு பெரும் சவாலை எதிர்கொள்ள வேண்டியிருக்கும். அவர்கள் தொடர்ந்து சபலங்களை எதிர்கொள்வதற்குக் காலியாக்கியுள்ள மன உறுதியை அவர்கள் மீண்டும் அதிகரித்துக் கொள்ள வேண்டும். அதற்கு

அவர்களுக்கு குளூக்கோஸ் தேவைப்படும். அதற்கு அவர்கள் சாப்பிட வேண்டும். அவர்கள் ஊட்டச்சத்து தொடர்பான இந்த இருதலைக்கொள்ளி நிலையில் மாட்டிக் கொள்வர்:

1. பத்திய உணவு முறையைக் கடைபிடித்துக் கொண்டிருப்பவர் சாப்பிடாமல் இருப்பதற்கு அவருக்கு மன உறுதி தேவைப்படும்.
2. மன உறுதியைப் பெறுவதற்கு அவர் உணவை உண்ண வேண்டும்.

இந்தத் தடுமாற்றத்தை எதிர்கொள்கின்றபோது, பத்திய உணவு முறையைக் கடைபிடித்துக் கொண்டிருப்பவர், "சரி, சிறிது உணவைச் சாப்பிட்டுக் கொள்ளலாம்," என்று நினைப்பார். ஆனால், விஷயம் அத்துடன் முடிந்துவிடாது. நாம் ஏற்கனவே பார்த்திருந்ததைப்போல, அதன் மூலம் அன்றைய தினத்தின் கலோரி வரம்பை அவர் ஏற்கனவே மீறிவிட்டிருப்பார். அப்போது, 'தலைக்கு மேல் வெள்ளம் போய்விட்டது, அது சாண் போனால் என்ன? முழம் போனால் என்ன?' என்ற எண்ணம் தோன்றிவிடும். அதனால், அன்றைய தினம் இனி அதைப் பற்றிக் கவலைப்பட்டுக் கொண்டிருக்கத் தேவையில்லை என்று கருதி அதற்குப் பிறகு அவர் எதை வேண்டுமானாலும் சாப்பிடுவது என்ற முடிவுக்கு வந்துவிடுவார்.

இருப்பதிலேயே மிகவும் கடினமானது இனிப்புப் பதார்த்தங்களை எதிர்ப்பதுதான். அதற்கு உடலியல்ரீதியாக ஒரு வலுவான காரணம் இருக்கிறது. காலியாகிப் போயுள்ள மன உறுதியை மீட்டெடுப்பதற்குத் தேவையான குளூக்கோஸை விரைவாகப் பெறுவதற்கு இனிப்புப் பதார்த்தங்களே சிறந்த வழி என்பதை உங்கள் உடல் நன்றாகவே அறியும்.

கட்டுப்படுத்தப்பட முடியாத இந்தச் சபலங்களை மீறுவதற்கு நாங்கள் இரண்டு உத்திகளைப் பரிந்துரைக்கிறோம். முதலாவது, இன்பத்தைத் தள்ளிப்போடுதல். இனிப்பை இப்போதைக்குச் சாப்பிட வேண்டாம், தேவையெனில் பின்னர் பார்த்துக் கொள்ளலாம். இதற்கிடையே வேறு ஏதாவது ஒன்றைச் சாப்பிட்டுக் கொள்ளுங்கள். சுய கட்டுப்பாட்டை மீட்டெடுப்பதற்கு உங்களுடைய உடலுக்கு ஆற்றல் தேவை. அது பழைய அனுபவங்களின் காரணமாக இனிப்பை நாடுகிறது. ஆனால், எந்த உணவாக இருந்தாலும் பரவாயில்லை.

இனிப்பைத் தவிர்ப்பதைவிட, பத்திய உணவுப் பழக்கத்தையே தவிர்ப்பது இன்னும் மேலானது. ஒரு கடுமையான பத்திய உணவு முறையைக் கடைபிடித்து உங்களுடைய சுய கட்டுப்பாட்டைக் காலி செய்வதைவிட, உங்களுக்குத் தேவையான குளூக்கோஸைப் பெற்று உங்களுடைய சுய கட்டுப்பாட்டை அதிகரித்துக் கொள்வதே மேலானது. பின்னர் உங்களுடைய சுய கட்டுப்பாட்டைப் பயன்படுத்தி, நீண்டகால உத்திகளை வகுத்துக் கொள்ளுங்கள்.

போராட்டத்தை எதிர்கொள்வதற்கான திட்டம்

நீங்கள் பசியோடு இல்லாமல் இருக்கின்றபோது, உங்களுடைய இரத்தத்தில் போதுமான அளவு குளூக்கோஸ் இருக்கின்றபோது, உடல் எடையைக் குறைக்கின்ற போராட்டத்திற்குள் உங்களால் குதிக்க முடியும். அதை நீங்கள் முன்அர்ப்பணிப்போடு தொடங்கலாம். உடலைப் பெருக்க வைக்கின்ற பொருட்களை உங்களுடைய பார்வையிலிருந்து நீங்கள் நீக்கிவிட வேண்டும், அவை உங்களால் அணுக முடிகின்ற இடத்தில் இருக்கக்கூடாது. அப்படிச் செய்வதன் மூலம் நீங்கள் அதிகப்படியான கலோரிகளையும் தடுத்துவிடுகிறீர்கள். சாக்லெட்டுகளை மேசையின்மீது வைக்காமல், ஓர் இழுப்பறையில் வைப்பது அதன் பயன்பாட்டை மூன்றில் ஒரு பகுதியாகக் குறைத்தது. அதேபோல, பின்னிரவில் தேவையற்ற நொறுக்குத் தீனிகளைத் தின்பதைத் தவிர்ப்பதற்கு, நீங்கள் சாப்பிட்டு முடித்தவுடனேயே பல் தேய்க்கின்ற உத்தியைக் கடைபிடிக்கலாம். இரவில் பல் தேய்ப்பது என்பது ஒரு பழக்கமாக உங்களிடம் ஊறிப் போயிருக்கும் என்பதால், அதற்குப் பிறகு எதையும் சாப்பிட உங்களுக்குத் தோன்றாது. அப்படியே சபலத்திற்கு ஆளாகிவிட்டால், மீண்டும் ஒரு முறை பல் தேய்க்க வேண்டுமே என்ற எண்ணம் உங்களைத் தடுக்கும்.

உங்களுடைய முன்அர்ப்பணிப்பை உறுதி செய்வதற்காக, நாம் ஏற்கனவே பார்த்திருந்ததைப்போல, உணவுக் கட்டுப்பாட்டை மீறுதல் தொடர்பாக, ஸ்டிக் கே டாட் காம் வலைத்தளம் போன்றவற்றில் நீங்கள் பந்தயம் கட்டிக் கொள்ளலாம். ஆனால், பணம் பிரமாதமாக வேலை செய்யும் என்று நினைத்துக் கொள்ள வேண்டாம். உங்கள் உடல் எடையில் 5 முதல் 10 சதவீதம்வரை குறைக்க நீங்கள் திட்டமிட்டால், அது சாத்தியப்படும். உணவுக்

கட்டுப்பாட்டின் மூலம் எடையை வெகு சுலபமாகக் குறைத்துவிடலாம். ஆனால், அதனால் அதை நீண்டகால நோக்கில் தொடர முடியாது எனும்போது அதனால் என்ன பயன்? அதனால், நீண்டகாலம் நிலைத்திருக்கக்கூடிய சிறிய மாற்றங்களை மேற்கொள்வதே சிறந்தது. போதுமான காலம் எடுத்துக் கொண்டு உங்கள் இலக்கை அடையுங்கள். ஆனால், அதை அடைந்த பிறகு, மெத்தனமாகிவிடாதீர்கள். இழந்த எடையைத் தக்கவைத்துக் கொள்வதுதான் இருப்பதிலேயே மிகவும் சிரமமானது.

அடுத்தது, பொதுவான இலக்குகளை நிர்ணயித்துக் கொள்வதற்குப் பதிலாக, திட்டவட்டமான இலக்குகளை நிர்ணயித்துக் கொள்கின்ற உத்தி. நீங்கள் ஒரு விருந்திற்குச் சென்றிருக்கின்றபோது, உடலைப் பருமனாக்குகின்ற உணவுப் பதார்த்தங்கள் அங்குப் பரிமாறப்பட்டால் நீங்கள் என்ன செய்ய வேண்டும் என்பதை முதலிலேயே யோசித்து வைத்துவிடுவது நல்ல பலனளிக்கும். அதாவது, ஒரு குறிப்பிட்டக் காரியம் நிகழ்ந்தால் நான் ஒரு குறிப்பிட்ட விதத்தில் அதற்கு எதிர்வினையாற்றுவேன் என்று முதலிலேயே தீர்மானித்துக் கொள்வது இது.

எடுத்துக்காட்டாக, "நான் கலந்து கொள்ளவிருக்கின்ற விருந்தில் எனக்கு சிப்ஸ் வழங்கப்பட்டால், அதை நான் முற்றிலுமாக நிராகரித்துவிடுவேன்," என்று நீங்கள் தீர்மானித்துக் கொள்ளலாம். "அங்கு அனைத்து வகையான உணவுகளும் நாமே எடுத்துப் பரிமாறிக் கொள்கின்ற விதத்தில் வைக்கப்பட்டிருந்தால், நான் வெறும் காய்கறிகளையும்,கோழி, மீன் போன்றவற்றையும் மட்டுமே உண்பேன்," என்று நீங்கள் முன்கூட்டியே முடிவு செய்து வைத்துக் கொள்ளலாம். இது சுய கட்டுப்பாட்டைப் பெறுவதற்கான ஒரு பயனுள்ள வழியாகும்.

இன்னும் புரட்சிகரமாகச் செயல்பட வேண்டும் என்று நீங்கள் முடிவு செய்தால், அது போன்ற விருந்துகளுக்குச் செல்வதையே நீங்கள் தவிர்த்துவிடலாம். குறைவான கலோரி உணவுகளை உண்கின்ற ஒல்லியான மக்கள் ஏற்பாடு செய்கின்ற கூட்டங்களுக்கு நீங்கள் செல்லலாம். பருமனாக இருக்கின்ற உங்களுடைய அனைத்து நண்பர்களையும் நீங்கள் உதறித் தள்ளிவிட வேண்டும் என்று நாங்கள் கூற வரவில்லை. ஆனால், உங்களுடைய எடைக்கும் நீங்கள் யாரோடு சுற்றித் திரிகிறீர்கள் என்பதற்கும் ஒரு தொடர்பு இருக்கத்தான் செய்கிறது. சமூக ஊடகங்களை ஆய்வு செய்துள்ள ஆய்வாளர்கள், பருமனான நபர்கள் பருமனான நபர்களோடும், ஒல்லியான

நபர்கள் ஒல்லியான நபர்களோடும் சேர்ந்திருப்பதைக் கண்டுபிடித்துள்ளனர். உங்களுடைய அண்டை வீட்டுக்காரரர் பருமனாக இருப்பது ஒரு பொருட்டல்ல. ஆனால், உங்களுடைய நெருங்கிய நண்பர் பருமனாக இருக்கும்போது, நீங்களும் பருமனான ஒருவராக ஆவதற்கான வாய்ப்புகள் அதிகம். இதற்கு இது காரணம், இதன் விளைவு இது என்று பிரித்துப் பார்க்க முடியாத அளவுக்கு அந்தத் தொடர்பு பின்னிப் பிணைந்துள்ளது.

அமெரிக்கர்களைவிட ஐரோப்பியர்கள் அதிக ஒல்லியாக இருப்பதற்கு இரண்டு இடங்களிலும் நிலவுகின்ற சமூக வேறுபாடுகள்தாம் காரணம். அமெரிக்கர்களைப் போலன்றி, ஐரோப்பியர்கள் எல்லா நேரங்களிலும் நொறுக்குத் தீனி தின்று கொண்டிருப்பதில்லை. அவர்கள் சாப்பிடுகின்ற வேளைகளில் மட்டுமே சாப்பிடுகின்றனர். ஐரோப்பிய ஆய்வாளர்கள் அமெரிக்காவிற்குச் சென்று, உணவு உண்பது தொடர்பான பரிசோதனைகளை அங்கிருந்த மாணவர்களிடம் மேற்கொள்ள முயன்றபோது, அந்த மாணவர்கள் எந்த நேரத்தில் வேண்டுமானாலும் சாப்பிடத் தயாராக இருந்ததைக் கண்டு அந்த ஆய்வாளர்கள் வியந்து போயினர். பிரான்ஸிலோ அல்லது இத்தாலியிலோ, உணவு வேளைகளைத் தவிர வேறு நேரங்களில் உணவகங்கள் திறந்திருப்பதை உங்களால் பார்க்க முடியாது. அத்தகைய சமூகப் பழக்கங்கள், சுய கட்டுப்பாட்டை வளர்க்கின்ற பழக்கங்களை உருவாக்க உதவும். இப்போது நொறுக்குத் தீனியைச் சாப்பிட வேண்டுமா வேண்டாமா என்று தீர்மானிக்க வேண்டிய கட்டாயம் அமெரிக்கர்களுக்கு இருக்கும். ஆனால், ஐரோப்பியர்களுக்கு இந்தப் பிரச்சனை இல்லை. "இப்போது மணி நான்கு என்றால், நான் எதையும் சாப்பிட மாட்டேன்," என்ற முடிவுக்கு அவர்களால் எளிதாக வந்துவிட முடியும்.

உடல் எடையைக் கண்காணித்தல்

நீங்கள் உங்களுடைய உடல் எடையைக் குறைக்க முயன்று கொண்டிருந்தால், உங்கள் எடையை நீங்கள் எவ்வளவு அடிக்கடிப் பரிசோதித்துக் கொள்ள வேண்டும்? தினமும் பார்க்கக்கூடாது என்பது ஒரு பொதுவான அறிவுரை. ஏனெனில், இயல்பாகவே உங்களுடைய எடை சிறிதளவு கூடிக் குறைந்து கொண்டுதான் இருக்கும். அதனால், அது கூடுவதைப் பார்க்கின்றபோது, நீங்கள் விரக்தியடையக்கூடும்.

வாரத்திற்கு ஒரு முறை எடையைப் பார்க்க வேண்டும் என்று சில வல்லுநர்கள் அறிவுறுத்துகின்றனர். பாமைஸ்டருக்கு அதில் சந்தேகம் இருந்தது. ஓர் ஆய்வுக்காகத் தங்களுடைய எடையைக் குறைத்துவிட்டு அது கூடாமல் பார்த்துக் கொள்ள முயன்று கொண்டிருந்த நபர்கள் நீண்டகாலமாக அவதானிக்கப்பட்டனர். அவர்களில் சிலர் தினந்தோறும் தங்களுடைய எடையை அளந்தனர், சிலர் அப்படிச் செய்யவில்லை.

தங்களுடைய எடையைத் தினந்தோறும் கண்காணித்துக் கொண்டிருந்தவர்கள், எடை கூடாமல் பார்த்துக் கொள்வதில், அப்படித் தினந்தோறும் தங்கள் எடையைக் கண்காணிக்காதவர்களைவிட அதிகமாகத் தங்களுடைய முயற்சியில் வெற்றி பெற்றனர். எடையைக் குறைக்க முயல்பவர்கள் இந்த உத்தியையும் சேர்த்துக் கொள்ளலாம். தினசரி எடையைப் பார்த்து எழுதிக் கொள்வது கடினமாக இருந்தால், உங்களுடைய எடையைத் தேதிவாரியாகக் குறித்து வைத்துக் கொள்கின்ற, உங்களுடைய கணினிக்கு அதை அனுப்பி வைத்து அத்தரவுகளை ஒரு வரைபடத்தின் வடிவில் உங்களுக்குக் காட்டுகின்ற மின்னணு எடை இயந்திரங்களை நீங்கள் பயன்படுத்திக் கொள்ளலாம்.

சிறைக் கைதிகளின் எடை ஏன் அதிகரிக்கிறது என்ற ஆய்வை மேற்கொண்டபோது, எளிய முறையிலான கண்காணிப்புகள்கூடப் பெரும் பலனளிக்கின்றன என்பதை ஆய்வாளர்கள் கண்டுபிடித்தனர். பொதுவாக, கைதிகள் உள்ளே செல்லும்போது இருப்பதைவிட, வெளியே வரும்போது பருமனாக இருப்பது ஆவணப்படுத்தப்பட்டுள்ளது. சிறையில் வகைவகையாகச் சமைத்துப் போடுகிறார்களா என்ன? அப்படியானால், அதற்கு என்ன காரணம் என்பதை ஆராய்ந்தபோது, அவர்கள் விசித்திரமானதோர் உண்மையைக் கண்டறிந்தனர். கைதிகள் அணிகின்ற தொளதொள உடைதான் அதற்குக் காரணம். சாதாரணமானவர்கள் இறுக்கமான பேன்ட் மற்றும் பெல்ட்டுகளை அணிவதால், உடல் எடை அதிகரிக்கும்போது அதை அவர்களால் எளிதில் உணர்ந்து கொள்ள முடிகிறது. அந்த வசதி சிறைக் கைதிகளுக்கு இல்லை.

உங்களுடைய எடையைக் கண்காணிப்பதோடு சேர்ந்து, நீங்கள் தினந்தோறும் என்ன சாப்பிடுகிறீர்கள் என்பதைக் கண்காணிப்பதும் எடையைக் கட்டுக்குள் வைத்திருப்பதற்கு உதவும். அப்படித் தினந்தோறும் தாங்கள் சாப்பிடுவதைக் குறித்து வைத்துக் கொள்கின்ற நபர்கள்

மற்றவர்களைவிட இரண்டு மடங்கு எடையை இழக்கின்றனர் என்பது கண்டுபிடிக்கப்பட்டுள்ளது. சாப்பிடுகின்ற உணவைக் கண்காணிக்கின்றபோது, அதன் கலோரிகளைக் கண்காணிப்பதும் சாத்தியப்படுகிறது. கலோரிகளைத் துல்லியமாகக் கணக்கிடுவது அவ்வளவு எளிதல்ல. அதோடு, உணவுப் பொருள் உற்பத்தியாளர்கள் அவற்றின் பாக்கெட்டுகளில் பயன்படுத்துகின்ற வார்த்தைகளும் மக்களை மேலும் குழப்புகின்றன. எடுத்துக்காட்டாக, 'குறைவான கொழுப்புச் சத்து கொண்டவை' என்று குறிக்கப்படுகின்ற உணவுகளின் கலோரிகள் உண்மையில் அதிகமாக இருப்பதால், மக்கள் தாங்கள் நினைப்பதைவிட அதிகக் கலோரிகளை உட்கொண்டுவிடுகின்றனர்.

இந்தப் பிரச்சனையைச் சமாளிப்பதற்கு, மெனு அல்லது லேபிளில் இடம்பெற்றிருக்கும் கலோரிகள் குறித்தத் தகவல்களை நீங்கள் பயன்படுத்திக் கொள்ளலாம். அல்லது, அலைபேசிகளில் கலோரிகளை அளவிடுவதற்கு இருக்கின்ற செயலிகளை உபயோகித்துக் கொள்ளலாம். அப்படிக் கலோரிகளை உங்களால் கணக்கிட முடியவில்லை என்றால், உங்கள் தட்டில் இருக்கின்ற உணவை நீங்கள் அவதானிக்க வேண்டும். வெகு சிலரே அதைச் செய்கின்றனர். சாப்பிடுவதோடு தொடர்புடைய இரண்டு அம்சங்கள், பிறருடன் பேசிக் கொண்டே சாப்பிடுவதும், தொலைக்காட்சி பார்த்துக் கொண்டே சாப்பிடுவதும் ஆகும். இரண்டுமே அதிகமான கலோரிகளை உட்கொள்வதோடு தொடர்புபடுத்தப்படுகின்றன. பத்திய உணவு முறையைக் கடைபிடித்துக் கொண்டிருக்கின்ற பெண்கள், தொலைக்காட்சி பார்த்துக் கொண்டே சாப்பிட்டால், வழக்கமாகச் சாப்பிடுவதைவிட மூன்று மடங்கு அதிகமான கலோரிகளை உட்கொள்கின்றனர் என்று ஓர் ஆய்வு தெரிவிக்கிறது.

நண்பர்கள் அல்லது குடும்பத்தாருடன் பேசிக் கொண்டே சாப்பிடுகின்றபோது, மக்கள் அதிகமாகச் சாப்பிடுகின்றனர். அதில் பீர், ஒயின் போன்ற மதுவகைகள் கலந்துவிட்டால், சாப்பாட்டில் அவர்களுடைய கவனம் குறைவாக இருக்கும். ஆல்கஹால் நம்முடைய பிரக்ஞையுணர்வைக் குறைத்துவிடும். அதனால், நாம் எவ்வளவு சாப்பிட்டுக் கொண்டிருக்கிறோம் என்பதை நம்மால் சரியாகக் கண்காணிக்க முடியாமல் போய்விடும். உங்களுடைய உடலின் உள்ளார்ந்த சமிக்கைகளுக்குச் செவி சாய்க்காமல் புறக் காரணிகளை நீங்கள் நம்பியிருந்தால், உணவு பெரிய

அளவுகளில் பரிமாறப்படுகின்றபோது நீங்கள் கண்டிப்பாக அதிகமாகவே சாப்பிடுவீர்கள். பெரிய தட்டுகளில் உணவு பரிமாறப்படுகின்றபோதும், அகலமான கோப்பைகளில் மது ஊற்றப்படுகின்றபோதும் உங்களால் அவற்றின் அளவைச் சரியாக கவனிக்க முடியாது என்பதால், நாம் அதிகமான கலோரிகளை உண்டுவிடுகிறோம். திரைப்பட அரங்குகளில் பாப்கார்னின் விற்பனையை அதிகரிப்பதற்காக, அதன் நிர்வாகம், அந்தப் பாக்கெட்டின் உயரத்தை மட்டும் மூன்று மடங்காக அதிகரித்தால், உங்களால் உடனே அதைக் கண்டுகொள்ள முடியும். ஆனால், அதன் நீளம், அகலம், ஆழம் ஆகிய மூன்றையும் ஒன்றுபோலக் கூட்டினால், பாப்கார்ன் அளவு மூன்று மடங்காக அதிகரித்துள்ளதை உங்களால் கண்டுபிடிக்க முடியாது. அதனால், நீங்கள் அதை வாங்கி முழுவதும் தின்றுவிடுவீர்கள். உணவகங்களிலும் பிற வெளியிடங்களிலும் அவர்கள் பரிமாறுகின்ற தட்டுகள் மற்றும் பாக்கெட்டுகளின் அளவை உங்களால் கட்டுப்படுத்த முடியாது என்றாலும், வீட்டில் நீங்கள் சிறிய தட்டுகளையும் சிறிய டம்ளர்களையும் பயன்படுத்த முயற்சிக்கலாம்.

நீங்கள் சாப்பிட்டு முடித்தப் பிறகு, உணவு மேசையிலிருந்து அத்தட்டுகள் அகற்றப்படாமல் இருநதால், நீங்கள் எவ்வளவு சாப்பிட்டுள்ளீர்கள் என்பதைக் கண்காணிப்பது எளிதாக இருக்கும். சாப்பிட்டு முடித்தத் தட்டுகளில் கிடக்கின்ற எலும்புத் துண்டுகள் கண்காணிப்பைச் சுலபமாக்கும்.

வேண்டவே வேண்டாம் என்று ஒருபோதும் சொல்லாதீர்கள்

பத்திய உணவு முறை குறித்த ஆய்வுகள் பொதுவாகப் பெரிய அளவில் ஊக்கமளிப்பதில்லை என்றாலும், எப்போதாவது அத்தி பூத்தாற்போல, நம்பிக்கையூட்டும் ஆய்வுகளும் மேற்கொள்ளப்படுவதுண்டு. அப்படிப்பட்ட ஓர் ஆய்வு இனிப்புகளை வைத்து மேற்கொள்ளப்பட்டது. மக்கள் இனிப்புகளை உண்பதைத் தள்ளிப்போட்டபோது, அவர்களுக்கு அதைச் சாப்பிட வேண்டும் என்ற ஏக்கம் சுத்தமாகக் குறைந்துவிட்டது. வேண்டாம் என்று சொல்வதற்கு அதிகமான மன உறுதி தேவை. ஆனால், தள்ளிப்போடுவதற்கு அவ்வளவு மன உறுதி தேவையில்லை.

அதனால், உணவைப் பொறுத்தவரை, வேண்டவே வேண்டாம் என்று ஒருபோதும் சொல்லாதீர்கள். சாப்பிட்டு

முடித்தப் பிறகு, இனிப்புப் பக்கம் உங்கள் பார்வையைத் திருப்பாதீர்கள். அதைப் பின்னர் சாப்பிட்டுக் கொள்ளலாம் என்ற முடிவை எடுங்கள். ‘கான் வித் த வின்ட்’ நாவலின் கதாநாயகி ஸ்கார்லெட் ஓ ஹாரா கூறியதுபோல, “நாளைய தினம் வேறொரு சுவையில் இருக்கும்!” என்று கூறிக் கொள்ளுங்கள்.

முடிவுரை

எனக்கு பிரம்மச்சரியத்தையும் மனக் கட்டுப்பாட்டையும் கொடு. ஆனால், இப்போது வேண்டாம்.

– புனித அகஸ்டீன்,
புனிதராக ஆவதற்கு முன்பு கூறிய பிரார்த்தனை

மன உறுதி வரம்புக்கு உட்பட்டதாகவும், சபலங்கள் வரம்பற்றவையாகவும் இருக்கின்றபோது, இந்தப் பண்புநலனை எப்படி மீட்டெடுப்பது?

நாங்கள் தடைக்கற்களைக் குறைத்து மதிப்பிடவில்லை. ஆனாலும், தனிப்பட்டத் தளத்திலும் சமூகத் தளத்திலும் சுய கட்டுப்பாட்டின் வருங்காலம் குறித்து நாங்கள் உற்சாகமாகவே இருக்கிறோம். சபலங்கள் நவீனமாகிக் கொண்டிருக்கின்றன என்பது உண்மைதான். அதேபோல, அவற்றை எதிர்ப்பதற்கான கருவிகளும் அதே அளவுக்கு நவீனமயமாகிக் கொண்டுதான் இருக்கின்றன. மன உறுதியின் நன்மைகள் முன்னைவிட இப்போது அதிகத் தெளிவாக மெச்சப்பட்டுக் கொண்டிருக்கின்றன. வாழ்க்கையைச் சீராக வாழ்ந்து கொண்டிருந்தால் மன அழுத்தத்திற்கு அங்கு இடமில்லாமல் போய்விடும். வெற்றியாளர்கள் மன உறுதியைக் கடைசி நேரப் பாதுகாப்பு உத்தியாகப் பயன்படுத்துவதில்லை. இதை பாமைஸ்டரும் அவருடைய குழுவினரும் ஐரோப்பாவிலும் அமெரிக்காவிலும் அவதானித்துள்ளனர். ஜெர்மானியர்களை அவர்கள் ஆராய்ந்தபோது, வலுவான சுய கட்டுப்பாட்டைக் கொண்டிருப்பவர்கள் மற்றவர்களோடு ஒப்பிடுகையில் குறைவான நேரமே சபலங்களை எதிர்ப்பதற்குச் செலவிடுகின்றனர் என்பதை அவர்கள் கண்டறிந்தனர்.

முதலில் அது பாமைஸ்டருக்கு வியப்பாக இருந்தது. சுய கட்டுப்பாடு என்பதே சபலங்களை எதிர்ப்பதற்கான ஒன்று என்று பொதுவாக நம்பப்படுகின்றபோது, அதிகமான சுய

கட்டுப்பாட்டைக் கொண்டிருக்கின்ற நபர்கள் ஏன் அதை அதிக அளவில் பயன்படுத்துவதில்லை? பின் அதற்கான ஒரு விளக்கம் கிடைத்தது. அவர்கள் குறைவான அளவு சபலங்களுக்கு ஆளாவதாலும், அவர்களிடம் உள்ளார்ந்த முரண்பாடு குறைவாக இருப்பதாலும், சுய கட்டுப்பாட்டைப் பயன்படுத்திக் கொள்வதற்கான தேவை அவர்களுக்கு அதிகம் இருப்பதில்லை. அவர்கள் தங்களுடைய வாழ்க்கையை நேர்த்தியாக அமைத்துக் கொள்வதால், பிரச்சனையான சூழல்களை எதிர்கொள்வதை அவர்கள் தவிர்த்துவிடுகின்றனர். டச்சு ஆய்வாளர்கள் மேற்கொண்ட மற்றோர் ஆய்வு பாமைஸ்டரின் கண்டுபிடிப்புகளை உறுதி செய்தது. சுய கட்டுப்பாட்டில் சிறந்து விளங்குபவர்கள், அவசரகாலப் புகலிடமாக அதைப் பயன்படுத்துவதில்லை. மாறாக, பள்ளியிலும் வேலையிலும் செயல்திறனுடன் இயங்குவதற்குத் தேவையான பழக்கவழக்கங்களை உருவாக்கிக் கொள்வதற்கு அவர்கள் அதைப் பயன்படுத்துகின்றனர். சுய கட்டுப்பாட்டில் சிறந்து விளங்குபவர்கள் தங்களுடைய வாழ்க்கையில் மன அழுத்தம் குறைவாக இருப்பதாகக் கூறுகின்றனர். அவர்கள் நெருக்கடிகளைச் சமாளிப்பதற்கு அதைப் பயன்படுத்தாமல், நெருக்கடிகளைத் தவிர்ப்பதற்கு அதைப் பயன்படுத்திக் கொள்கின்றனர். அவர்கள் ஒரு திட்டத்தைச் செய்து முடிப்பதற்குப் போதுமான காலத்தை முதலிலேயே ஒதுக்கிக் கொள்கின்றனர். கார்கள் முழுமையாகச் செயலிழப்பதற்கு முன்பாகவே அவர்கள் அவற்றைப் பழுது பார்க்கும் நிலையங்களுக்கு எடுத்துச் செல்கின்றனர். 'உங்களால் முடிந்த அளவு எதை வேண்டுமானாலும் சாப்பிட்டுக் கொள்ளுங்கள்' என்ற அறிவிப்பைத் தாங்கிய உணவகங்களின் பக்கம் அவர்கள் தலை வைத்துப் படுப்பதில்லை. மொத்தத்தில், அவர்கள் தடுப்பாட்டம் ஆடாமல், எகிறி அடித்து ஆடுகின்ற ஆட்டத்தை ஆடுகின்றனர்.

எகிறி அடித்து ஆடுகின்ற ஆட்டத்திற்கான உத்திகளை இப்போது பார்க்கலாம். அவற்றில் முதலாவது, தாமதப்படுத்தாதீர்கள். தள்ளிப்போடுதல் என்பது உலகளாவிய கெட்ட குணம். ரோமானியத் தத்துவவியலாளரான சிசேரோ, விஷயங்களைத் தள்ளிப்போடுபவர்களை 'வெறுக்கத்தக்கவர்கள்' என்று வர்ணிக்கும் அளவுக்குச் சென்றுவிட்டார். மதச் சீர்திருத்தவாதியான ஜோனத்தன் எட்வர்ட்ஸ், 'வருங்காலத்தை நம்பியிருப்பது பாவகரமானது, முட்டாள்தனமானது,' என்று எச்சரித்தார். நவீனக்

கணக்கெடுப்புகளில், 95 சதவீதம் பேர், குறைந்தபட்சம் சில நேரங்களிலாவது தாங்கள் விஷயங்களைத் தள்ளிப்போடுவதாகத் தெரிவித்துள்ளனர் (அந்த மீதி 5 சதவீதத்தினர் யார் என்பது எங்களுக்குத் தெரியாது அல்லது யாரை ஏமாற்ற அவர்கள் அவ்வாறு கூறினர் என்பதும் எங்களுக்குத் தெரியாது). சமுதாயம் நவீனமயமாகிக் கொண்டே போகும்போது சபலங்கள் பல்கிப் பெருகுகின்றன. கடந்த நாற்பது ஆண்டுகளாக, உலகெங்கிலும் இருந்து சேகரிக்கப்பட்டிருந்த தரவுகளை ஆராய்ந்த உளவியலாளர் பியர்ஸ் ஸ்டீல், தள்ளிப்போடுதலைக் கிட்டத்தட்ட ஒரு பண்புநலனாகவே ஆக்கிக் கொண்டுள்ளவர்களின் எண்ணிக்கை கடுமையாக அதிகரித்துள்ளதாகத் தெரிவிக்கிறார். சமீபத்தில் சர்வதேச அளவில் நடத்தப்பட்ட ஆய்வுகளில் கலந்து கொண்டவர்களில் 20 சதவீதத்தினர் இப்படி இருக்கின்றனர் என்பது கண்டுபிடிக்கப்பட்டுள்ளது. அமெரிக்காவில் நடத்தப்பட்ட ஆய்வுகளில் கலந்து கொண்டவர்களில் 50 சதவீதத்தினர், விஷயங்களை நிரந்தரமாகத் தள்ளிப்போடுபவர்களாக இருப்பதாகக் கண்டறியப்பட்டுள்ளது.

இதற்கு, விஷயங்களைக் கச்சிதமாகச் செய்ய வேண்டும் என்ற மக்களின் முனைப்பின்மீது சில உளவியலாளர்கள் பழி போடுகின்றனர். கச்சிதவாதிகள் தங்கள் கைகளில் எடுத்துள்ள ஒரு வேலைத் திட்டத்தை, தாங்கள் எதிர்பார்க்கின்ற கச்சிதமான முறையில் செய்ய முடியாமல் போகின்றபோது, அதைத் தள்ளிப்போட முயல்கின்றனர் என்ற வாதம் அவர்களால் முன்வைக்கப்படுகிறது. கோட்பாட்டு அளவில் இது உண்மையாக இருக்கக்கூடும் என்றாலும், கச்சிதத்திற்கும் தள்ளிப்போடுதலுக்கும் இடையே தொடர்பு இருப்பதை நம்பத் தகுந்த விதத்தில் ஆய்வாளர்களால் நிரூபிக்க முடியவில்லை.

தள்ளிப்போடுபவர்களிடம் இருக்கின்ற மற்றொரு பழக்கம், உளத் தூண்டுதல்களின்படி செயல்படுவது. இது பெண்களைவிட ஆண்களிடம், குறிப்பாக, இளவயது ஆண்களிடம், அதிகமாக இருக்கிறது. விஷயங்களைத் தள்ளிப்போடுபவர்கள், ஒரு கடினமான விஷயத்தை எதிர்கொள்கின்றபோதோ அல்லது அன்றாட வேலைகளின் சலிப்புத்தன்மையால் பாதிக்கப்படுகின்றபோதோ, அவர்கள் தங்களுடைய மனநிலையை மேம்படுத்திக் கொள்வதற்காக வேறு ஏதாவது ஒரு காரியத்தில் ஈடுபடுகின்றனர். அவர்கள் உடனடி வெகுமதிகளைப் பெற ஆசைப்படுகின்றனர். எடுத்துக்காட்டாக, ஒரு முக்கியமான ஆய்வுக் கட்டுரையை

எழுதுவதற்குப் பதிலாக அவர்கள் வீடியோ விளையாட்டில் ஈடுபடுவர். அப்போது அவர்கள் தங்களுடைய செய்கைகளின் நீண்டகாலப் பின்விளைவுகளைப் பற்றிப் பெரிதாக அலட்டிக் கொள்வதில்லை. விஷயங்களைத் தள்ளிப்போட்டாலும் அதை வருங்காலத்தில் தாங்கள்தான் செய்தாக வேண்டும் என்ற நினைப்பு அவர்களுக்கு வருகின்றபோது, காலக்கெடு தங்களை நெருக்குகின்றபோதுதான் தாங்கள் சிறப்பாகச் செயல்படுவதாகவும், தங்களுடைய நிலைப்பாடு புத்திசாலித்தனமானது என்றும் அவர்கள் மார்தட்டிக் கொள்கிறார்கள். இது அவர்கள் தங்களைத் தாங்களே சமாதானப்படுத்திக் கொள்கின்ற முயற்சிதான் என்பதை பாமைஸ்டரும் டயான் டைஸுும் கண்டுபிடித்துள்ளனர்.

காலக்கெடு சோதனை

கேஸ் வெஸ்டர்ன் பல்கலைக்கழகத்தில் ஆரோக்கிய உளவியல் பாடம் எடுக்கின்ற டயான், தன் மாணவர்களில் யாரெல்லாம் விஷயங்களைத் தள்ளிப்போட்டனர் என்பதைக் கண்டுபிடிப்பதற்கான பரிசோதனைகளில் ஈடுபட்டார். ஓராண்டின் தொடக்கத்தில், அவர் தன் மாணவர்களின் படிப்புப் பழக்கம் குறித்த ஒரு கேள்விப் பட்டியலை அவர்களிடம் கொடுத்து அதை நிரப்பித் தருமாறு அவர்களிடம் கேட்டுக் கொண்டார். பின்னர், அவர் தன் மாணவர்களுக்கு ஒரு பணித்திட்டத்தைக் கொடுத்தார். அதற்கான காலக்கெடு அந்தப் பருவத்தின் கடைசி வெள்ளிக்கிழமை என்றும் அவர் அறிவித்தார். ஒருவேளை அந்தக் காலக்கெடுவைத் தவறவிட்டவர்கள், அதற்கடுத்தச் செவ்வாய்க்கிழமை அதைச் சமர்ப்பிக்கலாம் என்றும், அதையும் தவறவிட்டவர்கள், அதற்கடுத்த வெள்ளிக்கிழமைக்குள் அதைச் சமர்ப்பிக்க வேண்டும் என்றும் அவர் தெரிவித்தார். முன்பு சமர்ப்பித்திருந்த கேள்வித்தாளின் அடிப்படையில் தள்ளிப்போடுபவர்களாக அடையாளம் காணப்பட்டிருந்த மாணவர்கள், முதல் இரண்டு காலக்கெடுக்களைக் குறித்துக் கொள்ளக்கூட இல்லை என்பதை அந்தப் பேராசிரியர் பின்னர் கண்டுபிடித்தார்.

மாணவர்கள் சமர்ப்பித்திருந்த பணித்திட்டம், மதிப்பீடு செய்யப்படுவதற்காக வேறு பேராசிரியர்களுக்கு அனுப்பி வைக்கப்பட்டது. எந்த மாணவர்கள் இறுதிக் காலக்கெடுவின்போது தங்களுடைய பணித்திட்டத்தைச் சமர்ப்பித்திருந்தார்கள், எவர்

முன்னதாகச் சமர்ப்பித்திருந்தார்கள் என்ற விபரம் அந்தப் பேராசிரியர்களுக்குக் கொடுக்கப்படவில்லை. ஆனால், பாமைஸ்டரும் டயானும் அதைக் குறித்து வைத்திருந்தனர். கேள்வித்தாள் மூலமும் சமர்ப்பித்திருந்த நேரத்தின் அடிப்படையிலும் தள்ளிப்போடுபவர்களாக அடையாளம் காணப்பட்டிருந்த மாணவர்கள், அனைத்து விதமான கல்விசார் அளவீடுகளிலும் மோசமாகச் செய்திருந்தனர். அந்தப் பணித்திட்டத்தை அவர்கள் மோசமாகச் செய்திருந்ததோடு, பருவ இறுதித் தேர்விலும் மோசமான மதிப்பெண்களைப் பெற்றிருந்தனர்.

அந்த மாணவர்களுக்கு வேறொரு பணித்திட்டமும் வழங்கப்பட்டிருந்தது. அதன்படி, அவர்கள் அந்தப் பருவம் முழுவதும் அவர்களுடைய சொந்த உடல்நிலை குறித்தும், அவர்களுக்கு வந்திருந்த நோய்கள் குறித்தும், அவர்கள் கல்லூரி வளாகத்திலிருந்த சிகிச்சையகத்திற்கு எத்தனை முறை, எந்தெந்த நோய்களுக்காகச் சென்றிருந்தனர் என்பது குறித்தும் விரிவான குறிப்புகளை எடுத்து வைக்க வேண்டும். அந்தப் பருவத்தின் முடிவில் டயான் அவற்றை ஆராய்ந்தபோது பெரும் வியப்படைந்தார். ஏனெனில், சரியான காலக்கெடுவுக்குள் பணித்திட்டங்களைச் சமர்ப்பித்திருந்த நபர்களைவிட, விஷயங்களைத் தள்ளிப்போட்ட நபர்கள் அதிக ஆரோக்கியமாக இருந்தனர். அவர்கள் குறைவாக நோய்வாய்ப்பட்டிருந்தனர், குறைவான முறை சிகிச்சையகத்திற்குச் சென்றிருந்தனர். ஆனால், அதை இன்னும் தீவிரமாக ஆராய்ந்தபோது, ஆரோக்கியம் தொடர்பாக அவர்கள் சமர்ப்பித்திருந்த அறிக்கைகள், அந்தப் பருவத்தின் கடைசி வாரத்திற்கு முன்பாக முற்றுப் பெற்றிருந்ததை அவர் கண்டார். அதற்குப் பிறகு என்னவாயிற்று என்பதைத் தெரிந்து கொள்ள டயான் விரும்பினார்.

அதனால், இரண்டு பருவங்களை உள்ளடக்கிய மற்றோர் ஆய்வை, வேறு மாணவர்களைக் கொண்டு நடத்த அவர் முடிவு செய்தார். அவர்கள் முதல் பருவம் முழுவதும் அதிகமாக அலட்டிக் கொள்ளாமல் இருந்ததால் ஆரோக்கியமாக இருந்தனர். ஆனால், இறுதியில் காலக்கெடு வந்தடைந்தபோது, அவர்களுடைய மன அழுத்தம் எகிறியிருந்தது. அந்தப் பருவத்தின் முடிவில் அவர்கள் உடல்நிலைரீதியாகக் கடுமையாக பாதிக்கப்பட்டனர்.

விஷயங்களை மிகவும் தள்ளிப்போட்டு வந்தவர்களில் சிலர் காலக்கெடு முடிந்த பிறகும் தங்களுடைய பணித்திட்டத்தைச்

சமர்ப்பித்திருக்கவில்லை. ஒரு கட்டத்திற்குப் பிறகு, உங்களிடம் மலையளவு மன உறுதி இருந்தாலும் அது உங்களைக் காப்பாற்றாது. ஆனால், தள்ளிப்போடுவதில் வல்லவர்கள்கூட, விஷயங்களை எகிறி அடிப்பதன் மூலம் தங்களுடைய நிலைமையை மாற்றிக் கொள்ள முடியும். இந்தப் புத்தகத்தில் அது தொடர்பான எண்ணற்ற உத்திகளை நாம் ஏற்கனவே பார்த்திருக்கிறோம். அடுத்து, நாம் அவற்றைப் பரிசீலனை செய்து நடைமுறைப்படுத்துவதற்கான வழிமுறைகளை ஆராயலாம்.

உங்களுடைய வரம்புகளை அறிந்திருங்கள்

முதலில், மன உறுதி குறித்து இரண்டு அடிப்படை விஷயங்களை நீங்கள் அங்கீகரித்தாக வேண்டும். ஒன்று, மன உறுதிக்கு வரம்பு உண்டு. இரண்டாவது, நீங்கள் உங்களுடைய மன உறுதியைப் பலதரப்பட்ட விஷயங்களுக்குப் பயன்படுத்துகிறீர்கள். முதல் நாள் நன்றாகத் தூங்கி எழுந்து, காலை உணவை ஒழுங்காகச் சாப்பிட்டிருந்தால், முழுமையான மன உறுதி இருப்போடு நீங்கள் அன்றைய நாளைத் துவக்குவீர்கள். பின் அன்றைய தினத்தில் நடக்கின்ற பல விஷயங்கள் உங்களுடைய மன உறுதியைச் சிறிது சிறிதாக சாப்பிட்டுக் கொண்டிருக்கும்.

எடுத்துக்காட்டாக, ஒரு சராசரி நாளில் என்னவெல்லாம் நிகழும் என்று பார்க்கலாம். காலையில் உங்களுடைய உடல் இன்னும் சிறிது நேரம் தூங்குவதற்கு உங்களைக் கெஞ்சிக் கொண்டிருக்கின்றபோது, நீங்கள் வலுக்கட்டாயமாகப் படுக்கையிலிருந்து எழுவீர்கள். அலுவலகத்திற்குச் செல்கின்ற வழியில் போக்குவரத்து நெரிசலை நீங்கள் எதிர்கொள்வீர்கள். உங்களுடைய மேலதிகாரி உங்களுக்கு எரிச்சலூட்டும் விதமாக நடந்து கொள்கின்றபோது, எதிர்த்துப் பேசாமல் உங்கள் வாயை மூடிக் கொண்டிருப்பீர்கள். உங்களுடைய வாழ்க்கைத் துணைவர் உங்களிடம் கோபமாகப் பேசுகின்றபோது நீங்கள் அதற்கு எதிர்வினையாற்றாமல் இருக்க முயல்வீர்கள். நீங்கள் ஒரு பொருளை வாங்கச் செல்கின்ற கடையிலுள்ள ஊழியர், ‘ஒரு நிமிடம்’ என்று கூறிவிட்டுப் பத்து நிமிடங்கள் எடுத்துக் கொள்வதை நீங்கள் சகித்துக் கொள்கிறீர்கள். அலுவலகக் கூட்டம் ஒன்றில் உங்களுடைய சக ஊழியர் சலிப்பூட்டும் ஒரு சொற்பொழிவை நிகழ்த்திக் கொண்டிருக்கின்றபோது, நீங்கள் உங்களுடைய உணர்ச்சிகளை வெளிக்காட்டாமல் அமர்ந்திருக்கிறீர்கள். ஒப்பனை அறைக்குச் செல்வதை

நீங்கள் தள்ளிப்போடுகிறீர்கள். நீங்கள் ஒரு கடினமான பணித்திட்டத்தைத் துவக்குகிறீர்கள். உங்களுடைய தட்டில் இருக்கின்ற உருளைக்கிழங்கு வறுவல் முழுவதையும் நீங்கள் காலி செய்ய விரும்பினாலும், பாதியை மிச்சம் வைக்கிறீர்கள். மெதுவோட்டத்தில் ஈடுபடுவதிலிருந்து உங்களை நீங்கள் கட்டுப்படுத்திக் கொள்கிறீர்கள். இந்த அனைத்து நடவடிக்கைகளும் சிறுகச் சிறுக உங்களுடைய மன உறுதியைச் சுரண்டிக் கொண்டிருக்கும்.

நம்முடைய மன உறுதி காலியாக இருப்பது பொதுவாக நமக்கு வெளிப்படையாகத் தெரியாது. தீர்மானங்கள் எடுக்கும்போதுதான் அது நமக்கு அவசியம் தேவைப்படும். தீர்மானங்களை மேற்கொள்வதற்கு நமக்கு மன உறுதி தேவை என்ற உணர்வு நமக்கு இருப்பதில்லை. இரவு என்ன உணவை உண்ண வேண்டும், எங்கு உல்லாசப் பயணம் செல்ல வேண்டும், யாரை வேலைக்கு அமர்த்த வேண்டும், எவ்வளவு செலவு செய்ய வேண்டும் போன்ற தீர்மானங்களை எடுப்பதற்கு மன உறுதி தேவைப்படும். கற்பனையாக மேற்கொள்ளப்படுகின்ற உத்தேசத் தீர்மானங்கள்கூட நம்முடைய மன உறுதியைக் காலி செய்துவிடுகின்றன. கடினமான சில தீர்மானங்களை நீங்கள் மேற்கொண்டால் உங்களுடைய மன உறுதி பலவீனமாகிவிடும் என்பதை நீங்கள் நினைவில் வைத்திருக்க வேண்டும்.

இங்கு நாம் கணக்கில் எடுத்துக் கொள்ள வேண்டிய விஷயம், தீர்மானங்களுக்காகச் செலவிடப்படுகின்ற ஆற்றல்தானே அன்றி, அதன் விளைவுகள் அல்ல. எடுத்துக்காட்டாக, நீங்கள் ஒரு சபலத்திற்கு ஆட்படாமல் இருக்க வேண்டும் என்று போராடுகிறீர்கள். இறுதியில் நீங்கள் அதற்குப் பலியாகிவிடுகிறீர்கள். அப்போதும் உங்களுடைய மன உறுதி செலவாகித்தான் இருக்கும். சபலத்திற்கு ஆளாவது நீங்கள் ஏற்கனவே செலவழித்துள்ள உங்களுடைய மன உறுதியை மீண்டும் இட்டு நிரப்பாது. ஆனால், அதற்கு மேலும் நீங்கள் உங்களுடைய மன உறுதியைச் செலவழிக்க வேண்டியிருக்காது என்பதுதான் இதிலுள்ள ஒரே சாதகமான விஷயம்.

அறிகுறிகள் தென்படுகின்றனவா என்று அவதானியுங்கள்

மன உறுதி தீர்ந்துவிட்டது என்பது போன்ற உணர்வு எதுவும் உங்களுக்கு ஏற்படாது. அதனால், நீங்கள் நுட்பமான அறிகுறிகளைத்தான் இதற்காக நம்பியிருக்க வேண்டும்.

ஏதாவது விஷயங்கள் உங்களை அளவுக்கதிகமாகத் தொந்தரவு செய்கின்றனவா? சாதாரண விஷயங்கள் குறித்துக்கூட நீங்கள் உடனடியாக முடிவெடுக்க முடியாமல் தடுமாறுகிறீர்களா? ஒரு தீர்மானத்திற்கு வருவதற்கு வழக்கத்தைவிட அதிகமாக நீங்கள் தயங்குகிறீர்களா? மனரீதியாகவோ அல்லது உடல்ரீதியாகவோ உங்கள் ஆற்றல் உறிஞ்சப்பட்டுள்ளதாக நீங்கள் உணர்கிறீர்களா? இப்படிப்பட்ட உணர்வுகள் உங்களுக்கு ஏற்பட்டால், அதற்கு முந்தைய சில மணி நேரங்களைத் திருப்பிப் பார்த்து, உங்களுடைய மன உறுதியை நீங்கள் காலி செய்திருக்கக்கூடிய என்னென்ன நடவடிக்கைகளில் நீங்கள் இறங்கியிருந்தீர்கள் என்று பாருங்கள். அப்படி இருக்கும் பட்சத்தில், மீதமிருக்கின்ற மன உறுதியைச் செலவழிக்காமல் இருப்பதை உறுதி செய்து கொள்ளுங்கள்.

உங்களுடைய மன உறுதி காலியாகி இருக்கும்போது, விரக்தி, வழக்கத்தைவிட அதிகமாக உங்களைத் தொந்தரவுக்கு ஆளாக்கும். நீங்கள் பின்வருத்தம் கொள்கின்ற சிலவற்றைச் சொல்லக்கூடும். சாப்பிடுவதற்கும் குடிப்பதற்கும் செலவழிப்பதற்கும் உங்களிடம் ஏற்படுகின்ற தூண்டுதலை எதிர்ப்பது வழக்கத்தைவிட அதிகக் கடினமாக இருக்கும். அப்போது நீங்கள் மேற்கொள்கின்ற தவறுகளின் தாக்கம் உங்களுடைய நிதியிலும் உங்களுடைய உறவிலும் உங்களுடைய எடையிலும் எதிரொலிக்கக்கூடும். உங்கள் ஆற்றல் முழுவதும் உறிஞ்சப்பட்டு இருக்கின்ற நிலையில் முக்கியமான தீர்மானங்கள் எதையும் எடுக்காதீர்கள்.

நியாயமான எடைபோடுதல்கள் அப்போது கடினமாக இருக்கும். நீங்கள் உங்களுக்குப் பாதுகாப்பாக இருக்கின்ற தீர்மானங்களை மேற்கொள்ளவே விரும்புவீர்கள். அது பிறரைக் காயப்படுத்தினாலும் நீங்கள் கவலைப்பட மாட்டீர்கள். உங்களுடைய குளூக்கோஸ் அளவு குறைவாக இருக்கின்றபோது, அதை இட்டு நிரப்புகின்ற தீர்மானத்தைத்தான் நீங்கள் முதலில் எடுத்தாக வேண்டும். உடனடி நிவாரணத்திற்கு இனிப்புப் பானங்களை அருந்தலாம். ஆனால், புரதத்தை உட்கொள்வது சிறந்தது. ஆரோக்கியமான உணவை உங்கள் உடலுக்குள் செலுத்திவிட்டு, அரைமணி நேரம் காத்திருங்கள். பின்னர் தீர்மானம் எடுக்க முயலுங்கள்.

உங்களுடைய போராட்டங்களைத் தேர்ந்தெடுங்கள்

உங்களுடைய வாழ்க்கைக்குள் வருகின்ற மன அழுத்தங்களைக்

கட்டுப்படுத்தவோ அல்லது அவற்றைப் பற்றி முன்கூட்டியே கணிக்கவோ உங்களால் முடியாது. ஆனால், நீங்கள் அமைதியாக இருக்கின்றபோது, எகிறி அடிப்பதற்கான திட்டத்தை உங்களால் வகுத்துக் கொள்ள முடியும். உடற்பயிற்சி செய்வதற்கு ஒரு திட்டத்தை வகுத்துக் கொள்ளுங்கள். ஒரு புதிய திறனைக் கற்றுக் கொள்ளுங்கள். புகைபிடிப்பதை நிறுத்துங்கள், குடிப்பதைக் குறைத்துக் கொள்ளுங்கள். ஆரோக்கியமான உணவுப் பழக்கம் தொடர்பான ஒன்றிரண்டு பழக்கங்களை வளர்த்துக் கொள்ளுங்கள். நீங்கள் அமைதியாக இருக்கின்ற நேரத்தில் இத்தீர்மானங்களை மேற்கொள்வது நல்லது. அப்போதுதான், எவற்றை உங்களால் எதிர்த்து நிற்க முடியும் என்பதை அறிந்து கொண்டு, புத்திசாலித்தனமாக அவற்றை உங்களால் தேர்ந்தெடுக்க முடியும்.

உங்களுடைய போராட்டங்களைத் தேர்ந்தெடுக்க முனைகின்றபோது உடனடிச் சவால்களைத் தாண்டிப் பார்க்கக் கற்றுக் கொள்ளுங்கள். உங்களுடைய ஒட்டுமொத்த வாழ்க்கையையும் கணக்கில் எடுத்துக் கொள்ளுங்கள். நீங்கள் வந்து சேர நினைத்திருந்த இடத்திற்குத்தான் வந்து சேர்ந்திருக்கிறீர்களா? இதைவிட மேம்பட்ட எதையாவது செய்ய முடியுமா? இவற்றை நீங்கள் அன்றாடச் சூழலில் எடுக்க முடியாது என்பது வெளிப்படை. ஆண்டுக்கு ஒரு நாளை, இப்படி உங்களுடைய வாழ்க்கையைத் திரும்பிப் பார்த்து அலசுவதற்கு ஒதுக்கிக் கொள்ளலாம். எடுத்துக்காட்டாக, உங்களுடைய பிறந்தநாளன்று, கடந்த ஆண்டை நீங்கள் எவ்வளவு சிறப்பாகக் கழித்திருந்தீர்கள் என்று அசைபோட்டுப் பார்க்கலாம். அதை ஒரு குறிப்பேட்டில் குறித்து வைத்துக் கொள்ளலாம். அப்படிப்பட்ட ஒரு பழக்கத்தை நீங்கள் வளர்த்துக் கொண்டால், பல ஆண்டுகள் திரும்பிப் பார்த்து, உங்களுடைய முன்னேற்றம் எப்படி இருந்து வந்துள்ளது என்பதை உங்களால் அறிந்து கொள்ள முடியும். எந்த இலக்குகளை நீங்கள் அடைந்துள்ளீர்கள், எந்த இலக்குகளை நீங்கள் அடையவில்லை, எந்த இலக்குகள் சாத்தியமற்றவை போன்றவற்றை உங்களால் அறிந்து கொள்ள முடியும். நீங்கள் ஒரு பொதுவான ஐந்தாண்டு நோக்கத்தையும் திட்டவட்டமான மாதாந்திர இலக்குகளையும் கொண்டிருத்தல் நல்லது. மாதக் கடைசியில் நீங்கள் அவற்றை அலசிப் பார்க்கின்றபோது, நீங்கள் அனைத்து இலக்குகளையும் அடைந்திருக்காவிட்டாலும், உங்களுடைய வாழ்க்கை தொடர்ந்து மேம்பட்டுக் கொண்டிருக்கிறதா என்பதை உங்களால் அவதானிக்க

முடியும்.

உடனடியான பெரிய மாற்றங்களை நீங்கள் இலக்காகக் கொண்டிருக்கின்றபோது அது உங்களுக்குப் பின்னடைவை ஏற்படுத்தக்கூடும். எடுத்துக்காட்டாக, எடுத்த எடுப்பிலேயே, சிகரெட் குடிப்பதை ஒட்டுமொத்தமாக நிறுத்துவதற்குப் பதிலாக, முதலில் இரண்டு அல்லது மூன்று சிகரெட்டுகளைக் குறைத்துக் கொள்வதிலிருந்து நீங்கள் தொடங்கலாம். நீங்கள் உங்களுடைய மன உறுதி தொடர்பாக ஒரு செலவு அட்டவணையையும் உருவாக்கிக் கொள்ளலாம். உங்களுடைய மன உறுதியை இன்று எப்படிச் செலவழிப்பீர்கள், இந்த மாதம் எப்படிச் செலவழிப்பீர்கள், அடுத்த மாதம் எப்படிச் செலவழிப்பீர்கள் என்று திட்டமிட்டுக் கொள்ளலாம். ஒரு குறிப்பிட்ட மாதத்தில், வருமான வரிக் கணக்கைத் தாக்கல் செய்வதற்காக உங்களுக்குக் கூடுதலாக மன உறுதி தேவைப்படும் என்று நீங்கள் கருதினால், அதற்காக வேறு எந்த வேலைகளைக் குறைத்துக் கொள்ளலாம் என்று நீங்கள் கணக்குப் போட்டுக் கொள்ளலாம்.

நீங்கள் உங்களுடைய வேலைகளுக்கான கால அட்டவணையை உருவாக்கும்போது, சலிப்பூட்டும் வேலைகளுக்கு, கூடிய மட்டிலும் குறைவான நேரத்தை ஒதுக்கிக் கொள்ளுங்கள். பார்க்கின்சன் விதியைப் பற்றி நீங்கள் கேள்விப்பட்டிருக்கலாம்: "உங்களிடம் கூடுதல் நேரம் இருந்தால், வேலை அதையும் வாரிச் சுருட்டிக் கொள்கின்ற அளவுக்கு விரிவடைந்துவிடும்." அதனால், சலிப்பூட்டும் வேலைகளுக்குக் குறிப்பிட்ட அளவு நேரத்தை முன்கூட்டியே ஒதுக்கிக் கொள்ளுங்கள். மொட்டையாக, "உடை அலமாரியை ஒழுங்கு செய்ய வேண்டும்," என்று திட்டமிடாதீர்கள். அப்படிச் செய்தால், நீங்கள் ஒரு நாள் முழுவதையும் அதற்குச் செலவழித்தாலும் அது போதாமல் போய்விடும். மாறாக, "சனிக்கிழமையன்று இதற்காக நான் இரண்டு மணி நேரம் ஒதுக்கப் போகிறேன்," என்று நீங்கள் தீர்மானித்துக் கொள்ளலாம்.

செய்யப்பட வேண்டிய வேலைகளின் பட்டியல் ஒன்றைத் தயார் செய்து கொள்ளுங்கள்

செய்யப்பட வேண்டிய வேலைகளின் வரலாறு உட்பட அது தொடர்பான பல விஷயங்களை நாம் வேறோர் அத்தியாயத்தில் பார்த்தோம். ஆனாலும், அதைத் தொடங்குவதற்குச் சில

வாசகர்கள் தயங்கிக் கொண்டிருக்கக்கூடும். அது ஒரு சலிப்பூட்டும் வேலையாக அவர்களுக்குத் தோன்றலாம். அவர்களுக்கு நாங்கள் இப்படி ஒரு யோசனையை முன்வைக்கிறோம். அப்படிப்பட்டதொரு பட்டியலை நீங்கள் தயாரித்துவிட்டால், அதற்குப் பிறகு நீங்கள் அந்த விஷயங்களைப் பற்றிக் கவலைப்பட்டுக் கொண்டிருக்க வேண்டிய தேவை இல்லாமல் போய்விடும். நாம் ஏற்கனவே பார்த்திருந்ததைப்போல, முடிந்திராத வேலைகளை நீங்கள் அலட்சியப்படுத்த முயன்றால், உங்களுடைய ஆழ்மனம் அது குறித்து உங்களை நச்சரித்துக் கொண்டே இருக்கும். தள்ளிப்போடுவதன் மூலமோ அல்லது மறந்துவிடுவதன் மூலமோ அவற்றை உங்களால் ஒழித்துக்கட்ட முடியாது.

ஆனால், நீங்கள் ஒரு திட்டவட்டமான திட்டத்தை வகுத்துக் கொண்டால், உங்களுடைய ஆழ்மனம் அடங்கிவிடும். அது குறித்து நீங்கள் அடுத்து என்ன நடவடிக்கை எடுக்கப் போகிறீர்கள், யாரைத் தொடர்பு கொள்ளப் போகிறீர்கள், அதை எப்படிச் செய்யப் போகிறீர்கள் (தொலைபேசி மூலமாகவா அல்லது மின்னஞ்சல் மூலமாகவா அல்லது நேரிலா?) என்பதை முடிவு செய்து கொள்வது நல்லது. எப்போது, எங்கு அதைச் செய்யப் போகிறீர்கள் என்பதை உங்களால் முடிவு செய்ய முடிந்தால் இன்னும் நல்லது.

திட்டமிடுதலிலுள்ள தவறான நம்பிக்கைகள் குறித்து எச்சரிக்கையாக இருங்கள்

நீங்கள் ஓர் இலக்கை நிர்ணயிக்கின்றபோது, திட்டமிடுதலிலுள்ள தவறான நம்பிக்கைகள் குறித்து எச்சரிக்கையாக இருங்கள். இது மாணவர்களிலிருந்து வல்லுநர்கள்வரை எவரையும் விட்டுவைப்பதில்லை. எங்காவது ஏதாவது ஒரு கட்டடமோ அல்லது ஒரு நெடுஞ்சாலையோ திட்டமிடப்பட்டிருந்த காலத்திற்கு ஆறு மாதங்களுக்கு முன்பாக நிறைவேறியிருந்ததை நீங்கள் பார்த்ததுண்டா? அது போன்ற திட்டங்கள் தள்ளிக் கொண்டே போகும், அவற்றுக்கு நிர்ணயிக்கப்பட்டிருந்த தொகையும் அதிகரித்துக் கொண்டே போகும்.

இது தொடர்பாக ஏகப்பட்ட ஆய்வுகள் நடத்தப்பட்டுள்ளன. இது அனைவரையும் பாதிக்கக்கூடும் என்றாலும், விஷயங்களைத் தள்ளிப்போடுபவர்களை இது அதிகமாக பாதிக்கும். அவர்கள் கடைசி நேரத்தில் கடினமாக உழைத்து, காலக்கெடுவுக்குள் விஷயங்களை முடித்துவிடலாம்

என்று திட்டமிடுவர். அதற்கு எவ்வளவு நேரம் ஆகும் என்று கணக்கிடுகின்றபோது, அவர்கள் அதை எப்போதும் குறைத்து மதிப்பிட்டுவிடுவர். பின் அந்தக் குறைவான நேரத்திற்குள் தங்களால் அதைச் செய்து முடிக்க முடியாது என்பதை அவர்கள் உணர்ந்து கொள்வர்.

இதைத் தவிர்ப்பதற்கு, வலுக்கட்டாயமாக நீங்கள் உங்களுடைய கடந்தகாலத்தைத் திரும்பிப் பார்க்கலாம். கடந்த முறை இதே போன்ற ஒன்றைச் செய்து முடிப்பதற்கு உங்களுக்கு எவ்வளவு காலம் பிடித்ததோ, இம்முறை அதைவிடச் சிறிது கூடுதலான நேரத்தை ஒதுக்குவது பலனளிக்கும். நம் அனைவருக்குமே, ஒரு விஷயத்தைச் செய்து முடிக்க எவ்வளவு காலம் ஆகும் என்று திட்டமிடுவதில் சிக்கல் இருக்கிறது. பெரும்பாலும் நாம், அதற்கு உண்மையிலேயே ஆகும் நேரத்தைவிடக் குறைவாகவே ஆகும் என்று கருதிக் கொள்கிறோம். ஆனால், பிறருடைய திட்டங்களை எடைபோடுகின்றபோது, அதைச் செய்து முடிக்க அந்த நபருக்கு எவ்வளவு காலம் ஆகும் என்பதை நம்மால் கிட்டத்தட்டத் துல்லியமாகக் கணித்துவிட முடிகிறது. அதனால், இதை மீறுவதற்கு, உங்களுடைய திட்டங்களுக்கு ஆகக்கூடிய நேரத்தைக் கணிப்பதற்கு நீங்கள் பிறருடைய உதவியை நாடுவது ஒரு நல்ல யோசனையாக இருக்கும்.

அடிப்படைகளை மறந்துவிடாதீர்கள்

நீங்கள் ஓர் இலக்கை நோக்கிச் செயல்படத் தொடங்கியதும், உங்களுடைய மன உறுதி பிற வழிகளில் தன் செலவுகளைச் சுருக்கிக் கொள்ளும். தங்களுடைய காலுறைகளைத் துவைக்காமல் அணிந்து கொள்கின்ற, குளிக்காமல் இருக்கின்ற, மற்றும் ஆரோக்கியமற்ற உணவுகளை உண்கின்ற மாணவர்களைப் பற்றி மேற்கொள்ளப்பட்டிருந்த ஆய்வைப் பற்றி நாம் ஏற்கனவே பார்த்தோம். தங்களுடைய மன உறுதியை முழுக்க முழுக்கத் தேர்வுகளுக்குப் படிப்பதற்குச் செலவழிக்க முயன்ற அந்த மாணவர்களின் நடத்தை அவர்களைப் பொறுத்தவரை சரியானதாக இருக்கும் என்பதில் சந்தேகம் இல்லை. ஆனால், அவர்களுடன் அதே அறையில் தங்கியிருக்கின்ற பிற மாணவர்களைப் பொறுத்தவரை அது ஏற்புடைய நடத்தை அல்ல. அது தகராறுக்கு வழி வகுக்கும். அதன் காரணமாக எல்லோருடைய ஆற்றலும் வீணாகும், மன வருத்தங்கள் அதிகரிக்கும்.

சுய கட்டுப்பாடு, நீங்கள் உங்களுடைய உடல் ஆரோக்கியத்தையும் தூக்கத்தையும் பேணுகின்றபோதுதான் சிறப்பாகச் செயல்படும். நீங்கள் இனிப்பு வகைகளைச் சாப்பிடுவதில் தப்பில்லை. ஆனால், அடிக்கடி ஆரோக்கியமான உணவு வகைகளையும் சாப்பிட மறக்காதீர்கள். உணவைவிடத் தூக்கம் அதிக முக்கியமானது. தூக்கமின்மை குறித்து ஆய்வாளர்கள் அதிகமாக ஆராய ஆராய, அதன் மோசமான விஷயங்கள் குறித்த நிரூபணங்கள் அவர்களுக்கு மேன்மேலும் கிடைத்துக் கொண்டிருக்கின்றன. உங்களுடைய உடல் போதுமான அளவு ஓய்வை எடுத்துக் கொண்டு அதுவாகவே விழிப்பதற்கு முன்னால், அதை எழுப்பி அதற்குக் காபி கொடுப்பது சரியான செயலல்ல. காலையில் விஷயங்கள் நன்றாகத் தெரியும் என்ற கூற்றுக்குப் பின்னால் இருக்கின்ற காரணம், காலைநேர வெளிச்சம் பிரமாதமான விளைவுகளை ஏற்படுத்திவிடும் என்பது அல்ல. மாறாக, அது நல்ல தூக்கத்தைப் பற்றியது. நன்றாக ஓய்வெடுத்துள்ள ஒருவரின் மன உறுதி வலுவாக இருக்கும்.

உங்களுடைய மன உறுதியை அதிகரித்துக் கொள்வதற்கு உங்களுடைய இடத்தை நேர்த்தியாக வைத்துக் கொள்வது உதவும். நாம் ஏற்கனவே பார்த்துள்ளதுபோல, சுத்தமாக இருக்கின்ற மேசை, அலங்கோலமாக இருக்கின்ற மேசையைவிட அதிக சுய கட்டுப்பாட்டை ஒருவருக்குக் கொடுக்கும். உங்களுடைய படுக்கையோ அல்லது உங்களுடைய மேசையோ நேர்த்தியாக இருக்கிறதா இல்லையா என்பது குறித்து நீங்கள் கவலைப்படாமல் இருக்கலாம். ஆனால், சுற்றுச்சூழலில் இருக்கின்ற இந்த மறைமுகமான குறியீடுகள் உங்களுடைய மூளையின்மீது ஒரு நுட்பமான தாக்கம் ஏற்படுத்துகின்றன, உங்களுடைய நடத்தையை மாற்றுகின்றன. இறுதியில், சுய கட்டுப்பாட்டைக் கடைபிடிப்பது கடினமானதாக ஆகிவிடுகிறது.

நீங்கள் வழமையாகக் கடைபிடிக்கின்ற நடவடிக்கைகளால் மோசமான பழக்கங்கள் வலுவடைகின்றன. நீங்கள் உங்களுடைய அலுவலகத்திற்குச் செல்கின்ற வழியில் இருக்கின்ற கேக் கடை, மதியச் சாப்பாட்டிற்குப் பிறகு தினமும் புகைக்கின்ற ஒரு சிகரெட், வேலை முடிந்த பிறகு வழமையாகச் செல்கின்ற மதுவிடுதி, பின்னிரவில் சாய்வு நாற்காலியில் படுத்துக் கொண்டு தொலைக்காட்சி நிகழ்ச்சியைப் பார்த்துக் கொண்டே சுவைக்கின்ற ஐஸ்கிரீம் போன்றவை இவற்றுக்கான சில எடுத்துக்காட்டுகள். இந்தப்

பழக்கங்களை மாற்றுவதற்கு, நீங்கள் உங்களுடைய வழமையான நடைமுறைகளை மாற்றினாலே போதும். அலுவலகத்திற்கு வேறு வழியில் செல்லுங்கள். மதிய உணவுக்குப் பின்னர் காலாற நடப்பதை வழக்கமாக்கிக் கொள்ளுங்கள். வேலை முடிந்த பிறகு உடற்பயிற்சிக்கூடத்திற்குச் செல்லுங்கள். ஐஸ்கிரீமைச் சாப்பாட்டு மேசையில் வைத்து மட்டும் உண்ணுங்கள். இணையத்தில் உலாவுவதற்குத் தனியாக வேறு ஒரு கணினியைப் பயன்படுத்துங்கள்.

நேர்மறையான தள்ளிப்போடுதலின் சக்தி

பொதுவாக, தள்ளிப்போடுதல் ஒரு மோசமான பழக்கம். நேர்மறையான தள்ளிப்போடுதல் என்ற ஒன்று இருக்கிறது. அது அபூர்வமாக நிகழ்கின்ற ஒன்று. சாக்லெட் சாப்பிட வேண்டும் என்று சபலத்தை அடக்குவதற்கு, அதை ஒரேயடியாக நிராகரிக்காமல், அந்த எண்ணத்தைத் தள்ளிப்போடுவது நல்ல பலன் தரும் என்று முந்தைய அத்தியாயத்தில் நாம் பார்த்தோம், இல்லையா? 'நான் பின்னால் பார்த்துக் கொள்கிறேன்' என்ற உத்தி வேறு சில சபலங்களுக்கும் பலனளிக்கும். எடுத்துக்காட்டாக, நீங்கள் பார்த்துக் கொண்டிருக்கின்ற தொலைக்காட்சி நிகழ்ச்சி, உங்களை வேலையின் பக்கம் திரும்பிச் செல்ல விடாமல் தடுத்துக் கொண்டிருக்கிறதா? அதைப் பதிவு செய்து வைத்துவிட்டு, பின்னர் அதைப் பார்த்துக் கொள்வதாக உங்களுக்கு நீங்களே கூறிக் கொள்ளுங்கள். வேலையை முடித்தப் பிறகு, அந்த நிகழ்ச்சியைப் பார்க்க வேண்டும் என்ற உந்துதல் உங்களுக்கு எழாமல் போகலாம். ஏனெனில், நீங்கள் உங்களுடைய வேலையைத் தள்ளிப்போடுவதற்குத்தான் அதைப் பயன்படுத்தி இருந்திருக்கக்கூடும். சில நேரங்களில், மோசமான காரியங்களைத் தள்ளிப்போடுவதன் மூலம் அதை உங்களால் தவிர்த்துவிட முடியும்.

தள்ளிப்போடுபவர்கள் பொதுவாக ஒரு வேலையைத் தள்ளிப்போட முயல்கின்றபோது, அதற்குப் பதிலாக வேறு ஒரு வேலையைக் கையில் எடுத்துக் கொள்வர். அவர்கள் ஒருபோதும் சும்மா இருப்பதில்லை. இந்த மனப்போக்கைத் திறமையாகப் பயன்படுத்துவதற்கு இதைவிட மேம்பட்ட ஒரு வழி இருக்கிறது.

சும்மா இருக்கின்ற மாற்று வழி

பதினைந்து நிமிடங்களுக்கு 250 வார்த்தைகளைக் கண்டிப்பாக எழுத வேண்டும் என்ற உறுதியோடு இயங்கிய அந்தோனி டுரோலோப்பைப் பற்றி நாம் வேறோர் அத்தியாயத்தில் படித்தோம். ரேமன்ட் சான்ட்லர் என்ற எழுத்தாளர் வேறொரு வழியைப் பரிந்துரைக்கிறார்.

"நான் உத்வேகத்திற்காகக் காத்துக் கொண்டிருப்பேன்," என்று கூறுகின்ற அவர், அதை ஒரு திட்டவட்டமான முறையில் செய்து வருகிறார். "தொழில்முறை எழுத்தாளர்கள் தினமும் குறைந்தபட்சம் நான்கு மணி நேரத்தையாவது எழுதுவதற்கு ஒதுக்கி வைத்துவிட வேண்டும். அவர் எழுதுகின்ற மன நிலையில் இல்லை என்றால் எழுத வேண்டியதில்லை. இன்னும் சொல்லப் போனால், அதற்கு அவர் முயற்சி செய்யக்கூடக் கூடாது. அவர் சன்னல் வழியாக வெளியே பார்த்துக் கொண்டிருக்கலாம், தரையில் தலைகீழாக நின்று கொண்டிருக்கலாம். ஆனால், படிப்பது, கடிதங்கள் எழுதுவது, காசோலைகள் எழுதுவது போன்ற நேர்மறையான விஷயங்கள் எதிலும் அவர் ஈடுபடக்கூடாது," என்று ரேமன்ட் கூறுகிறார்.

அவருடைய இந்த 'சும்மா இருக்கின்ற மாற்று வழி', விஷயங்களைத் தள்ளிப்போடுவதைத் தடுப்பதற்கான ஓர் எளிய வழியாகும். ரேமன்டைப்போலன்றி, நீங்கள் படைப்பாற்றல் தேவைப்படுகின்ற ஒரு வேலையில் இல்லாமல் இருக்கலாம். ஆனால், ஒரு குறிப்பிட்ட வேலைக்கு ஒரு குறிப்பிட்ட நேரத்தை ஒதுக்கிக் கொள்வது சிறப்பாகப் பலனளிக்கும். எடுத்துக்காட்டாக, நீங்கள் உங்களுடைய முக்கியமான இலக்கிற்காக, காலையில் எழுந்தவுடன் முதல் தொண்ணூறு நிமிடங்களை ஒதுக்கி வைத்துக் கொள்ளலாம். அந்த நேரத்தில் தொலைபேசி அழைப்புகள், இணையத் தேடல்கள், மின்னஞ்சல்கள் போன்ற எதுவொன்றிலும் நீங்கள் ஈடுபடக்கூடாது.

அதற்கு நீங்கள் ரேமன்டின் அறிவுரையைப் பின்பற்றினால் போதும்: "எழுதுங்கள். அல்லது ஒன்றுமே செய்யாதிருங்கள். இதில் இரண்டு விதிகள்தாம் இருக்கின்றன: முதலாவது, நீங்கள் அவசியம் எழுதியாக வேண்டும் என்ற கட்டாயம் கிடையாது. இரண்டாவது, நீங்கள் வேறு எதுவும் செய்யக்கூடாது. இதை நீங்கள் கடைபிடித்தால் விஷயங்கள் தாமாகவே நிகழும்."

கண்காணியுங்கள்

நீங்கள் எந்தத் திட்டத்தை மேற்கொண்டாலும், கண்காணித்தல் இன்றியமையாதது. உங்களுடைய எடையை தினந்தோறும் குறித்துக் கொள்வது அல்லது நீங்கள் சாப்பிடுகின்ற அனைத்து உணவுகளையும் ஒரு நாட்குறிப்பில் எழுதி வைத்துக் கொள்வது உங்களுடைய எடைக் குறைப்பு முயற்சியில் உங்களுக்கு உதவும். அதேபோல, நீங்கள் வாங்குகின்ற பொருட்களைக் கண்காணிப்பது உங்களுடைய செலவைக் குறைத்துக் கொள்ள உதவும். அந்தோனி டுரோலோப் அளவுக்குத் திறன் பெற்றிராத ஓர் எழுத்தாளரால்கூட, ஒரு நாளில் எத்தனை வார்த்தைகளைத் தான் எழுதியிருக்கிறோம் என்பதைக் குறித்து வைத்துக் கொள்வதன் மூலம் பெரும் பலன் அடைய முடியும். தினந்தோறும் நீங்கள் செய்கின்ற வேலையின் அளவை ஓர் எண்ணாக மாற்றி அதை எழுதி வைத்துக் கொள்வது, வேலைகளைத் தள்ளிப்போடுகின்ற யோசனையை ஊக்கமிழக்கச் செய்யும். வேலைகளை நீங்கள் எவ்வளவு கவனமாகக் கண்காணிக்கிறீர்களோ அவ்வளவு நல்லது. வாரத்திற்கு ஒரு நாள் உங்கள் எடையைப் பார்த்துக் கொள்வது நல்லது. ஆனால், தினந்தோறும் அதைச் செய்வது இன்னும் மேலானது. அதைக் குறித்து வைத்துக் கொள்வது அதைவிடச் சிறப்பானது.

சுய கண்காணிப்பு சலிப்பூட்டுவது என்றாலும், இன்று அதற்கு உதவக்கூடிய பல கருவிகள் வந்துவிட்டன. நாம் ஏற்கனவே பார்த்திருந்ததைப்போல, உங்களுடைய கடனட்டைச் செலவுகளையும் வங்கிச் செலவுகளையும் கண்காணிப்பதற்கென்றே இருக்கின்ற வலைத்தளங்களையும் செயலிகளையும் நீங்கள் பயன்படுத்திக் கொள்ளலாம். உங்களுடைய ஆரோக்கியம், உங்களுடைய மனநிலை, உங்களுடைய தூக்கம் போன்றவற்றைக் கண்காணிப்பதற்கு உங்களுக்கு உதவ சிலிக்கான் வேல்லி தொழில்முனைவோர் துடித்துக் கொண்டிருக்கிறார்கள்.

கண்காணித்தல் உடனடியாக உங்களை ஊக்குவிக்கும். அதோடு, நீண்டகாலத் திட்டமிடுதலை மேம்படுத்திக் கொள்ளவும் அது உதவும். நீங்கள் தரவுகளை ஒழுங்காகப் பராமரித்து அவற்றை அவ்வப்போது அலசி வந்தால், உங்களுடைய இலக்கை அடைகின்ற முயற்சியில் நீங்கள் எவ்வளவு தூரம் வந்துள்ளீர்கள் என்பதை உங்களால் சோதித்தறிந்து கொள்ள முடியும். அதன் அடிப்படையில்

உங்களுடைய வருங்கால இலக்குகளை அவை எதார்த்தத்தில் சாத்தியமாகின்ற விதத்தில் மாற்றி அமைத்துக் கொள்ள முடியும். ஏதாவது ஒரு நாள், உங்களுக்கு நீங்களே விதித்துக் கொண்டுள்ள விதிமுறைகளிலிருந்து நீங்கள் விலகுகின்றபோது, நீங்கள் அதனால் மனமுடைந்து போகலாம். அப்போது உங்களிடம் தரவுகள் இருந்தால், அவற்றைப் பார்த்து, நீங்கள் எந்த அளவுக்கு உங்களுடைய இலக்கை நெருங்கிக் கொண்டிருக்கிறீர்கள் என்பதை நீங்கள் அறிந்து கொள்ளலாம். எடுத்துக்காட்டாக, இந்த வாரம் உங்களுடைய எடை ஓரிரு கிலோ கூடியிருப்பதாக வைத்துக் கொள்வோம். கடந்த ஆறு மாதங்களில் உங்களுடைய எடை படிப்படியாகக் குறைந்து வந்துள்ளது என்பதைத் தெரிவிக்கின்ற ஒரு வரைபடம் உங்களிடம் இருந்தால், நீங்கள் உங்களுடைய எடை அதிகரிப்பால் நம்பிக்கையிழக்க மாட்டீர்கள்.

அடிக்கடி வெகுமதி அளித்துக் கொள்ளுங்கள்

நீங்கள் ஓர் இலக்கை நிர்ணயித்துக் கொள்கின்றபோது, அதை அடையும்போது உங்களுக்கு நீங்களே அதற்காக வெகுமதி அளித்துக் கொள்வதற்கும் ஏற்பாடு செய்து கொள்ளுங்கள். உங்களுடைய மன உறுதியைப் பயன்படுத்திச் சில விஷயங்களை உங்களுக்கு நீங்களே மறுப்பது ஓர் ஊக்கமூட்டுகின்ற செயலாக இருக்காது. ஆனால், ஏதோ ஒன்றைப் பெறுவதற்கு அதை நீங்கள் செய்கின்றபோது, அது உங்களுக்கு ஊக்கமளிப்பதாக இருக்கும். அப்போது கசப்பான விஷயங்களைக்கூட உங்களால் இனிப்பாக ஆக்கிக் கொள்ள முடியும். பங்கேற்பாளர்கள் அனைவருக்கும் பரிசு வழங்குகின்ற சுய மதிப்பு இயக்கத்தின் பரிந்துரையை நாங்கள் இந்நூலில் வேறோர் இடத்தில் விமர்சித்திருந்தோம். ஆனால், உண்மையான சாதனை ஒன்றைக் கொண்டாடுவதற்கு வெகுமதி அளித்துக் கொள்வது நல்ல விளைவுகளை உண்டாக்கும். சுய கட்டுப்பாட்டை ஊக்குவிப்பதற்கு வெகுமதிகள் உதவும் என்பதை நாம் ஏற்கனவே பல எடுத்துக்காட்டுகள் மூலம் பார்த்தோம். பள்ளிகளில் கட்டுப்பாடு இல்லாமல் இருக்கின்ற மாணவர்கள், வீட்டில் கணினியில் வீடியோ விளையாட்டுகளை விளையாடுகின்றபோது சுய கட்டுப்பாட்டுடன் மணிக்கணக்கில் ஈடுபடுகின்றனர். வீடியோ விளையாட்டுகளில், திரையில் தோன்றுகின்ற தரவுகளின் அடிப்படையில் இலக்கை நிர்ணயித்துக் கொண்டு, அதன்

அடிப்படையில் ஒரு தேர்ந்தெடுப்பை அவர்கள் மேற்கொள்ள வேண்டியிருக்கும். வீடியோ விளையாட்டுத் தயாரிப்புத் துறை மகத்தான வெற்றியைச் சாதித்திருப்பதற்குக் காரணம், வெகுமதி பெறுவது மக்களை எந்த அளவுக்கு ஊக்குவிக்கிறது என்பதை மனத்தில் வைத்து வீடியோ விளையாட்டுகள் உருவாக்கப்படுவதுதான்.

இணைய வீடியோ விளையாட்டுகள், அடிப்படையில், ஊக்குவிப்பு உத்திகள் தொடர்பாக மேற்கொள்ளப்பட்டுள்ள ஒரு மாபெரும் பரிசோதனையாகும். கணத்திற்குக் கணம் கோடிக்கணக்கான பங்கேற்பாளர்களிடமிருந்து பின்னூட்டக்கருத்துகளைப் பெற்றுக் கொண்டிருக்கின்ற வீடியோ விளையாட்டுத் தயாரிப்பு நிறுவனங்கள், எந்த வெகுமதிகள் சிறப்பாக வேலை செய்கின்றன என்பதைத் துல்லியமாகத் தெரிந்து வைத்துள்ளன. சிறிய வெகுமதிகள் அடிக்கடி வழங்கப்பட வேண்டும், பெரிய வெகுமதிகள் அவ்வப்போது வழங்கப்பட வேண்டும் என்பதுதான் அந்த உத்தி. வீடியோ விளையாட்டுகளில் ஈடுபடுகின்ற பங்கேற்பாளர்கள், சில சண்டைகளில் வெல்ல முடியாமல் போகின்றபோதும், தவறுகள் செய்யும்போதும், விளையாட்டில் இறந்து போகின்றபோதும்கூட ஊக்கமிழக்காமல் இருப்பதற்கு, வீடியோ விளையாட்டுகள், தண்டனைக்கு முக்கியத்துவம் கொடுக்காமல் வெகுமதிகளுக்கு முக்கியத்துவம் அளிப்பதுதான் காரணம். வீடியோ விளையாட்டுகளைப் பொறுத்தவரை, தாங்கள் தோற்றுப் போயுள்ளோம் என்ற உணர்வு பங்கேற்பாளர்களுக்கு ஒருபோதும் தோன்றுவதில்லை. மாறாக, தாங்கள் இன்னும் வெற்றி பெற்றிருக்கவில்லை என்ற உணர்வுதான் அவர்களிடம் மேலோங்கியிருக்கும்.

நிஜ உலகிலும் அந்த உணர்வைப் பெறுவதைத்தான் நாம் இலக்காகக் கொண்டிருக்க வேண்டும். வெற்றியை நோக்கிய நம்முடைய பயணத்தில் நாம் அடைகின்ற சிறு சிறு வெற்றிகளுக்கு அவ்வப்போது நமக்கு நாமே வெகுமதியளித்துக் கொள்வதன் மூலம் அதை நாம் சாத்தியமாக்கலாம். ஒரு மாபெரும் வெற்றி சாதிக்கப்படுகின்றபோது, அதற்குப் பெரும் வெகுமதி அளிக்கப்பட வேண்டும் என்பது உண்மைதான். எடுத்துக்காட்டாக, நீங்கள் புகைபிடிப்பதை நிறுத்த முயல்கிறீர்கள் என்று வைத்துக் கொள்வோம். ஓராண்டு முழுவதும் புகைபிடிக்காமல் இருந்துவிட்டீர்கள். அப்போது, ஒரு நல்ல உணவகத்திற்குச் சென்று அதைக் கொண்டாடுவதில் தப்பில்லை. அதே நேரத்தில்,

சிறிய வெற்றிகளைக் கொண்டாடுவதும் அதே அளவு முக்கியமானது. பல் தேய்ப்பதற்கு முழுமையாக இரண்டு நிமிடங்களை ஒதுக்குவதற்கு உங்களுடைய குழந்தைகளை எப்படி ஊக்குவிப்பது? இரண்டு நிமிடங்கள் தொடர்ந்து தேய்த்தால், ஒரு புன்னகை முகம் தோன்றுகின்ற மின் பல் துலக்கி ஒன்றை நீங்கள் அவர்களுக்குப் பரிசளிப்பதன் மூலம் அதைச் சாதிக்கலாம்.

சுய கட்டுப்பாட்டின் எதிர்காலம்

சமீபகாலம்வரை மக்கள் சுய கட்டுப்பாட்டை நிலைநிறுத்துவதற்கு ஒரு பாரம்பரியமான வழிமுறையைக் கடைபிடித்து வந்துள்ளனர். அந்த வேலையை அவர்கள் கடவுளிடம் ஒப்படைத்திருந்தனர். குறைந்தபட்சம், அவர்கள் அந்த வேலையைத் தங்களுடைய மதக் குழுவின் பிற உறுப்பினர்களின் வசம் ஒப்படைத்திருந்தனர். தெய்விகக் கட்டளைகளின் மூலமாகவும், மத உறுப்பினர்கள் பரஸ்பரம் ஒருவருக்கொருவர் கொடுத்துக் கொள்கின்ற அழுத்தங்களின் மூலமாகவும், மதங்கள், வரலாறு நெடுகிலும், சுய கட்டுப்பாட்டை ஊக்குவிக்கின்ற முகமாக இருந்து வந்திருந்தன. இன்று மக்கள்மீதான மதங்களின் கட்டுப்பாடு வெகுவாகத் தேய்ந்துள்ள நிலையில், மக்கள் தங்களுடைய சுய கட்டுப்பாட்டை நிர்வகிக்கின்ற பொறுப்பை, அலைபேசிகள், இணையம் மற்றும் சமூக ஊடகங்களின் வசம் ஒப்படைத்துள்ளனர். தங்களுடைய தனிப்பட்ட மற்றும் சமூகப் பிரச்சனைகளுக்குத் தங்களுடைய பலவீனமான சுய கட்டுப்பாடுதான் காரணம் என்பதை இன்று மேன்மேலும் அதிகமான மக்கள் உணரத் துவங்கியுள்ளனர். சமுதாயங்கள் நவீனமயமாகின்றபோது புதிதாகச் செல்வச் செழிப்பு பெறுகின்ற மக்கள், அதற்கு முன்புவரை அவர்களுக்கு எட்டாக்கனியாக இருந்திருந்த அனைத்தையும் அளவுக்கதிகமாக ருசித்துப் பார்க்க விரும்புவது இயல்பானதுதான். இறுதியில், சிறப்பாக வாழ்வதற்கு ஏற்றத் திருப்திகரமானதொரு வழிமுறையை அவர்கள் எப்படியும் கண்டுபிடித்துவிடுவர்.

சுய கட்டுப்பாட்டை அடைவதன் நோக்கம் உற்பத்தித்திறனை அதிகரித்துக் கொள்வது அல்ல. இன்று, மக்கள், பெஞ்சமின் பிராங்க்ளின் அளவுக்கோ அல்லது விக்டோரியா காலத்தில் இருந்தவர்கள் அளவுக்கோ கடினமாக உழைக்கத் தேவையில்லை. பத்தொன்பதாம்

நூற்றாண்டில் தொழிலாளர்களுக்கு ஒரு நாளைக்கு ஒரு மணி நேரம் ஓய்வு கிடைத்தாலே அதிகம். அதோடு, ஓய்வு பெறுவதைப் பற்றி அவர்கள் ஒருக்காலும் சிந்தித்ததே இல்லை. இன்று நாம் விழித்திருக்கும் மொத்த நேரத்தில் ஐந்தில் ஒரு பங்கு நேரத்தைக்கூட நாம் நம் வேலையில் உண்மையிலேயே செலவழிப்பதில்லை. மீதமிருக்கின்ற நேரம் முழுவதும் நமக்குக் கிடைத்திருக்கின்ற மாபெரும் கொடையாகும். மனிதகுல வரலாற்றில் இதற்கு முன்பு ஒருபோதும் நமக்குக் கிடைத்திராத அரிய ஆசிர்வாதம் அது. ஆனால், அதை இரசித்துக் கொண்டாடுவதற்கு, முன்பு எப்போதும் இல்லாத அளவுக்குப் பெரும் சுய கட்டுப்பாடு இப்போது தேவையாக இருக்கிறது. நம்மில் பலர் இன்ப நுகர்ச்சியைக்கூடத் தள்ளிப்போடுகிறோம். ஏனெனில், ஒரு வேலைக்கு எவ்வளவு நேரம் ஆகும் என்ற நம்முடைய மதிப்பீடு எப்போதுமே உண்மையில் அதற்கு ஆகும் நேரத்தைவிடக் குறைவாகவே இருக்கிறது. இன்று இருப்பதைக் காட்டிலும் வருங்காலத்தில் எப்படியோ மாயாஜாலமாக நமக்கு அதிக நேரம் இருக்கும் என்ற நினைப்பு நமக்கு இருக்கிறது. அதனால், மூன்று மாதங்கள் கழித்துச் செய்யப்பட வேண்டிய வேலையை எந்தவிதமான யோசனையும் இல்லாமல் நாம் ஏற்றுக் கொள்கிறோம், அந்த நேரம் வருகின்றபோது நாம் அவதிப்படுகிறோம். அதே வேலை அடுத்த வாரம் செய்து முடிக்கப்பட வேண்டும் என்று நம்மிடம் கூறப்பட்டிருந்தால், அதை நாம் ஏற்றுக் கொண்டிருக்க மாட்டோம்.

வேலை தொடர்பானதாக இருந்தாலும் சரி அல்லது உல்லாசப் பயணம் தொடர்பானதாக இருந்தாலும் சரி, எகிறி அடித்தாடுவது மட்டுமே உங்களுக்கு அதிக மகிழ்ச்சியையும் குறைவான மன அழுத்தத்தையும் அளிக்கும். ஒரு கடற்கரையோரம், மூன்று வாரங்கள் எதுவுமே செய்யாமல் ஆசுவாசமாக அமர்ந்திருப்பது உங்களுடைய கனவாக இருக்கலாம். ஆனால், அதற்கு நீங்கள் முதலிலேயே திட்டமிட வேண்டும்.

சுய கட்டுப்பாடு என்பது, இறுதியில், சுய உதவியைத் தாண்டிய ஒன்று. இந்த உலகில் நீங்கள் கழிக்கப் போகின்ற காலத்தை இரசித்து அனுபவிப்பதற்கும், நீங்கள் நேசிக்கின்ற நபர்களோடு உங்களுடைய ஆனந்தத்தைப் பகிர்ந்து கொள்வதற்கும் சுய கட்டுப்பாடு இன்றியமையாதது. சுய கட்டுப்பாடு தொடர்பாக பாமைஸ்டர் மேற்கொண்ட பரிசோதனைகளில், சுய கட்டுப்பாட்டின் பயன்களிலேயே மிகவும் நம்பிக்கையூட்டுகின்ற ஒன்று இதுதான்:

வலுவான மன உறுதியைக் கொண்டிருக்கின்ற நபர்கள் தன்னலமற்றவர்களாக இருக்கிறார்கள். மற்றவர்களைக் காட்டிலும் அவர்கள் அதிக அளவில் நன்கொடை அளிப்பவர்களாகவும், தன்னார்வத் தொண்டு வேலைகளில் தங்களை அதிகமாக ஈடுபடுத்திக் கொள்பவர்களாகவும், வீடு வாசல் இல்லாதவர்களுக்குத் தங்களுடைய இடத்தையே அடைக்கலமாக அளிப்பவர்களாகவும் விளங்குகின்றனர். நம்முடைய முன்னோர்கள் தங்கள் குழுவிலிருந்த மற்றவர்களுடன் ஒத்திசைவாக வாழ்வதற்கு சுய கட்டுப்பாடு இன்றியமையாததாக இருந்ததால்தான் அது படிப்படியாகப் பரிணாம வளர்ச்சி அடைந்தது. இன்றும் அது அந்த நோக்கத்தை நிறைவேற்றிக் கொண்டிருக்கிறது. உள்ளார்ந்த சுய கட்டுப்பாடு இப்போதும் நாம் பிறரிடம் கனிவாக நடந்து கொள்வதற்கு இட்டுச் செல்கிறது.

சுய கட்டுப்பாட்டின் குறைபாடுகள் குறித்து இந்நூலில் நாங்கள் விரிவாக அலசியிருக்கிறோம். ஆனால், அவற்றை மீறி, சுய கட்டுப்பாடு குறித்து நம்பிக்கை கொள்வதற்கு ஏகப்பட்டக் காரணங்கள் இருக்கின்றன. மன உறுதி என்பது இன்னும் பரிணாமரீதியாக வளர்ச்சி அடைந்து கொண்டிருக்கிறது. சமீப காலங்களில் நம்மில் பெரும்பாலானோர் புதிய சபலங்களுக்கு ஆளாகிக் கொண்டிருக்கிறோம். இன்னும் சுவாரசியமான சபலங்கள் நமக்காகக் காத்துக் கொண்டிருக்கின்றன. இப்புதிய அச்சுறுத்தல்கள் எவ்வளவுதான் நம்மைத் திக்குமுக்காட வைப்பவையாக இருந்தாலும், அவற்றைச் சமாளிப்பதற்கான திறன் மனிதர்களுக்கு உண்டு. இந்த பூமியிலேயே மிகவும் சிறப்பாகத் தகவமைத்துக் கொண்டுள்ள ஓர் உயிரினமாக நாம் ஆனதற்கு நம்முடைய மன உறுதி ஒரு முக்கியக் காரணமாகும். அதை இன்னும் சிறப்பாக எப்படிப் பயன்படுத்துவது என்பதை நாம் தினந்தோறும் கற்றுக் கொண்டிருக்கிறோம். மன உறுதி என்ற பண்புநலன்தான் மனிதர்களாகிய நம்மைப் பிற உயிரினங்களிலிருந்து தனித்துக் காட்டுகிறது என்பதையும், தனிப்பட்ட முறையில் நம் ஒவ்வொருவரையும் வலுவாக்குகிறது என்பதையும் நாம் கற்றுக் கொண்டிருக்கிறோம்.

நன்றியுரை

இந்நூல் உருவாவதைச் சாத்தியப்படுத்தியவர்களுக்கும், இதை மேம்படுத்த உதவியவர்களுக்கும் நாங்கள் நன்றி கூற விரும்புகிறோம். முதலில், எங்களுடைய இலக்கிய முகவரான கிறிஸ் டாலுக்கு நன்றி. அவர் ஓர் அசாதாரணமான மனிதர். நாங்கள் இந்த யோசனையை வளர்த்தெடுக்க உதவியதோடு, அவர், எங்களுடைய அற்புதமான எடிட்டர் ஆன் கோடாஃபின் கரங்களில் எங்களை ஒப்படைக்கவும் செய்தார். ஆன் எங்களுக்கு வழங்கிய ஆதரவுக்கும் வழிகாட்டுதலுக்கும் நாங்கள் அவருக்குப் பெரிதும் கடன்பட்டிருக்கிறோம். அவர் தன் முன்னோக்கையும் இழக்கவில்லை, தன் பொறுமையையும் இழக்கவில்லை. நாங்கள் பெங்குவின் பிரெஸ்ஸிலிருந்த ஏனைய அனைவருக்கும், குறிப்பாக, லின்ட்சே வேலென், யாமில் அங்லடா மற்றும், ஐசிஎமைச் சேர்ந்த லாரா நீலி ஆகியோருக்கு எங்களுடைய நன்றியைத் தெரிவித்துக் கொள்கிறோம். அவர்கள் அனைவரும் வற்றாத மன உறுதியைக் கொண்டிருந்தனர்.

தங்களுடைய வேலைகளைப் பற்றி எங்களிடம் பகிர்ந்து கொண்ட, எங்களுக்கு ஆலோசனைகளை வழங்கிய எங்களுடைய சகாக்களுக்கும் நாங்கள் நன்றி கூறக் கடமைப்பட்டிருக்கிறோம். முதலில், இத்திட்டத்தை முன்மொழிந்த டான் ஏரிலிக்கு நன்றி. சரியான ஆய்வுகளின் பக்கம் செல்வதற்கு எங்களுக்கு வழிகாட்டிய கேத்தலின் வோஸுக்கு நன்றி. ஜார்ஜ் ஐன்ஸ்லி, இயன் அயர்ஸ், ஜாக் பெக், வாரன் பிக்கல், பெனடிக்ட் கேரி, கிறிஸ்டோபர் பக்லி, ரூத் சாவோ, பியர் சாண்டன், அலெக்சாண்டர் செர்னேவ், ஸ்டீபன் டப்னர், எஸ்தர் டைசன், ஸ்டூவர்ட் எலியட், எலி ஃபிங்கெல், கேட்ரின் வின்ஃப்கென், ஹெர் வின்ஃப்கென், ஹெர் வின்ஃப்கென், டேனியல் கில்பர்ட், ஜேம்ஸ் கோர்மன், டோட் ஹீதர்டன், வில்ஹெல்ம் ஹாஃப்மேன், வால்டர் ஐசக்சன், டீன் கார்லன், ரன் கிவெட்ஸ், ஜினா கோலாட்டா,

ஜொனாதன் லெவாவ், ஜார்ஜ் லோவென்ஸ்டீன், டினா பொமரன்ஸ், மைக்கேல் மெக்கல்லோஃப், வில்லியம் ராஷ்பாம், ஜூன் ஸ்டிலிக்மேன், மார்டின் செலிக்மேன், டயான் டைஸ், ஜீன் ட்வெங்கே, கிறிஸ்டின் வீலன், ஜிம் மற்றும் பில் வார்டன் ஆகியோருக்கு நாங்கள் நன்றியுள்ளவர்களாக இருக்கிறோம்.

இந்நூலில் இடம்பெற்றுள்ள கதைகளின் சொந்தக்காரர்களுக்கு நாங்கள் நன்றிக்கடன் பட்டிருக்கிறோம். அமேன்டா பால்மர், ஜிம் டர்னர், டேவிட் ஆலன், ட்ரூ கேரி, டேவிட் பிளேன், எரிக் கிளாப்டன், மேரி கார், டெபோரா கரோல், சின்டி பால் மற்றும் அவரது குடும்பத்தினர், மற்றும் ஓப்ரா வின்ஃபிரே ஆகியோர் அதில் அடங்குவர். மிகச் சிறந்த வாழ்க்கை வரலாற்று ஆசிரியரான டிம் ஜீலுக்கு நாங்கள் விஷேசமாக நன்றி தெரிவிக்க விரும்புகிறோம். அவர் ஹென்ரி மோர்ட்டன் ஸ்டேன்லி குறித்தத் தகவல்களை எங்களுக்குத் தாராளமாகத் தந்து உதவியதோடு, அந்த அத்தியாயத்தைப் படித்துப் பார்த்து, அதில் வரலாற்றுப் பிழைகள் எதுவும் இல்லை என்பதை உறுதி செய்தும் கொடுத்தார். இருநூறு கோடி நிதிப் பரிவர்த்தனைகளைத் திறமையாகப் பகுப்பாய்வு செய்து எங்களுக்கு உதவிய ஆரோன் பாட்சர், மார்தா ஷாக்னெஸி மற்றும் மின்ட் டாட் காம் குழுவிலிருந்த கிறிஸ் லெஸ்னர், ஜாக் பெலிசென்ட், டி.ஜே. சங்வி, டேவிட் மைக்கேல்ஸ் மற்றும் டோட் மான்சர் ஆகியோருக்கும் நாங்கள் நன்றி தெரிவித்துக் கொள்கிறோம்.

பாமைஸ்டருக்குத் தற்காலிக நீண்டகால விடுப்பு அளித்த ஃபுளோரிடா அரசுப் பல்கலைக்கழகத்திற்கும், அந்தக் காலகட்டத்தில் ஆய்வுகளை மேற்கொள்ள அனுமதித்தக் கலிஃபோர்னியா பல்கலைக்கழகத்திற்கும் நன்றி. அதற்கும், இப்புத்தகத்தில் இடம்பெற்றுள்ள வேறு சில ஆய்வுகளுக்கும் மானிய உதவியளித்த நேஷனல் இன்ஸ்டிடியூட்ஸ் ஆஃப் ஹெல்த் நிறுவனத்திற்கு நன்றி.

கொலம்பியா பல்கலைக்கழகத்தில் படித்து வந்த நிக்கோல் வின்செண்ட் ரோலர் டீர்னியின் ஆய்வுக்கு பெரும் உதவியாக இருந்தார். அவருக்கும், டீர்னியின் ஆய்வுக்கு உதவ அனுமதித்த அத்திட்டத்தின் இயக்குநர் பாட்ரிஷியா ஓ டூலுக்கும் நன்றி.

இறுதியாக, நாங்கள் எங்கள் இருவருடைய குடும்பத்தாருக்கும் நன்றி தெரிவித்துக்கொள்கிறோம். குறிப்பாக, நாங்கள் இப்புத்தகத்தை எழுதிக் கொண்டிருந்தபோது எங்களுடைய மன உறுதி வற்றிக் கொண்டிருந்த நேரங்களில் எங்களைப் பொறுத்துக் கொண்டதற்காக டயானே மற்றும்

அதீனா, டானா மற்றும் லூக்கிற்கு நன்றி. அவர்களுடைய வலிமை தொடர்ந்து எங்களுக்கு உத்வேகமூட்டுவதாக இருந்து கொண்டிருக்கிறது.

PSV குமாரசாமி

மொழிபெயர்ப்பாளர்

இவர் ஒரு கவிஞர். மொழிபெயர்ப்பாளர். சுற்றுச்சூழல் ஆர்வலர். மலையேற்றப் பயிற்றுவிப்பாளர். புகைப்படம் எடுப்பதில் அலாதி ஆர்வம் உடையவர். ஊர் சுற்றுவதில் ஏக விருப்பமுடையவர். இவரது பல்லாண்டு கால மொழிபெயர்ப்பு அனுபவத்தில் எண்பதுக்கும் மேற்பட்ட நூல்கள், எண்ணற்றக் கட்டுரைகள் மற்றும் கவிதைகள் வெளிவந்துள்ளன. இலக்கியம், சுயமுன்னேற்றம், சுற்றுச்சூழல், பொருளாதாரம், அறிவியல் போன்ற பல்வேறு துறைகள் தொடர்பான நூல்கள் அவற்றில் அடங்கும்.

ரோன்டா பைர்னின் உலகப் புகழ்பெற்ற நூலான 'இரகசியம்', டோனி ஜோசஃபின் 'ஆதி இந்தியர்கள்', ஸ்டீபன் ஹாக்கிங்கின் 'ஆழமான கேள்விகள் அறிவார்ந்த பதில்கள்' போன்றவை இவருடைய மொழியாக்கத்தில் வெளிவந்துள்ள நூல்களில் குறிப்பிடத்தக்கவை.

தமிழக அரசு இவருக்கு 2022ஆம் ஆண்டுக்கான சிறந்த மொழிபெயர்ப்பாளர் விருது வழங்கி இவரைக் கௌரவித்துள்ளது.

இவர் தன் மனைவி திருமதி நாகலட்சுமி சண்முகம் அவர்களுடனும் தன் மகன்கள் இருவருடனும் தற்போது மும்பையில் வசித்து வருகிறார்.

நூலாசிரியர்களைப் பற்றி

ராய் எஃப். பாமைஸ்டர்

ராய் எஃப். பாமைஸ்டர், உலகிலுள்ள மிகப் பிரபலமான உளவியலாளர்களில் ஒருவர். அவர் 700க்கும் அதிகமான ஆய்வுக் கட்டுரைகளையும் 40க்கும் மேற்பட்ட நூல்களையும் எழுதியுள்ளார். அவற்றில், ஜான் டீர்னியுடன் இணைந்து அவர் எழுதியுள்ள இரண்டு பிரபலமான நூல்களும் அடங்கும். உலகிலுள்ள சிறந்த பல்கலைக்கழகங்கள் பலவற்றில் உளவியல் துறையில் அவர் பணியாற்றியுள்ளார். 2013இல், அவருடைய வாழ்நாள் சாதனைக்காக, வில்லியம் ஜேம்ஸ் ஃபெல்லோ விருது அவருக்கு வழங்கப்பட்டது. சர்வதேச நேர்மறை உளவியல் கழகத்தின் தலைவராக அவர் தேர்ந்தெடுக்கப்பட்டுள்ளார். மனிதர்களின் சுயம் அவர்களின் நடத்தையின்மீது ஏற்படுத்துகின்ற தாக்கத்தைப் பற்றி அவர் மேற்கொண்ட ஆய்வுகளின் முடிவுகள் பரபரப்பாகப் பேசப்பட்டன. மனிதர்களின் சுய கட்டுப்பாடு, சுய மதிப்பு, சுய தீர்மானம் ஆகியவற்றுக்கும், வெற்றி மற்றும் ஒழுக்கத்திற்கும் இடையே உள்ள தொடர்புகள் குறித்து அவர் பல ஆழமான ஆராய்ச்சிகளை மேற்கொண்டுள்ளார். அவருடைய படைப்புகளைப் பற்றி உலகிலுள்ள தலைசிறந்த பத்திரிகைகளும் இதழ்களும் எழுதியுள்ளன. உலகின் பிரபலமான தொலைக்காட்சி ஊடகங்கள் அவரைப் பேட்டியெடுத்து வெளியிட்டுள்ளன.

ஜான் டீர்னி

ஜான் டீர்னி ஓர் எழுத்தாளர். அவர் நியூயார்க் டைம்ஸ் பத்திரிகையில் பல ஆண்டுகள் பணியாற்றியுள்ளார். அதில் தொடர்ந்து பல அறிவியல் கட்டுரைகளை அவர் எழுதி வந்தார். தற்போது, சிட்டி ஜர்னல் என்ற இதழின் எடிட்டராக அவர் பணியாற்றிக் கொண்டிருக்கிறார். அவருடைய எழுத்துப் பணிக்காக, 'அமெரிக்கன் அசோசியேஷன் ஃபார் த அட்வான்ஸ்மென்ட் ஆஃப் சயன்ஸ்' அமைப்பும், 'அமெரிக்கன் இன்ஸ்டிடியூட் ஆஃப் பிசிக்ஸ்' அமைப்பும் அவருக்கு விருதுகள் வழங்கி அவரைக் கௌரவித்துள்ளன. அவர் ஒரு சில நூல்களை எழுதியுள்ளார். அவற்றில், ராய் எஃப். பாமைஸ்டருடன் அவர் இணைந்து எழுதியுள்ள இரண்டு மிகப் பிரபலமான நூல்களும் அடங்கும்.